இஸ்லாமிய வரலாறு

இரண்டாம் பாகம்

வெளியீடு
ரஹ்மத் பதிப்பகம்
இது ஒரு சென்னை ரஹ்மத் அறக்கட்டளை நிறுவனம்

இஸ்லாமிய வரலாறு

இரண்டாம் பாகம்-

[அரபு மற்றும் ஆங்கில மூல நூற்களின் ஆதாரங்களின் அடிப்படையில்]

ஆசிரியர்

அல்அஸூமத்

மொழிபெயர்ப்பு மேலாய்வாளர்

குளச்சல் யூசுப்

மெய்ப்புத் திருத்தம்

சிராஜுல் ஹஸன்

நூலாக்கம்

தமிழ்அலை, சென்னை

அச்சிட்டோர்

ஜோதி எண்டர்பிரைசஸ், சென்னை

நூல் விவரம்

முதல் பதிப்பு: மே, 2019

பக்கங்கள் : 344

பிரதிகள் : ஆயிரம்

விலை : ரூ. 400/-

ISBN : 978-93-82132-29-5

பதிப்பாளர்

எம்.ஏ. முஸ்தபா

musthafa@agccapital.co

நிர்வாகி

யாசீன் முஸ்தபா

yasin@agccapital.co

வெளியீடு

ரஹ்மத் பதிப்பகம்

இது ஒரு சென்னை ரஹ்மத் அறக்கட்டளை நிறுவனம்

6, இரண்டாவது பிரதான சாலை, சி.ஐ.டி. காலனி, மைலாப்பூர், சென்னை - 600 004.

PHONE: 044 24997373 MOBILE: 94440 25000

Email : sales@rahmath.net. Website : www.rahmath.net.

Facebook: www.facebook.com/rahmathtrust

பதிப்புரை	05
கலீஃபா - கிலாஃபத்	11
கிலாஃபத்தின் இரண்டாம் பகுதி	167

மொழிபெயர்ப்பாளர்

இலங்கையைச் சேர்ந்த மூத்த எழுத்தாளர் அல் அஸூமத் அவர்கள், குறிப்பிடத்தக்க முன்னணி இலக்கிய ஆளுமைகளுள் ஒருவர். 1942இல் பிறந்த இவர், 1959இல் எழுத்துலகில் கால் பதித்தார். இன்றுவரை ஏராளமான கவிதைகளையும் சிறுகதைகளும் மூன்று புதினங்களும் எட்டுக் குறுங்காவியங்களும் எழுதியுள்ளர். இவை தவிர இவர் எழுதியுள்ள கட்டுரைகளும் மொழிபெயர்ப்பு நூல்களும் தனி.

'வெள்ளைமரம்' (சிறுகதைத் தொகுப்பு), 'புலராப் பொழுதுகள்' (நெடுங்கவிதை), 'மலைக்குயில்' (கவிதைத் தொகுப்பு) 'நபித்தோழர் பிலால்' (மொழிபெயர்ப்பு) ஆகியவை இவருடைய முக்கியப் படைப்புகளாகும்.

முதல் இரண்டு நூல்களும் பரிசு பெற்ற நூல்களாகும்.

வானொலி, தொலைக்காட்சிகளில் பல கவியரங்குகளையும், புதிய கவிஞர்களுக்கான கவிதைப் பட்டறையும் நடத்தியுள்ளார். படைப்பிலக்கியம் மட்டுமின்றி, இதழியல் துறையிலும் தடம் பதித்துள்ளார். 'பூபாளம்', 'பௌர்ணமி', 'மேகம்' ஆகிய சிற்றிதழ்களை நடத்தி பேரனுபவம் பெற்றவர்.

1992இல் இலங்கை அரசின் சார்பாக 'நஜ்முல் ஸூரா' விருது, 2006 இல் 'கலாபூஷண்' விருது, 2009 இல் இலங்கை முஸ்லிம் கலைஞர் முன்னணியின் 'இலக்கிய சாகரம்' விருது, 2011 இல் இஸ்லாமியத் தமிழ் இலக்கியக் கழகத்தின் சார்பாக 'தமிழ் மாமணி' விருது ஆகியவை இவரைத் தேடி வந்த விருதுகளாகும்.

அகவை 75 என்றாலும் அயராமல் எழுத்துப் பணியில் ஈடுபட்டிருக்கும் அல் அஸூமத் அவர்கள், தற்போது யாப்பிலக்கணம் குறித்து எழுதிவருகிறார். அத்துடன் நபிக்குறளையும் உருவாக்கி வருகிறார். இவைதவிர பல மொழிபெயர்ப்புப் பணிகளிலும் முனைப்புடன் ஈடுபட்டுவருகிறார்.

பதிப்புரை

யா அல்லாஹ் உன்னையே வணங்குகிறோம்.

உன்னிடமே உதவி தேடுகிறோம்.

எல்லாப் புகழும் அல்லாஹ்வுக்கே...

எமது சென்னை ரஹ்மத் அறக்கட்டளையின் ரஹ்மத் பதிப்பகம் சார்பாக, இறைத்தூதர் முஹம்மத் நபி (ஸல்) அவர்களது நபிமொழித் தொகுப்புகளான, **ஸஹீஹுல் புகாரீ, ஸஹீஹ் முஸ்லிம்** ஆகிய இரண்டு தொகுப்புகளையும் முழுமையாக வெளியிட்டுள்ளோம். தொடர்ந்து, **ஜாமிஉத் திர்மிதீயை** மூன்று பாகங்களாக வெளியிட்டுள்ளோம். இதன் தொடர்ச்சியாக, **சுனன் அபூதாவூத், சுனனுந் நஸாயீ, சுனன் இப்னு மாஜா** ஆகிய நபிமொழித் தொகுப்புகள் இன்ஷா அல்லாஹ் விரைவில் வெளிவர உள்ளன.

மேலும், **ஸிஹாஹுஸ் ஸித்தா** எனும் முக்கியமான ஆறு நபிமொழித் தொகுப்புகளையும் முழுமையாகத் தமிழாக்கம் செய்து, மக்களிடம் சேர்க்க இருக்கிறோம் என்பதில் மிகுந்த மகிழ்ச்சியடைகிறோம். அல்ஹம்துலில்லாஹ்! எங்களது பணிகள் நிறைவுபெற்று, நபிமொழித் தொகுப்புகள் அனைத்தையும் உங்கள் கைகளில் கிடைக்கச் செய்ய எல்லாம் வல்ல இறைவனிடம் பிரார்த்தனை செய்யுமாறு வேண்டுகிறோம்.

திருக்குர்ஆன் விரிவுரையில் புகழ்பெற்ற தஃப்சீர் இப்னு கஸீரைத் தமிழில் மொழியாக்கம் செய்து மொத்தம் ஒன்பது பாகங்களாக வெளியிட முடிவு செய்து, ஏழு பாகங்கள் வெளியிட்டுள்ளோம். இன்ஷா அல்லாஹ், மீதமுள்ள இரண்டு பாகங்களும் விரைவில் வெளிவரும்.

★ ★ ★ ★

உலக வாழ்விலும் மறுமை வாழ்விலும் மானுடம், வெற்றியும் மேன்மையும் அடைவதற்கான வரலாற்றுப் படிப்பினையின் தேவை குறித்து, சங்கைமிகு திருக்குர்ஆன் நமக்குக் கூறியுள்ளது. தங்களது தீய செயல்களின் விளைவாக அழிவுற்ற சமூகங்கள் குறித்தும் நற்செயல்களின் விளைவாக, பேறுபெற்ற சமூகங்கள் குறித்தும் பல்வேறு போதனைகளை நாம் வரலாற்றின் மூலமே பெற்று வருகிறோம். இதை மனதில்கொண்டு நபிவழி கலீஃபாக்களின் வரலாறு மற்றும் இஸ்லாமிய வரலாற்றை ரஹ்மத் பதிப்பகம் சார்பில் வெளியிட வேண்டும் என்ற சீரிய நோக்கத்துடன் கடந்த மூன்று ஆண்டுகளாக, இஸ்லாமிய வரலாற்றாய்வாளர்கள் மற்றும் மார்க்க அறிஞர்களைக் கொண்ட ஒரு குழுவின் கூட்டு முயற்சியின் நல்விளைவாக, அது குறித்த நூல்களை இப்போது வெளியிடுகிறோம்.

உலகின் பேரொளி எனும் தலைப்பில் இறைத்தூதர் (ஸல்) அவர்களின் வரலாறு; **அதிசயத் தோழர்** எனும் தலைப்பில் அபூபக்ர் (ரலி) அவர்களின் வரலாறு; **உன்னத ஆட்சியாளர்** எனும் தலைப்பில் உமர் (ரலி) அவர்களின் வரலாறு; **ஒப்பற்ற வள்ளல்** எனும் தலைப்பில் உஸ்மான் (ரலி) அவர்களின் வரலாறு; **அறிவின் நுழைவாயில்** எனும் தலைப்பில் அலீ (ரலி) அவர்களின் வரலாறு என ஐந்து நூல்களும், இஸ்லாமிய வரலாறு குறித்த நூல் மூன்று பாகங்கள் என எட்டு நூல்கள்.

மூன்று பாகங்களாக வெளியிடும் இஸ்லாமிய வரலாற்றின் இம்முதல் பாகம், இஸ்லாமிய வரலாறு, அரபு இனக்குழுக்கள் குறித்த அறிமுகத்துடன் தொடங்கி, இறைத்தூதர் முஹம்மத் நபி (ஸல்) அவர்களின் தூதுத்துவ வாழ்வும் பணிகளும், அபூபக்ர் (ரலி), உமர் (ரலி), உஸ்மான் (ரலி), அலீ (ரலி),

ஹஸன் (ரலி) ஆகிய நபிவழி கலீஃபாக்களின் கிலாஃபத் மற்றும் அவர்களது பணிகள் என விரிவடைகிறது.

இரண்டாம் பாகம், உமய்யா கிலாஃபத் தொடங்கி, இமாம் ஹுஸைன் (ரலி) அவர்களின் உயிர்த்துறவு, அப்பாசிய ஆட்சி, அதன் இறுதிவரைக்குமான தொலைவுகளை உள்ளடக்கி இஸ்லாம் பரவியிருந்த பகுதிகள் என விரிவடைகிறது.

மூன்றாம் பாகம், இஸ்லாமிய ஆட்சிக்கு முன்பின்னுள்ள ஸ்பெய்னின் நிலைமைகள், உமய்யா, அப்பாசிய வம்சாவளிகள், அல்முராவித், அல்முஹாத் ஆட்சிகள், கிறிஸ்தவர்களுடனான போர்கள், இதிரீசியர், அக்லபியர் ஆட்சிகள், மொராக்கோ வடஆப்பிரிக்க வெற்றிகள், மங்கோலியர், துருக்கியர், தார்த்தாரியர் பற்றிய விளக்கமான குறிப்புகள், குவாரிஸ்ம் ஷா, அத்தபெக்கியர், ஸிஸ்தானிய அரசர்கள், ஸஃப்ஃபாரியர், ஸமனியர், தெலாமியர், கர்னவியர், ஸெல்ஜுக்குகள், கோரியர், முலுக்கியர் பற்றிய குறிப்புகள், பாரசீகத்தின் இஸ்லாமிய வரலாறு, உபைதுல்லாஹ், அய்யூபிய, மம்லுக் வம்சாவளியினர், கான்ஸ்டான்டிநோபிள் வெற்றி, உஸ்மானியப் பேரரசின் தொடக்க கால ஆட்சியாளரான சுல்தான் ஸலீமின் இறப்பு ஹிஜ்ரீ 926 (கி.பி. 1520) வரையிலான உள்ளடக்கங்களுடன் விரிவடைகிறது.

இந்த அரியதோர் பணிக்கு உறுதுணையாக இருந்த, இலங்கையைச் சேர்ந்த அல் அஸுமத், எழுத்தாளர் குளச்சல் யூசுஃப், சிராஜுல் ஹஸன், மௌலவி ஸைஃபுர் ரஹ்மான் பிலாலி மற்றும் அச்சாக்கம் செய்து உதவிய தமிழ் அலை பதிப்பகம் ஆகியோருக்கு மனமார்ந்த நன்றிகள்.

இஸ்லாம் தொடர்பான அனைத்து நூல்களையும் ரஹ்மத் பதிப்பகம் மூலம் தமிழில் வெளியிடுகிற எங்களது சீரிய நோக்கத்தை நிறைவேற்றும் வாய்ப்பை வழங்கிய அல்லாஹ்வுக்கே எல்லாப் புகழும்.

இஸ்லாத்தை முழுமையாக அறிந்துகொள்ளவும் அதன்படி வாழவும் உதவியாக, இல்லங்கள் தோறும், பள்ளிவாசல்கள் தோறும் இஸ்லாமிய நூலகங்கள் உருவாகவும் இதன் மூலம், மக்கள் அனைவரும் படித்துப் பயன்பெறவும்

தெளிவு பெறவும் இந்நூல்கள் உதவியாக இருக்குமென்று நம்புகிறோம். இவ்வரிய வாய்ப்பை எங்களுக்கு வழங்கிய எல்லாம் வல்ல அல்லாஹ்வுக்கே புகழ் அனைத்தும். யா அல்லாஹ், உன்னையே வணங்குகிறோம். உன்னிடமே அடைக்கலம் தேடுகிறோம்.

எல்லாம் வல்ல அல்லாஹ் நம் அனைவருக்கும் நல்லருள்புரிவானாக. ஆமீன்!

வஸ்ஸலாம்.

எம்.ஏ. முஸ்தபா

நிறுவனர் - பதிப்பாளர்
(ரஹ்மத் பதிப்பகம்)

மறுவெலியீட்டுக் குறிப்பு: 2017 இல் வெளியிட்ட இஸ்லாமிய வரலாற்றின் மூன்று பாகங்களும் முறையே 632, 816, 574 பக்கங்கள் கொண்ட பெரிய நூல்களாக அமைந்திருந்தன. இவற்றின் அளவு, கையாள்வதற்கு சிரமமாக இருப்பதாக வாசகர்கள் தெரிவித்த கருத்தைக் கவனத்தில்கொண்டு மேற்கண்ட மூன்று பாகங்களையும் ஆறு நூல்களாக மறுவெளியீடு செய்துள்ளோம் என்பதைத் தெரிவித்துக்கொள்கிறோம்.

இஸ்லாமிய வரலாறு

இரண்டாம் பாகம்

கலீஃபா - கிலாஃபத்

ஒரு வரலாற்று நூலின் அடிப்படையில், கலீஃபா என்றால் அரசாட்சி செய்பவர் என்றும் கிலாஃபத் என்றால் ஆட்சியின் தொடர்ச்சி என்றும் பொருள் கொள்ளலாம். இறைத்தூதர் அவர்களுக்குப் பின்வந்த அரசுகளை அவரது வழிகாட்டுதலின் அடிப்படையில் இரு பிரிவுகளாகப் புரிந்துகொள்ளும் நிலையில் இச்சொற்கள் முக்கியத்துவம் பெறுகின்றன.

குர்ஆனில் கலீஃபா எனும் சொல் வருகிற இடங்களில் அல்-அர்ள் (பூமி) எனும் சொல்லும் தொடர்கிறது. கீழ்வரும் இறைவசனத்தால் இது மேலும் உறுதியாகிறது: '...நான் பூமியில் (என்) பிரதிநிதியை அமைக்கப் போகிறேன்... (குர்ஆன் 2: 30).

எல்லாம் வல்ல அல்லாஹ், உலகில் ஆதமையும் அவரது வாரிசுகளையும் கலீஃபாக்களாக நியமித்துள்ளான். அல்லாஹ்வின் படைப்பில் உயிரினங்கள் அனைத்தை விடவும் ஆதமின் மக்கள் சிறப்புடையவர்கள் என்பதும், உலகை ஆட்சி செய்யும் தகுதி அவர்களுக்குண்டு என்பதும் தெளிவான விஷயங்கள். ஆகவே, மனிதர்களின் கிலாஃபத் என்பது நிச்சயமாக இறைவனின் கிலாஃபத் ஆகும்.

எனவே, உலகின் பார்வையில் ஆட்சியாளனாக இருக்கும் ஒரு மனிதன், படைப்புகள் அனைத்தையும் அல்லாஹ்வின் ஆணைக்குப் பணியச் செய்பவன் மட்டும்தான். இது, குர்ஆன் 2: 30 வசனங்களில்

இஸ்லாமிய வரலாறு இரண்டாம் பாகம்

மேலும் தெளிவாகிறது. கலீஃபா என்பதற்கு, தலைமுறைத் தொடர்ச்சி என்றும் ஆள்பவன் என்றும் மட்டுமே பொருள்கொள்ள இயலும்.

'...அவன்தான் உங்களைப் பூமியில் (முன் இருந்தவர்களின் தொடர்) பிரதிநிதிகளாக ஆக்கியுள்ளான். அவன் உங்களைச் சோதிக்கும்பொருட்டு சிலரை உங்களில் சிலரை விடத் தகுதியில் உயர்த்தினான்...' (குர்ஆன் 6: 165) மற்றொரு இறைவசனம், (தாவூத் நபியின்) ஆளுகை அல்லது அரசைக் குறிப்பிடுவதாகவும் கலீஃபா எனும் சொல் ஆள்பவன் என்பதையும் தெளிவுபடுத்துகிறது: *'தாவூதே! நிச்சயமாக நாம் உம்மைப் பூமியில் பிரதிநிதியாக ஆக்கினோம்...' (குர்ஆன் 38: 26)* தாவூத் (அலை) அவர்களது ஆட்சியைக் குறிக்கும் மற்றொரு இறைவசனம்: *'இன்னும் அவருடைய ஆட்சியை நாம் வலுப்படுத்தினோம்...' (குர்ஆன் 38: 20)*

முஸ்லிம்களை, குறிப்பாக நபித்தோழர்களைப்பற்றி குர்ஆனில்: *'(மனிதர்களே!) உங்களில் இறைநம்பிக்கையுடன் யார் நற்செயல்கள் புரிந்தவரோ அவர்களை, அவர்களுக்கு முன்பிருந்தவர்களை (போல் பூமியின்) ஆட்சியாளராக்கியதுபோல் நிச்சயமாகப் பூமியின் ஆட்சியாளர்களாக்கி வைப்பதாகவும் (அல்லாஹ் வாக்களித்திருக்கிறான்)...' (குர்ஆன் 24: 55).*

கிலாஃபத் உரிமை : அரசுரிமையை அளிப்பவனும் அகற்றுபவனும் அல்லாஹ் ஒருவனே என்பதைக் குர்ஆன் ஐயத்துக்கிடமின்றி தெளிவுபடுத்துகிறது. *'...அல்லாஹ்வே! (இம்மை, மறுமை) ஆட்சிகளுக்கும் நீயே அதிபதி. இறைவா! நீ நாடியவருக்கு ஆட்சியை அளிக்கிறாய். நீ நாடியவரிடமிருந்து அதை அகற்றியும் விடுகிறாய்...' (குர்ஆன் 3: 26).*

கிலாஃபத்துக்கான தகுதியுடையவர் யார்? இப்பொறுப்புக்கு வர வேண்டியவர்களுக்கான பண்பு நலன்கள் என்னென்ன? குர்ஆனில் குறிப்பிட்டபடி, ஆட்சிக்கான உரிமை, அறிவின் அடிப்படையிலானது. *'... எல்லா (பொருள்களின்) பெயர்களையும் ஆதமுக்குக் கற்றுக்கொடுத்தான்...' (குர்ஆன் 2: 31).*

ஆழ்ந்த அறிவைத் தந்து மனிதனை அல்லாஹ் அழகுபடுத்தி, வலுப்படுத்தாவிடில் ஒரு காற்றோ அலையோ மர இலையோ மண்துகளோகூட அவனைத் துணையற்றவனாக ஆக்க இயலும்.

இந்த அறிவால்தான் அற்பப்பொருள்கள் முதல், நீர், நெருப்பு, காற்று, மலைகள் என அனைத்தையும் அவனால் வெற்றிகொள்ள இயல்கிறது. தாலூத்தின் அரச நியமனத்தில் எதிர்ப்புகள் வந்த நிலையில் குர்ஆன் அறிவிக்கிறது: '...நிச்சயமாக, அல்லாஹ் உங்கள் மீது (அரசாட்சி செய்ய) தாலூத்தை அனுப்பியுள்ளான். (போர்க்) கல்வியும் உடல் வலிமையும் (உங்களைவிட) அவருக்கு அதிகம் வழங்கியிருக்கிறான்...' *(குர்ஆன் 2: 247).*

அரசுரிமையை தாவூத் (அலை) அவர்களுக்கு வழங்கிய எல்லாம் வல்ல அல்லாஹ் கட்டளை பிறப்பித்தான்: '...ஆகவே நீர் மனிதர்களுக்கிடையில் உண்மையைக்கொண்டு தீர்ப்புச் செய்வீராக!...' *(குர்ஆன் 38:26).* மற்றோர் இறைவசனத்தில் அல்லாஹ்: '...மேலும், (மனிதர்களே!) உங்களுக்கு முன்பிருந்த எத்தனையோ தலைமுறையினரை, அவர்கள் அநியாயம் செய்தபோது நிச்சயமாகவே நாம் அழித்துவிட்டோம். அவர்களிடம் (நம்மால்) அனுப்பப்பட்ட தூதர்கள் தெளிவான சான்றுகளையே கொண்டுவந்தனர். (அவற்றை) அவர்கள் நம்பவில்லை. குற்றம் செய்யும் கூட்டத்திற்கு இவ்வாறே நாம் கூலி கொடுக்கிறோம்.' 'பின்னர், நீங்கள் எவ்வாறு நடந்துகொள்கிறீர்கள் என்று நாம் கூர்ந்து நோக்குவதற்காகப் பூமியில் அவர்களுக்குப் பின்னர் உங்களை (அவர்களின்) பின்தோன்றல்கள் ஆக்கினோம்.' *(குர்ஆன் 10: 13,14)*

கலீஃபா என்பதற்கும் கிலாஃபத் என்பதற்கும் சரியான பொருள்களாக குர்ஆனிலிருந்து பல்வேறு சான்றுகளை முன்வைக்கலாம். அறிவு, சார்பற்றநிலை, ஆற்றல், மனித இனத்தின் நற்செயல்களை முன்னிறுத்திய பொறுப்புகள் என. ஆட்சியாளன் ஒருவனிடம் இருந்தாக வேண்டிய இப்பண்புக் கூறுகளை இழந்த ஒருவனால் தனது அரசுரிமையைத் தக்க வைத்துக்கொள்ள இயலாது.

நபிமார்கள், இறைத்தூதர்களின் கற்பித்தல்களின் வழியாகவே இந்த நற்பண்புகளை அடைய இயலும். இதில், இறைத்தூதரே ஆட்சியாளராகவும் இருக்கவேண்டிய முன்மாதிரித் தேவையும் அடங்கியுள்ளது. வேண்டுதல்களும் அல்லாஹ்வைப் புகழ்வதும் மட்டுமே ஓர் ஆட்சியாளரின் தேவைகளைப் பூர்த்தி செய்யப்போதுமானதெனில், இறைத்தூதர்கள் அல்லது வானவர்கள் மட்டுமே ஆட்சியாளர்களாக இருந்திருப்பார்கள்.

அல்லாஹ், தான் நாடுபவர்களுக்கே கிலாஃபத்தை வழங்குகிறான். எனினும், ஆட்சியாளர் ஊழல்களிலும் தவறான செயல்களிலும் ஈடுபடும்போது, ஆட்சிப்பொறுப்பை அவரிடமிருந்து அல்லாஹ் அகற்றி விடுகிறான்.

இஸ்லாமிய கிலாஃபத் : மனித இனம் அடைந்துள்ள வளர்ச்சி, கல்வி, ஒழுக்கம் போன்ற இதுவரையிலான பயன்கள் அனைத்தும் இறைத்தூதர்களின் போதனைகளின் விளைவுகளே! இறைத்தூதர்கள், சில சந்தர்ப்பங்களில், ஈஸா (அலை) போன்று போதனையாளர்களாகவும், தாவூத் (அலை) போன்று ஆட்சியாளர்களாகவும் இருந்தனர். இவர்களில் போதனையாளர்களை விடவும் ஆட்சியாளர்களாக இருந்த தூதர்களால் இறைவனின் நற்செய்திகள் சிறப்பாகவும் முழுமையாகவும் மக்களைச் சென்றடைந்தன.

நற்செய்திகளுடன் வந்த இறைத்தூதர்கள், மக்களுக்கு அவற்றை எடுத்துரைத்தனர். ஆட்சியாளராகவுமிருந்த இறைத்தூதர்கள், அதனை நடைமுறைப்படுத்தி, மக்கள் பின்பற்றவும் செய்தனர். தம் கடமையை நிறைவுசெய்து இவ்வுலகை விட்டு நீங்கும்போது, ஆட்சியாளரின் தூதுத்துவ இடத்தைத் தொடர்ந்து வருபவரால் நிறைவுசெய்ய இயலாது. ஏனெனில், இறைத்தூதர் அறிவுறுத்திய செய்திகளை அவர் எல்லாம் வல்ல அல்லாஹ்விடமிருந்தே பெறுகிறார். ஆனால், அவரது போதனைகளைத் தொடர்ந்து செயல்படுத்தும் ஆட்சியாளராக ஒருவர் வரலாம். இந்த இடத்துக்கு வருபவர் அதற்கு உரித்தானவராக இருக்க வேண்டும்.

முஹம்மத் (ஸல்) அவர்கள் வழிகாட்டுவதில் முழுமைபெற்ற, இறுதித்தூதராக அனுப்பப்பட்டிருந்ததால், ஆட்சி செய்யும் இறைத்தூதராக இருந்தார். இறுதித்தீர்ப்பு நாள் வரைக்குமான ஆட்சியாளர்களுக்கு அவரது ஆட்சியே சிறந்ததும் முழுமையானதுமான வழிகாட்டுதலாக அமைந்தது.

இறைத்தூதரால் பண்படுத்தப்பட்ட தோழர்கள் சிலர் கலீஃபாக்களுக்குரிய குணநலன்களைக் கொண்டவர்களாக இருந்தனர். இவர்களுடைய ஆட்சி நபிவழி கிலாஃபத் என்று குறிப்பிடப்பட்டது. ஆனால், கிலாஃபத்தின் தொடர்ச்சி, காலக்கிரமத்தில் தொடக்க கால சிறப்பான முன்மாதிரிகளிலிருந்து வழுவ ஆரம்பித்தது.

கலீஃபா தேர்வில் முரண்: இறைத்தூதரின் காலத்துக்குப் பின், முஸ்லிம்களிடையே சிலர், கலீஃபாவைத் தேர்வு செய்யும் வழிமுறைகள் சார்ந்து சில குற்றச்சாட்டுகளையும் அறிவுக்குப் பொருந்தாத சில ஐயப்பாடுகளையும் எழுப்பினர். இவை, முற்றிலும் கற்பனையும் தவறானதுமாகும். ஏனெனில், கிலாஃபத்தை நிறுவுபவனும் அகற்றுபவனும் எல்லாம் வல்ல அல்லாஹ் ஒருவனே! மனிதர்களின் செயல்பாட்டுக்குள் இவை இல்லை.

ஒரு கலீஃபாவின் பணிகள், இதில் செய்யத்தகுந்தவை தகாதவை அனைத்தையும் குர்ஆன் விளக்குகிறது. தொழுகை, நோன்பு, ஹஜ், ஸகாத், கலீஃபாக்களின் கடமைகள் என விரிவான வழிகாட்டுதல்கள் அதிலுள்ளன. ஆனால், ஆட்சியின் தொடர்ச்சி குறித்து அதில் சொல்லப்படவில்லை. ஏனெனில், இதனைத் தேர்வுசெய்பவன் அல்லாஹ் ஒருவனே! இதற்குத் தகுதியானவர் யாரென்பதை எல்லாம் வல்ல அல்லாஹ் மட்டுமே அறிவான். இதற்கான முன்னுதாரணமாக, இறைத்தூதர் அவர்கள், அல்லாஹ்வினால் தேர்ந்தெடுக்கப்பட்ட முதல் கலீஃபாவாக நியமிக்கப்பட்டார்.

இது தொடர்பான ஒரு பிரச்சினை என்பது, அல்லாஹ்வின் நியதியைக் குறைசொல்வதற்கு நிகரானது. ஆகவே, அபூபக்ர் (ரலி) அவர்களின் தேர்வில் குற்றம் காண்பவர்கள் ஒரு நடுவரின் முடிவுக்கு எதிர்ப்புத் தெரிவிப்பவர் போன்றவராவர். இவர்களின் விருப்பமின்மையை முன்வைத்து, முடிவுகள் மாற்றப்படுவதில்லை. இப்படியான கிலாஃபத்தைப் புறக்கணிப்பது என்பது உண்மையில், அல்லாஹ்வின் முடிவுக்கு எதிர்நிற்பதாகவே அமையும்.

கிலாஃபத் - உலகியல் ஆட்சி வேறுபாடுகள்: இறையாட்சி என்பது உலகியல் ஆட்சிதான் எனில், ஆட்சியாளர்கள் அனைவரையும் கலீஃபாக்கள் என்று சொல்லி விடலாம். இது, இறைமறைக்கும் கிலாஃபத்துக்குமிடையே தொடர்பற்ற ஒரு புரிதலை உருவாக்கி விடும். ஆனால், கலீஃபாக்கள் என்பவர்கள் அல்லாஹ்வின் தூதர் அவர்களால் நிறுவப்பட்ட ஆட்சியைத் தங்கள் தலைமையில் தொடர்ந்து நடத்திச் செல்லும் ஆட்சியாளர்கள் என்பதும், இவர்கள் மட்டுமே கிலாஃபத்தின் பிரதிநிதிகளாக அறியப்படுவார்கள் என்பதும்தான் உண்மை.

இவர்களது முதற்கடமை, ஆட்சியாளர் எனும் நிலையில், ஏகத்துவ

நெறிகள் சார்ந்த ஆட்சியை நடைமுறைப்படுத்துவது. இவர்களால் மட்டுமே இஸ்லாத்தின் சிறப்புகள், அதன் பண்புக்கூறுகள், நெறிமுறைகள் சார்ந்து மிகச் சிறப்பாக மனித இனத்தை வழிநடத்திச் செல்ல இயலும். கிலாஃபத்தும் உலகியல் ஆளுகையும் இப்படியான அடிப்படைகள் சார்ந்து வேறுபடுபவை. ஆகவே, ஒரு கலீஃபாவால், ஒருபோதும் கொடுங்கோல் ஆட்சியாளராக இயலாது. இந்நிலையில், மனித இனத்துக்கு அமைதியையும் நன்மையையும் தவிர வேறெதும் நிகழவும் இயலாது.

கலீஃபாக்கள் தலைமையில் தொடர்வது, இறைத்தூதர் அவர்களது ஆட்சியின் அடித்தளத்தின்மீது எழுப்பப்பட்டதாகும். இதற்கு முன்னுதாரணங்கள் தேவையில்லை என்பதுபோலவே பின்னிணைப்புகளும் தேவையில்லை. இதுவே, நபிவழி கிலாஃபத் என்று அழைக்கப்படுகிறது. இம்முறையிலான ஆட்சி தொடரப்பட்டு வந்ததுடன் காலப்போக்கில் இதன் உள்கட்டமைப்பில் மாற்றங்களும் உருவாயின.

கிலாஃபத்தும் இறையியல் போதனையும் : மனிதர்களை ஆண் பெண்ணிலிருந்து படைத்தோம். அவர்கள் ஒருவரை ஒருவர் அறிந்து கொள்ளவே கிளைகளாகவும் இனக்குழுக்களாகவும் ஆக்கினோம். உங்களில் இறையச்சம் மிகுந்தவர் எவரோ அவர்தான் உங்களில் மேலானவர் என்று புனித குர்ஆன் திட்டவட்டமாகச் சொல்கிறது. இதன்மூலம், தற்பெருமை, குடும்ப மேன்மை, குலக்கீர்த்தி போன்ற அனைத்தையும் இல்லாமல் செய்து உலக மக்கள் அனைவரையும் இஸ்லாம் ஒரே சமூகமாக்குகிறது. ‘இறைநம்பிக்கையாளர்கள் (ஒருவருக்கொருவர்) சகோதரர்களே...’ (குர்ஆன் 49: 10).

இஸ்லாமியக் குடையின்கீழ், ஒரே சமூகமாகவும் சகோதரர்களாகவும் ஒன்றிணைந்த மக்கள் அனைவரும் முஸ்லிம்கள் அல்லது முஃமின்கள் என்று அறியப்பட்டனர். இதன்படி, உலகம் முழுவதிலுமுள்ள மக்கள் அனைவரையும் இரு வகையாகப் பிரிக்கலாம். இறைநம்பிக்கையாளர்கள் இறைமறுப்பாளர்கள் அல்லது பலதெய்வ நம்பிக்கையாளர்கள்.

முன்காலங்களில் நிலவி வந்த இனக்குழுபோன்ற பிரிவினைகள், தவ்ஹீத் எனும் ஏகத்துவ இறைநெறியை ஏற்றுக்கொண்டபின் வெறும் அடையாளங்களாக மாற்றம் பெற்றன. இதன்படி, பெருமைக்கும்

ஆட்சியுரிமைக்குமான தகுதிகளின் அடிப்படை, பிறப்பு சார்ந்ததாக இல்லாமல், இறையச்சமும் நேர்மையுமே அளவுகோல்களாகக் கொள்ளப்பட்டன.

குறிப்பிட்ட எந்தத் துறையாக இருப்பினும் அதன் வெற்றிக்கு அடித்தளமாக இருப்பது இறையச்சமும் இறைநம்பிக்கையுமே! எல்லாம் வல்ல அல்லாஹ், மனித ஆற்றலை, அறிவு, ஆரோக்கியம், உடல் வலு, இறையச்சம், நேர்மை, முயற்சி என்பனவாகவே வரையறுத்துள்ளான். இந்த வரையறை, குறிப்பிட்ட ஒரு சமூகத்திற்கு மட்டும் உரித்தானதாக இல்லை. குறைஷிகளில் உயர்நிலையிலுள்ள ஒருவன், மதீனா இளைஞனின் கீழும், அபிசீனிய அடிமையான பிலால் (ரலி), அரேபிய உயர்குடியினருக்கு மேலாகவும் இருந்தார்கள். உஸாமா பின் ஸைத் (ரலி), அபூபக்ர், உமர் (ரலி) ஆகிய இருவரையும் உள்ளடக்கிய படைக்குத் தலைமையேற்றார். ஆள்பவனையும் அடிமையையும் தோள் சேர்ந்து நிற்க வைத்தது இஸ்லாம்.

திருட்டு போன்ற குற்றத்தில் ஈடுபடும் யாராக இருப்பினும், தம்முடைய மகள் ஃபாத்திமா (ரலி) அவர்களாகவே இருப்பினும் கையைத் துண்டிக்கும் தண்டனை வழங்கப்படும் என்றும், கலீஃபாவாக அபிசீனிய அடிமை ஒருவர் நியமிக்கப்பட்டாலும், நீங்கள் அவருக்குக் கீழ்ப்படிந்தாக வேண்டும் என்றும் அறிவித்தார் இறைத்தூதர் அவர்கள். உமர் (ரலி), தமது வாழ்க்கையின் அந்திம நிமிடங்களில், “அபூஹுதைஃபாவின் அடிமை சாலிம் இன்று வாழ்ந்திருப்பார் எனில், அவரையே எனது பிரதிநிதியாக ஆக்கியிருப்பேன்” என்று அறிவிக்கக் காரணமாக இருந்ததும் இஸ்லாம்தான். சுருக்கமாகச் சொன்னால், மனிதர்களிடையிலான எல்லா ஏற்றத்தாழ்வுகளையும் இஸ்லாம் வேரறுத்தது.

இஸ்லாம், மனித இனத்துக்கு அளித்த அருட்கொடையானது, தனித்துவம் நிறைந்த, வேறு எதனையும் ஏற்றுக்கொள்ளாத, மனதுக்கு எழுச்சியூட்டுவதாக இருந்தது. எந்த மறைநூல்களுக்கும் அறிவுரைகளுக்கும் ஒருபோதும் அசைந்து கொடுக்காத வேற்றுமைகளும் குலப்பெருமைகளும் இஸ்லாத்தின்முன் அடிபணிந்தன.

இறைத்தூதர் அவர்கள் கிலாஃபத் உரிமையை, குறைஷிகள்,

ஹாஷிம் வம்சத்தார், அல்லது அலீ (ரலி) மற்றும் அவரது சந்ததியினரின் சிறப்புரிமையாக்கினார் என்றும் மற்றவர்கள் யாரும் இவ்வுரிமையை அடைய இயலாமல் போயிற்று என்றும் முஸ்லிம்கள்கூடச் சொல்லக் கேட்கும்போது வியப்பாக இருக்கிறது.

இது இப்படியே நிகழ வேண்டுமெனில், குர்ஆனிலும் இறைத்தூதர் அவர்களாலும் தெளிவாகவே இது விளக்கப்பட்டிருக்கும். கிலாஃபத்தைப் பற்றிய குர்ஆன் வசனங்கள் இன்னவை என்றும், கிலாஃபத்தைக் கைப்பற்றியவர்கள் இதை மிகத் திறமையாக மறைத்தனர் என்றும் ஒரு கருத்தை முன்வைத்து, வாதத்திற்காக அதை ஏற்பதாக இருந்தால்கூட, குர்ஆனைத் தான் காப்பாற்றுவதாக அல்லாஹ் கூறிய வார்த்தைகளுக்கு முரணாக அமைந்துவிடும். '... நிச்சயமாக, நாம்தாம் இவ்வேதத்தை (உம்மீது) இறக்கி வைத்தோம். நிச்சயமாக நாமே அதற்குப் பாதுகாவலாகவும் உள்ளோம்.' (குர்ஆன் 15: 9)

மேலும், பல்லாயிரம் மக்கள் ஒன்றுதிரண்ட கூட்டத்தில் இறைத்தூதர் அவர்கள், தமது போதனைகளைத் தாம் முழுமைப்படுத்திவிட்டதாகச் சொல்லி, மக்கள் இதற்குச் சான்று கூற வேண்டுமென்று கேட்டுக்கொண்டார். இந்நிகழ்வுக்கு மாறானது, கிலாஃபத் உரிமை குறித்த முரண்பட்ட கருத்து. இறைத்தூதர் அவர்கள் இறைவன் தனக்களித்த செய்தியை மக்களுக்கு முழுமையாகவும் போதுமானதாகவும் எடுத்துக் கூறும் தமது கடமையிலிருந்து வழுவியதாகவும் இது அமைந்து விடுகிறது. தமது மரணப் படுக்கையின்போது நடந்த சிறு நிகழ்வைக்கூட இறைத்தூதர் அவர்கள் மக்களிடம் கலந்துரையாடினார். ஆனால், கிலாஃபத் குறித்த எதுவும் இதில் இடம்பெறவில்லை.

ஆட்சியாளர் ஒருவரைத் தேர்வு செய்யும் பொறுப்பு அல்லாஹ்வுக்கு மட்டுமே உரித்தானது. இப்பொறுப்பை இறைவன் தமக்கு அளிக்கவில்லை என்பதைத் தெளிவாக அறிந்திருந்த இறைத்தூதர் அவர்கள், எல்லாம் வல்ல அல்லாஹ்வின் அகத்தூண்டுதல்மூலம் தமக்குப்பின் கலீஃபாவாக நியமிக்கப்படுபவர் யாரென்பதையும் அறிந்திருந்தார். ஆகவேதான் நோய்வாய்ப்பட்ட நிலையில் தொழுகைக்குத் தலைமையேற்குமாறு அபூபக்ர் (ரலி) அவர்களைக் கேட்டுக்கொண்டார். கிலாஃபத் பொறுப்புக்கு முஹாஜிர்கள்

நியமிக்கப்படுவார்கள் என்பதையும் இறைத்தூதர் அவர்கள் அறிந்திருந்த காரணத்தால்தான், அன்சார்களைப் பொறுப்புடன் நடத்தும்படி கேட்டுக்கொண்டார்.

அல்லாஹ் தமக்களித்த அகத்தூண்டுதலின் விளைவாகவே, குறைஷிக் கோத்திரத்திலிருந்து இமாம்கள் வருவார்கள் என்பதை ஏற்கனவே அறிவித்திருந்தார். இவை அனைத்தும் நபிகளாரின் தூதுத்துவ நியதிக்குட்பட்டவையே தவிர, அவரது சொந்தக் கட்டளைகள் அல்ல. பொறுப்பு வாய்ந்ததும் நுட்பம் நிறைந்ததுமான கிலாஃபத் செயல்பாடுகளுக்குக் குறைஷிகள் தேர்வு செய்யப்பட்டனர். இஸ்லாம் குறித்து குறைஷிகளுக்கு ஆழமான புரிதலிருந்தது. இறையச்சத்தில் அவர்கள் அனைவரை விடவும் மேலோங்கியிருந்தனர்.

கிலாஃபத் என்பது குறிப்பிட்ட ஓர் இனத்துக்கோ குலத்துக்கோ உரியதல்ல! தகுதி வாய்ந்தவர்களுக்கு அல்லாஹ்வினால் அளிக்கப்படும் அருட்கொடை! ஆட்சியாளர்கள், தங்களுக்கான தகுதிகளிலிருந்து வழுவும்போது அந்த இடத்தில் எல்லாம் வல்ல அல்லாஹ் வேறொருவரை அமர்த்துகிறான். இது இறை நியதி.

அபூபக்ர் அஸ்ஸித்தீக் (ரலி) பெயரும் தலைமுறையும்: அப்துல்லாஹ் பின் அபூகுஹாஃபா பின் ஆமிர் பின் அம்ர் பின் கஅப் பின் ஸஅத் பின் தமீம் பின் முர்ரா பின் கஅப் பின் லுஅய் பின் காலிப் பின் ஃபிஹ்ர் பின் மாலிக் பின் நள்ர் பின் கினானா என்பது அவரது குடும்ப வரிசையாகும். முஹம்மத் நபி (ஸல்) அவர்களுக்கும், அபூபக்ர் (ரலி) அவர்களுக்கும் முந்தைய தலைமுறைகளில், முர்ரா பின் கஅப் அவர்களின் தலைமுறையில் உறவுத் தொடர்பு ஏற்படுகிறது.

அவரது தாயார், சல்மா பின்த் ஸக்ர் பின் கஅப் பின் ஸஅத், பரவலாக, உம்முல் கைர் என்று அறியப்பட்டவர். அவரது தந்தையாரான அபூ குஹாஃபாவின் பெயர் உஸ்மான். அறியாமைக் காலத்தில் அபூபக்ர் (ரலி), அப்த் கஅபா என்று அழைக்கப்பட்டார். இறைத்தூதர் அவருக்கு அப்துல்லாஹ் எனப் பெயர் சூட்டினார். அவருடைய பெயர் அத்தீக் எனவுமிருந்தது.

ஜலாலுத்தீன் சுயூத்தி, 'தாரிக் அல்குலஃபா' எனும் நூலில், "உலமாக்களில் பெரும்பாலோர் அத்தீக் என்பது அவரது

சிறப்புப் பெயர் என்பதாக கருத்து கொண்டுள்ளனர்" என்று குறிப்பிட்டுள்ளார். அவர், அழகாகவும் பண்புடையவராகவும் இருந்ததால் அத்தீக் என்று அழைக்கப்பட்டார் என்றும் அவரது தலைமுறை களங்கமற்றது என்பதால் அத்தீக் என்று அறியப்பட்டார் என்றும் கூறப்படுகிறது.

அவரது இயற்பெயர் ஸித்தீக் என்பதில் மாற்றுக் கருத்துகளில்லை. எந்தத் தயக்கமும் அச்சமுமின்றி இறைத்தூதரின் நபித்துவத்தை ஏற்றுச் சான்று பகர்ந்ததோடு, உண்மையைப் பறை சாற்றுவதில் அனைவரை விடவும் தம்மை முன்னிலைப்படுத்தியவர் அபூபக்ர் (ரலி). விண்ணேற்றம் எனப்படும் மிஃராஜின்போது, இறைத்தூதருக்குத் தமது உறுதியான ஆதரவைத் தெரிவித்தவர். எதிர்ப்புகளால் அசைத்து விட இயலாத கோட்பாட்டு உறுதியும் திடநம்பிக்கையும் கொண்டவர். இறைத்தூதரைவிடவும் இருபத்தாறு மாதங்கள் இளையவரான அபூபக்ர் (ரலி) மக்காவிலேயே பிறந்து வளர்ந்தவர். வணிகக் குழுக்களுடன் அடிக்கடி பயணங்கள் மேற்கொண்டவர். இறைத்தூதருடன் மதீனாவுக்குப் புலம்பெயர்ந்த அபூபக்ர் (ரலி) அங்கேயே இறந்தார்.

அறியாமைக் காலம் : அறியாமைக் காலத்தின்போது குறைஷிகளின் ஆட்சிப் பொறுப்புகள், ஹாஷிம், உமய்யா, நவ்ஃபல், அப்துத்தார், அசத், தாயிம், மக்ஸூம், அதீ, ஜுமஹ், சஹ்ம் எனும் பத்து வம்சத்தாரிடையே பகிர்ந்துகொள்ளப்பட்டிருந்தன.

இதன்படி, ஹஜ் பயணிகளுக்கு நீர் வினியோகிக்கும் பொறுப்பை ஹாஷிம் கிளையினரும், உணவு வினியோகிக்கும் பொறுப்பை நவ்ஃபல் கிளையினரும், கஅபாவின் பாதுகாப்பு மற்றும் திறவுகோல் பொறுப்பை அப்துத்தார் கிளையினரும் தாருந் நத்வாவை நடத்துதல் மற்றும் அறிவுரை வழங்கும் பொறுப்பை அசத் கிளையினரும், குருதி இழப்பீட்டுப் பணம்; தண்டனைப் பணம் ஆகியவற்றை முடிவு செய்யும் பொறுப்பைத் தாயிம் கிளையினரும், இனக்குழுக்களிடையிலான பிரதிநிதித்துவப் பொறுப்பை, அதீ கிளையினரும், நிமித்தம் பார்க்கும் அம்புகளின் பொறுப்பை ஜுமஹ் கிளையினரும், சிலைகளுக்குச் செலுத்தப்படும் பொருள்களின் பொறுப்பை சஹ்ம் கிளையினரும் ஏற்றிருந்தனர். தாயிம் கிளையினரின் குருதி இழப்பீட்டுப் பணத்தையும் தண்டனைப் பணத்தையும் முடிவு செய்யும் பொறுப்பில் அபூபக்ர்

(ரலி) இருந்தார். குறைஷிகள் அனைவரும் இவரது முடிவுக்குக் கட்டுப்பட வேண்டியவர்கள்.

இத்துடன், அபூபக்ர் (ரலி) கிளைத்தலைவராக இருந்ததுடன் பெரும் செல்வந்தர் எனும் நிலையில் செல்வாக்குடையவராகவும் திகழ்ந்தார். தமது பொறுப்புகளை மேற்கொள்வதிலும் பெரிய அளவிலான விருந்தோம்பல்களிலும் குறைஷிகளிடையே அவர் சிறந்தவராக இருந்தார். தங்களது முக்கிய நடவடிக்கைகளின்போது அபூபக்ர் (ரலி) அவர்களின் அறிவுரைகளைக் கேட்ட குறைஷிகள் அதன்படியே நடந்துகொண்டனர். முன்னெச்சரிக்கை, பொறுமை, திடமனதுபோன்ற நற்பண்புகளின் பொருட்டு அபூபக்ர் (ரலி) மிக உயர்வாக மதிக்கப்பட்டார்.

தலைமுறைகள் குறித்த ஆய்வுக் கலையிலும் அவர் தேர்ச்சியடைந்தவராக இருந்தார். தீயவற்றையும் ஒழுங்கீனங்களையும் விட்டு இயல்பாகவே அவர் ஒதுங்கி வாழ்ந்தார். தாங்கள் மது அருந்தியதுண்டா என்ற கேள்விக்கு, உடனடியாக அவரிடமிருந்து, "இல்லை. அல்லாஹ் தடுப்பானாக" என்றே பதில் வந்தது. இதற்கான காரணம் கேட்டபோது, "எனது உடல் கெட்ட வாசனைகளை ஏற்பதில்லை; மேலும், நல்ல பழக்க வழக்கங்களை இதன் காரணமாக நாம் இழந்து விடுவோம் என்பதால் அதை வெறுத்தேன்" என்றார்.

இறைத்தூதரின் முன்னிலையில் இந்தப் பேச்சு வந்தபோது, "அபூபக்ர் சொல்வது முற்றிலும் உண்மை" என்று இறைத்தூதர் அவர்கள் இரண்டு முறை சொன்னார்.

அபூபக்ர் (ரலி) நன்மையின், நேர்மையின், களங்கமின்மையின், சார்பின்மையின் மொத்த உருவினராகத் திகழ்ந்தவர். இக்குணங்கள்தான், இறைத்தூதர் அவர்கள் இஸ்லாத்தை நோக்கி அழைப்பு விடுத்ததும் எந்தத் தயக்கமுமின்றி அவரை ஏற்றுக்கொள்ளச் செய்தன. எல்லா வகையிலும் தமது ஒத்துழைப்பைத் தருவதாக இறைத்தூதர் அவர்களுக்கு வாக்குறுதியளித்த அபூபக்ர் (ரலி) பெரும் எதிர்ப்புகளும் இன்னல்களும் வந்தபோதும் தமது வாக்குறுதிகளைப் பேணிக்காத்து வந்தார்.

இறைத்தூதர் அவர்கள் ஒருமுறை சொன்னார்: "இறைத்தூதர்களைத் தவிர, அபூபக்ரைவிடவும் சிறந்த மனிதர்கள் யாருமில்லை."

இத்தகைய உயர்மதிப்பீடுகளைப் பெற்றிருந்ததால்தான் உஸ்மான் பின் அஃப்ஃபான், தல்ஹா பின் உபைதுல்லாஹ், ஸஅத் பின் அபீவக்காஸ் (ரலி) ஆகியோர் அபூபக்ர் (ரலி) அவர்களின் செல்வாக்கின்கீழ் இஸ்லாத்தை ஏற்றனர்.

இஸ்லாத்தின் காலம் : இறைத்தூதர் அவர்கள்மீது முதன்முதலாக நம்பிக்கைக்கொண்டவரும் இறைத்தூதர் அவர்களின் தலைமையில் நடந்து வந்த தொழுகைக்கு முதன்முதலில் தலைமையேற்றவரும் அபூபக்ர் (ரலி) அவர்களே! மைமூன் பின் மெஹ்ரானிடம் ஒருவர், "அபூபக்ர், அலீ ஆகிய இருவரில் நீங்கள் யாரைச் சிறந்தவராகக் கருதுகிறீர்" என்று கேட்டார். அவர் மிகுந்த கோபத்துடன் பதில் சொன்னார்: "இவர்களை ஒப்பிடும் நாள் வரும்வரை நான் உயிரோடிருப்பேனா என்று தெரியாது."

உண்மையில், இஸ்லாத்தின் தலை போன்றவர்கள் இவர்கள். இஸ்லாத்தை முதன்முதலாக ஏற்ற மூத்த வயதினரில் அபூபக்ர் (ரலி) அவர்களும் இளம் வயதினரில் அலீ (ரலி) அவர்களும் பெண்களில் கதீஜா (ரலி) அவர்களுமாவர். இறைத்தூதரின் ஒப்புதலின்றி அவரைவிட்டு ஒருபோதும் அபூபக்ர் (ரலி) அகன்றதில்லை என்பதில் மறைக்கல்வியாளர்களிடையில் மாற்றுக் கருத்துகளில்லை. மனைவி மக்களைப் பிரிந்து, அல்லாஹ்வின்மீதும் அவனது தூதர்மீதும் இருந்த பற்றுதலின் காரணமாக, புலம்பெயர்ந்து இறைத்தூதருடன் குகையில் தங்கியிருந்து, ஒவ்வொரு போர்க்களத்துக்கும் அவருடனேயே சென்றார்.

பத்ர் போரின்போது அபூபக்ர், அலீ (ரலி) இருவர் குறித்தும் இறைத்தூதர் சொன்னார்: "ஒருவருடன் ஜிப்ரீலும் மற்றொருவருடன் மீக்காயீலும் இருக்கிறார்கள்." பத்ர் போரின்போது அபூபக்ர் (ரலி) அவர்களின் மகன் அப்துர் ரஹ்மான் (ரலி) பலதெய்வ வழிபாட்டாளர்களுடனிருந்தார். இஸ்லாத்தை ஏற்ற பின், ஒருமுறை அவர், தமது தந்தையிடம், "பத்ர் களத்தில் எனது அம்புகளின் இலக்கில் தாங்கள் பலமுறை வந்தீர்கள். ஆனால், நான் எனது கையை விலக்கிக்கொண்டேன்" என்றார். அபூபக்ர் (ரலி) சொன்னார்: "உன்னை எதிர்கொள்ள நேர்ந்திருந்தால், எனது அம்புக்கு நீ இலக்காகியிருப்பாய்."

வீரம் : ஒரு முறை அலீ (ரலி), கூடியிருந்த மக்களைப் பார்த்து,

"வீரத்தில் சிறந்தவராக நீங்கள் யாரைக் கருதுவீர்கள்?" என்று கேட்டார். மக்கள் ஒருமித்தக் குரலில், "வீரத்தில் சிறந்தவர் தாங்களே" என்றனர். "நான் எனக்கு இணையானவர்களுடன் மட்டுமே மோதுவேன். இது வீரமாகாது" என்ற அலீ (ரலி), மீண்டும் கேட்டார்: "அப்படியென்றால் உண்மையான வீரர் யார்?" "நாங்கள் அறியோம்" என்றனர் மக்கள். "வீரத்தில் சிறந்தவர் அபூபக்ர் அவர்களே" என்ற அலீ (ரலி), தொடர்ந்து சொன்னார்: "பத்ர் நாளன்று இறைத்தூதருக்காக ஒரு குடில் அமைத்தோம். அவநம்பிக்கையாளர்களின் தாக்குதலிலிருந்து இறைத்தூதரைப் பாதுகாக்க அவருடன் செல்வது யாரென்ற கேள்வி எங்களிடையே எழுந்தது. அல்லாஹ்வின் மீதாணையாக, எங்களில் யாருக்குமே இதற்கான துணிவில்லை. ஆனால், அபூபக்ர் அவர்கள் உருவிய வாளுடன் முன்வந்தார். போரின்போது இறைத்தூதரின் அருகே யாரையுமே அவர் அணுக விடவில்லை. மீறி, இறைத்தூதர்மீது தாக்குதல் நடத்த முயற்சி செய்பவர், அபூபக்ரின் துரிதத் தாக்குதலுக்கு இலக்காவார். மக்காவின் சிலை வழிபாட்டாளர்கள் ஒருமுறை இறைத்தூதரைச் சூழ்ந்துகொண்டு, 'நீர் மட்டுமே கடவுள் ஒருவன் என்று சொல்கிறீர். இதுவரை யாருமே அவ்வாறு சொன்னதில்லை' என்றவாறே அவரைப் பற்றியிழுத்தனர். 'நீங்கள் அழிந்துபோவீர்களாக. இறைவன் ஒருவன் என்று சொல்வதற்காக, நீங்கள் ஒருவரைத் தாக்குவீர்களா?' என்றபடி முன்னால் பாய்ந்து வந்த அபூபக்ர் அவர்களை அடித்துத் துரத்தினார்."

கொடைத்தன்மை : இறைத்தூதரின் தோழர்களிடையில் மிகச்சிறந்த கொடை மனம் படைத்தவர் அபூபக்ர் (ரலி) தாம். 'மிகுந்த இறையச்சமுடையவர் அ(ந்நரகத்)திலிருந்து மிகத்தொலைவில் ஆக்கப்படுவார்.' '(அவர் எத்தகையவரெனில்) தம்மைத் தூய்மையாக்கிக் கொண்டவராகத் தமது செல்வத்தை அறவழியில் கொடுப்பார்.' (குர்ஆன் 92: 17, 18)

இறைத்தூதர் அவர்கள், "வேறு யாருடைய செல்வத்தையும்விட, அபூபக்ரின் செல்வமே எனக்கு மிகுதியான பலனைத் தந்தது" என்றார். இதைச் செவிமடுத்த அபூபக்ர் (ரலி) கண்ணீர் மல்க சொன்னார்: "எனது செல்வத்திற்கான வெகுமதி இதைவிட வேறென்ன இருக்கிறது?"

ஒரு தகவலின்படி, இறைத்தூதர் அவர்கள், அபூபக்ர் (ரலி)

அவர்களின் செல்வங்களைத் தம்முடைய செல்வம்போலவே செலவு செய்தார். இஸ்லாத்தை ஏற்கும்போது, அபூபக்ர் (ரலி) அவர்களிடம் 40,000 திர்ஹம் இருந்தது. அனைத்தையும் அவர் இறைத்தூதருக்காகவே செலவு செய்தார்.

ஒருமுறை, உமர் (ரலி) தபூக் படையெடுப்பைப் பற்றிக் குறிப்பிடும்போது சொன்னார்: "போர் நிதி அளிக்கும்படி இறைத்தூதர் அவர்கள் தமது தோழர்களிடம் கேட்டுக்கொண்டார். அப்போது அபூபக்ரை விடவும் நாம் அதிகமாகக் கொடுக்க வேண்டும் என்ற எண்ணத்தில், என்னுடைய செல்வத்தின் இரண்டிலொரு பகுதியைக் கொடுக்க முன்வந்தேன். அப்போது இறைத்தூதர் அவர்கள், "தங்கள் வாரிசுகளுக்கென எதை வைத்துள்ளீர்" என்று கேட்டார். ஒரு பகுதியை என்றேன். அப்போது அபூபக்ர் அவர்கள், போர் நிதி குறித்து அறிவித்தார். இதே கேள்வியை அவரிடமும் கேட்டார் இறைத்தூதர் அவர்கள். "அல்லாஹ்வும் அவனது தூதரும் எனது வாரிசுகளுக்குப் போதுமானவர்கள்" என்றார் அபூபக்ர். இவரை எதிலும் நாம் மிஞ்ச இயலாதென்பதை அப்போதுதான் நான் உணர்ந்துகொண்டேன்."

இறைத்தூதர் சொன்னதாக அபூஹுரைரா (ரலி) அறிவிக்கிறார்: "அவரவர் செய்த நன்மைகளுக்கான கைம்மாறை நான் நிறைவேற்றினேன். ஆனால், அபூபக்ருக்கான கடன் சுமைகள், இன்னமும் எனது தோள்களில் உள்ளன. இறுதித்தீர்ப்பு நாளில் எல்லாம் வல்ல அல்லாஹ் அதற்கான நற்கூலியை அவருக்குக் கொடுப்பான். அபூபக்ரின் செல்வத்தாலும் உடைமைகளாலும் நான் அடைந்த நன்மையின் அளவுபோல் வேறு எந்தச் செல்வமும் உதவியதில்லை."

அறிவும் மேன்மைகளும் : நபித்தோழர்களிடையே அபூபக்ர் (ரலி) தாம் கல்வியிலும் அறிவிலும் உயர்ந்தவராக இருந்தார். தோழர்களிடையே ஏதாவது கருத்து முரண்பாடுகள் எழுந்தால், அது அபூபக்ர் (ரலி) அவர்களின் முன் கொண்டுவரப்பட்டு, அவரது முடிவே இறுதி முடிவாக ஏற்கப்பட்டது. குர்ஆன் அறிவும் அபூபக்ர் (ரலி) அவர்களுக்கே மிகுதியாக இருந்தது. எனவேதான், தொழுகைக்கு அவரைத் தலைமையேற்கச் சொன்னார் இறைத்தூதர் அவர்கள். நபிவழியிலும் அவருக்கு முழுமையான அறிவிருந்தது. நபிவழி பற்றிய அவருடைய கருத்தை அறிந்துகொள்வதற்காக தோழர்களும் அவரையே நாடினர்.

அபூபக்ர் (ரலி) நல்ல நினைவாற்றல் கொண்டவர். தொடக்க காலத்திலிருந்து மரணம் வரைக்கும் இறைத்தூதரின் தோழமையில் அவர் மகிழ்ந்திருந்தார். தம்முடைய கிலாஃபத்தின்போது ஏதாவதொரு விஷயம் குறித்துக் குழப்பம் ஏற்பட்டால், குர்ஆன்படியும் இறைத்தூதரின் சொல்படியும் செயல்படியும் நடந்துகொண்டார். இறைத்தூதரிடமிருந்து தாம் அறிந்திராத விஷயமெனில், நபித்தோழர்களின் உதவியை நாடினார். இதன்மூலமும் தேவையான முடிவெடுக்க இயலாத நிலை நீடித்தால், மேன்மை மிகுந்த நபித்தோழர்களின் முன்னிலையில் ஒரு கலந்துரையாடல் ஏற்பாடு செய்து, பெரும்பான்மையரின் கருத்துப்படி முடிவெடுத்தார்.

அரபு தீபகற்பம் முழுவதிலுமுள்ள குறைஷிகளின் தலைமுறைகள் குறித்து ஆய்வு செய்யும் மாபெரும் நுட்பவியல் கலைஞர்களில் அபூபக்ர் (ரலி) முதன்மையானவர். புகழ்பெற்ற மற்றொரு ஆய்வாளரான ஜுபைர் பின் முத்யிம் (ரலி) இதனை அபூபக்ர் (ரலி) அவர்களிடமிருந்து கற்றார். கனவுகளுக்குப் பலன் சொல்லும் பேராற்றலும் அவருக்கு இருந்தது. இறைத்தூதரின் காலத்திலும் அவர் கனவுகளுக்குப் பலன் சொன்னார். நபித்தோழர்களில் ஆற்றொழுக்கான பேச்சாளராகவும் அவர் அமைந்திருந்தார். அபூபக்ர், அலீ (ரலி) ஆகிய இருவரும் சொற்பொழிவாற்றுவதில் மிகவும் திறமையானவர்கள் என்பதில் வரலாற்றாய்வாளர்கள் அனைவரும் ஒத்தக் கருத்துடையவர்கள்.

நபித்தோழர்களுள் மிகவும் மேன்மையானவர் அபூபக்ர் (ரலி) என்று ஒரு முறைக்கு மேல் அலீ (ரலி) கூறியுள்ளார். "அபூபக்ரையும் உமரையும்விட தன்னைச் சிறந்தவனாகக் கருதுபவனை நான் எதிரியாகக் கொள்வேன்" என்றார் அலீ (ரலி). இறைத்தூதர் சொன்னதாக அலீ (ரலி) சொல்கிறார்: "அபூபக்ர்மீது அல்லாஹ் பேரன்பு காட்டுவானாக! தன் மகளை அவர் எனக்குத் திருமணம் செய்வித்தார்; என்னை மதீனாவுக்கு அழைத்து வந்தார்; அடிமைத்தளையிலிருந்து பிலாலை விடுவித்தார்; பிறருக்கு எவ்வளவு கசப்பாக இருந்தாலும் உண்மையையே பேசுகிற, வானவர்கூட அடக்கம் காட்டுகிற உமர்மீது அல்லாஹ் பேரன்பு காட்டுவானாக! உஸ்மான்மீது அல்லாஹ் பேரன்பு காட்டுவானாக! அலீமீது அல்லாஹ் பேரன்பு காட்டுவானாக!"

இமாம் ஷாஃபியீ (ரஹ்) சொல்கிறார்: "இவ்வுலகில் மிகச்

சிறந்த (வேறு) மனிதர் இல்லாததால் ஸித்தீக் ஒரே மனதாக கலீஃபாகத் தேர்ந்தெடுக்கப்பட்டார்." முஆவியா பின் குர்ரா (ரலி): "அபூபக்ரின் கிலாஃபத் குறித்து நபித்தோழர்கள் யாரும் எந்தக் கேள்வியும் எப்போதுமே எழுப்பியதில்லை. அபூபக்ரை அவர்கள், இறைத்தூதரின் கலீஃபா என்றே குறிப்பிட்டனர். தவறான எதன் மீதும் நபித்தோழர்கள் அனைவரும் ஒத்தக் கருத்துள்ளவர்களாக ஒருபோதும் இருந்ததில்லை."

அழகிய வாழ்க்கை : அதாஉ பின் சாயிப் (ரலி) சொல்கிறார்: "அபூபக்ர் (ரலி) கலீஃபாவாக உறுதிமொழியேற்ற மறுநாள், இரண்டு விரிப்புகளுடன் அங்காடிக்குச் சென்றுகொண்டிருந்தார். இதை அறிந்த உமர் (ரலி), "இறைநம்பிக்கையாளர்களின் தலைவராக இருக்கும் தாங்கள் வணிகத்தை விட்டுவிட வேண்டும்" என்று கேட்டுக்கொண்டார். அப்போது, "எனக்கும் எனது குடும்பத்தினருக்குமான வாழ்க்கைச் செலவுக்கு என்ன செய்வது?" என்று கேட்டார் அபூபக்ர் (ரலி). "அதனை அபூஉபைதாவிடம் விட்டுவிடுங்கள்" என்றார் உமர் (ரலி). தொடர்ந்து இருவரும் அபூஉபைதா (ரலி) அவர்களிடம் சென்றனர். அபூபக்ர் (ரலி) சொன்னார்: "எனது குடும்பச் செலவுக்கானதை முஹாஜிர்களிடமிருந்து திரட்டுங்கள். அனைத்தும் மிக எளிமையானவையாக இருக்கட்டும். வெயில், மழைக்காலங்களுக்கான உடைகள் தேவை. கிழிந்துபோன பிறகு, அவை திருப்பி ஒப்படைக்கப்படும்."

அபூபக்ர் (ரலி), தமது இறப்புக்கு முன், மகள் ஆயிஷா (ரலி) அவர்களிடம் சொன்னதாக அபூபக்ர் பின் ஹஃப்ஸ் (ரலி) கூறுகிறார்: "முஸ்லிம்களுக்குச் செய்த சேவையின் மூலம் எனக்குக் கிடைத்த உணவும் உடைகளும் பெரும் உதவியாக இருந்தன. இப்போது, ஓர் அடிமையையும், ஒரு ஒற்றைத் திமில் ஒட்டகத்தையும், பழைய போர்வையையும் தவிர, என்னிடம் எதுவுமில்லை. நான் இறந்த பின், இவை அனைத்தும் உமரிடம் ஒப்படைக்கப்பட வேண்டும்."

அபூபக்ர் (ரலி) தமது இறப்புக்கு முன்னர் ஆயிஷா (ரலி) அவர்களிடம் சொன்னதாக ஹசன் பின் அலீ (ரலி) கூறுகிறார்: "நான் இறந்த பின், நமக்குப் பால் தந்த இந்த ஒட்டகத்தையும் நான் உணவருந்திய கோப்பையையும் போர்வைகளையும் உமருக்கு அனுப்பி வையுங்கள். கலீஃபா எனும் நிலையில் இப்பொருள்களை

நான் பைத்துல்மாலில் (பொதுக்கருவூலம்) இருந்து எடுத்திருந்தேன்' என்றார். பொருள்களைப் பெற்றுக்கொண்ட உமர் (ரலி), 'அபூபக்ர்மீது அல்லாஹ் பேரன்பு காட்டுவானாக! எங்களுக்காக அவர் எவ்வளவோ கஷ்டங்களை அனுபவித்திருக்கிறார்' என்று குறிப்பிட்டார்."

அபூபக்ர் (ரலி) என்றுமே பணத்தையும் பொருள்களையும் பைத்துல்மாலில் வைத்ததில்லை. பொதுக்கருவூலத்துக்கு வந்த அனைத்தையும் அவர் முஸ்லிம்களுக்கென செலவிட்டார். சில வேளைகளில் குதிரைகளும் போர்க்கருவிகளும் வாங்கினார். சிலவேளைகளில் வறியவர்களுக்கும் நாடோடிகளுக்கும் கொடுப்பதற்கான உடைகள் வாங்கினார். அவர், இறந்ததன் பின், நபித்தோழர்கள் சிலருடன் பைத்துல்மாலைப் பார்வையிடச் சென்ற உமர் (ரலி), அது காலியாக இருப்பதைக் கண்டார். அப்பகுதியிலுள்ள சிறுமிகள் பால் கறப்பதற்காகத் தங்கள் ஆடுகளுடன் கலீஃபாவிடம் வருவார்கள். கலீஃபா பால் கறந்துக்கொடுப்பார். புதிதாக வருபவர்கள், கலீஃபா யாரென்று அறிய முடியாதபடி அவர் மக்களிடையே அமர்ந்திருப்பார்.

ஸாயிதா மாளிகையில் கலீஃபாவுக்கான வாக்குறுதி : தங்களில் ஒருவரை அமீராகத் தேர்வு செய்வதற்காக, ஸாயிதா வம்சத்தாரின் மாளிகையில் அன்சார்கள் ஒன்றுகூடியிருப்பதை அறிந்த அபூபக்ர் (ரலி) அவர்களும் உமர் (ரலி) அவர்களும் அங்கே விரைந்து சென்றனர். இஸ்லாமிய வரலாற்றில் இது சிக்கலான நேரம். இதைக் கண்டுகொள்ளாமல் விடுவதோ காலதாமதம் செய்வதோ முஹாஜிர்களுக்கும் அன்சார்களுக்குமிடையிலான ஒற்றுமைக்கும் அனைத்து முஸ்லிம்களுக்கும் பாதகமாக அமைந்துவிடும். எல்லாம் வல்ல அல்லாஹ், இதை எதிர்கொள்வதற்கான துணிவை அபூபக்ர் (ரலி) அவர்களுக்கு வழங்கினான். அவரது நுட்பமான அறிவால் நிலைமை சீரடைந்தது. இறைத்தூதர் அவர்களால் பண்படுத்தப்பட்டிருந்த சமூகத்தினுள் குழப்பங்கள் முளைவிடுவதைத் தொடக்க நிலையிலேயே தடுத்து நிறுத்தினார் அபூபக்ர் (ரலி).

மதீனாவில் முஹாஜிர்களின் எண்ணிக்கை அன்சார்களைவிடக் குறைவாகவே இருந்தது. ஆனால், அன்சார்கள் அவ்ஸ், கஸ்ரஜ் எனும் இருபெரும் பிரிவினராக இருந்தனர். இஸ்லாத்துக்கு முன்பிருந்தே பரஸ்பரம் இவர்கள் எதிரிகளாக இருந்து வந்தனர்.

இத்துடன் முஹாஜிர்கள் அல்லது குறைஷிகளுமிருந்தனர். இதன்படி, மதீனா முஸ்லிம்கள், அவர்களது பழைய இனக்குழு மரபின்படி மூன்று பெரும் பிரிவினராக இருந்தனர்.

பைஆ - வாக்குறுதி : இறைத்தூதர் அவர்கள் இறந்த சிறிது நேரத்தில், முஹாஜிர்கள் அனைவரும் இறைத்தூதரின் தொழுகையில்லத்தில் ஒன்று கூடினர். முஹாஜிர்களில் பெரும்பகுதியினரும், இதன் அருகிலேயே வாழ்ந்து வந்தனர். இங்கு அன்சார்களின் எண்ணிக்கை மிகவும் குறைவு. ஸாயிதா மாளிகையில் ஒன்றுகூடிய அன்சார்களில் ஓரிரு முஹாஜிர்களுமிருந்தனர்.

இஸ்லாத்தின் தொடக்க காலம் என்பதால், அதன் வளர்ச்சிக்கும் எதிர்ப்புகளை முறியடிக்கவும் போர்கள் மற்றும் தற்காப்பு நடவடிக்கைகளால் உருவான பதற்றங்களைத் தணிக்கவும் முஸ்லிம்களை வழிநடத்தவுமான தேவைகளின் பொருட்டுக் காலதாமதமில்லாமல் ஒரு அமீரைத் தேர்வு செய்ய வேண்டியது மிக முக்கியக் கடமையாக இருந்தது.

இறைத்தூதரின் தொழுகையில்லத்தை நோக்கிய, உணர்ச்சிமயமான உமர் (ரலி) அவர்களும் வருகை, கிலாஃபத் குறித்து மேலும் சிந்திப்பதற்குக் கூடியிருந்த மக்களை அனுமதிக்கவில்லை. அபூபக்ர் (ரலி) அவர்களும் வெகுவிரைவில் அங்கே வந்து சேர்ந்தார்.

கஸ்ரஜ் வம்சாவளித் தலைவர் ஸஅத் பின் உபாதா (ரலி) முன்னிலையில், ஸாயிதா மாளிகையில் கூடியிருந்த அன்சார்கள், இறைத்தூதரின் உலகியல் பிரதிநிதியைத் தேர்வு செய்வது குறித்து சிந்தனைவயப்பட்டவர்களாகக் காணப்பட்டனர். கஸ்ரஜ் மக்கள், அவ்ஸ்களை விட செல்வந்தர்களாகவும் எண்ணிக்கையில் அதிகமாகவும் இருந்தனர். இந்நிலையில், சூழ்நிலைகள் கஸ்ரஜ் தலைவருக்குச் சாதகமாக அமையும் என்பது இயல்பானதே!

மதீனாவில் முஹாஜிர்களின் எண்ணிக்கை குறைவாக இருப்பினும், மிகுந்த செல்வாக்குடன் இருந்தனர். “அன்சார்களில் ஒருவரை கலீஃபாவை ஏற்றுக்கொள்ள வேண்டுமென்று முஹாஜிர்களிடம் வலியுறுத்துவதா?” என்று ஒரு அன்சாரியே கேட்குமளவுக்கு முஹாஜிர்கள் செல்வாக்குடன் திகழ்ந்தனர்.

மற்றொரு அன்சாரி எழுந்து, “முஹாஜிர்களிலிருந்து கலீஃபாவும்

அன்சார்களிலிருந்து இதற்கிணையான இன்னொருவரும் தேர்ந்தெடுக்கப்படுவதே சிறந்தது; இதுவே மிகவும் நேர்மையானதாக இருக்கும்" என்றார். இரட்டைத் தலைமையை எதிர்த்த ஸஅத் பின் உபாதா (ரலி), "இது, நம்முடைய பலவீனத்தை மேலும் அதிகரிப்பதாக அமையும்" என்றார். மற்றொருவர் எழுந்து, "கலீஃபாவாக நம்மவர்களை அவர்கள் ஏற்க மறுத்தால், வாள் முனையில் அவர்களை நாம் மதீனாவிலிருந்து வெளியேற்றுவோம்" என்றார். அங்கிருந்த முஹாஜிர்கள் இதற்கு எதிர்ப்புத் தெரிவித்தனர். வாக்கு வாதம் தீவிரமடைந்து, முஹாஜிர் - அன்சார்களிடையே கைகலப்பு உருவாகும் நிலையேற்பட்டது.

சூழ்நிலை மோசமான இந்தக் கட்டத்தில் முஃகீரா பின் ஷுஅபா (ரலி), ஸாயிதா மாளிகையில் நடப்பதைச் சொல்வதற்காக இறைத்தூதரின் தொழுகையில்லத்துக்கு வந்தார். அபூபக்ர் (ரலி) அப்போதுதான் தமது பேச்சை முடித்துக்கொண்டு நல்லடக்கத்துக்கான ஏற்பாடுகளில் ஈடுபட்டிருந்தார். ஆயினும், அச்சமூட்டும் இந்தத் தகவலை அறிந்ததும், பிரச்சினையைத் தமது கட்டுப்பாட்டின்கீழ்க் கொண்டு வரும் பணிகளில் இறங்கினார்.

இறைத்தூதரின் நல்லடக்கத்துக்கான ஏற்பாடுகளை அலீ (ரலி) அவர்களிடமும் மற்றவர்களிடமும் ஒப்படைத்து விட்டு, உமர், அபூஉபைதா (ரலி) ஆகியோருடன் ஸாயிதா மாளிகையை அடைந்த அபூபக்ர் (ரலி), உணர்ச்சிவயப்பட்ட நிலையிலிருந்த உமர் (ரலி) எதையோ சொல்ல முற்பட்டபோது அவரைக் கையமர்த்தினார். உணர்வுகளால் உந்தப்பட்ட நிலையில் மேற்கொள்ளப்படும் முயற்சிகள் சீர்கெட்டிருக்கும் நிலையைத் தணிப்பதாக அமையாது என்பதை அவர் அறிவார். குழப்பமும், ஒழுங்கின்மையும், கோபமும், உணர்ச்சியும் மேலிட்ட இந்நிலையை அபூபக்ர் (ரலி) போன்றவரால் மட்டுமே சீர்ப்படுத்த இயலும்.

அபூபக்ர் (ரலி) எழுந்து, முழுநம்பிக்கையுடன் திடமான குரலில் சொன்னார்: "முதன்மைத் தலைவராக முஹாஜிர்களிலிருந்து ஒருவரையும் அவருக்கு அறிவுரை வழங்கும் பொறுப்புக்கு அன்சார்களில் ஒருவரையும் தேர்வு செய்யலாம்." ஹுபாப் பின் அல்முன்திர் (ரலி) சொன்னார்: "எங்களிலிருந்து தலைவரும் உங்களிலிருந்து அறிவுறுத்துபவரும் அமைவது நேர்மையானதாக இருக்கும்." இதற்கு உமர் (ரலி) பதில் சொன்னார்: இறைத்தூதர்

அவர்கள் முஹாஜிர்களிடம், அன்சார்களைப் பாதுகாத்துக்கொள்ள வலியுறுத்தியதும் அன்சார்களிடம், முஹாஜிர்களுக்கு விட்டுக்கொடுக்க வேண்டும் என்றும் சொன்னதும் உங்களுக்கு நினைவிருக்கும். இறைத்தூதர் அவர்களின் இந்த இறுதி விருப்பம் ஆட்சியில் முஹாஜிர்களுக்கு முதலிடம் அளிப்பதாகவே அமைகிறது."

ஹுபாப் பின் அல்முன்திர் (ரலி) இதற்குப் பதில் சொல்ல முற்பட்டார். அபூ உபைதா (ரலி) இருவரையும் அமைதிப்படுத்தினார். அதேவேளை, பஷீர் பின் அந்நுஃமான் (ரலி) எழுந்து தமது கருத்தைச் சொன்னார்: "இறைத்தூதர் அவர்கள் குறைஷி இனக்குழுவைச் சேர்ந்தவர். எனவே, குறைஷி மக்களே கிலாஃபத்துக்குத் தகுதியானவர்கள். இஸ்லாத்திற்காக நாங்கள் எல்லாவிதமான துணையையும் ஒத்துழைப்பையும் நல்கினோம். எங்கள் உதவிகள் அனைத்தும் அல்லாஹ்வின் திருப்தியை நாடியே இருந்தன. ஆகவே, அதற்கான பலன்கள் எங்களுக்கு இவ்வுலகில் தேவையில்லை. ஆகவே, நாங்கள் முஹாஜிர்களுடனான வாக்குவாதத்தை விரும்பவில்லை."

இதைத் தொடர்ந்து ஹுபாப் பின் அல்முன்திர் (ரலி), "உமது சூழ்ச்சியால் நாங்கள் பலவீனமாகிறோம்" என்றார். பஷீர் (ரலி), "நான் எந்தச் சூழ்ச்சியும் செய்யவில்லை ஹுபாப் அவர்களே! கிலாஃபத்துக்கு உண்மையான தகுதியுள்ளவர்களுடன் தேவையற்ற பிணக்குகள் வேண்டாமென்பதுதான் எனது விருப்பம். குறைஷிகளிலிருந்தே இமாம்கள் வருவார்கள் என்று இறைத்தூதர் அவர்கள் சொல்லி நீர் கேட்டதில்லையா?" என்றார். பஷீர் (ரலி) யின் கருத்தை அன்சார்கள் சிலர் வரவேற்றனர். ஹுபாப் பின் அல்முன்திர் (ரலி) தமது கருத்தை மாற்றிக்கொண்டார்.

கூட்டம் அமைதியில் மூழ்கியது. கிலாஃபத் தொடர்பாக முஹாஜிர் - அன்சார்களிடையிலான பிணக்குகள் முடிவுக்கு வந்தன. முழு அமைதி நிரம்பிய இச்சூழலில், அபூபக்ர் (ரலி), "இங்கே உமரும் அபூஉபைதாவும் இருக்கிறார்கள். இவர்களில் யாரையேனும் கலீஃபாவாகத் தேர்ந்தெடுங்கள்" என்றார். உமர் (ரலி) சொன்னார்: "முஹாஜிர்களில் அபூபக்ர் அவர்களே இதற்கான தகுதிகள் படைத்தவர். ஆபத்தான கட்டங்களில் இறைத்தூதருடன் இருந்தவர். இறைநம்பிக்கையில் மகத்துவமான தொழுகைக்குத் தலைமையேற்கும் உரிமை வழங்கப் பெற்றவர்.

அபூபக்ர் இருக்கும்போது, கலீஃபாவுக்கான கடமைகளைச் செய்ய தகுதியானவர்கள் வேறு யாருமில்லை.”

இதைச்சொன்ன உமர் (ரலி), அபூபக்ர் (ரலி) அவர்களிடம் கை நீட்டி உறுதிமொழியேற்க வேண்டினார். அபூஉபைதா, பஷீர் பின் சஅத் அன்சாரி (ரலி) ஆகியோரும் உமர் (ரலி) அவர்களைப் பின்பற்றினர். பிறகு, இதற்கு ஆதரவான அனைவரும் வாக்குறுதி அளிக்க முன்வந்தனர். செய்தியை அறிந்த நம்பிக்கையாளர்கள் அனைவரும் கலீஃபாவுக்குத் தங்கள் ஆதரவைத் தெரிவிக்க விரைந்தனர்.

நல்லடக்கத்திற்கான ஏற்பாடுகளில் ஈடுபட்டிருந்த அன்சார்களில், ஸஅத் பின் உபாதா (ரலி) அவர்களும் முஹாஜிர்களும் ஸாயிதா மாளிகையில் நடந்த உறுதிமொழி நிகழ்வில் கலந்துகொள்ளவில்லை. ஸஅத் (ரலி) அன்றைய தினம் பிறிதொரு சந்தர்ப்பத்தில் அபூபக்ர் (ரலி) அவர்களிடமும் வாக்குறுதி அளித்தார். அலீ, ஸுபைர், தல்ஹா (ரலி) ஆகிய மூவரும், ஸாயிதாவில் நடந்த கலந்துரையாடலில் தங்களையும் சேர்க்கவில்லை என்ற முறைப்பாட்டை முன்வைத்து 40 நாள்களாக, சில தகவல்கள்படி ஆறு மாதங்களாக உறுதிமொழி அளிக்கவில்லை.

அபூபக்ர் (ரலி) அவர்களிடம் ஒருநாள் அலீ (ரலி) சொன்னார்: “தங்களுடைய நற்பண்புகள் கிலாஃபத்துக்குத் தகுதியானவை என்பதை நான் மறுக்கவில்லை. என்னுடைய முறைப்பாடு என்னவெனில், இறைத்தூதரின் மிக நெருங்கிய உறவினர்களாக இருக்கும் எங்களிடம் ஆலோசனை மேற்கொள்ளாமல் ஸாயிதா மாளிகைக்குச் சென்று தாங்கள் வாக்குறுதி பெற்றீர்கள் என்பதுதான். நாங்களும் அங்கே வந்திருந்தால் அனைவருடைய முன்னிலையிலும் எங்கள் ஆதரவைத் தெரிவித்து உறுதிமொழி அளித்திருப்போம்.”

அபூபக்ர் (ரலி) சொன்னார்: “இறைத்தூதரின் உறவினர்கள், என்னுடைய உறவினர்களை விடவும் மதிப்புக்கும் பேரன்புக்கும் உரியவர்கள். நான் ஸாயிதா மாளிகைக்குச் சென்றதற்கான காரணம், முஹாஜிர் – அன்சார்களிடையில் உருவான சச்சரவை முடிவுக்குக் கொண்டு வருவதுதானே தவிர, கலீஃபாவாக உறுதிமொழி ஏற்பதல்ல! அவர்களிடையிலான வாக்குவாதம் தவறான ஒரு சூழ்நிலையை உருவாக்கியதன் பின்பு, ஒரு சூழலில்

தங்களுடைய விருப்பத்தின் பேரில், என்மீதான வாக்குறுதியை அவர்கள் தெரிவித்தார்கள். இதில், அவர்களுக்குள் கருத்தொற்றுமை இருந்தது. இதில் தாமதம் ஏற்படுவதற்கு நான் காரணமாக இருக்க விரும்பவில்லை. தாமதிக்கும் ஒவ்வொரு கணமும் இஸ்லாத்தின் ஒற்றுமைக்கும் நேர்மைக்கும் தனித்துவத்துக்கும் கேடாக அமையும். இந்தச் சூழ்நிலையில் நான் எவ்வாறு உம்மை அழைத்து வரச்செய்ய இயலும்?"

அபூபக்ர் (ரலி) சொன்னதைச் செவிமடுத்த அலீ (ரலி) நியாயத்தை உணர்ந்துகொண்டார். மறுநாள் இறைத்தூதரின் தொழுகையில்லத்தில், மக்கள் முன்னிலையில் அபூபக்ர் (ரலி) அவர்களுக்கு தமது வாக்குறுதியை அளித்தார்.

அபூபக்ர் (ரலி) அவர்களின் பேருரை : ஸாயிதா மாளிகை நிகழ்வுக்குப் பிறகு, இறைத்தூதரின் நல்லடக்கம் தொடர்பான கடமைகளை நிறைவேற்றிய அபூபக்ர் (ரலி), மக்கள் முன்னிலையில் உறுதிமொழி மேற்கொண்டார். பின்பு நடந்த தமது உரையின்போது அல்லாஹ்வைப் புகழ்ந்துவிட்டுப் பேசினார்:

"உங்களில் யாரைவிடவும் உயர்ந்தவனாக இல்லாத நான் உங்களது தலைவனாகத் தேர்வு செய்யப்பட்டுள்ளேன். நான் சிறப்பானவற்றைச் செய்யும்போது அதற்கு உறுதுணையாகவும் ஒத்துழைப்பாகவும் இருப்பது உங்கள் கடமை. நான் தவறானவற்றைச் செய்யாமல் என்னைச் சரியான வழியில் இட்டுச்செல்வதும் உங்கள் கடமை. உண்மையும் நேர்மையும் இறைநம்பிக்கையாகும், பொய்மையும் வஞ்சகமும் அவநம்பிக்கையுமாகும். உங்களில் பலவீனர்களுக்கான நீதியை அளிப்பதில் அவர்களுக்கு ஆதரவாகவும் உங்களில் பலம் மிக்கவர்கள் என் பார்வையில் பலவீனர்களுமாவார்கள். உங்களுக்கான உரிமைகளை அடையும்வரைக்கும் ஜிஹாதைக் கைவிடாதீர்கள். ஜிஹாதிலிருந்து பின்வாங்கிய நிலையில் மக்கள் இழிவுக்குள்ளாகிறார்கள். அல்லாஹ்வுக்கும் அவனது தூதருக்கும் நான் பணிந்திருக்கும்வரை என்னுடைய ஆணைக்கு நீங்கள் கீழ்ப்படியுங்கள். இதற்கு மாறாக நான் நடந்துகொள்வேன் எனில் கீழ்ப்படிய தேவையில்லை. அது உங்கள்மீது கடமையில்லை."

நபித்தோழர்கள், அபூபக்ர் (ரலி) அவர்களுக்குத் தங்கள் வாக்குறுதியை அளித்தனர். முஹாஜிர்கள் – அன்சார்களிடையிலான

வாக்குவாதம் எந்த மனக்கசப்புமின்றி முடிவுக்கு வந்தது. உலகியல் இலாபங்களை விடவும் இறைநம்பிக்கையின்மீதும் மறுமை இலாபங்கள்மீதும் ஆர்வம்கொள்ள பயிற்றுவிக்கப்பட்டிருந்ததே இதற்கான காரணங்கள். இப்பண்புகளால்தான், மனித இனத்தின் வேறு எந்தச் சமூகங்களும் ஒருபோதும் அடைய இயலாத உயர்நிலையை இறைத்தூதரின் தோழர்கள் அடைந்திருந்தனர்.

உஸாமா (ரலி) அவர்களின் படை : யேமன், நஜ்த் பகுதி மக்கள், இறைத்தூதரின் இறப்புக்குச் சில மாதங்களுக்கு முன்புதான் இஸ்லாத்தைத் தழுவியிருந்தனர். தங்களுடைய சிந்தனையும் செயல்பாடுகளும் சார்ந்து இன்னமும் அவர்கள் இஸ்லாமிய நெறிக்குள் முழுமையாக வந்து சேரவில்லை. இதனால், சில பகுதிகளிலுள்ள முஸ்லிம்களை, தாங்களும் இறைத்தூதர்தான் என்று சொல்லி, அஸ்வத், முசைலமா போன்றோரால் திசை திருப்ப முடிந்தது. இறைத்தூதர் முஹம்மத் நபி (ஸல்) அவர்களது பிரிவிலும் இதன் காரணமாக, முஸ்லிம்களிடையே உருவான திகைப்பிலும் உருவான நிராசை உணர்வு, இப்போலிகளுக்கு ஒரு வாய்ப்பாக அமைந்தது.

தீயவர்கள் குறிப்பிட்ட காலங்கள் சார்ந்தும் உருவாகிறார்கள். இப்படியான சூழ்நிலைகளை அவர்கள் தங்களுக்கு வாய்ப்பாகப் பயன்படுத்திக்கொள்ள முயற்சி செய்கிறார்கள். இந்நிலையில் அதிகார உரிமையிலும் புகழிலும் நாட்டம்கொண்ட சிலரும் சில இனக்குழுக்களும் தலைதூக்கின. அரசுரிமையைக் கைப்பற்றி முஸ்லிம்களைத் தங்களின்கீழ் கொண்டுவரும் திட்டங்களையும் அவர்கள் வகுக்கத் தொடங்கினர். இப்படி, இஸ்லாத்துக்கு எதிரான நயவஞ்சகர் கூட்டங்கள் ஆங்காங்கே முளைவிட்டன. தூய்மையும் நற்குணங்களுமுள்ள முஸ்லிம்கள் திகைத்து நின்றனர். பெரும் குழப்பங்கள் நிலவின. இறைத்தூதரின் தூய நட்பிலும் பயிற்சியிலும் வார்த்தெடுக்கப்பட்ட மனவலிமை மட்டும் முஸ்லிம்களிடம் இல்லாதிருந்தால் இஸ்லாத்தின் தொடர்புக் கண்ணிகள் துன்பம் தரும் வகையில் அறுந்துபோயிருக்கும்.

மதீனா, மக்கா, தாயிஃப் ஆகிய பகுதிகளைத் தவிர அரபுத் தீபகற்பத்தின் பெரும்பகுதிகளிலும், இஸ்லாமியக் கோட்டையைத் தகர்த்தெறியும் நோக்கத்துடன் எதிர்ப்புத்தீ பற்றியெரிந்து கொண்டிருந்தது. பகைவர்கள் மீண்டும் மதீனாவின்மீது

படையெடுக்கும் ஆயத்தங்களில் ஈடுபடுவதாகக் கிடைத்தத் தகவல்கள் மேலும் குழப்பத்தை ஏற்படுத்தின. இறைத்தூதர் அவர்கள், உஸாமா பின் ஸைத் (ரலி) தலைமையிலான ஒரு படை ரோமானியர்களை அடக்க சிரியாவுக்குப் புறப்பட இருந்தது. இறைத்தூதரின் உடல்நிலையை முன்னிட்டு, அந்த அணிவகுப்பு நிகழவில்லை.

இப்போது அதற்கான தேவை உருவானது. எதிர்ப்பு மேகங்கள் எல்லாப் பகுதிகளிலிருந்தும் ஒன்றுதிரள்வதை முன்னிட்டு, படையெடுப்பை சிறிது காலம் தள்ளிவைக்கலாம் எனும் கருத்தை நபித்தோழர்கள் தெரிவித்தனர். அபூபக்ர் (ரலி) இதை ஏற்கவில்லை. முஸ்லிம்களின் ஆற்றலை வெளிப்படுத்தும் விதமாக நம்பிக்கையுடனும் உறுதியுடனும் அவர் சொன்னார்: "முஸ்லிம் படைகள் இங்கிருந்து அகன்றபின், கொடிய விலங்கு ஒன்று என்னைக் கூறுபோட்டுவிடும் என்று நம்பச் செய்தாலும் இறைத்தூதர் அவர்கள் அனுமதித்த ஒரு செயலுக்கு நான் தடையாக இருக்க மாட்டேன். என்ன விலை கொடுத்தேனும் நான் அதை நிறைவேற்றியே தீருவேன்."

ஏற்கனவே தயாராக இருந்த நபித்தோழர்கள் அனைவரும் கலீஃபாவின் அழைப்புக்கிணங்கி, மதீனாவின் வெளியே படை முகாமில் ஒன்று திரண்டனர். உஸாமா (ரலி) அவர்களின் தலைமையின்கீழ் படைகள் ஒன்றிணைந்தாலும், ஒரு பிரிவினருக்கு தலைமையின்மீது சில அதிருப்திகள் இருந்தன. அதிலொன்று, உஸாமா (ரலி) ஓர் அடிமையின் மகன். மற்றொன்று, பதினேழே வயது நிரம்பிய ஓர் இளைஞர். வயதும் அனுபவ முதிர்ச்சியுமுள்ள நபித்தோழர்களின் படையை நடத்திச் செல்வதற்கு உஸாமா (ரலி) அவர்களைப் பொருத்தமற்றவராக அவர்கள் கருதினர்.

புறப்பட்டுச் செல்வதற்கு முன், மதீனாவின்மீது எதிரிகள் தாக்குதல் தொடுக்கக்கூடுமென்ற பயமிருப்பதால் மேன்மை மிகுந்த நபித்தோழர்கள் சிலரைத் திருப்பி மதீனாவுக்கு அழைத்துக் கொள்ள வேண்டுமெனும் தகவலுடன் உமர் (ரலி) அவர்களை மதீனாவுக்கு அனுப்பி வைத்தார் படைத்தலைவரான உஸாமா (ரலி). அன்சார்களும் உமர் (ரலி) அவர்கள்மூலம், மேன்மையான குடும்பத்தைச் சார்ந்த, முதிர்ந்த ஒருவரை முஸ்லிம்களின் படைத்தலைவராக நியமிக்க வேண்டுமெனும் ஒரு கோரிக்கையை கலீஃபாவுக்கு அனுப்பி

34 இஸ்லாமிய வரலாறு இரண்டாம் பாகம்

வைத்தனர். உஸாமா (ரலி) அவர்களின் செய்திக்குப் பதிலளித்த கலீஃபா சொன்னார்: "முஸ்லிம் படையினரின் புறப்பாடு மதீனா நகரை வெறுமையாக்கிய நிலையில், கொடிய விலங்குகள் என்னை வேட்டையாடும் அளவுக்கு நான் தனித்து விடப்படுவேனாயினும் படைகள் புறப்படுவதைத் தள்ளிப்போட மாட்டேன்."

அன்சார்களின் கோரிக்கைக்கு, கலீஃபா சொன்ன பதில்: "இன்னும் அவர்கள் பழைய அகந்தைகளையும் போலிப் பெருமைகளையும்தான் சுமந்துகொண்டிருக்கின்றனர்." தொடர்ந்து அபூபக்ர் (ரலி), உஸாமா (ரலி) அவர்களையும் படைகளையும் தாமே முன்னின்று வழியனுப்பி வைப்பதற்காக மதீனாவுக்கு வெளியிலிருந்த படைமுகாமை நோக்கிச் சென்றார். படைத்தலைவரான உஸாமா (ரலி) வாகனத்தில் செல்ல, கலீஃபா அபூபக்ர் (ரலி) முக்கியப் பிரச்சினைகள் குறித்து அவரிடம் பேசியபடியே நடந்துகொண்டிருந்தார். படைத்தலைவர், கலீஃபாவிடம் சொன்னார்: "ஒன்று தாங்கள் வாகனத்தில் ஏறுங்கள்; அல்லது என்னையும் தங்களுடன் நடந்துவர அனுமதியுங்கள்." "நான் வாகனத்தில் ஏறுவதாகவுமில்லை; நீர் இறங்கவும் தேவையில்லை. இஸ்லாத்தின் முன்னேற்றத்தை நோக்கியப் பயணத்தில் சிறிது தொலைவுவரைக்கும் நான் உம்முடன் நடந்து வருவதால் எதுவும் நேர்ந்து விடப்போவதில்லை" என்றார் கலீஃபா. உஸாமா (ரலி) அவர்களின் தலைமைமீது அதிருப்தியுடனிருந்த அன்சார்களுக்கு கலீஃபாவின் இச்செயலே பதிலாகவும் அமைந்தது.

படைத்தலைவருக்கு அறிவுரை : உஸாமா (ரலி) அவர்களின் வாகனத்துடன் நடந்தபடியே இறைநம்பிக்கையாளர்களின் தலைவரான கலீஃபா, போரில் பின்பற்ற வேண்டிய பத்து அம்சங்களை அவருக்கு அறிவுறுத்தினார்.

1. பிறர் பொருளைத் தனிப்பட்ட இலாப நோக்குடன் அணுகாதீர். 2. பொய் பேசாதீர். 3. நம்பிக்கைத் துரோகம் செய்யாதீர். 4. குழந்தைகள், பெண்கள், முதியோர்களின் உயிருக்குத் தீங்கு விளைவிக்காதீர். 5. பலன் தரும் மரங்களை வெட்டாதீர். 6. உணவுக்காக தவிர கால்நடைகளைக் கொல்லாதீர். 7. எதிர்ப்படுபவர்களை இஸ்லாத்தை நோக்கி அழைப்பு விடுப்பீர். 8. பிறருக்கு மதிப்பளிப்பீர். 9. கிடைத்த உணவை அல்லாஹ்வின் பெயரால் உண்ணத் தொடங்குவீர். 10. அவரவர் வழிபாட்டிடங்களில் அபயம் புகுந்த யூதர்களுடனோ கிறிஸ்தவர்களுடனோ போரிடாதீர்.

மேலும், இறைத்தூதர் அனுமதித்தவற்றில் எதையும் சேர்க்கவோ தவிர்க்கவோ செய்யாதீர். அல்லாஹ்வின் பெயரால் அவனது வழி நின்று அசத்தியவாதிகளை எதிர்கொள்வீர்.''

அபூபக்ர் (ரலி), உஸாமா (ரலி) அவர்களுடன் ஜுர்ஃப் எனும் இடம்வரைக்கும் சென்று பிறகு திரும்பினார். விடைபெறுமுன் உஸாமாவிடம், "நீர் அனுமதித்தால் எனக்குத் துணையாகவும் அறிவுரைகள் சொல்லவும் உமர் என்னுடன் மதீனாவில் இருக்க நான் விரும்புகிறேன்'' என்றார். உஸாமா (ரலி) உடனடியாக உமர் (ரலி) மதீனாவுக்குத் திரும்ப ஒப்புதல் அளித்தார். ஆணை பிறப்பிக்கும் உரிமை தம்மிடமிருந்த நிலையிலும், இதற்கான அனுமதியைப் படைத்தலைவரிடமிருந்து பெற்றது, மிகச்சிறந்ததொரு முன்மாதிரி நிகழ்வு.

உஸாமா (ரலி) அவர்களின் வெற்றி : ஜார்டோன், பல்க்கா ஆகிய பள்ளத்தாக்குகளை அடைந்த உஸாமா (ரலி) ரோமானியப் படைகளைத் தோற்கடித்தார். பெருவாரியான போர்ப்பொருள்களுடனும் சிறைக்கைதிகளுடனும் அவர் 40 நாள்களுக்குப் பிறகு மதீனாவுக்குத் திரும்பினார்.

முரண்பாடுகளுடனும் தவறான வழியில் செலுத்தப்படுவதான எண்ணங்களுடன்தான் முஸ்லிம் படைகள் புறப்பட்டன. பெரும் ஆற்றல்கொண்ட ரோமானியரை வெற்றிகொள்வதில் தொனித்த அவநம்பிக்கையின் காரணமாக, போர் முடிவுகள் பெரும் துன்பம் தருவதாக அமையுமென்றும் அவர்கள் கருதினர். இந்நிலையில் கிடைத்த வெற்றி பெரும் மகிழ்ச்சி தருவதாக அமைந்தது.

இஸ்லாத்தின் எதிரிகளுக்கும் அவநம்பிக்கையாளர்களுக்கும் இந்த வெற்றி பயமூட்டுவதாக அமைந்தது. முஸ்லிம்களின் மனவுறுதியும் பேராற்றலும் இஸ்லாத்தின்மீதான பற்றுதலும் இறைத்தூதர் இல்லை என்ற நிலையிலும் குலைந்துவிடவில்லை என்பதை அவர்கள் உணர்ந்து கொண்டனர். தனக்குத் தூதுத்துவம் கிடைத்ததாக அறிவித்த, துலைஹா, பொய்யன் முசைலமா போன்றோர் தங்களின் இருப்பிடங்களிலிருந்து வெளியே வருவதற்கான துணிவைக்கூட இழந்து போயிருந்தனர்.

ஸகாத் கொடுக்க மறுத்தவர்கள், பணிவுடன் அதற்கு முன்வந்தனர். மேலும், பெருமளவில் கிடைத்த போர் இலாபங்கள், இஸ்லாமியப்

படைகளை வலுப்படுத்தவும் இறைநம்பிக்கையாளர்களின் பொருளாதார நிலைகளை மேம்படுத்தவும் உதவியாக இருந்தன.

ஸகாத் மீதான சோதனை : மதீனா, மக்கா, தாயிஃப் ஆகிய நகரங்கள் தவிர அரேபியாவின் பிற பகுதிகளில் இஸ்லாமிய எதிர்ப்புக்கு இறைத்தூதரின் இறப்புதான் காரணமாக அமைந்தது என்றும் சொல்லிவிட இயலாது. ஏனெனில், ஏகத்துவமான தவ்ஹீதிலிருந்து பல கடவுள் வணக்கம் எனும் ஷிர்க்குக்கு உடனடியாக அவர்கள் மாறிடவில்லை. உண்மையில், தாங்களும் இறைத்தூதர்கள்தான் என்று முறையிட்டவர்கள்கூட இஸ்லாமிய முறையிலான தொழுகைக்கு எதிராக இல்லை. ஆனால், மக்கள் சில விஷயங்களில், குறிப்பாக, ஸகாத்துக்கு எதிராக இருந்தனர். இதை, தங்களது விடுதலை உணர்வுகளுக்கெதிரான பொருளாதாரக் கட்டுப்பாடு என்பதாக அவர்கள் புரிந்து கொண்டிருந்தனர். ஆகவே, அவர்கள் வெளிப்படையாகவே அதை எதிர்க்க முன்வந்தனர். இஸ்லாத்தின் மிக முக்கியமான, ஏழைகளுக்காகச் செலுத்த வேண்டிய ஸகாத் வரிக்கெதிராக, அவர்கள் மிக எளிதாகத் தூண்டி விடப்பட்டனர். முசைலமா, துலைஹா போன்றோர் தங்கள் திட்டங்களை நிறைவேற்றிக்கொள்ள இதை நல்லதொரு கருவியாகவும் பயன்படுத்திக் கொண்டனர்.

சுருங்கச் சொன்னால், முஸ்லிம்கள் இப்போது எதிர்கொள்ள வேண்டியது பல கடவுள் வணக்கமோ உருவ வழிபாடோ அல்ல. பற்பல உயிர்களையும் தங்கள் சுகபோகங்களையும் துறந்து உருவாக்கிய சகோதரத்துவமும் இஸ்லாமிய நெறியின் தனித்துவமும் இடையூறுகளுக்கும் அச்சுறுத்தல்களுக்கும் இலக்காயின. ஸகாத் எனும் கடமையை மறுத்தது இஸ்லாத்துக்குத் தீங்கிழைக்கும் புற சக்திகளைவிடவும் பேரிடர் விளைவிப்பதாக இருந்தது. இந்நெருக்கடியை உணர்ந்த கலீஃபா அபூபக்ர் (ரலி) தோழர்களைக் கூட்டிக் கலந்தாலோசனை செய்தார். ரோமானியர்மீதான படையெடுப்பின்போது, உஸாமா (ரலி) அவர்களின் தலைமைக்கு நேர்ந்த முரண்பாடுகள்போல், ஸகாத்தை எதிர்ப்பவர்கள்மீதான நடவடிக்கையிலும் முரண்பாடுகள் முளைவிட்டன. ஆனால், அபூபக்ர் (ரலி), எல்லா வகையான தயக்கங்களையும் அச்சுறுத்தல்களையும் கடந்த ஆன்மிக உயிர்ப்புடனும் உறுதியுடனும் நின்றார். ஒரு கால்நடையையோ ஒரு துண்டுக் கயிற்றையோகூட ஸகாத்

வகைக்குத் தர மறுக்கும் இனக்குழு எதுவாக இருப்பினும் அதை எதிர்த்துப் போரிட வேண்டுமென்று அறிவித்தார்.

இறைமறுப்பாளர்களின் தூதுக்குழுக்கள் மதீனாவுக்கு வந்து, நாங்கள் தொழுகையை நிறைவேற்றுகின்றோம். ஆனால், ஸகாத்திலிருந்து எங்களுக்கு விலக்களிக்க வேண்டுமென்ற ஒரு கோரிக்கையை முன்வைத்தனர். அபூபக்ர் (ரலி) அவர்களின் பதில் கடுமையாக இருந்தது. வந்தவர்கள் திரும்பிச் சென்றனர். தொடர்ந்து, அவர்கள் அனைவரும் ஒன்று சேர்ந்து, இஸ்லாமிய அரசை எதிர்த்துக் கிளர்ச்சி செய்ய ஆரம்பித்தனர். இஸ்லாத்தின் ஒற்றுமைக்கும் நேர்மைக்கும் பெரும் அச்சுறுத்தலாகவும் குழப்பமாகவும் இருந்த இச்சூழலை, மனத்துணிவும் திடமும் இருந்தால் மட்டுமே எதிர்கொள்ள இயலும்.

முஸ்லிம் படைகள், மதீனாவிலிருந்து மிகத் தொலைவில் சென்று ரோமானியர்களுடன் போரிடும் வேளையில் மதீனாவின்மீது படையெடுக்க முன்னேற்பாடுகள் செய்துகொண்டிருந்த பெரும் திரளான மக்களையும் ஒழுங்கற்ற இந்நிலைமையையும் அபூபக்ர் (ரலி) மிகத்திறமையாக எதிர்கொண்டார்.

சிக்கலான இச்சூழலில்கூட இஸ்லாமியக் கோட்பாடுகள் சார்ந்த தன்னுடைய முடிவில் எந்த சமரசமும் அவர் செய்துகொள்ளவில்லை. நிலைமையைத் தம்முடைய முழுக்கட்டுப்பாட்டின்கீழ் வைத்திருந்தார். தொலைதூர நாடுகளில் போரிட்டுக்கொண்டிருந்த முஸ்லிம் படைகளைத் தமது தொடர்பினுள் வைத்திருந்ததுடன் ஸகாத் வசூலிப்போருக்குத் தேவையான கட்டளைகளையும் பிறப்பித்து வந்தார்.

மதீனா மக்களின் ஒற்றுமையையும் உறுதியையும் அதிகரிக்கச் செய்தார். கூடவே, ஆட்சியதிகாரத்தின்மீது கண்வைத்திருந்த நாடுகளுடன் நேசத்தை உருவாக்கவும் ஏற்பாடுகள் செய்தார். இறைத்தூதரின் தொழுகையில்லத்தின் முன்னால் எச்சரிக்கையுடனிருந்து காவல் காக்க வீரர்களை நியமித்தார். அலீ, ஸுபைர், தல்ஹா அப்துல்லாஹ் பின் மஸ்ஊத் (ரலி) ஆகியோரை மதீனாவைச் சுற்றிக் காவல் காக்கும்படி அனுப்பி வைத்தார்.

முஸ்லிம்களைத் தாக்குவதற்கு அப்ஸ், துப்யான் மக்களும் கினானா, அஸத் கோத்திரமும் ஒன்று திரண்டிருக்கிறார்கள் எனும்

செய்தி மதீனாவுக்கு வந்தது. மதீனாவை நோக்கிய அவர்களது அணிவகுப்பை உளவறிந்த காவலர்கள் இந்தச் செய்தியை உறுதிப்படுத்தினார்கள். எதிரிகளின் தாக்குதலை முறியடிக்க அபூபக்ர் (ரலி), தூ குஷுப் வரை சென்றார். மற்றொரு எதிரிகள் கூட்டத்தின்மீது திடீர்த்தாக்குதல் நடத்த அபூபக்ர் (ரலி) சென்ற தருணத்தில், எதிரிகள் பறைகளை முழக்கியும் கருவிகளைப் பயன்படுத்தியும் முஸ்லிம்களின் ஒட்டகங்களை பயந்தோடச் செய்தனர். முஸ்லிம்கள் மதீனாவுக்கு ஓடிவந்துவிட்டனர். அபூபக்ர் (ரலி), முஸ்லிம்களை ஒழுங்குபடுத்தி எதிரிகள்மீது ஐந்து, ஆறு மணிநேரம் தாக்குதல் நடத்தினார். இதில் பலர் கொலையுண்டனர். மிச்சமிருந்தவர்கள் நிலைகுலைந்து ஓடினர்.

அபூபக்ர் (ரலி), போர்ப்பொருள்களை நுஃமான் பின் முக்ரின் (ரலி) அவர்களின் தலைமையிலான சிறு குழுவினரின் பொறுப்பில் மதீனாவுக்கு அனுப்பிவிட்டு, துல்கஸ்ஸாவுக்குச் சென்றார். அதில் பின்புறமிருந்த இனக்குழுவினர்மீது எதிரிகள் தாக்குதல் தொடுத்தனர். முஸ்லிம்கள் பலர் உயிரிழந்தனர். மதீனாவுக்குத் திரும்பியதும் இதை அறிந்துகொண்ட அபூபக்ர் (ரலி), எதிரிகளால் உயிரிழந்த முஸ்லிம்களின் அதே எண்ணிக்கையில் அவநம்பிக்கையாளர்களும் கொல்லப்படுவார்களென்று சூளுரைத்தார்.

மதீனாவிலிருந்து படைகள் புறப்படவிருக்கும்போது, பெருமளவிலான போர்ப்பொருள்களுடன் உஸாமா (ரலி) மதீனாவுக்கு வந்தார். ஓய்வெடுக்கவும், புதிய ஆபத்தை எதிர்கொள்ளும் விதமாக, காவலைப் பலப்படுத்தவும் உஸாமாவின் படைகளை மதீனாவிலேயே விட்டுவைத்தார். ஒரு சிறு படைப்பிரிவுக்குத் தலைமை தாங்கிய கலீஃபா, மதீனாவிலிருந்து புறப்பட்டு, தூ குஷுப், துல்கஸ்ஸா ஆகிய இடங்கள்வரை சென்று, எதிரிகள்மீது தாக்குதல் தொடுத்தார். அவர்கள் புறமுதுகிட்டு ஓடினர். தமது பணியை முடித்துவிட்டு, அப்ரக்கில் சில நாள்கள் தங்கினார். பிறகு, மதீனாவுக்குத் திரும்பினார்.

அபூபக்ர் (ரலி) அவர்களின் அரசாணை : மதீனாவுக்குத் திரும்பிய அபூபக்ர் (ரலி) அவர்கள், உடனடியாக, ஓர் அரசாணை எழுதி, அதன் பிரதிகளைப் பொதுக்கூட்டங்களில் வாசிப்பதற்காக தமது பிரதிநிதிகள் மூலம் மறை எதிர்ப்பு இனக்குழுக்களுக்கு அனுப்பி வைத்தார். அரசாணையின் உள்ளடக்கம் இதுவே:

"இறைத்தூதர் அவர்களது கலீஃபாவான அபூபக்ரின் அரசாணையாவது: இஸ்லாத்தை ஏற்றவர்களும் ஏற்காதவர்களுமான அனைவரும் அறிந்துகொள்ளவும். எல்லாம் வல்ல அல்லாஹ் முஹம்மத் (ஸல்) அவர்களைத் தன்னுடைய தூதராக அனுப்பினான் என்றும், அல்லாஹ்வின் ஆணைப்படி அவர் நற்செய்தியும் முன்னறிவிப்பும் செய்தார் என்றும் இறைத்தூதர் முஹம்மத் (ஸல்) அவர்களே ஒளி மிகுந்த வழிகாட்டியாக இருக்கிறார் என்றும் அறிவீர்களாக!

இஸ்லாத்தின் அழைப்பை ஏற்பவரை, எல்லாம் வல்ல அல்லாஹ் சீரிய வழியில் நடத்துகிறான். ஏற்க மறுப்பவர்கள், பணிந்துபோகச் செய்யப்படுவார்கள். இஸ்லாத்தை நோக்கியும் அல்லாஹ்வின் சீரிய வழியை நோக்கியும் மக்களை அழைத்துச் செல்லும் பணியை நிறைவேற்றிய பின்பே அல்லாஹ்வின் தூதர் தனது பிரிவை மேற்கொண்டார். எல்லாம் வல்ல அல்லாஹ் குர்ஆனில் இது குறித்துச் சொல்லியிருக்கிறான்.

'(நபியே!) நிச்சயமாக நீர் இறந்துவிடுபவரே. நிச்சயமாக அவர்களும் இறந்து விடுபவர்களே. (39:30) மேலும் (நபியே!) உமக்கு முன்னர் எந்த மனிதருக்கும் (இவ்வுலகில்) நிலைத்த வாழ்வை நாம் கொடுக்கவில்லை. ஆகவே, நீர் இறந்துவிட்டால் அவர்கள் (மட்டும் என்றென்றும்) நிலைத்து இருக்கப் போகிறார்களா?' (21: 34)

'முஹம்மத் (ஸல்) ஒரு தூதரேயன்றி (வேறு) அல்லர். அவருக்கு முன்னரும் (இவ்வாறே) தூதர்கள் பலர் (காலம்) சென்றுள்ளனர். அவர் இறந்துவிட்டால் அல்லது கொல்லப்பட்டால், நீங்கள் உங்கள் குதிகால்களின்மீது (புறங்காட்டி) திரும்பி (சென்று) விடுவீர்களா? (அவ்வாறு) எவரேனும் குதிகால்களின்மீது (புறங்காட்டி) திரும்பி (சென்று) விட்டால், அவர் அல்லாஹ்வுக்கு எந்த இடையூறும் செய்துவிட மாட்டார். மேலும், நன்றி செலுத்துவோருக்கு அல்லாஹ் (நற்) கூலி வழங்குகிறான்.' (3: 144)

எனவே, முஹம்மத் (ஸல்) அவர்களைப் பின்பற்றுபவர்கள், அவர் இப்போது இறந்துவிட்டார் என்பதையும், அல்லாஹ்வை வணங்குபவர்கள், அவனுக்கு மரணமில்லை என்பதையும் அறிந்து கொள்வீர்களாக! எல்லாம் வல்ல அல்லாஹ், மனித உணர்வுகளால் தீண்டப்படுபவன் அல்ல! அவன் தனது ஆணைகளை மிக

உன்னிப்பாகக் கவனிக்கிறான். எந்நேரத்திலும் தனது எதிரிகளை அவன் பழிவாங்குவான்.

நான் உங்கள் அனைவரையும் அல்லாஹ்வுக்கு அஞ்சவும், இறைத்தூதர், அல்லாஹ்வின் ஒளியை வழிகாட்டி உருவில் கொண்டு வந்ததைப் பகிர்ந்துகொள்ளவும் அல்லாஹ்வின் வழி காட்டுதலைப் பின்பற்றவும், இறைமறை எனும் கயிற்றை ஒற்றுமையுடன் பற்றிப் பிடித்துக் கொள்ளவும் வலியுறுத்துகிறேன். எல்லாம் வல்ல அல்லாஹ்வினால் வழி நடத்தப்படாதவர் பாதை தவறுகிறார். அல்லாஹ்வின் துணையை இழந்துபோனவர் தனிமைப்படுகிறார். இஸ்லாத்தை மறுக்கும் ஒருவரது எந்தச் செயலும் இம்மையிலோ மறுமையிலோ ஏற்கப்படுவதில்லை.

உங்களில் சிலர் அல்லாஹ்வின் பாதையை விட்டு, ஷைத்தானையும் அறியாமைக் காலத்துச் செயல்களையும் பின்பற்றத் திரும்பியிருப்பதாகத் தெரிகிறது. ஷைத்தான், உங்களின் சபிக்கப்பட்ட எதிரி என்று அல்லாஹ் கூறுகிறான்: 'எனவே, ஷைத்தானுக்கு நீங்கள் எதிராக இருங்கள். ஏனெனில், தன்னைப் பின்பற்றுபவர்களை அவன் நரகவாசிகளாக்குகிறான்.' முஹாஜிர்களும் அன்சார்களும் அடங்கிய நற்குணங்கள்கொண்ட ஒரு படைப்பிரிவை உங்களிடம் அனுப்பி வைக்கிறேன். இஸ்லாத்தின்பால் அழைப்பு விடாமல் யாருடனும் போரிட வேண்டாமென்றும் இஸ்லாத்தை ஏற்றுக்கொண்டவர்களுக்கு ஒத்துழைப்பு நல்கவும் தீமையிலிருந்து விலகிக்கொள்ளவும் நல்லவற்றை ஏற்கவும் இஸ்லாத்தை மறுப்பவர்களுடன் மட்டுமே போரிடவும் நான் அவர்களுக்குப் பணித்திருக்கிறேன்.

ஒரு பெரிய கூட்டத்தில் இம்மடலைப் படித்துக்காட்டுமாறு என் பிரதிநிதிக்கு நான் ஆணைப் பிறப்பித்திருக்கிறேன். உங்களிடம் ஒரு முஸ்லிம் படைப்பிரிவு வந்து, அதன் அழைப்பாளர் உங்களுக்கு அழைப்பு விடும்போது, நீங்கள் அதற்கு மறுமொழி சொல்லுங்கள். இது உங்களின் இசைவைக் குறிக்கும். உங்கள் வாழ்க்கையை இது மேம்படுத்தும். நீங்கள் மறுமொழி கூற மறுத்தால், நீங்கள் போருக்கு அறைகூவல் விடுப்பவர்களாவீர்கள்."

இறைமறை எதிர்ப்புகளை வேருடன் களைதல் : அபூபக்ர் (ரலி), தமது அறிக்கையுடன் பிரதிநிதிகளை அனுப்பிவிட்டு, அதன் தொடர்ச்சியாக, பதினொரு தலைவர்களைத் தேர்வு செய்து,

ஆளுக்கொரு கொடிகளுடன் அனுப்பி வைத்தார். இவர்கள், மக்கா, தாயிஃப் போன்ற பகுதிகளிலிருந்து வீரர்களைத் திரட்டிக்கொள்ளவும் மற்றவர்களை உள்ளூர்ப் பாதுகாவலுக்கு நியமிப்பதுமான பணிகளை மேற்கொண்டனர்.

முதலாவது தாக்குதலை துலைஹா பின் குவைலித் அசத் மீதும், அடுத்து, புத்தாவிலுள்ள மாலிக் பின் நுவைரா மீதும் தொடுக்க வேண்டுமெனும் உத்தரவுடன், முதல் கொடி, காலித் பின் வலீத் (ரலி) அவர்களிடம் கொடுக்கப்பட்டது. மற்றொரு கொடி, யமாமாவிலுள்ள பொய்யன் முசைலமாவை அடக்குவதற்காக இக்ரிமா பின் அபூஜஹ்ல் (ரலி) அவர்களிடம் கொடுக்கப்பட்டது. மூன்றாவது கொடி, முதலில் இக்ரிமா (ரலி) அவர்களுக்கு உதவிசெய்து விட்டு, பிறகு ஹள்ரமவ்த்துக்குச் சென்று, கின்தா வம்சத்தாரையும் குதாஆ வம்சத்தாரையும் அடக்குவதற்காக ஷுரஹ்பீல் பின் ஹசனா (ரலி) அவர்களிடம் கொடுக்கப்பட்டது.

நான்காவது கொடி சிரியாவின் கிளர்ச்சியாளர்களை அடக்குவதற்காக காலித் பின் சயீத் (ரலி) அவர்களிடமும், ஐந்தாவது கொடி குதாஆ வம்சத்தாரை நோக்கிச் செல்லும்படி அம்ர் பின் அல்ஆஸ் (ரலி) அவர்களிடமும், ஆறாவது கொடி ஓமன் மக்களிடம் செல்லும்படி ஹுதைஃபா பின் மிஹ்ஸான் (ரலி) அவர்களிடமும், ஏழாவது கொடி மஹ்ராவுக்குச் செல்லும்படி அர்ஃபஜா பின் ஹர்த்தமா (ரலி) அவர்களிடமும், எட்டாவது கொடி சுலைம் மற்றும் ஹவாஸின் வமிசத்தாரிடம் செல்லும்படி தர்க்கா பின் ஹாஜிப் (ரலி) அவர்களிடமும் கொடுக்கப்பட்டது.

ஒன்பதாவது கொடி, யேமனுக்குச் செல்லும்படி சுவைத் பின் முக்கரின் (ரலி) அவர்களிடமும், பத்தாவது கொடி, பஹ்ரைனுக்குச் செல்லும்படி அலா பின் ஹள்ரமி (ரலி) அவர்களிடமும் பதினொன்றாவது கொடி, ஸன்ஆவுக்குச் செல்லும்படி முஹாஜிர் பின் அபூஉமய்யா (ரலி) அவர்களிடமும் கொடுக்கப்பட்டது. இவர்கள் அனைவரிடமும் கீழ்வரும் ஒரு சுற்றறிக்கையும் தரப்பட்டது. கலீஃபா அபூபக்ர் (ரலி) அவர்களின் இந்தக் கொள்கை விளக்க அறிவிப்பு எதிர்ப்பாளர்களின் தலைமைக்குக் கொடுக்கப்பட வேண்டியது.

“வாழ்க்கையின் அகமும் புறமும் சார்ந்து அல்லாஹ்வின்மீதான

பயத்துடன் செயலாற்றுவோம் என்று இக்குழுவின் தலைவரிடம் நான் வாக்குறுதி பெற்றுள்ளேன். இறைமறுப்பாளர்களை எதிர்கொள்வதற்கு முன், ஏன், எதற்கு என்ற உண்மைகளை அவர்களுக்குத் தெரிவிக்கவேண்டுமென்றும், இஸ்லாத்தை அவர்கள் ஏற்றுக்கொண்டால் போரிட வேண்டாமென்றும், அதன் பின், அவர்களது உரிமைகளும் கடமைகளும் இன்னவை என்று அவர்களுக்குக் கற்பிக்க வேண்டுமென்றும், அவர்களது உரிமைகளை மறுக்க வேண்டாமென்றும், அவர்கள் அளிக்கவேண்டியதை எந்த விட்டுக்கொடுத்தலுமின்றி பெற்றாக வேண்டுமென்றும் நான் இவருக்கு உத்தரவிட்டுள்ளேன்.

இஸ்லாத்தை ஏற்றுக்கொண்ட ஒருவர், வேறு நம்பிக்கைகள் எதையும் தொடர்வார் எனில் அதை, அல்லாஹ் தீர்மானித்துக்கொள்வான். ஆயினும், முற்றிலுமாக இஸ்லாத்தை மறுத்து, போரைத் தவிர்க்க இயலாமல் செய்பவர்களுடைய போர்ப் பொருள்கள், ஐந்திலொரு பங்கு போக, மீதி முஸ்லிம்களுக்குப் பகிர்ந்தளிக்கப்படும்.

மேலும், படைகள் குழப்பங்களை உருவாக்கி விடாமல் தடுக்கவும், பிரச்சினைகளையும் அழிவுகளையும் ஏற்படுத்துகிற விரைவு முடிவுகளை எடுக்க வேண்டாமென்றும், முழுஅறிமுகம் இல்லாத நபர்களைக் குழுவில் சேர்க்க வேண்டாமென்றும் படைத்தலைவர்களுக்கு நான் உத்தரவிட்டுள்ளேன். இத்துடன், முஸ்லிம்களைப் பண்பாக நடத்தவும், படைகள் ஓர் இடத்தில் முகாமிடும்போதும் அங்கிருந்து புறப்படும்போதும் அங்குள்ள மக்களிடம் அன்பாக நடந்துகொள்ள வேண்டுமென்றும் உத்தரவிட்டுள்ளேன்."

துலைஹா அசதீ : இஸ்லாத்தில் இணைந்த, துலைஹா எனும் ஆரூடக்காரன், இறைத்தூதரின் இறுதி நாள்களின்போது, தனக்குத் தூதுத்துவம் கிடைத்ததாக உரிமை கோரினான். இஸ்ராயீல் மக்களில் சில இனக் குழுவினரும் அவனுடன் சேர்ந்துகொண்டனர். ளிரார் பின் அல்அஸ்வர் (ரலி) அவனை அடக்குவதற்காக அனுப்பப்பட்டார். இறைத்தூதர் அவர்கள் இறந்த செய்தியை அறிந்த ளிரார் (ரலி) உடனடியாக மதீனாவுக்கு வந்து விட்டதால் இது நிறைவேறவில்லை.

இந்தக் காலக்கட்டத்தை, தனது நிலையைத்

தக்கவைத்துக்கொள்வதற்கான ஒரு வாய்ப்பாகக் கொண்டான் துலைஹா. ஏற்கனவே, அபூபக்ர் (ரலி) அவர்களால் தோற்கடிக்கப்பட்ட கத்ஃபான், ஹவாஸின் இனக்குழுக்கள் துலைஹாவுடன் சேர மீண்டும் ஒன்றுதிரண்டனர். புகழ்பெற்ற, நஜ்த் ஓடையான புஸாக்காவில் அவன் படை முகாமை அமைத்துக்கொண்டான். கத்ஃபான், ஹவாஸின் மக்களும் அசத், ஆமிர், தாயி ஆகிய வம்சாவளியினரையும் தன்னுடன் இணைத்துக்கொண்ட நிலையில் அவனது படைகள் வலுப்பெற்றிருந்தன.

காலித் பின் வலீத் (ரலி), புஸாக்காவில் முகாமிட்டிருந்த துலைஹாவின் படைகளைத் தாக்கினார். எதிர்த்தாக்குதலுக்கு, துலைஹாவின் சகோதரனான கய்யால் தலைமை தாங்கினான். துலைஹா, முகாமை விட்டு, வெகுதொலைவில், ஒரு மேலாடையை விரித்து ஏதோ இறைச்செய்தியை எதிர்பார்ப்பதுபோல் அமர்ந்திருந்தான். போர் தீவிரமடைந்தது.

எதிரிப் படைகள் தோல்வியில் துவள ஆரம்பித்ததும் உயைனா பின் ஹிஸ்ன், துலைஹாவிடம் வந்து, இறைவனிடமிருந்து செய்திகள் ஏதேனும் வந்தனவா என்று கேட்டான். "இன்னும் இல்லை" என்றான் துலைஹா. சற்று நேரத்தில் மீண்டும் வந்து இதே கேள்வியைக் கேட்டான். இப்போதும் அதே பதில்தான். போர்க்களத்தில் முஸ்லிம் படைகளின் கைகள் ஓங்கி நின்றன. எதிரிகள் புறமுதுகிட்டு ஓடினர்.

மூன்றாவது முறையாக, துலைஹாவிடம் வந்த உயைனா, அதே கேள்வியைக் கேட்கவும் துலைஹா, "எங்களுக்கு விதிக்கப்பட்டது எதுவோ அப்படியே செயல்களும் நிகழும் என்பதைச் சொல்வதற்காக ஜிப்ரீல் என்னிடம் வந்திருக்கிறார்" என்றான். சூழ்ச்சி மிகுந்த இந்தப் பதிலைக் கேட்டுக் கோபம்கொண்ட உயைனா, "மக்களே, துலைஹா ஒரு பொய்யன்! ஆகவே, நான் இதோ விடைபெறுகிறேன்" என்று உரத்தக் குரலில் சொன்னான்.

இதைக்கேட்டதும் பெருமளவிலான எதிரிகள், போரில் மரணமடைந்தவர்களையும் பிடிபட்ட சிறைக்கைதிகளையும் துறந்து விட்டு ஓடினார்கள். ஏராளமானோர் அங்கேயே இஸ்லாத்துக்குத் திரும்பினார்கள். தன் மனைவியுடன் குதிரையிலேறிப் பறந்த துலைஹா, குதாஆ வம்சாவளியினரிடம் தஞ்சம் புகுந்தான்.

துலைஹாவின் இனக்குழு உட்பட பிற இனக்குழுவினர் அனைவரும் மீண்டும் இஸ்லாத்தினுள் தங்களை இணைத்துக்கொண்டனர். பின்னர், இஸ்லாத்தை ஏற்றுக்கொண்ட துலைஹா, உமர் (ரலி) அவர்களின் கிலாஃபத்தின்போது மதீனாவுக்கு வந்தான்.

காலித் பின் வலீத் (ரலி) அவர்களிடம் சிறைக்கைதியாக அழைத்துவரப்பட்ட உயைனா மதீனாவுக்கு அனுப்பி வைக்கப்பட்டான். இகழ்ச்சியான நிலையில் இஸ்லாத்தை ஏற்றுக்கொண்ட உயைனா, பிறகு, இஸ்லாத்தின்மீது மிகுந்த ஈடுபாடுகொண்டவனாக மாறினான். துலைஹாவின் படையிலிருந்து தோற்றோடிய கத்ஃபான், சுலைம், ஹவாஸின் இனக்குழுவினர் ஹவாபில் ஒன்றுதிரண்டு, சல்மா பின்த் மாலிக் பின் ஹுதைஃபா என்பவளைத் தம் தலைவியாகத் தேர்வு செய்தனர். தொடர்ந்து முஸ்லிம்களுக்கெதிராக மிகப்பெரிய அளவிலான போர் ஆயத்தங்களை மேற்கொண்டனர்.

இதையறிந்த காலித் பின் வலீத் (ரலி), வரவிருக்கும் அச்சுறுத்தலை முறியடிக்கச் சென்றார். எதிரிகள் படைக்கு சல்மாவே தலைமையேற்றாள். காலித் பின் வலீத் (ரலி) தாக்குதல் தொடுத்தார். இருபெரும் சக்திகளிடையே பெரும்போர் நடைபெற்றது. சல்மாவின் ஒற்றைத் திமில் ஒட்டகத்தின் பாதுகாவலர்களான ஏறத்தாழ 100 அவநம்பிக்கையாளர்கள் கொலையுண்டனர். இறுதியாக காயம்பட்ட தனது பெண் ஒட்டகத்திலிருந்து விழுந்த சல்மாவும் கொல்லப்பட்டாள். தொடர்ந்து எதிரிகள் அனைவரும் களத்திலிருந்து ஓடி மறைந்தனர்.

இதேவேளையில், அல்ஃபஜா பின் அப்த் யாலில் எனும் சுலைம் வம்சத் தலைவன், அபூபக்ர் (ரலி) அவர்களிடம் வந்து, "நானொரு முஸ்லிம். எனக்கு ஆயுதங்கள் தந்து உதவுங்கள். அவ நம்பிக்கையாளர்களை எதிர்த்து நான் போரிட விரும்புகிறேன்" என்றான். அபூபக்ர் (ரலி), அவனது வேண்டுகோளின்படி, போர்க் கருவிகளை அனுப்பிவைத்தார். மதீனாவை விட்டு அகன்ற அல்ஃபஜா, இஸ்லாத்தைத் தழுவிய ஹவாஸின் மற்றும் சுலைம் வம்சக்குழுவினரை மறைந்திருந்து தாக்கினான். இவ்வஞ்சகச் செயலை அறிந்த அபூபக்ர் (ரலி), அப்துல் ரஹ்மான் பின் கைஸ் (ரலி) அவர்களை ஒரு சிறு படையுடன் அனுப்பினார். அவர்கள், தப்பிக்க முயன்ற குற்றவாளியைப் பிடித்து மதீனாவுக்குக் கொண்டுவந்தனர். அங்கேயே அவனுக்கு மரண தண்டனை விதிக்கப்பட்டது.

இஸ்லாமிய வரலாறு இரண்டாம் பாகம்

சஜாவும் மாலிக் பின் நுவைராவும் : இறைத்தூதர் அவர்கள் வாழும் காலத்தில், மாலிக் பின் நுவைரா, வகீஉ பின் மாலிக், ஸஃப்வான் பின் ஸஃப்வான், கைஸ் பின் ஆஸிம் ஆகியோர் ஸகாத் மற்றும் அறக்கொடைகள் திரட்டுபவர்களாக இருந்த குடியேற்றப் பகுதியில், தமீம் வம்சத்தார் வாழ்ந்து வந்தனர். இறைத்தூதரின் பிரிவுச்செய்தியை அறிந்த, கைஸ் பின் ஆஸிம் இறைமறுப்பாளராக மாறினான். மாலிக் பின் நுவைரா மகிழ்ச்சியடைந்தான். ஸஃப்வான் பின் ஸஃப்வான் (ரலி) தம்முடைய இறைநம்பிக்கையில் உறுதியாக இருந்தார்.

அப்போது, தக்லீப் இனக்குழுவைச் சேர்ந்த சஜா பின்த் அல்ஹாரித் பின் சுவைத் என்பவள் தானுமொரு இறைத்தூதர்தான் என்று அறிவித்தாள். தக்லீப் வம்சத் தலைவனான ஹுதைல் பின் இம்ரான், நமீர் வம்சத் தலைவனான உக்பா பின் ஹிலால், ஷைபான் வம்சத் தலைவனான சலீல் பின் கைஸ் ஆகியோர் அவளது அறிவிப்பை ஆதரித்தனர். ஏறத்தாழ, 4,000 படைவீரர்களைத் திரட்டிய சஜா, மதீனாவை நோக்கிப் படையெடுத்தாள்.

தன்னை எதிர்கொள்வதற்காக காலித் பின் வலீத் (ரலி) அவர்களின் படைகள் வந்துகொண்டிருப்பதை அறிந்த சஜா குழப்பமடைந்தாள். ஏற்கனவே, முசைலமாவும் தன்னை இறைத்தூதராக அறிவித்த நிலையில், பரஸ்பரம் ஒருவரை ஒருவர் பயந்திருந்தனர். இந்நிலையில், இக்ரிமா, ஷுரஹ்பில் (ரலி) ஆகியோர், முஸ்லிம் படைகளுடன் யமாமாவை அடைந்துவிட்டார்கள் என்பதை அறிந்ததும் அவர்களது பயம் அதிகரித்தது. இருவருமே மிகுந்த எச்சரிக்கையுடன் இருந்தனர். இறுதியில், முசைலமா, சஜாவின் நோக்கங்களை அறிந்து கொள்வதற்காக அவளுக்கொரு கடிதம் அனுப்பினான். "நான் மதீனாவின்மீது படையெடுக்க விரும்புகிறேன். நபிகளாக இருக்கும் நாமிருவரும் இணைந்து ஒரு தாக்குதலை நடத்துவோம்" என்று பதில் எழுதினாள் சஜா.

முசைலமா, இதற்கு அகந்தையுடன் பதில் சொன்னான்: "இறைத்தூதர் முஹம்மத் உயிருடனிருக்கும்போது, எனது நாட்டின் ஒரு பகுதியை அவரது ஆளுகையின்கீழ் விட்டிருந்தேன். அவருக்குப் பிறகு நாட்டை ஆள்பவன் நானே! இருந்தும், நீயும் உரிமை கோருவதால், எனது நபித்துவத்தில் ஒரு பகுதியை உனக்கு வழங்குகிறேன். உனது படைகளை விட்டு நீ என்னிடம் தனித்து

வருவதுதான் சாலவும் சிறந்தது. என்றால், நாம் நபித்துவப் பங்கு குறித்தும் மதீனாவின் மீதான தாக்குதல் குறித்தும் கலந்துரையாட இயலும்."

போலிப் பெண்நபியின் திருமணம் : முசைலமாவின் கடிதம் கிடைத்ததும் அவனைக் காண்பதற்காகப் புறப்பட்டாள் சஜா. தனது கோட்டையின் முன், தனிச்சிறப்புடன் அமைக்கப்பட்ட படைமுகாமில் வைத்து சஜாவை வரவேற்றான் முசைலமா. தொடர்ந்து, அவர்களுக்குள் இரகசிய பேச்சுவார்த்தை நடந்தது. முசைலமாவின் நபித்துவத்தை ஏற்றுக்கொண்டாள் சஜா. இது அவர்களிடையிலான திருமணம் வரைக்கும் சென்றடைந்தது. முசைலமாவுடன் மூன்று நாள்கள் தங்கியிருந்த சஜா, தனது முகாமுக்குத் திரும்பினாள். மஹர்கொடை குறித்த படையினரின் கேள்வியை அவள் முசைலமாவுக்கு அறிவித்தாள். மஹர் - திருமணக் கொடையாக அதிகாலைத் தொழுகையிலிருந்தும் இரவுத் தொழுகையிலிருந்தும் விலக்களித்தான் முசைலமா.

பின்னர் அவள் படையுடன் முன்னேறும்போது, காலித் பின் வலீத் (ரலி) அவர்களின் தலைமையில் வந்த முஸ்லிம் படைகள் எதிர்ப்பட்டன. சஜாவின் வீரர்கள் பயந்துபோயினர். சஜாவைத் தனியே விட்டு அவர்கள் தொலைவுகளை நோக்கித் தப்பித்தனர். சஜா, அரும்பாடுபட்டுத் தப்பித்தாள். பிறகு, தனது இனக்குழுவுடன் சேர்ந்து, எஞ்சிய காலங்களைத் தலைமறைவாக வாழ்ந்து தீர்த்தாள்.

மாலிக் பின் நுவைராவுக்குத் தண்டனை : இறைத்தூதரின் இறப்பில் மகிழ்ச்சியடைந்த மாலிக் பின் நுவைரா சஜாவுடனும் இணக்கமாக இருந்தான். பின்பு, இந்த உறவை அவன் துண்டித்துக்கொண்டான். முஸ்லிம் படைகளிடம் பிடிபட்டு, காலித் (ரலி) அவர்களிடம் அழைத்துவரப்பட்ட மாலிக், தொழுகை அழைப்புக்கு மறுமொழி கூறியதாகவும், ஆகவே, அவனுக்கு மரணதண்டனை விதிக்கக்கூடாதென்றும் அவனது குடியிருப்பில் வாழ்ந்த முஸ்லிம்கள் வாதாடினார்கள்.

மற்றவர்கள் இதை ஏற்கவில்லை. தொழுகை அழைப்பு, மறுமொழிக்காக மட்டுமே விடுக்கப்படவில்லை என்றும் ஆகவே, கலீஃபாவின் ஆணைப்படி, அவனுக்கு மரண தண்டனை விதிக்க

வேண்டுமென்று சொன்னார்கள். காலித் (ரலி) அவர்களால் சரியான உண்மையை வெளிக்கொண்டு வர இயலவில்லை. அவர்களுடனான உரையாடலின்போது, இறைத்தூதரைக் குறிப்பிட்டு மாலிக், உங்கள் தலைவர் இன்னவற்றைப் பேசினார் என்று சொன்னதாக அறிந்து இது குறித்து விசாரித்தார். மாலிக் பின் நுவைராவால் இதற்குத் தெளிவான பதிலைச் சொல்ல இயலவில்லை.

தபரியின் கூற்றுப்படி, அப்போது, கையில் வாளுடன் அருகில் நின்றிருந்த ளிரார் (ரலி), காலித் (ரலி) அவர்களிடமிருந்து சமிக்ஞை கிடைத்ததும் மாலிக்கின் தலையை வெட்டினார். இவ்வாறான நிகழ்வுகள் போர்க்கள இயல்புகள்தான். இருப்பினும், வரலாற்றாசிரியர்கள் இதை வேறு சூழல்களில் குறிப்பிடுகின்றனர்.

அபூகத்தாதா (ரலி), காலித் (ரலி) அவர்களின் படைப்பிரிவில் இருந்தார். மாலிக், தொழுகை அழைப்புக்கு மறுமொழி சொன்னார் என்று வாதாடியவர்களில் இவரும் ஒருவர். மாலிக்கின் மரண தண்டனையில் கோபமடந்த அபூகத்தாதா (ரலி), படைத்தலைவரான காலித் (ரலி) அவர்களின் ஒப்புதலைப் பெறாமல் மதீனாவுக்குத் திரும்பி, “தகுந்த காரணங்கள் இல்லாமலேயே காலித் (ரலி) முஸ்லிம்களைக் கொல்கிறார்” என்று கலீஃபாவிடம் முறையிட்டார்.

முதலில், காலித் (ரலி) அவர்களைப் பதவி நீக்கம் செய்த பின், அவருக்கெதிராக ஒழுங்கு நடவடிக்கை எடுக்க வேண்டும் என்று உமர் (ரலி) அவர்களும் வேறு பலரும் கலீஃபாவிடம் சொன்னார்கள். ஒரு முஸ்லிமை காலித் (ரலி) கொன்றார் என்று குற்றம்சாட்டுவது எளிதாக இருந்தது. ஏனெனில் காலித் பின்னர், மாலிக்கின் மனைவியைத் திருமணம் செய்தார்.

விளக்கங்கள் அனைத்தையும் பொறுமையுடன் கேட்ட அபூபக்ர் (ரலி), “படைத்தலைவரின் அனுமதியின்றி அபூகத்தாதா மதீனாவுக்கு வந்தது குற்றம். ஆகவே, அவர் மீண்டும், படைகளுடன் இணைந்து தலைவரின் ஆணைக்குக் கட்டுப்பட வேண்டும்” என்று உத்தரவிட்டார். பிறகு, “தீர்ப்பு வழங்குவதில் காலித் (ரலி) தவறு செய்து விட்டார்” என்று உமர் (ரலி) அவர்களிடமும் மற்றவர்களிடமும் தெரிவித்தார்.

போர்க்கொள்கைகள்படியும் படைஒழுங்குகள்படியும் அல்லாஹ்வின் வாள் என்று சிறப்பிக்கப்பட்ட காலித் (ரலி) அவர்களிடமிருந்து குருதி இழப்பீடு பெறவோ, பதவியிலிருந்து அவரை நீக்கம் செய்யவோ தேவையில்லை. ஆகவே, குருதி இழப்பீட்டுத் தொகையை அபூபக்ர் (ரலி) பொதுக்கருவூலத்திலிருந்து கொடுத்தார்.

பொய்யன் முசைலமா : மக்கா வெற்றிக்குப் பிறகு இறைத்தூதரிடம் வந்து சேர்ந்த குழுக்களில் ஒன்று ஹனீஃபா வம்சம். முசைலமா பின் ஹுபைபும் இதே இனக்குழுவைச் சேர்ந்தவன்தான். மதீனாவிலிருந்து யமாமாவுக்குத் திரும்பிய முசைலமா, இறைத்தூதரின் மோசமான உடல்நிலை குறித்து அறிந்து கொண்டதும் தனது நபித்துவத்தை வெளிப்படையாகப் பறைசாற்றினான். "நபித்துவம் நம் இருவராலும் பகிர்ந்துகொள்ளப்படுவதால் நாட்டை ஆளுக்கொரு பகுதியாக எடுத்துக்கொள்ள நமக்குத் தகுதியிருக்கிறது" என்று ஒரு கடிதத்தையும் இவன் இறைத்தூதருக்கு அனுப்பியிருந்தான்.

இறைத்தூதர் இதற்குப் பதிலளித்தார்: "அளவற்ற அருளாளனும் நிகரற்ற அன்புடையோனுமாகிய அல்லாஹ்வின் பெயரால். அல்லாஹ்வின் தூதர் முஹம்மத், பொய்யன் முசைலமாவுக்கு எழுதுவதாவது: நல்வழியைப் பின்பற்றுபவருக்கு அமைதி ஏற்படுவதாக! இந்த பூமியின் உரிமையாளன் அல்லாஹ் ஒருவனே! அவனது அடியார்களில் யாரை அவன் நாடுகிறானோ, அவருக்கே இதனை ஆட்சிசெய்யும் உரிமையை வழங்குகிறான். முடிவு இறையச்சம் உடையவர்களுக்கே."

தொடர்ந்து முசைலமாவை நல்வழிப்படுத்தும் நோக்கத்துடன் இறைத்தூதர் அவர்கள், ஹனீஃபா வம்சத்தைச் சேர்ந்த ரஜ்ஜால் பின் அன்ஃபுஹ் எனும் மதிப்புக்குரிய ஒருவரை அனுப்பி வைத்தார். ஆனால், யமாமாவை அடைந்த ரஜ்ஜால், முசைலமாவுக்கு ஆதரவாக மாறியதுடன் அவனையே பின்பற்றினான். முசைலமாவின் கெடுமதி, பரவலான மக்கள் மதிப்பையும் பெற்றது. இறுதியில், முசைலமாவை அடக்குவதற்காக, இக்ரிமா பின் அபூஜஹ்ல் (ரலி) அனுப்பப்பட்டார். தொடர்ந்து, துணைப் படையுடன் ஷுர்ஹபில் பின் ஹசனா (ரலி) அவர்களும் சென்றார். துணைப்படைகள் வருவதற்குள் இக்ரிமா (ரலி) முசைலமாவின் படைகள்மீது தாக்குதல் நடத்தித் தோற்கடித்தார்.

செய்தியை அறிந்த அபூபக்ர் (ரலி), "மதீனாவுக்குத் திரும்பிவிட வேண்டாம்; ஹுதைஃபா, அர்ஃபஜா (ரலி) ஆகியோருடன் இணைந்து அவர்கள் தலைமையின்கீழ் மஹ்ரா, ஓமன்வாசிகளைக் கீழ்ப்படியச் செய்யுங்கள்" என்று இக்ரிமா (ரலி) அவர்களுக்குச் செய்தியனுப்பினார். இச்செய்தியின்படி, தனது இப்பணியை முடித்துவிட்டு படைகளை யேமனுக்கும் ஹள்ரமவ்த்துக்கும் நடத்திச்சென்று முஹாஜிர் பின் அபூஉமய்யா (ரலி) அவர்களுடன் இணைந்து கொள்ள வேண்டும்.

அபூபக்ர் (ரலி), ஷுர்ஹபிள் (ரலி) அவர்களுக்கு அனுப்பிய தகவலில், காலித் (ரலி) அவர்களின் படைமுகாமுக்குச் சென்று, அங்கிருந்து அம்ர் பின் அல்ஆஸ் (ரலி) அவர்களின் தலைமையின்கீழ் அங்குள்ள அவநம்பிக்கையாளர்களான குதாஆ வம்சத்தாரை எதிர்கொள்ளும்படி அறிவித்தார். அதேவேளையில், காலித் (ரலி), மதீனாவுக்குத் திரும்பி வந்தார். அபூபக்ர் (ரலி), காலித் (ரலி) அவர்களின் வழக்கை எடுத்துக்கொள்ளாமல் முஹாஜிர்களும் அன்சார்களும் அடங்கிய ஒரு படைக்கு அவரைத் தலைவராக்கிப் பொய்யன் முசைலமாவை அடக்குவதற்காக அனுப்பி வைத்தார். இது, உண்மையில் அவருக்குக் காட்டப்பட்ட மதிப்பின் அடையாளமாகும்.

இனப்பெருமைக்காக தவறான வழியில் : ரபீஆ இனக்குழுவிலுள்ள 40,000 வீரர்களை முசைலமா தன்னுடன் வைத்திருந்தான். அவன் பொய்யனென்று இவர்களில் சிலர் அறிந்திருந்தனர். ஆயினும், இவர்களைத் தவறான வழியில் கொண்டுசென்ற இனப்பெருமையானது, முசைலமாவின் வெற்றியை விரும்பியது. வெளிப்படையாகவே அவர்கள், "முசைலமா பொய்யனும் முஹம்மத் உண்மையாளருமாக இருந்தாலும் எங்களைப் பொறுத்தவரைக்கும், உண்மையான இறைத்தூதரைவிடவும் ரபீஆவின் பொய்த் தூதரே அன்புக்குரியவர்" என்று கூறினார்கள்.

கலீஃபா அபூபக்ர் (ரலி), காலித் (ரலி) அவர்களுக்கு உதவியாக மேலும் படைகளை அனுப்பி வைத்தார். இப்போது முஸ்லிம் வீரர்களின் எண்ணிக்கை 13,000 ஆக உயர்ந்தது. படைகள் யமாமா நகரின் இரண்டு நாள் பயணத் தொலைவில் இருந்த நிலையில் ஒரு முன்னணிப் படையாக சிறு படையை அனுப்பி வைத்தார்.

அதே நாளில், தமீம் வம்சத்தாரை, ஒளிந்திருந்து தாக்குவதற்காக, முஜ்ஜாஹ் பின் முராராவின் தலைமையில் 60 பேர்கொண்ட ஒரு குழுவை அனுப்பியிருந்தான் முசைலமா. இக்குழு, முஸ்லிம் முன்னணிப் படையை எதிர்பாராமல் சந்தித்தது. அப்போது நடந்த மோதலில் எதிரிகள் அனைவரும் கொல்லப்பட்டனர். குழுத்தலைவன் முஜ்ஜாஹ், காலித் (ரலி) முன்னிலையில் அழைத்து வரப்பட்டான். காலித் (ரலி) அவர்களின் முஸ்லிம்படைகள் யமாமாவை அடைந்தன. முசைலமா நகரை விட்டு வெளியே வந்து, அதன் நுழைவாயிலில் ஒரு தோட்டத்தில் பலத்தப் பாதுகாப்பு ஏற்பாடுகளுடன் முகாம் அமைத்தான்.

வெறிமிகுந்த போர் : பொய்யன் முசைலமாவின் 40,000 படைவீரர்கள், 13,000 வீரர்களுக்கும் குறைவான முஸ்லிம் படையுடன் மோதியது. பயமுறுத்தும் விதமாக பெரும்போர் மூண்டது. எதிரிகளின் வெறிபிடித்தத் தாக்குதலை, முதலில் மிகுந்தப் பொறுமையுடனும் உறுதியுடனும் எதிர்கொண்ட முஸ்லிம்கள், மிக விரைவிலேயே திட்டமிட்டு, ஒன்று திரண்டு எதிரிகள்மீது புலிகளைப்போல் பாய்ந்து புறமுதுகிடச் செய்தனர்.

போர்க்களத்தைவிட்டு ஓடிய எதிரிகள், நகர நுழைவாயிலில் ஒன்றுதிரண்டு, மீண்டும் தாக்குதலில் ஈடுபட்டனர். இதில், முஸ்லிம் படையின் கொடி வீரர் ஸாபித் பின் கைஸ் (ரலி) உயிர்துறந்தார். கொடியை ஸைத் பின் கத்தாப் (ரலி) ஏந்திக்கொண்டார். முஸ்லிம்களின் உறுதியும் வீரமும், எதிரிகளைத் தோட்டச்சுவர் தாண்டி ஓட வைத்தன. சுவரை உடைத்துக்கொண்டு முஸ்லிம்களும் பின் தொடர்ந்தனர்.

படைவீரர்கள் முசைலமாவிடம், "கடவுள் உங்களுக்கு வாக்களித்த வெற்றி எப்போது சாத்தியமாகும்?" என்று கேட்டனர். "இதைப் பற்றிப் பேசுவதற்கான நேரம் இதுவல்ல! ஒவ்வொருவரும் தங்கள் மனைவி, மக்களின் பாதுகாப்பை முன்னிறுத்தி போரிட வேண்டிய நேரம் இது" என்றான் முசைலமா.

முசைலமாவின் தோட்டமும் இப்போது போர்க்களமாக மாறியிருந்தது. அவன் தனது குதிரையிலேறி வீரர்களைக் கூவியழைக்கத் தொடங்கினான். நிலைமைகள் முற்றிலுமாக முஸ்லிம்களின் கட்டுப்பாட்டின்கீழ் இருப்பதை உணர்ந்து,

குதிரையிலிருந்து இறங்கி ஒளிந்தவாறே நுழைவாயிலை நோக்கிச் சென்றான். அப்போது, ஹம்ஸா (ரலி) அவர்களைக் கொன்ற வஹ்ஷி, தோட்டத்தின் நுழைவாயிலில் நின்று முசைலமாவைக் குறி வைத்து, தனது ஈட்டியை எறிந்தான். முசைலமாவின் இரட்டை மார்புக்கவசத்தையும் ஊடுருவிப் பாய்ந்த ஈட்டி, அவனது வயிற்றின் குறுக்கே நுழைந்துக் கிழித்தது.

எதிரிகளைப் பெரும்பயம் சூழ்ந்துகொண்டது. சிறிது நேரத்தில் முஸ்லிம்களைத் தவிர, வேறு யாரும் போர்க்களத்தில் இல்லை. இப்போரில் எதிரிகள் பதினேழாயிரம் பேர் மாண்டனர். முசைலமா படையின் பெரும்பகுதியும் அழிந்தது. முஸ்லிம்களில் 1000 வீரர்கள் உயிர் துறந்தனர். இவர்களில் பெரும் பகுதியினர், குர்ஆனை முழுமையாக மனனம் செய்திருந்த ஹாஃபிழ்கள்.

ஹனீஃபா வம்சத்தாரில் எஞ்சியிருந்த அனைவரும் தங்கள் உயிர்களைக் காப்பாற்றிக்கொள்ளும் பொருட்டு, மனைவி மக்களைத் துறந்து, போர்க்களத்தைவிட்டு ஓடினார்கள். பெருமளவிலான முஸ்லிம்கள் காயம்பட்டிருந்த நிலையில் யமாமா தாக்குதலை மறுநாள் வைத்துக்கொள்வதென காலித் (ரலி) முடிவு செய்தார். சிறைப்படுத்தப்பட்ட முஜ்ஜாஹ் பின் முராராவுக்கு இம்முடிவு தற்கால ஆறுதல் தந்தது. தனது இனக்குழுவில் இன்னும் ஏராளமானோர் உயிருடனிருப்பதாகவும் அவர்கள் பெருமளவிலான போர்க் கருவிகளுடன் தயாராக இருப்பதாகவும் வெறும் வாட்களை மட்டும் வைத்து அவர்களை வென்றுவிட இயலாதென்றும் அவன் காலித் (ரலி) அவர்களைத் திசை திருப்பும் முயற்சியில் ஈடுபட்டான். தன்னை விடுதலை செய்தால், அவர்களிடம் பேசி, போரைத் தவிர்த்துக்கொள்ள அறிவுறுத்த இயலும் என்றும் இதன்மூலம், இரத்தம் சிந்தாமல், மிக எளிதாக யமாமா நகரையும் அதன் மக்களையும் முஸ்லிம்களின்கீழ் கொண்டுவர இயலும் என்றான். இதை ஏற்றுக்கொண்ட காலித் (ரலி) அவனை விடுதலை செய்தார். நகருக்குள் சென்ற முஜ்ஜாஹ், போர்க்கருவிகளுடன் பெண்கள் அனைவரையும் பாதுகாப்பு அரண்கள்மீது ஏறச்சொன்னான். பிறகு, திரும்பி வந்து காலித் (ரலி) அவர்களிடம், பாதுகாப்பு அளிப்பதை மட்டும் முன்வைத்து உடன்பாடு ஏற்படுத்திக் கொள்வதை என்னுடைய மக்கள் விரும்பவில்லை என்றான்.

காலித் (ரலி) பார்த்தபோது, முஜ்ஜாஹ் சொன்னது உண்மைதான்.

பாதுகாப்பு அரண்களின்மீது வாட்களும் ஈட்டிகளும் மட்டுமே தெரிந்தன. போரில் ஏராளமானோர் காயமுற்றிருந்த நிலையையும் ஒரு பெரும் போரின் முடிவில் வீரர்களுடைய எதிர்பார்ப்பையும் கவனத்தில் கொண்ட காலித் (ரலி), உடன்பாடு செய்துகொள்வதுதான் ஏற்புடையது என்று முடிவு செய்தார். எனவே, எதிரிகளின் செல்வத்திலும் உடைமையிலும் விளை பொருள்களிலும் சரி விகிதம் தரப்பட வேண்டுமென்றும் கைதிகளில் பகுதியினரை விடுதலை செய்வதாகவும் சொன்னார்.

மீண்டும் நகருக்குள் சென்று வந்த முஜ்ஜாஹ், "உங்கள் நிபந்தனைகளை அவர்கள் ஏற்கத் தயாராக இல்லை. அவர்களது உடைமைகளில் நான்கில் ஒரு பகுதியை உங்களுக்குத் தருவார்கள். இதன் அடிப்படையில் நாம் உடன்படிக்கை செய்துகொள்ளலாம்" என்றார். இதற்கு, காலித் (ரலி) இசைவு தெரிவித்தார். உடன்படிக்கை எழுதப்பட்டது.

தொடர்ந்து, காலித் (ரலி) நகருக்குள் நுழைந்தபோது அங்கே பெண்களையும் சிறு வயதினரையும் தவிர யாருமில்லை. திகைப்பிலாழ்ந்த காலித் (ரலி), முஜ்ஜாஹ்விடம் இது குறித்துக் கேட்டார். "அழிவின் விளிம்பிலிருந்த என் மக்களை மீட்பது எனது கடமை. ஆகவே, தாங்கள் எனக்கு மன்னிப்பளிக்க வேண்டும்" என்றான் அவன்.

உடன்படிக்கையை மீற வேண்டாம் என்ற எண்ணத்துடன் காலித் (ரலி) அமைதியாக இருந்தார். சிறிது நேரத்தில், அபூபக்ர் (ரலி) அவர்களின் தூதுவராக வந்த முசைலமா பின் வக்ஸ், ஒரு கடிதத்தை காலித் (ரலி) அவர்களிடம் கொடுத்தார். போரில் வெற்றி பெற்ற நிலையில் எதிரிகளுக்கு மரண தண்டனையளிக்கவும் பெண்களையும் சிறுவயதினரையும் கைதிகளாக்கவும் அதில் சொல்லப்பட்டிருந்தது. ஆனால், தூதுவர் வருவதற்குள் உடன்படிக்கை நிறைவேற்றப்பட்டதால் கலீஃபாவின் உத்தரவைக் கடைப்பிடிக்க இயலாமல் போனது. தங்கள் வாக்குறுதிகளைக் காப்பதிலும் உடன்படிக்கைகளைப் பேணுவதிலும் முஸ்லிம்கள் எந்த அளவுக்கு முன்னுதாரணமாக நடந்துகொண்டார்கள் என்பதற்கு இந்நிகழ்ச்சி மிகப்பெரிய எடுத்துக்காட்டு.

காலித் (ரலி) ஒரு கடிதத்துடன் ஹனீஃபா வம்சத்தாரின் ஒரு

குழுவை அபூபக்ர் (ரலி) அவர்களிடம் அனுப்பி வைத்தார். இதில் அண்மையில் பெற்ற வெற்றிகளின் நுட்பங்களையும் ஹனீஃபா வம்சத்தார் மீண்டும் இஸ்லாத்தை ஏற்றுக்கொண்டதையும் விவரித்திருந்தார். அவர்களைச் சிறந்த முறையில் வரவேற்று உபசரித்த அபூபக்ர் (ரலி) அதே மனநிலையுடன் வழியனுப்பியும் வைத்தார். யமாமா போர், ஹிஜ்ரீ 11ஆம் ஆண்டு, துல்ஹிஜ்ஜா மாதம் நடந்தது.

ஹத்ம் பின் துபைஆ : அபூபக்ர் (ரலி), அலா பின் அல்ஹள்ரமி (ரலி) தலைமையிலான ஒரு படையை பஹ்ரைனுக்கு அனுப்பியிருந்ததை ஏற்கனவே பார்த்தோம். அப்துல் கைஸ், பக்ர் பின் வாஇல் வம்சமும் அவர்களது பிற வம்சங்களும் பஹ்ரைனில் வாழ்ந்து வந்தனர்.

அப்துல் கைஸ் வம்சத்தின் பிரதிநிதியாக, ஜாரூத் பின் அல்முஅல்லா (ரலி) ஒருமுறை இறைத்தூதரைச் சந்தித்த நிகழ்வும் முன்னர் குறிப்பிடப்பட்டது. இந்த அப்துல் கைஸ் வம்சத்தினர், இறைத்தூதரின் இறப்பை அறிந்ததும், அவர் இறைத்தூதர்தான் என்பது உண்மையாக இருந்தால் இறந்திருக்கவே மாட்டார் என்ற எண்ணத்தில் இஸ்லாத்தைத் துறந்தனர். ஜாரூத் (ரலி) தன் மக்களை ஒன்றுதிரட்டி, "முஹம்மத் (ஸல்) அவர்களுக்கு முன் வேறு இறைத்தூதர்கள் இருந்தார்களா?" என்று கேட்டார். அவர்களும் ஒருமித்தக் குரலில் "ஆமாம், இருந்தார்கள்" என்றனர். "பூமியின்மீதான தங்கள் வாழ்நாட்கள் முடிந்த பின் எல்லாரையும்போல் அவர்களும் இறந்து போனார்கள்தானே?" என்று கேட்டார். "ஆமாம். அவர்களும் இறந்துதான் போனார்கள்" என்றனர் மக்கள். "இறைத்தூதர் அவர்களும் அவ்வாறு தமது கடமைகளைச் செய்து முடித்து, தமது வாழ்நாளை நிறைவுசெய்த பின், இறந்துபோனார்" என்று சொல்லி விட்டு, உரத்தக் குரலில் அறிவித்தார்: "அல்லாஹ்வைத் தவிர வேறு இறைவன் இல்லை என்றும் முஹம்மத் அவர்கள் அவனுடைய அடியாரும் தூதருமாவார் என்றும் நான் சாட்சியம் கூறுகிறேன்." அப்துல் கைஸ் வம்சத்தார் தங்களது தவறான செயலுக்காக மனம் வருந்தியதுடன் மீண்டும் இஸ்லாத்திற்குள் தங்களை ஈடுபடுத்திக்கொண்டனர்.

ஜாரூத் (ரலி) அவர்களின் முயற்சியால், அப்துல் கைஸ் வம்சம் மனம் திரும்பினாலும், பக்ர் பின் வாஇல் வம்சம், அவநம்பிக்கையை பின்பற்றியதுடன் தங்கள் தலைவனாக ஹத்மைத் தேர்வு செய்தது.

இவன் பெரும் எண்ணிக்கையிலான பக்ர் வம்சத்தாரை ஒன்று திரட்டிச் சென்று கத்தீஃபுக்கும் ஹிஜ்ருக்குமிடையில் முகாமிட்டான். பிறகு, அப்துல் கைஸ் வம்சத்தினரை அவநம்பிக்கையாளர்களாக மாற்றும் பொருட்டு, ஒரு சிறு குழுவை அங்கே அனுப்பி வைத்தான். இதற்கு, அப்துல் கைஸ் வம்சத்தார் உறுதியாக மறுத்துவிட்டனர்.

அப்துல் கைஸ் வம்சம் இஸ்லாத்தைத் துறக்க வேண்டும், மறுத்தால் அவர்களை எதிர்த்துப் போரிட வேண்டுமென்ற நோக்கத்துடன் மஅரூர் பின் சுவைத் தலைமையில் ஒரு குழுவை அனுப்பி வைத்தான். அதேவேளையில், அலா (ரலி) தமது படையுடன் பஹ்ரைனுக்கு வந்து சேர்ந்தார். அப்துல் கைஸ் வம்சத்தாருடன் சேர்ந்து, ஹத்ம் குழுவினர்மீது தாக்குதல் மேற்கொள்ளுமாறு அவர் ஜாரூத் (ரலி) அவர்களுக்குத் தகவல் அனுப்பினார்.

தகவல் அறிந்ததும், சுற்றியுள்ள பகுதிகளில் வாழும் முஸ்லிம்கள், அலா (ரலி) தலைமையில் ஒன்று திரண்டனர். ஹத்மைச் சுற்றிலும் அவநம்பிக்கையாளர் ஒன்று திரண்டனர். அலா (ரலி) தமது படையுடன் முன்னேறி, ஹத்மின் முகாம் அருகில் தாமும் முகாமிட்டார். ஹத்ம் தனது முகாமைச் சுற்றிலும் அகழிகள் தோண்டியிருந்தான். இரு படைகளுக்குமிடையே போர் மூண்டது. ஒரு மாத காலமாகப் போர் நிகழ்ந்தும் யாரும் வெற்றி பெறவில்லை. பொறுமையிழந்த அலா (ரலி) எதிரியின் அகழிகளைக் கடந்து சென்று தாக்குதலை மேற்கொண்டார். எதிரிப்படையினர் நடுக்க முற்றனர். கைஸ் பின் அஸீமின் கைகளால் ஹத்ம் கொலையுண்டான். எதிரிகள் முற்றிலுமாகத் துரத்தியடிக்கப்பட்டனர். அவநம்பிக்கையாளர்கள் அனைவரும் படிப்படியாக மீண்டும் இஸ்லாத்துக்கு வந்தனர்.

லக்கீத் பின் மாலிக் : ஹுதைஃபா பின் மிஹ்ஸான் (ரலி) அவர்களை ஓமனுக்கும், அர்ஃபஜா பின் ஹர்த்தமா (ரலி) அவர்களை மஹ்ரா மக்களிடமும் அனுப்பிய அபூபக்ர் (ரலி) அவர்கள், இருவரும் இணைந்து செயல்பட வேண்டும் என்று உத்தரவிட்டிருந்தார். ஓமனில், லக்கீத் என்பவன், இறைத்தூதர் அவர்கள் இறந்த தகவலைக் கேள்விப்பட்டதும் தானுமொரு நபிதான் என்று சொல்லி வந்தான். ஓமன், மஹ்ராவின் மக்கள் அவநம்பிக்கையாளர்களாக மாறியதுடன் இறைத்தூதரால் நியமிக்கப் பட்டிருந்த ஸகாத் நிதி திரட்டுபவர்களைத் தங்கள் பகுதிகளை விட்டு வன்முறையாக வெளியேற்றியிருந்தனர்.

ஹுதைஃபா (ரலி) அவர்களை முதலில் ஓமனுக்குச் செல்லுமாறும், அங்கே தமது கடமையை நிறைவு செய்த பின், மஹ்ராவுக்குச் செல்லுமாறும் அபூபக்ர் (ரலி) தகவல் அனுப்பினார். மேலும், இக்ரிமா (ரலி) அவர்களை ஹுதைஃபா, அர்ஃபஜா (ரலி) ஆகியோருடன் ஓமனில் இணைந்துகொள்ளுமாறும் அறிவுறுத்தினார். இவ்வாறாக, முஸ்லிம் படைப்பிரிவுகளின் மூன்று தலைவர்களும் ஓமனில் ஒன்று சேர்ந்தனர்.

இதையறிந்த லக்கீத், தனது வீரர்களைத் திரட்டிக்கொண்டு முன்னேறினான். முஸ்லிம் படைகளின் முன்னணித் தலைவராக இக்ரிமா (ரலி) அவர்களும், வலப்புறப் பிரிவின் தலைவராக ஹுதைஃபா (ரலி) அவர்களும், இடப்புறப் பிரிவின் தலைவராக அர்ஃபஜா (ரலி) அவர்களும் இஸ்லாத்தில் உறுதியுடனிருந்த செல்வமும் செல்வாக்குமுள்ள ஓமனியர்கள் படையின் நடுப்பிரிவுக்குப் பொறுப்பாளர்களாகவும் இருந்தனர்.

அதிகாலைத் தொழுகை நேரத்தில் போர் மூண்டது. தாழ்ந்த பகுதிகளில் இஸ்லாமியப் படைகளும், மேடான பகுதிகளில் எதிரிப்படைகளும் நின்று போரிட்டன. தொடக்கத்தில் முஸ்லிம் படைகள் தோல்வி முகத்தில் இருந்தாலும், அவர்களது நாடறிந்த பொறுமையும் உறுதியும் சூழலைப் புரட்டிப்போட்டன. உயிரிழந்த ஆயிரம் உடல்களையும் நான்காயிரம் கைதிகளையும் பெருமளவிலான போர்ப்பொருள்களையும் துறந்துவிட்டு எதிரிகள் புறமுதுகிட்டு ஓடினர்.

முஸ்லிம் படைகள் வெற்றியுடன் மதீனாவுக்குத் திரும்பின. இக்ரிமா (ரலி) மஹ்ராவுக்குச் சென்றார். சிறிது காலத்தினுள் ஓமன் மக்கள் அனைவரும் இஸ்லாத்துக்குத் திரும்பினர்.

மஹ்ராவில் இறைமறை எதிர்ப்பு : மஹ்ராப் பகுதிகளில், ஓமன் மக்களில் சிலரும், அப்துல் கைஸ், அஸ்த், சஅத் இனக்குழு வம்சத்தார்களில் சிலரும் வாழ்ந்து வந்தனர். இறைமறையை எதிர்ப்பவர்களாக மாறிய பின், இவர்கள் இரு பிரிவினராக மாறியதுடன் பரஸ்பரம் மோதலில் ஈடுபட்டு வந்தனர். இந்நிலையில், இக்ரிமா (ரலி) மஹ்ராவுக்கு வந்தார். இதில் ஒரு பிரிவினர் இஸ்லாத்தை ஏற்றுக் கொண்டனர். முசப்பிஹின் தலைமையிலான மற்றொரு பிரிவு இக்ரிமா (ரலி) அவர்களின் வேண்டுகோளை

நிராகரித்து ஒதுக்கியது. முசப்பிஹ், தனது நிலையில் தீவிரமாக இருந்தான்.

இதைத் தொடர்ந்து நடைபெற்ற போரில் முஸ்லிம்கள் வெற்றி பெற்றதுடன், முசப்பிஹ் உயிரிழந்தான். இவ்வெற்றி, எல்லா இனக்குழுவிலிருந்தும் ஏராளமானோர் இஸ்லாத்தை நோக்கி வருவதற்குக் காரணமாக அமைந்தது.

யேமனில் இறைமறை எதிர்ப்பு : ஏற்கனவே குறிப்பிடப்பட்ட அஸ்வத் அன்ஸி தானுமொரு இறைத்தூதரென்று சொல்லி, யேமன் முழுவதும் குழப்பங்களை உருவாக்கி வந்தான். இறைத்தூதர் அவர்கள் வாழும் காலத்திலேயே தனது அழிவையும் இவன் தேடிக்கொண்டான். இறைமறை எதிர்ப்பு மேகங்கள் கலைந்து, இஸ்லாம் வளர்ந்து வந்த நிலையில், இறைத்தூதரின் இறப்பு, அதன் வருகைக்கு மீண்டும் தளம் அமைத்தது. அவர்கள் இப்போது கைஸ் பின் மக்ஸூஹ், அம்ர் பின் மஃதிகரிப் ஆகிய இரு தலைவர்களின்கீழ் வலிமை பெற்று வந்தனர்.

எண்ணிக்கையில் முஸ்லிம்கள் சிறுபான்மையினராக இருந்தனர். யேமானிய இறைமறை எதிர்ப்பால் அவர்கள் ஈவிரக்கமற்றத் துன்பங்களுக்கு ஆளாயினர். இதன் விளைவாக அங்கிருந்து வெளியேறினர். அபூபக்ர் (ரலி), ஒரு படைப்பிரிவுடன் முஹாஜிர் பின் அபூஉமய்யா (ரலி) அவர்களை மக்கா, தாயிஃப் நகரங்கள் வழியாக, நஜ்ரானுக்குச் செல்லுமாறும் வழியில் இந்நகரங்களிலுள்ள முஸ்லிம் வீரர்களைத் திரட்டிக்கொள்ளுமாறும் உத்தரவிட்டார். முஹாஜிர் (ரலி) அவர்களின் வருகை குறித்து கைசும் அம்ர் பின் மஃதிகரிபும் ஏற்கனவே அறிந்திருந்தனர். அம்ர், புகழ்பெற்ற ஒரு மற்போர் வீரன். அவனது வாள்சண்டை பெரும் புகழ்பெற்றது.

தன்னையும் படையையும் பெருந்திரளான ஆற்றல்மிக்க எதிரிகள் கூட்டம் சூழ்ந்துகொண்டிருப்பதை அறிந்தார் முஹாஜிர் (ரலி). இது, அவர்களுக்குள் ஒரு முடிவுக்கு வர வேண்டிய கட்டாயத்தையும் துணிச்சலையும் மனத்தூண்டுதலையும் ஏற்படுத்தியது. இந்நிலையில் முழு ஆற்றலுடனும் பகைவர்களை எதிர்கொண்டனர். எதிரிகள் படுதோல்வி அடைந்தனர். கைதிகளாக மதீனாவுக்கு அழைத்து வரப்பட்ட கைசும் அம்ரும் தங்கள் தவறுகளை ஏற்றுக்கொண்டு இஸ்லாத்துக்குத் திரும்பினார்கள்.

முஹாஜிர் (ரலி), ஸன்ஆவை அடைந்து இறைமறை எதிர்ப்புப் பகுதிகள் அனைத்தையும் தூய்மை செய்தார். இங்குதான் அவர், இக்ரிமா (ரலி) அவர்களைச் சந்தித்தார். இரு படைத் தலைவர்களும் ஒன்றுசேர்ந்து, கின்தா இனக்குழுவினரை அடக்கப் புறப்பட்டனர். கின்தா இனக்குழுவினர், அஷ்அத் பின் கைசின் தலைமையின்கீழ், முஸ்லிம்களுக்கெதிராக பெருமளவிலான போர் முஸ்தீபுகளில் மும்முரமாக ஈடுபட்டிருந்தனர். நாள்தோறும் அவர்களது படைபலம் அதிகரித்து வந்தது. இதையறிந்த முஹாஜிர் (ரலி), தமது படையை இக்ரிமா (ரலி) அவர்களிடம் ஒப்படைத்துவிட்டு, அதிவேகமான ஒரு குதிரைப்படையை உருவாக்கி, அஷ்அதை நோக்கிச் செலுத்தினார்.

பயத்தில் மிரண்டுபோன எதிரிப்படையினர் புறமுதுகிட்டோடும் விதமாக எதிர்பாராதத் தாக்குதலை மேற்கொண்டார் முஹாஜிர் (ரலி). அஷ்அத் மிக வேகமாகத் தப்பித்து, ஒரு கோட்டையில் போய்த் தஞ்சமடைந்தான். அங்கிருந்த பிற எதிரிகள் தங்களுடன் அவனையும் சேர்த்துக்கொண்டனர். முஹாஜிர் (ரலி) அந்தக் கோட்டையை முற்றுகையிட்டார். அப்போது, இக்ரிமா (ரலி) அவர்களும் படைகளும் வந்து சேர்ந்தனர்.

முற்றுகையின் தீவிரமும் துணைப்படைகளுக்கு நேர்ந்த தடையும் காரணமாக, ஆயுதங்களைக் கை விட வேண்டிய சூழலை அவனுக்கு உருவாக்கின. தன் மனைவி, மக்கள் உட்பட சிலரை மட்டும் உயிருடன் விட்டுவிடும்படி முஸ்லிம் படைத்தலைவரிடம் அவன் வேண்டுகோள் விடுத்தான். இதில் தனது பெயரை உட்படுத்த மறந்து விட்டான். அந்தச் சிலர் தவிர ஏனையோர் கைது செய்யப்பட்டனர். கைதிகளில் அஷ்அதும் ஒருவன். அனைவரும் அபூபக்ர் (ரலி) முன் கொண்டு வரப்பட்டனர். அஷ்அத் தனது செயல்களுக்காக வருத்தம் தெரிவித்து அந்த இடத்திலேயே இஸ்லாத்தை ஏற்றுக்கொண்டான்.

அபூபக்ர் (ரலி), கடந்த காலச் செயல்களில் மீண்டும் ஈடுபடக்கூடாது என்ற எச்சரிக்கையுடன், அஷ்அத் உட்பட கைதிகள் அனைவரையும் விடுதலை செய்தார்.

இறைமறை எதிர்ப்புகள் வேருடன் அழிந்தன : ஓராண்டுக்கும் குறைவான காலஅளவினுள் எல்லா இறைமறை எதிர்ப்புக்

கிளர்ச்சிகளையும் அபூபக்ர் (ரலி) அவர்களால் அடக்க முடிந்தது. அரேபிய தீபகற்பம் முழுவதும் இப்போது பல கடவுள் வணக்கத்திலிருந்தும் அவநம்பிக்கையிலிருந்தும் விடுதலை அடைந்திருந்தது. அரபுப் பெருநிலத்தின் எந்தப் பகுதியிலும் எதிர்ப்பின் சிறு அம்சங்கள்கூட இப்போது இல்லை. மதீனா, மக்கா, தாயிஃப் ஆகிய பகுதிகள் தவிர பிற அனைத்துப் பகுதிகளும் சில மாதங்களுக்கு முன்பு வரை, வாள்களும் வேல்களும் ஈட்டிகளும் அம்புகளும் சூழ, இஸ்லாமிய வானம் மேகங்களால் மூடப்பட்டிருந்தது. மிகச்சிறு கால அளவினுள் நிலைமைகள் முற்றிலுமாக மாற்றம் பெற்றன. சூழ்ந்து நின்ற பகைவர்களை எதிர்கொள்ளும் பெரும் ஆற்றலும் தளராத துணிச்சலும் திடமான முடிவுமே அனைத்து எதிர்ப்புகளையும் வெற்றியாக மாற்றின.

ருஸ்ட்டம், ஸ்பாந்தியர் போன்ற பழங்கதைகள் சொல்லும் மனோபலமும் வீரமும்கூட அபூபக்ர் (ரலி) அவர்களின் ஆற்றலில் நூறிலொரு சதவிகிதம் வராது. இறைத்தூதர் அவர்களின் கலீஃபாவிடம் வெளிப்பட்ட அன்பும் அறிவும் நிரம்பிய பண்புக்கூறுகள், இறைத்தூதரின் அருள் நிழலின் கீழ் வளர்ந்து வந்ததன் விளைவுகளாகும்.

கலீஃபா அபூபக்ர் (ரலி) அவர்களின் படைகள், காலித், இக்ரிமா, ஷுரஹ்பிள், ஹுதைஃபா (ரலி) ஆகிய ஈடிணையற்ற தளபதிகளின் தலைமையில் செயலாற்றின. என்றாலும், அரசாங்க நடவடிக்கைகளில் கட்டுப்பாடுகளைக் கடைப்பிடித்து, படைகளைத் திட்டமிட்டு ஒழுங்குபடுத்தித் தொலை தூரங்களுக்கு அனுப்பிவைத்த அபூபக்ர் (ரலி) அவர்களின் அப்பழுக்கற்ற ஆற்றலும் துணிவுமே வெற்றிக்கான மிக முக்கியக் காரணங்கள்.

இறைநம்பிக்கையாளர்களின் மனங்களுக்குள் பயமோ கவலையோ சந்தேகமோ சூழ்ச்சியோ உட்புக அபூபக்ர் (ரலி) இடம் தரவில்லை. அவரது, தலைமைத்துவம் ஈடிணையற்றது. படைத்தலைவர்கள் கலீஃபாவின் ஆணைகளின்படி படைகளை அணிவகுத்தனர். அவரது வியூகங்களைப் புரிந்துகொண்டு செயல்பட்டனர்.

மேலோட்டமாகச் சிந்தித்தால், இறைமறை எதிர்ப்புகள் அரபு மண்ணிலிருந்து துடைத்தெறியப்பட பல்வேறு பகுதிகளுக்குமாக அனுப்பப்பட்ட பதினொரு படைப்பிரிவுகள்தான் முதன்மைக்

காரணமாக இருந்ததுபோல் தோன்றும். உண்மையில், அபூபக்ர் (ரலி) அவர்களின் ஆற்றல் மிகுந்ததும் நுட்பமானதுமான திடமுடிவுகள்தான் இஸ்லாத்தின் பாதையில் கிடந்த மாசுகள் அனைத்தையும் அகற்றின.

இம்மாபெரும் செயல்கள் சில மாதங்களிலேயே நிறைவேறி விட்டன. அவநம்பிக்கையைத் தூண்டும்விதமான, வெறுக்கத்தக்கச் சூழலில் அபூபக்ர் (ரலி) நிறுவிக்காட்டிய வரலாற்றுச் சிறப்புமிக்க இவ்வெற்றிகளுக்கு முன்பின் உதாரணங்கள் கிடையாது.

இறைத்தூதர் அவர்கள் தமது இறுதி நாள்களின்போது திட்டமிட்ட உஸாமா (ரலி) அவர்களின் படையெடுப்பை சிக்கல்கள் நிறைந்த சூழலிலும் அபூபக்ர் (ரலி) நிறுத்தி வைக்க மறுத்து விட்டார். உமர் (ரலி) அவர்களின் உணர்ச்சி வயப்பட்ட சொற்களில் அவர் கவனம் செலுத்தவோ எதிர்ப்புகளை முன்வைத்து ஸகாத் நிதி திரட்டுவதில் காலம் தாழ்த்தவோ இல்லை. இறைத்தூதரின் கலீஃபா எனும் உண்மைக்கு அபூபக்ர் (ரலி) முழுக்கவும் உரித்தானவர்.

ரோமும் பாரசீகமும் : இறைத்தூதர் அவர்களின் வருகையின்போது உலகில் ரோம், பாரசீகம் எனும் பெருஞ்சிறப்பு வாய்ந்த இரண்டு பேரரசுகள் இருந்தன. ரோமானிய பாரசீக நாகரிகங்கள் மட்டுமே அன்று உலகின் முன்மாதிரி நாகரிகங்களாகப் போற்றப்பட்டன. இறைத்தூதர் முஹம்மத் நபி (ஸல்) அவர்களால் உயர்நிலைபெற்ற அரபுத் தீபகற்பம் அப்போது அந்தகாரத்தில் ஆழ்ந்து கிடந்தது. இஸ்லாத்தினூடே உதித்தெழுந்த, புதிய ஆற்றலும் புதிய நாகரிகமும் ரோமானிய பாரசீக நாகரிகங்களை இருளடர்ந்ததாக ஆக்கின. உலகின் தலைசிறந்த ஆற்றலான இஸ்லாத்தின் ஒளி மட்டுமே உலகைத் தழுவி நின்றது.

ஒருகாலத்தில், மத்திய தரைக்கடல், கருங்கடல், பாரசீக வளைகுடா, சிந்து நதி, காஷ்மீர், திபெத், அல்த்தாய் மலை, காஸ்பியன் கடல் ஆகிய பகுதிகள் பாரசீகப் பேரரசின் கட்டுப்பாட்டில் இருந்தன. கிரேக்கத்தின் மாமன்னன் அலெக்சாண்டர், பரந்து விரிந்த, சிறப்புமிக்க பாரசீகப் பேரரசைக் கூறுகளாகக் கிழித்தெறிந்தான்.

ஆயினும், பாரசீகப் பண்பாடும் நாகரிகமும் பொலிவிழக்கவில்லை. இறைத்தூதர் அவர்களின் வருகைக்கு ஏறத்தாழ நான்கு நூற்றாண்டுகளுக்கு முன்பு, ஸஸ்ஸானிய ஆட்சிக்கு அடித்தளம்

அமைத்த அர்த்ஷர் பப்கான் என்பவன், பாரசீக வளைகுடா, யூப்ரட்டீஸ், காஸ்பியன் கடல், சிந்து, ஆக்ஸஸ் உட்பட ஆசிய நிலப்பகுதிகளைத் தனது கட்டுப்பாட்டின்கீழ்க் கொண்டுவந்தான்.

இத்தாலியின் ஒரு நகரமான ரோம் நகர்தான் ரோமானியப் பேரரசின் மையமாக இருந்தது. ஜூலியஸ் சீஸராலும் அவனது மரபுவழி வந்த அகஸ்ட்டஸாலும் இப்பகுதிகள் ஆளப்பட்டன. எகிப்தும் ஆசியா மைனரும் முழு ஐரோப்பாவும் ரோமானியப் பேரரசின்கீழ் வந்தன. பின்னர் இது, இரண்டாகப் பிரிக்கப்பட்டது. ரோம், மேற்குப் பகுதிக்குத் தலைநகராகவும், கான்ஸ்டான்டி நோபிள், கிழக்குப் பகுதிக்கு தலைநகராகவும் மாறின. கான்ஸ்டான்டி நோபிளின் அரசன் சீசர் என அழைக்கப்பட்டான். எகிப்து, அபி சீனியா, பாலஸ்தீனம், சிரியா, ஆசியா மைனர், பால்கன் ஆகிய பகுதிகள் சீசரின்கீழ் வந்தன.

கிழக்கு ரோமானிய அரசு, மேற்கு ரோமானிய அரசை விடவும் சிறப்பிலும் ஆற்றலிலும் மிகவும் முன்னேறி இருந்தது. இவ்விரு பகுதிகளிடையே இயற்கையான எல்லைகள் என்று எதுவுமில்லை. எனவே, பரஸ்பரம் இரண்டு நாடுகளும் அவ்வப்போது போரில் ஈடுபட்டு வந்தன. இறைத்தூதர் அவர்களின் பிறப்பின்போது, நுஷிர்வான் ஸஸ்ஸானி என்பவன் பாரசீகத்தின் பேரரசனாக இருந்தான். முஹம்மத் (ஸல்) அவர்களது நபித்துவத்தின்போது இவனது பேரனாகிய கிஸ்ராவின் ஆட்சி நடந்துகொண்டிருந்தது.

சீஸர் பப்ளியசுக்கு எதிராக நடந்த கிளர்ச்சியில் பிரபுக்களுடன் பொதுமக்களும் ஒன்றிணைந்து அவனை அரியணையிலிருந்து வீழ்த்திக் கொன்றனர். பிறகு, ஆப்பிரிக்க எல்லைப் பகுதிகளின் ஆளுநரின் புதல்வனான ஹிராக்ளியஸ், கான்ஸ்டான்டிநோபிளின் சீஸராக அரியணை ஏறினான். அப்போது, பாரசீகர்களுக்கும் ரோமானியர்களுக்குமிடையே போர் மூண்டது. இப்போர், ஆறு அல்லது ஏழு ஆண்டுகள் நீடித்தது. நபித்துவத்தின் எட்டாம் ஆண்டு, சிரியாவையும் பைத்துல் முகத்தசையும் வெற்றிகொண்ட பாரசீகர்கள், அங்கிருந்த சிலுவையைக் கைப்பற்றினர். இது, மக்காவிலுள்ள பலதெய்வ ஆராதனையாளர்களை மகிழ்ச்சிக் கடலில் ஆழ்த்தியது. ஏனெனில், பாரசீகர்கள் பலதெய்வ ஆராதனையாளர்கள், ரோமானியர்களோ வேதநூலின் புதல்வர்கள்.

இயல்பாகவே முஸ்லிம்கள் ரோமானியர்களின் தோல்வியில் மனம் வருந்தினர். எல்லாம் வல்ல அல்லாஹ் அர்ரூம் அத்தியாய வசனங்களை இறக்கியருளினான். ரோமானியர்கள் இப்போதைக்குத் தோல்வியடைந்தாலும் சில ஆண்டுகளில் முஸ்லிம்கள் மகிழ்ச்சியடைவதுபோல் அவர்கள் வெற்றி பெறுவார்கள் என்று அறிவித்தான். அப்படியே நடந்தது. தோல்வி தந்த விரக்தியால் துவண்டு கிடந்த ஹிராக்ளியஸ், ஆறு அல்லது ஏழு வருட முனைப்புகளின் பின், மிகுந்தத் தன்னம்பிக்கையுடனும் துணிவுடனும் பாரசீகர்கள்மீது போர்த்தொடுத்து, சிரியாவின் போர் முனையில் தனது பழியைத் தீர்த்துக்கொண்டான்.

ஒருபுறம், ரோமானியர்கள் பாரசீகர்களைத் தோற்கடிக்க, இன்னொரு புறம், முஸ்லிம்களால் மக்காவிலுள்ள இறைமறுப்பாளர்கள் தோல்வியடைந்துகொண்டிருந்தனர். குர்ஆனின் முன்னறிவிப்புகள் ஒவ்வொன்றும் அப்படியே நிகழ்ந்துகொண்டிருந்தன. இரு பகைவர்களிடையே உருவான போர்கள், ஹிஜ்ரீ ஏழாம் ஆண்டுதான் முடிவுக்கு வந்தது. பெருமளவிலான இரத்த இழப்புகளின் பேரழிவுகளின் பின், அமைதி ஏற்பட்டது. பிறகு, தங்கள் வளர்ச்சியையும் வளத்தையும் நோக்கி அவர்கள் புறப்பட்டனர். அதே ஆண்டில்தான் இறைத்தூதர் அவர்கள் பேரரசர்கள் பலருக்கு இஸ்லாத்தை நோக்கி அழைப்பு விடுத்தார்.

பாரசீகத்தின் கிஸ்ரா, மதாயினில் இறைத்தூதரிடமிருந்து வந்த அழைப்பை வாங்கி, இகழ்ச்சியுடன் அதைக் கிழித்தான். கூடவே, தனது யேமன் ஆளுநர் பாதானுக்கு, அரேபிய இறைத்தூதரைப் பிடித்து, தன்னிடம் அனுப்பி வைக்கச் சொல்லி உத்தரவிட்டான். ரோமானியப் பேரரசின் ஹிராக்ளியஸ், இறைத்தூதரின் அழைப்புக்கு உரிய மரியாதை அளித்தான்.

மதீனாவுக்கு வந்த, பாதானின் இரண்டு தூதுவர்கள் இறைத்தூதர்முன் வந்து, அரசாணையை அறிவித்தார்கள். இறைத்தூதர் அவர்கள் சொன்னார்: “நீங்கள் கடவுளாகக் கருதும் கிஸ்ரா, நேற்றிரவு தனது மகனால் கொலையுண்டார். ஆகவே, நீங்கள் இப்போது திரும்பிச் செல்லலாம்.” தூதுவர் இருவரும் பாதானிடம் திரும்பிச் சென்றனர். கிஸ்ரா தன் மகன் ஷர்வாவால் கொலையுண்ட தகவலை அப்போதுதான் அவர்கள் உறுதி செய்துகொண்டனர்.

இறைத்தூதர் சொன்ன அந்த இரவில்தான் கிஸ்ரா கொலையுண்டான். யேமன் ஆளுநரான பாதான் அன்றைய தினமே இஸ்லாத்தைத் தழுவிக்கொண்டார். ஆளுநரின் இஸ்லாமிய வருகையுடன் நாடு முழுவதும் இஸ்லாம் வேகமாகப் பரவியது. யேமனின் ஆளுநராக பாதான் (ரலி) தொடர்ந்து பணியாற்றுவதை இறைத்தூதர் அவர்கள் உறுதிப்படுத்தினார். அரேபியாவையும் முஸ்லிம்களையும் நோக்கித் திரும்ப முடியாதபடி, ஷர்வா தனது உள்நாட்டு பாதுகாப்பு நடவடிக்கைகளில் மூழ்கியிருந்தான்.

பல்வேறு நிகழ்வுகளுக்கும் திருப்பங்களுக்கும் பிறகு, கிஸ்ரா பர்வேஸின் மகளும் ஷர்வாவின் சகோதரியுமான புரான், அரியணையில் அமர்ந்தாள். ஓராண்டு மட்டுமே அவளால் ஆட்சி செய்ய முடிந்தது. புராவின் ஆட்சியின்போதுதான், இறைத்தூதர் அவர்கள் இறந்தார்கள். பற்பல அரசர்கள் வந்துபோன பிறகு, இறுதியாக, பாரசீக அரியணையில் அமர்ந்தவன் யஸ்கிர்த். இவனது ஆட்சியின்போதுதான் பாரசீகம் முஸ்லிம்களிடம் வந்தது. சுருக்கமாகச் சொல்வதானால், பாரசீகப் பேரரசின் பெருமைமிக்க அரண்மனை, இறைத்தூதரின் கடிதத்தை இழிவுபடுத்திய அன்றிலிருந்து அந்திமக் கட்டத்தை நோக்கிப் பயணம் செய்துகொண்டிருந்தது.

பல கடவுளர்களை வணங்கி வந்த பாரசீகர்கள், மிகுந்த இறுமாப்பும் அகந்தையும் கொண்டவர்களாக இருந்தனர். அரபிகளை, குறிப்பாக முஸ்லிம்களை அவர்கள் தாழ்வாகக் கருதினர். முஸ்லிம்களின் ஆற்றலும் பொறுமையும் தொடர்ந்து அவர்களுக்கு மனக்குழப்பத்தையே விளைவித்து வந்தன. முஸ்லிம்களை முழுவதுமாக வேருடன் களைய விரும்பினார்கள். ஆனால், அரபிகளை நோக்கித் திரும்புவதற்கான எந்த வாய்ப்புகளும் ஏற்படாத வண்ணம், எல்லாம் வல்ல அல்லாஹ் அவர்களை அரியணைப் போட்டிகளுக்குள் ஆழப் புதைத்து வைத்திருந்தான்.

மதீனாவிலிருந்து வெளியேற்றப்பட்ட யூதர்களும் நயவஞ்சகர்களும், மதீனாவின்மீது போர்த்தொடுக்கச் சொல்லி பாரசீகர்களுக்கும் ரோமானியர்களுக்கும் தொடர்ந்து தகவல் அனுப்பிக்கொண்டிருந்தனர். ஹிராக்ளியஸ், இத்தகைய சூழ்ச்சிகளை அறியாதநிலையில் மதீனாவின் யூதர்கள் மற்றும் நயவஞ்சகர்களின் திட்டங்களுக்கு அடிபணியும் நிலையில் இருந்தான்.

இஸ்லாத்தை நோக்கி வரும்படி, இறைத்தூதர் அவர்கள் புஸ்ராவுக்கும் டமாஸ்கசுக்கும் கடிதங்கள் அனுப்பியிருந்தார். இவ்விரு ஆளுநர்களும் இறைத்தூதரின் தூதுவர்களை இழிவாகவே நடத்தினார்கள். புஸ்ராவின் துணை ஆளுநரான ஷுரஹ்பிள், தூதுவரைக் கொலைசெய்யும் அளவுக்குப் போயிருந்தான். முஅதா போரில் ஹிராக்ளியஸ், ஷுரஹ்பிள் கஸ்ஸானியுடன் நின்றான். இதைத் தொடர்ந்து, ரோமானியர்கள் அரேபியாவின்மீது படையெடுத்தனர். இறைத்தூதர் அவர்கள் தமது படையுடன் தபூக்கை நோக்கிச் சென்றார். ஆனால், ரோமானியர்கள் போரைத் தவிர்த்துக்கொண்டனர்.

இறைத்தூதர் அவர்களின் இறப்புச் செய்தி, அரேபியா முழுவதையும் கலங்கவும் ரோமானியர்களையும் பாரசீகர்களையும் நிம்மதிப் பெருமூச்சு விடவும் வைத்தது. ஒற்றுமை, துணிச்சல், ஆட்சியுரிமை, செல்வாக்கு போன்றவற்றால், உலகப்படத்தில் முதன்முதலாக ஒரு நாடாக இடம் பெற்ற அரேபியாவை ரோமானியர்களும் பாரசீகர்களும் கவலையுடனும் எச்சரிக்கையுடனும் பார்த்துக்கொண்டிருப்பதைத் தவிர வேறெதையும் அவர்களால் செய்ய இயலவில்லை.

இறைமறை எதிர்ப்புகள், பற்றிப் படரும் பெருநெருப்பில் நெய் வார்த்தன. ரோமானியர்களும் பாரசீகர்களும் சிரியாவிலும் இராக்கிலும் தங்கள் படைகளைத் திரட்டத் தொடங்கினார்கள். அபூபக்ர் (ரலி), நுட்பமான அறிவுடனும், முன்கருதல்களுடனும், ஆற்றலுடனும், குலையாத நம்பிக்கையுடனும் செயல்பட்டார். இதன்மூலம், இறைமறை எதிர்ப்புகளை வேருடன் அகற்றவும் இஸ்லாத்துக்கெதிரான அந்நிய சக்திகளை எதிர்த்துப் போராடுவதற்கான தூண்டுதலையும் நாடு முழுவதும் வளர்த்தெடுக்க இயன்றது.

இறுதித்தூதரின் மறைவைத் தொடர்ந்து, இஸ்லாத்திற்கு ஏற்பட்ட மிகப்பெரிய சிக்கல்களை ஈடிணையற்ற தமது உறுதியால் எதிர்கொண்ட அபூபக்ர் (ரலி) அவர்களின் சிறப்புப் பண்புகள்தாம் இவ்வெற்றிகளுக்கான அடிப்படைக் காரணங்கள்.

முஸ்லிம்களின் செயல்திட்டங்கள் : உஸாமா (ரலி) அவர்களின் தலைமையிலான படைகளுக்கு அபூபக்ர் (ரலி), ஒப்புதல் அளிக்கும்போதும் பாரசீகர்களின் திட்டங்களை நன்கு அறிந்தே

வைத்திருந்தார். உள்நாட்டில் மிகப்பெரும் அழுத்தங்கள் நிலவிய காலகட்டம் அது. இறைமறை எதிர்ப்புக்களை இல்லாமல் செய்யும்வரைக்கும், பெரும் சக்திகளுக்கெதிரான போரைத் தொடங்குவதற்கான காலவரையறைகள் குறித்து அவர் ஒரு செயல் திட்டத்தை வகுத்துக்கொண்டார்.

இதன்படி, முஸன்னா பின் ஹாரிஸா (ரலி) தலைமையிலான ஒரு சிறு படையை இராக்குக்கு அனுப்பி வைத்தார். பாரசீகர்கள் அரேபியாவின்மீது முழுமையான ஒரு போருக்குத் தயாராவதைத் தடுக்கவும் ஆட்சியாளர்களை அச்சுறுத்தும் விதமாகவும் ஒரு தாக்குதலை மேற்கொள்வதற்காக இப்பிரிவு அனுப்பப்பட்டது. உஸாமா (ரலி) ரோமானியர்களுக்கு எதிராக அனுப்பும்போதும் அபூபக்ர் (ரலி) அவர்களின் நோக்கம் இதுவாகவே இருந்தது.

நஜ்திலும் யமாமாவிலும் நிலைமைகள் கட்டுப்பாட்டுக்குள் வந்த நிலையில், இறைமறை எதிர்ப்புக்கு உள்ளாகாமலிருந்த முஸ்லிம்களைத் திரட்டிக்கொண்டு, இராக்கின் மேட்டு நிலப்பகுதிகள்மீது தாக்குதல் நடத்தும்படி நஜ்திலிருந்த ஐயாத் பின் ஃகனம் (ரலி) அவர்களுக்கு அபூபக்ர் (ரலி) ஒரு கடிதம் அனுப்பினார்.

இதைத் தொடர்ந்து, இராக்கின் தாழ்வாரப் பகுதிகளுக்குத் திரும்பும்படி, யமாமாவிலிருந்த காலித் (ரலி) அவர்களுக்கு இன்னொரு கடிதம் அனுப்பினார். கலீஃபாவின் கட்டளைக்கேற்ப முஸ்லிம் படைகள் இரண்டும் அபல்லாவை எதிர்கொண்டன.

தாத்துஸ் ஸலாசில் போர் : அபல்லாவில், காலித் (ரலி) தமது முழுப்படையையும் கணக்கெடுத்தார். 18,000 வீரர்கள்தான் இருந்தனர். இராக்கின் பாரசீகப் பெருநிலமான ஹஃபீர், அவரது புதிய இலக்காக இருந்தது. ஹுர்முஸ் எனும் அதன் ஆளுநர், வீரத்திலும் படைத்திறனிலும் அரேபியா முழுவதும் புகழ் பெற்றவன். அடிக்கடி இந்திய எல்லைகள்மீது தாக்குதல்களை மேற்கொண்ட இவன் இந்தியாவுக்கும் அச்சுறுத்தலாகவே இருந்தான்.

காலித் (ரலி), ஹுர்முசை இஸ்லாத்தின்பால் அழைத்து ஒரு கடிதம் அனுப்பினார். பெரும்படை ஒன்றை முஸ்லிம்களுக்கெதிராக அணிவகுத்ததன் மூலம் இதற்கான பதிலைச் சொன்னான் ஹுர்முஸ். மிகுந்த மதியூகத்துடன் தமது படைகளை காலித் (ரலி) மூன்று

பிரிவுகளாக்கினார். ஒரு பிரிவுக்கு, அதீ பின் ஹாத்திம் (ரலி) அவர்களைத் தலைவராகவும், இன்னொரு பிரிவுக்கு, கஅகாஹ் பின் அம்ர் (ரலி) அவர்களைத் தலைவராகவும் நியமித்தார். மூன்றாவது பிரிவைத் தம்கீழ் வைத்துக்கொண்டார். ஒருநாள் பயணத்தின் பிறகு, மூன்று படைப் பிரிவுகளும் ஹஃபீர் எனுமிடத்தில் மீண்டும் ஒன்று சேருவதற்காக அணிவகுத்து முன்னேறின. பாரசீகப் படையை எதிர்பார்த்து அங்கே முகாம்களை அமைத்துக்கொண்டனர்.

பாரசீகப் படைகள் வந்து சேர்ந்தன. முதலில், காலித் (ரலி) வெளியே வந்து நேரடிச் சண்டைக்குத் தயாரா என்று ஹுர்முசை நோக்கி அறைகூவல் விடுத்தார். அழைப்பை ஏற்கும் முகமாக ஹுர்முஸ் முன்வந்தான். படைத்தலைவர்கள் இருவரும் தங்கள் குதிரைகளிலிருந்து இறங்கினார்கள். முதல் தாக்குதலைத் தொடங்கியவர் காலித் (ரலி). ஹுர்முஸ் வேகமாகப் பின்வாங்கியதுடன் குனிந்து, அதே வேகத்தில் காலித் (ரலி) அவர்களைத் தாக்க முற்பட்டான். காலித் (ரலி) முன்சென்று, அவனது வேகத்தைத் தடுத்தார். ஹுர்முஸின் வாள், இப்போது காலித் (ரலி) அவர்களின் கையில் கிடைக்கவும், ஹுர்முஸ் அவரது உடலை இறுக்கிப் பிடித்துக்கொண்டான். அவர்களிடையிலான மற்போர் ஆரம்பித்தது. காலித் (ரலி) ஹுர்முசின் இடையைப் பற்றி உயரத்தில் தூக்கி, தரையில் எறிந்தார். அவனால் அசைய முடியவில்லை. காலித் (ரலி) அவனது மார்பிலேறி, தலையைத் துண்டித்தார்.

பாரசீகப் படையின் ஒரு பிரிவினர் ஹுர்முசுக்கு ஆதரவாக முன்னேறினர். கஅகாஹ் (ரலி) ஒரு பாறைபோல் அவர்களைத் தடுத்து நின்றார். தொடர்ந்து, இரு படைகளும் ஒன்றின்மீதொன்று பாய்ந்தன. திடீரெனப் பெரும் போர் மூண்டது. முஸ்லிம்களின் வலுவான தாக்குதலை எதிர்கொள்ள இயலாத பாரசீகப்படைகள் பயத்துடன் சிதறியோடின.

தனது தலையில் மணிமுடி தரிக்குமளவுக்கு ஹுர்முஸ் மதிப்புக்குரிய ஆளுநராகவும் படைத்தலைவனாகவும் திகழ்ந்தவன். அவனது விலைமதிப்பு மிக்க மணிமுடி காலித் (ரலி) அவர்களிடம் வந்தது. அது நூறாயிரம் தினார்கள் விலைமதிப்பிடப்பட்டது.

பாரசீகப் படையின் ஒரு பிரிவினர் வெற்றி அல்லது வீர

மரணம் என்ற முடிவுடன் தங்களைத் தாங்களே சங்கிலிகளால் பிணைத்திருந்தனர். இருந்தும் ஆயிரக்கணக்கான இறந்த உடல்களையும் காயமுற்றவர்களையும் களத்திலேயே துறந்துவிட்டுச் சங்கிலிக்கட்டுகளை உடைத்தெறிந்து விட்டு ஓடினார்கள். இப்போர் தாத்துஸ் ஸலாசில் என்று அறியப்பட்டது.

பாரசீக வீரர்களைப் பின்தொடரும்படி முஸன்னா (ரலி) அவர்களிடம் சொன்னார் காலித் (ரலி). முஸ்லிம் படைகள் ஹிஸ்னுல் மரா கோட்டையை முற்றுகையிட்டு, அதன் ஆளுநரைக் கொன்று அதைக் கைப்பற்றின. அவனது மனைவி இஸ்லாத்தை ஏற்றாள். முஸன்னா (ரலி) அவர்களைத் திருமணம் செய்யவும் விரும்பினாள்.

காரீன் போர் : துணைப்படைகளை அனுப்பக்கேட்ட ஹுர்முசின் கோரிக்கையின்படி பாரசீக அரசன் பெரியதொரு துணைப்படையை அனுப்பி வைத்தான். வழியில், ஹுர்முசின் மரணச் செய்தியும் புறமுதுகு காட்டி ஓடும் படைகளும்தான் துணைப்படையை வரவேற்றன. வந்தவர்கள், முஸ்லிம் படைகள்மீது ஒரு திடீர்த் தாக்குதலை நடத்தச் சொல்லி ஊக்கமளித்தனர். ஒரு கால்வாயினருகில் அவர்கள் முகாம் அமைத்துத் தங்கியிருந்தனர். இவர்களை எதிர்கொள்ள முஸ்லிம் படைகள் அணிவகுத்துச் சென்றன.

கடுமையாக நிகழ்ந்த போரின்போது காரீன், கிபாத், அனுஷ்ஜான் எனும் மூன்று படைத்தலைவர்களும் கொலையுண்டனர். எதிரிப்படையில் முப்பதாயிரம் வீரர்கள் மாண்டனர். புறமுதுகு காட்டி ஓடிய பெருமளவிலான வீரர்கள் கால்வாயில் மூழ்கினர். வெற்றியடைந்த காலித் (ரலி) இதைத் தொடர்ந்து, ஜிஸ்யாவைச் செலுத்த வைத்தார். இஸ்லாமிய நெறிகளின்படியான அரசாட்சியை நடத்திச் செல்ல ஒரு முஸ்லிம் ஆளுநரையும் நியமித்தார்.

வலஜா போர் : காரீனும் பிற படைத்தலைவர்களும் மாண்டபின், படையை நடத்திச் செல்ல புகழ்பெற்ற குதிரைப் படைவீரனான அன்தர்ஸகரை பாரசீக மன்னன் அனுப்பி வைத்தான். இப்படைகள் மதாயினிலிருந்து புறப்பட்டு வலஜாவை அடைந்தன. வலஜாவின் பின்புறமாக, பஹ்மன் ஜத்வை எனும் மற்றொரு படைத்தலைவன், மதாயினிலிருந்து வலுமிகுந்த ஒரு படைக்குத் தலைமையேற்று அனுப்பி வைக்கப்பட்டான்.

இருந்தபோதும், காலித் (ரலி) தமது படைகளுடன் முன்னேறிப் பாரசீகப் படைகள்மீது தாக்குதலை மேற்கொண்டார். அச்சுறுத்தல் நிறைந்த ஒரு போரின் முடிவில் பாரசீகப் படைகள் ஓட்டம் பிடித்தன. படைத்தலைவன் அன்தர்ஸகர், போர்க்களத்தில் தாகத்தால் இறந்துபோனான். மற்றொரு படைத்தலைவனான பஹ்மன் ஜத்வை, உல்லைஸை அடைந்தான். போரின்போது தப்பித்தோடிய பாரசீகர்கள் படையில் இணைந்தனர். கிறிஸ்தவ அரேபியர் பலர் தங்களது முழு ஒத்துழைப்பையும் அவர்களுக்கு அளித்தனர்.

உல்லைஸ் போர் : உல்லைஸில் பெரும் படையொன்று இருப்பதாக அறிந்த காலித் (ரலி), தமது தலைமையில் முஸ்லிம் படைகளை அணிவகுத்துச் சென்று தாக்குதல் நடத்தினார். முதலில் ஒருவனை நேரடிச் சண்டைக்கு அழைத்தார் காலித் (ரலி). பாரசீகப் படைமுகாமிலிருந்து மாலிக் பின் கைஸ் என்பவன் வந்தான். காலித் (ரலி) அவனைக் கொன்றார். பிறகு, போர் ஆரம்பமானது. எதிர் முகாமில் எழுபதாயிரம் வீரர்கள் கொலையுண்ட பின் போர் முடிவுக்கு வந்தது.

ஹிராவின் வெற்றி : காலித் (ரலி) அவர்களின் தலைமையிலான படை, உல்லைஸிலிருந்து புறப்பட்டு, ஹிராவை நோக்கிச் சென்று அதை முற்றுகையிட்டது. நீடித்த முற்றுகையின் காரணமாக, ஹிரா மக்கள் சோர்ந்துபோன நிலையில் ஹிராவின் தலைவனான அம்ர் பின் அப்துல் மசீஹ், முஸ்லிம் படைத்தலைவரிடம் வந்தான். கிஸ்ரா அர்த்ஷரின் இறப்புச் செய்தியுடன், பாரசீகப் படைகளும் அதன் தலைவனும் ஏற்கனவே ஓடிப்போயிருந்தனர். அப்துல் மசீஹ், இருநூறாயிரம் திர்ஹம் ஜிஸ்யா வழங்குவதாக உடன்படிக்கை செய்துகொண்டான்.

பின்னர், ளிரார் பின் அல்அஸ்வர், ளிரார் பின் அல் கத்தாப், கஅகாஹ் பின் அம்ர், முஸன்னா பின் ஹாரிஸா, உயைனா பின் அஷ்ஷமாஸ் (ரலி) ஆகியோரை ஒரு சிறு படையுடன், சுற்றியுள்ள இனக்குழுவினரிடமும் பிற மக்களிடமும் அனுப்பி வைத்தார். அவர்கள், இஸ்லாத்தைத் தழுவிக்கொள்ளுங்கள் அல்லது ஜிஸ்யா செலுத்திப் பாதுகாப்பை ஏற்றுக்கொள்ளுங்கள் என்று அழைப்பு விடுத்தனர். இவ்வாறாக, டைக்ரிஸ்வரையிருந்த முழு எல்லைப் பகுதியும் காலித் (ரலி) அவர்களின்கீழ் வந்தது.

காலித் (ரலி) அவர்களின் செய்தி : ஹிராவிலிருந்து, காலித் (ரலி), பாரசீகப் பேரரசில் செல்வாக்குப் படைத்த, அறிவார்ந்த மக்கள் தலைவர்களுக்கும் நிலவுடைமையாளர்களுக்கும் ஒரு சுற்றறிக்கையை அனுப்பி வைத்தார். அதில் அவர் குறிப்பட்டதாவது: "உங்களது வாழ்க்கையில் சிக்கல்களைத் தோற்றுவிப்பவனும் உங்களது வஞ் சகச் செயல்பாடுகளைச் சாத்தியமிழக்கச் செய்பவனும் உங்கள் ஒற்றுமையைத் தகர்ப்பவனுமான அல்லாஹ்வுக்கே எல்லாப் புகழும். இந்நாட்டின்மீது நாங்கள் படையெடுக்கவில்லை எனில் நீங்கள் பேரழிவைச் சந்தித்திருப்பீர்கள். இப்போது நீங்கள் எங்களுக்குப் பணிவீர்கள் எனில் நாங்கள் உங்களைவிட்டுச் சென்று விடுவோம். பணிய மறுத்தால், உங்கள் உயிர்மீது நீங்கள் செலுத்தும் அன்புபோல் இறப்பின்மீது அன்பு செலுத்தும் மக்களைச் சந்திக்க நேரும்."

இன்னொரு சுற்றறிக்கையின் வாசகங்கள்: "உங்கள் பழம்பெருமைகளைக் குலைத்து, உங்கள் தொடர்புகளைத் துண்டித்து, உங்கள் தற்பெருமைகளைத் தகர்த்தெறிந்த, எல்லாம் வல்ல அல்லாஹ் ஒருவனே மேன்மைக்குரியவன். நீங்கள் இஸ்லாத்தை ஏற்றுக்கொள்வீர்களெனில், பாதுகாப்புடன் வாழ்வீர்கள். அல்லது, ஜிஸ்யா செலுத்தி எங்கள் பாதுகாப்பின்கீழ் திம்மியாக (இஸ்லாமிய அரசின்கீழ் வாழும் முஸ்லிம் அல்லாதவர்) வாழுங்கள். மறுத்தால், நீங்கள் மதுவருந்துவதில் எவ்வளவு ஆர்வம் காட்டுவீர்களோ அதே அளவிலான ஆர்வத்தை மரணத்தின் மீது காட்டும் வீரர்களை உங்களிடம் அழைத்து வருவேன்."

இச்சுற்றறிக்கைகள் அவர்களிடையே ஒற்றுமையை உருவாக்கின. அரேபியர் படையெடுப்பை எதிர்கொள்ளும் திறன் படைத்த ஒரு அரசனை அவர்கள் ஏகமனதாகத் தேர்வு செய்தனர்.

அன்பார் வெற்றி : அன்பார் எனுமிடத்தில் பாரசீகர்கள் ஒரு பெரும் படையைத் திரட்டி, அதற்கு, ஸாபாத் மன்னனான ஷர்ஸாதைத் தலைவனாக்கினார்கள். காலித் (ரலி), தமது படைகளை ஹிராவிலிருந்து அன்பாரை நோக்கி அணிவகுத்துச் சென்றார். ஷர்ஸாத் தனது நிலைகளை வலுப்படுத்தும் விதமாக, கோட்டையின் பாதுகாப்பு அரண்களின் வெளிப்புறம் களிமண்ணாலான ஓர் உயர்ந்த மேட்டை அமைத்தான். காலித் (ரலி) அன்பாரை முற்றுகையிட்டதும் அதன் வீரர்கள் முஸ்லிம் படைகள்மீது அம்பெய்தனர். இதில், ஏறத்தாழ 1000 முஸ்லிம் வீரர்கள் காயமுற்றனர்.

அயரா மனம்கொண்ட முஸ்லிம் படைத்தலைவரின் உறுதியை இதன் மூலம் குலைத்து விட இயலவில்லை. வலுவிழந்தும் களைத்துமிருந்த ஒட்டகங்களைக் கொன்று அரண் அமைத்து, எதிரிகளின் பாதுகாப்பிடங்களை அடைந்து தாக்கினார். எதிரிகளின் வியூகங்களை, நுட்பமான முறையில் தகர்த்தெறிந்த காலித் (ரலி) மிகக்கடுமையாகத் தாக்கினார். பாரசீகர்கள் துணிச்சலுடனும் வீரத்துடனும் நின்று போரிட்டாலும் அவர்களது ஒவ்வொரு போர் முயற்சியையும் மீறி நின்ற முஸ்லிம்களின்முன் அவர்கள் பணிந்து விடவே நேர்ந்தது.

முஸ்லிம்கள் வெற்றி முகத்திலிருப்பதைக் கண்ட ஷர்ஸாத், அமைதிக்குழுவை அனுப்பி வைத்தான். மூன்று நாள்களுக்குத் தேவையான உணவுப்பொருள்களுடனும் சில நண்பர்களுடனும், ஷர்ஸாத், அமைதியாக நகரைவிட்டுச் செல்ல அனுமதித்தார். ஷர்ஸாத் இடம் பெயர்ந்தான். வெற்றியுடன் நகருக்குள் நுழைந்த, காலித் (ரலி), ஸப்ர்கான் பின் பத்ர் என்பவரை, அன்பாரின் பொறுப்புக்கு நியமித்துவிட்டு, அய்னுத் தம்ர் எனுமிடத்தை நோக்கி அணி வகுத்துச் சென்றார்.

அய்னுத் தம்ர் வெற்றி : முஸ்லிம் படைகள் நெருங்கிவிட்டதை அறிந்த உக்பா பின் உக்பா, அரேபியரின் போர்த் தந்திரங்களை அரபிகளே அறிவார்கள். ஆகவே, முஸ்லிம் படைகளை அழிப்பதற்குத் தனது படைகளுக்கு அனுமதியளிக்க வேண்டுமென்று கேட்டு, பாரசீகப் படைத்தலைவன் மெஹ்ரான் பின் பஹ்ராமைத் தொடர்புகொண்டான். இதற்கு அனுமதியளிப்பதில் மெஹ்ரானுக்கும் பெருமகிழ்ச்சி. முதலில் முன்வந்து நேரடிச் சண்டைக்கு அழைப்பு விடுப்பதில் உக்பாவுக்கு அதிகமான ஆர்வமிருந்தது. காலித் (ரலி), அவனைப் பிடித்து வைத்தார். மற்றவர்கள் பயத்துடன் சிதறியோட ஆரம்பித்தனர். பலர் பிடிபட்டார்கள். மெஹ்ரான், தனது கோட்டையை விட்டு ஓட்டம் பிடித்தான். கோட்டை முஸ்லிம்களின்கீழ் வந்தது.

உயர் நிலமான இராக் : குறுகிய காலத்தினுள் தமக்கான பணிகளை காலித் (ரலி) நிறைவு செய்திருந்தார். ஆனால், ஐயாத் பின் கனம் (ரலி) தமது பணியில் இன்னமும் ஈடுபட்டிருந்தார். அவரது இலக்கான இராக்கின் ஒரு பகுதி, இரான், சிரியா பகுதிகளை உள்ளடக்கிய ஒரு பெரும் நிலப்பரப்பு. இது, பாரசீகத்தையும்

ஹிராக்ளிசையும் பாதிக்கிற எல்லைப் பகுதியாகவும் இருந்தது. காலித் (ரலி) அய்னுத் தம்ரை வெற்றிகொண்டபோது, ஐயாத் (ரலி), பல தெய்வ வழிபாட்டாளர்களையும் கிறிஸ்தவ இனக்குழுவினரையும் வெற்றிகொண்டு பிறகு, உகைதிர் பின் மாலிக், ஜதிதீ பின் ரபீஆ எனும் தூமத்துல் ஜன்தலின் இரண்டு ஆளுநர்களுடன் போரில் ஈடுபட்டிருந்தார். இவர்கள், சுற்றுப்புறங்களிலுள்ள கிறிஸ்தவர்கள் அனைவரையும் முஸ்லிம்களுக்கெதிராகத் திரட்டியிருந்தனர். இக்கட்டான இந்நிலையில், அய்னுத் தம்ரிலிருந்த காலித் (ரலி) அவர்களுக்கு, பகைவர்களின் மிகப்பெரிய படைகளை எதிர்கொள்வதில் தனக்கு உதவ வேண்டுமென்று கடிதம் அனுப்பினார்.

தூமத்துல் ஜன்தல் வெற்றி : காலித் (ரலி) ஹிராவில் தமது பிரதிநிதியாக கஅகாஃ (ரலி) அவர்களை நியமித்துவிட்டு, சற்றும் தாமதிக்காமல் தூமத்துல் ஜன்தலுக்குச் சென்றார். காலித் (ரலி) அவர்களின் வருகையை அறிந்து கலக்கமடைந்த உகைதிர், முஸ்லிம்களுடன் உடன்படிக்கை செய்துகொள்வது குறித்து ஜதிதீயிடம் கலந்துரையாடினான். ஆனால், ஜதீதும் கிறிஸ்தவத் தலைவர்களும் இதற்கு உடன்பட மறுத்தனர். இறுதியில் உகைதிர், அவர்களுடனான உறவை முறித்துக்கொண்டு எங்கோ சென்றான். ஒரு சிறு முஸ்லிம் படைப்பிரிவு வழியில் குறுக்கிட்டபோது நடந்த மோதலில் அவன் கொல்லப்பட்டான். இன்னொரு புறமிருந்து படையெடுத்து வந்த காலித் (ரலி), எதிரிகளின் படைத்தலைவனை நேரடிச் சண்டைக்கு அழைத்தார். ஜதிதீ முன்வர, காலித் (ரலி) அவனைச் சிறைப்பிடித்தார். அவனது படைகள் களத்தைவிட்டே ஓடின. அதேநேரத்தில் ஐயாத் (ரலி), தமது கிறிஸ்தவ எதிரிகளுடனான போரில் வெற்றிபெற்றார். எதிரிகள் தங்கள் உயிர்களைக் காப்பாற்றிக் கொள்வதன் பொருட்டு, புறமுதுகுக் காட்டி ஓடினர்.

ஹுஸைத் போர் : காலித் (ரலி) ஹிராவிலிருந்து சென்றுவிட்டார் என்பதை அறிந்த பாரசீகர்கள், அப்பகுதியை மீட்டு, முஸ்லிம் பொறுப்பாளர்களை வெளியேற்றிவிட முழு முயற்சி செய்தனர். அரபு இனக்குழுவினரும் தங்கள் தலைவன் உக்பா பின் உக்பாவைக் கொன்றதற்குப் பழி தீர்க்கும்முகமாக பாரசீகர்களுக்கு ஒத்துழைப்பு நல்கினர். பாரசீகத்தின் புகழ்பெற்ற படைத்தலைவர்களான சர்மஹ்ர், ரொஸ்பா ஆகிய இருவரும் ஒரு பெரும்படைக்குத் தலைவர்களாக

அணிவகுத்துச் சென்றனர். ஹிராவிலிருந்த காலித் (ரலி) அவர்களின் பிரதிநிதியாகிய கஅகாஹ் (ரலி), தமது படையை இரண்டாகப் பிரித்து, ஒன்றை அபூலைலா (ரலி) அவர்களின் தலைமையிலும் இன்னொன்றைத் தமது தலைமையிலும் ஏற்று ஹுஸைதை நோக்கிப் புறப்பட்டார்.

ஒரு பெரும் போருக்குப் பிறகு, பாரசீகப் படைத்தலைவர்கள் இருவரும் அவர்களது படையின் பெரும்பகுதியினரும் முஸ்லிம்களின் தாக்குதலுக்கு இரையாயினர். எஞ்சியவர்கள், தங்கள் படைத்தலைவனான பஹ்புதான் பெரும் படையுடனிருந்த கனாஃபிஸ் எனுமிடத்துக்கு ஓடினர். அபூலைலா (ரலி), அவர்களைப் பின்தொடர்ந்து கனாஃபிஸை அடைந்தார். முஸ்லிம்களைத் தாக்கும் வாய்ப்புக்காக, ஹுதைல் பின் இம்ரான், பிற அரேபியத் தலைவர்களுடன் காத்திருந்த முதய்யாவை நோக்கி ஓடினான் பஹ்புதான். அதேவேளையில், தூமத்துல் ஜன்தலில் தமது பணியை முடித்துக்கொண்ட காலித் (ரலி) மீண்டும் ஹிராவுக்கு விரைந்தார்.

முதய்யா போர் : முஸ்லிம்களின் அனைத்துப் படைகளுக்குமான தலைமைப் பொறுப்பை ஏற்றுக்கொண்ட காலித் (ரலி), வெவ்வேறு பகுதிகளிலிருந்தும் எதிரியைத் தாக்கும் நோக்கத்துடன் அதை மூன்றாகப் பிரித்தார். ஏற்கனவே திட்டமிட்டபடி, கஅகாஹ், அபூலைலா, காலித் (ரலி) ஆகியோர் மூன்று பகுதிகளிலிருந்து தாக்கினர். ஹுதைல் ஓடி உயிர் பிழைத்தான். ஏனைய படைத் தலைவர்கள் பெருமளவிலான வீரர்களுடன் கொலையுண்டனர். கொலையுண்டவர்களில் நிர்ப்பந்தம் காரணமாக, எதிரிகள் பக்கம் சேர்ந்திருந்த அப்துல் உஸ்ஸா பின் அபூருஹ்ம், லபீத் பின் ஜரீர் ஆகிய முஸ்லிம்களும் உட்படுவார்கள்.

இதையறிந்த அபூபக்ர் (ரலி), கொலையுண்ட முஸ்லிம்களின் உறவினர்களுக்கு, இழப்பீட்டுத் தொகை அளித்து அவர்களது பிள்ளைகளை நல்ல முறையில் வளர்க்கச் சொன்னார். மாலிக் பின் நுவைராவின் கொலையை முன்வைத்து, காலித் (ரலி) அவர்களுடன் ஏற்கனவே முரண்பட்டிருந்த உமர் (ரலி) அவர்களுக்கு, இந்நிகழ்வு மேலும் கோபமூட்டியது. காலித் (ரலி) அவர்களிடம், அபூபக்ர் (ரலி) எந்த விளக்கமும் கேட்கவில்லை. அவநம்பிக்கையாளர்களுடன் சேர்ந்து கொள்பவர்கள் முடிவு

இதுவாகவே இருக்கும் என்று குறிப்பிட்டதன் மூலம், காலித் (ரலி) அவர்களைக் குற்றச்சாட்டிலிருந்து காப்பாற்றினார்.

ஃபிராத் போர் : பாரசீக, சிரிய, அரேபிய வழித்தடங்கள் கூடுமிடமான தூரமத்துல் ஜன்தலையடுத்த ஒரு பகுதி ஃபிராத். தக்லிப், நமீர், ஐயாத் ஆகிய கிளைகள் இங்கு ஒன்றுதிரண்டிருந்தன. இவர்களுக்குத் துணையாக ரோமானியப் படைகளும் அருகிலேயே முகாம் அமைத்திருந்தது. இராக்கின் தாழ்வாரப் பகுதிகளில் பாரசீகப் படைகளுக்கெதிராக நடந்த போர்களின் தொடர்ச்சி இப்போது, ரோமானியர்களின் முகாமை அடைந்திருந்தது.

காலித் (ரலி) ஃபிராத்தை அடைந்தார். யூப்ரட்டீஸ் நதியின் மறுபுறமிருந்த ரோமானியப் படை, முதலில் நதியைக் கடப்பது யாரென்பதை அறிந்துகொள்ள விரும்பியது. ரோமானியர்களே வரலாமென்று காலித் (ரலி) பதில் அனுப்பினார். இப்போது இரு படைகளும் எதிரெதிராக நின்றன.

தொடர் பயணங்கள் மற்றும் போர்களின் விளைவாக, முஸ்லிம் படைகள் களைத்துப்போயிருந்தன. ரோமானியர்கள் புத்துணர்ச்சியுடன் இருந்தனர். எண்ணிக்கையிலும் ஏறத்தாழ எட்டு முதல் பத்து மடங்கு அதிகமிருந்தனர். போர் ஒரு நாள் முழுவதும் நடந்தது. முடிவில், மிக மோசமாகத் தோல்வியுற்று, இறந்த ஒரு இலட்சமளவிலான உடல்களையும் போர்க்களத்தில் விட்டுவிட்டு ஓடித் தப்பித்தனர் ரோமானியர். காலித் (ரலி), தமது படையை மீண்டும் ஹிராவுக்கு அனுப்பிவிட்டு, ஹஜ் கடமையை நிறைவேற்றுவதற்காக மிகச் சிலருடன், இரகசியமாக மக்காவுக்குச் சென்றார்.

ஹஜ்ஜை நிறைவேற்றிய பின், காலித் (ரலி) ஹிராவுக்குத் திரும்பினார். அவரது பயணத் தகவலைக் கேள்விப்பட்டு அதிருப்தியடைந்த அபூபக்ர் (ரலி), “இனி இதுபோல், முன் யோசனையோ தகவலோ இல்லாமல் பயணம் செய்ய வேண்டாம்” என்று கேட்டுக்கொண்டார்.

ஹிஜ்ரீ 12 ஆம் ஆண்டு முஹர்ரம் மாதம், ஹிராவுக்கு வந்து சேர்ந்த காலித் (ரலி), ஹிஜ்ரீ 13 ஆம் ஆண்டு ரபீயுல் அவ்வல் மாதம்வரை அங்கேயே இருந்தார். இக்காலகட்டங்களில் நிகழ்ந்த ஒவ்வொரு போரிலும், முஸ்லிம் படைகளை விடவும் பல மடங்கு

அதிகமுள்ள, உலக மகாப் பேரரசுகளின் படைகளை எதிர்கொண்டு வெற்றிபெற்றார். ரோமானிய பாரசீகப் பேரரசுகள், காலித் பின் வலீத் எனும் பெயரைக் கேட்டாலே குலை நடுக்கம் கொண்டன.

மிகக் குறுகிய காலகட்டத்தினுள், இதுபோல் மகத்தான மாபெரும் வெற்றிகளைக்கண்ட ஒரு வீரர் உலக வரலாற்றிலேயே கிடையாது. காலித் (ரலி) அவர்களின் ஈடிணையற்ற வீரமும் வியூகமும் ஆற்றலும் மனத்துணிவும் அல்லாஹ்வின் அருட்கொடைகளுக்கு அவரைத் தகுதியுடையவராக்கின. அவரது வெற்றிகளுக்குப் பின்னால் செயலாற்றிய அபூபக்ர் (ரலி) அவர்களின் தேர்வும், மார்க்கப் பயிற்சியும் மேலும் முக்கியக் காரணிகள்.

முஸ்லிம் வீரர்களைக்கொண்ட சிறு குழுவாக இருந்தாலும் பெரும் படையாக இருந்தாலும் எந்தப் பகுதிகளில் போர் நிகழ்வதாக இருந்தாலும், வெற்றிக்கான வழிவகைகளை எவ்வாறு கடைப்பிடிப்பதாக இருந்தாலும், இஸ்லாத்தின் தலைமையகமான மதீனாவிலிருந்து கிடைத்து வந்த பரிந்துரைகளின்படியே அவர்கள் செயல்பட்டனர். ஒவ்வொரு சூழலிலும், முஸ்லிம் படைகளின் நகர்வுகளையும் அதன் நுட்பங்களையும் நன்றாக அறிந்து, அதற்கேற்ற உத்தரவுகளைப் பிறப்பிப்பதில் கலீஃபா அபூபக்ர் (ரலி) காலதாமதமின்றி செயலாற்றி வந்தார்.

சிரியாவில் காலித் பின் வலீத் (ரலி) : காலித் (ரலி) அவர்களின் போர் நடவடிக்கைகள்மூலம், அரேபிய மண்ணிலிருந்து இறைமறை எதிர்ப்புகள் வேருடன் களையப்பட்டன. இத்துடன், பாரசீகர்களின் திட்டங்களில் ஒன்றான மதீனாவின்மீது போர்த்தொடுப்பதற்கான துணிவும் அவர்களிடமிருந்து அகற்றப்பட்டது. அவர்களது உடனடிக் கண்காணிப்பிலிருந்த முதன்மையான விஷயம், ரோமானியர்கள் மற்றும் கஸ்ஸானியர்களிடமிருந்த சிரியாவின் எல்லைப்பகுதிகள்தான். கஸ்ஸானிய அரசன் ஷுரஹ்பிள் பின் அம்ர், இறைத்தூதர் அவர்களின் தகவலாளியைக் கொலை செய்திருந்தான். இது முஅதா போருக்கு இட்டுச்சென்றது. மட்டுமல்ல, ரோமானியர் மற்றும் கஸ்ஸானியர்களின் துணைப்படைகள், மதீனாவின்மீது படையெடுக்கவும் தயாராக இருந்தன. இந்தத் தீய எண்ணங்களை அவர்களிடமிருந்து அகற்றுவதற்காக இறைத்தூதர் அவர்கள் தபூக்வரை சென்றார்.

சிரிய எல்லைகளில் மீண்டும் தொடங்கிய மிகப்பெரிய படை முஸ்தீபுகள் குறித்தத் தகவல்களின் காரணமாக, உஸாமா (ரலி) தலைமையில் ஒரு படையை இறைத்தூதர் அவர்கள் அனுப்ப நேர்ந்தது. இறைமறை எதிர்ப்பாளர்கள்மீதான போர் நடவடிக்கைகள் ஒருபுறம் நடந்தாலும், சிரியாவிலுள்ள அச்சுறுத்தலைக் கலீஃபாவால் புறக்கணிக்க முடியவில்லை. எனவே அவர், காலித் (ரலி) அவர்களை சிரியாவுக்கு அனுப்பினார்.

ஒரு சிறு படையுடன் மதீனாவிலிருந்து புறப்பட்ட, காலித் (ரலி), கலீஃபாவின் உத்தரவின்படி, செல்லும் வழிகளிலும் எல்லைப் பகுதிகளிலுமுள்ள முஸ்லிம் வீரர்களைத் தம்முடன் சேர்த்துக்கொண்டார். கிறிஸ்தவப் படையுடனான நேரடி மோதலைத் தவிர்க்கும்படி காலித் (ரலி) அவர்களுக்குக் கட்டளையிடப்பட்டிருந்தது. அரேபியாவின் உள்நாட்டுச் சிக்கல்களும் இறைமறையெதிர்ப்பும் அவரது செயல்திட்டங்களில் முதன்மையாக இருந்தன.

முஸ்லிம் படைகள் சிரிய எல்லைக்குள் நுழைந்திருப்பதை அறிந்த ஹிராக்ளியஸ், அப்பகுதியிலுள்ளவர்களையும் சுற்றியிருந்த இனக்குழுவினரையும் முஸ்லிம்களுக்கெதிராகத் தூண்டினான். இறுதியில், ரோமானியர்களின் புகழ்பெற்ற படைத்தலைவனான மாஹானின் தலைமையில் ஒரு பெரும் படையையும் அனுப்பி வைத்தான். எதிர்பாராதத் தாக்குதலில் நிலைகுலைந்துபோன மாஹான் படை, மிக மோசமாகத் தோல்வியுற்றது. பெருமளவிலான போர்ப்பொருள்களையும் விட்டுச் சென்றது. இதையறிந்த ஹிராக்ளியஸ், கான்ஸ்டான்டிநோபிளிலிருந்து புறப்பட்டு சிரியாவுக்கு வந்து பழிவாங்கும் நோக்கத்துடன் மற்றுமொரு பெரும் படையைத் திரட்டினான்.

காலித் (ரலி) நிலைமைகளைக் குறித்து கலீஃபாவுக்கு விரிவாக எழுதினார். கடிதம் கிடைத்த அன்றைய தினம்தான், இக்ரிமா (ரலி) தமது போர் நடவடிக்கைகளை முடித்துவிட்டு மதீனாவுக்குத் திரும்பியிருந்தார். அப்போது, தங்கள் இன்னுயிர்கள் குறித்த கவலைகளின்றி அல்லாஹ்வின் பாதையில் போரிடுவதற்காக, அரேபியாவின் அனைத்துப் பகுதிகளிலுள்ள இனக்குழுவினரும் வம்சாவளியினரும் மதீனாவில் நிறைந்திருந்தனர்.

காலித் (ரலி) அவர்களுக்கு உதவியாக இக்ரிமாவை அனுப்பி வைத்தார் கலீஃபா. தொடர்ந்து, பாலஸ்தீனிலிருந்து வரும் ரோமானியப் படைகளை எதிர்கொள்வதில் காலித் (ரலி) அவர்களுக்கு உதவுவதற்காக, அம்ர் பின் அல்ஆஸ் (ரலி) தலைமையில் ஒரு படைப்பிரிவை அனுப்பி வைத்தார். மேலும், யஸீத் பின் அபூசுஃப்யான் (ரலி) தலைமையில் அரேபியாவின் பல்வேறு பகுதிகளிலிருந்து தேர்வுசெய்யப்பட்ட இனக்குழுவினர் உட்பட ஒரு படையை, டமாஸ்கஸ்மீது தாக்குதல் நடத்த அனுப்பி வைத்தார்.

அபூஉபைதா (ரலி) அவர்களின் தலைமையில் மற்றொரு படை, ஹிம்ஸின்மீது தாக்குதல் தொடுக்க அனுப்பப்பட்டது. இராக்கில் தமது படை நடவடிக்கைகளிலிருந்து மதீனாவுக்குத் திரும்பியிருந்த ஷுரஹ்பீல் (ரலி) தலைமையில், மேலுமொரு படைப்பிரிவு, ஜோர்தானின் பக்கமிருந்து தாக்குதல் நடத்த அனுப்பப்பட்டது. இந்நான்கு வலுமிக்க படைப்பிரிவுகளும் நான்கு புறங்களிலிருந்தும் சிரியாவைத் தாக்கச் சென்றவையாகும். இப்போர் நடவடிக்கைகள் ஹிஜ்ரீ 13 ஆம் ஆண்டு முஹர்ரம் மாதம் நடைபெற்றது.

நான்கு படைப்பிரிவுகளும் சிரியாவுக்குள் ஊடுருவியதும் நான்கு திசைகளிலிருந்தும் முஸ்லிம் படைகள் தாக்கத் திட்டமிட்டிருப்பதை ஹிராக்ளியஸ் அறிந்துகொண்டான். இதைத் தொடர்ந்து, அவனும் தனது படைகளை நான்கு தலைமைகளின்கீழ் நான்கு பிரிவுகளாக்கினான். பாலஸ்தீனில், அம்ர் (ரலி) அவர்களை எதிர்கொள்ள அனைத்துப் போர்க் கருவிகளும் தாங்கிய தொண்ணூறாயிரம் வீரர்கள்கொண்ட ஒரு படைக்கு, தனது சகோதரன், ததாரக்கைத் தலைவனாக நியமித்தான். டமாஸ்கசில், யஸீத் (ரலி) அவர்களை எதிர்கொள்ள நாற்பதாயிரம் வீரர்கள் கொண்ட ஒரு படைக்கு, ஜுர்ஜா பின் புதீயாவைத் தலைவனாக நியமித்தான்.

ஜோர்தானில், ஷுரஹ்பீல் (ரலி) அவர்களை எதிர்கொள்ள ஐம்பதாயிரம் வீரர்கள்கொண்ட ஒரு படைக்கு, ராக்கீசைத் தலைவனாக நியமித்தான். ஹிம்ஸில், உபைதா (ரலி) அவர்களை எதிர்கொள்ள அறுபதாயிரம் வீரர்கள்கொண்ட ஒரு படைக்கு, ரஃபீக்கா பின் நஸ்துராசைத் தலைவனாக நியமித்தான்.

வெறும் முப்பதாயிரம் வீரர்கள்கொண்ட முஸ்லிம்

படைகளுக்கெதிராக இரண்டு லட்சத்து நாற்பதாயிரம் வீரர்களைத் திரட்டியிருந்தான் ஹிராக்ளியஸ். அனைத்து ஆயத்தங்களுடன் முன்னேறி, முஸ்லிம் படைகளை நிலைகுலையச் செய்ய வேண்டுமென்பது அவனது நோக்கம். முதலில், போரைத் தவிர்த்துக்கொள்ள நினைத்த ஹிராக்ளியசின் எண்ணம் நிறைவேறவில்லை. அவையினரும் பிரபுக்களும் தலைவர்களும் அரபிகளை அடக்கியே ஆக வேண்டுமென்பதில் உறுதியாக நின்றனர்.

படைத்தலைவர்கள் வெவ்வேறு வழிமுறைகளை மேற்கொண்டிருந்தாலும், தங்களுக்குள் நெருக்கமான தொடர்புகள் வைத்திருப்பதுடன் அவரவர் நிலைகள் குறித்து அறிந்திருக்கவும் வேண்டுமென்றும் உத்தரவிட்டார் கலீஃபா. முஸ்லிம் படைத்தலைவர்கள் சிரிய எல்லைக்குள் நுழைந்ததும், தங்களுக்கெதிரான படைகளின் எண்ணிக்கை எட்டுமடங்கு அதிகமாக இருப்பதைக் கண்டு மலைத்தனர். எதிர்கொண்டிருக்கும் சூழலை, கலீஃபாவுக்கு அறிவித்ததுடன் அனைவரும் ஒன்று சேர்ந்து அதை எதிர்கொள்வதாகவும் முடிவு செய்தனர்.

யர்முக் எனுமிடத்தில் முஸ்லிம் படைத்தலைவர்கள் நால்வரும் ஒன்றுகூடினர். அப்போது, அனைவரும் ஒன்றிணைந்து போரை எதிர்கொள்ளுமாறு கலீஃபாவிடமிருந்து ஆணை வந்தது.

மேலும், கலீஃபாவின் உத்தரவில், ஆபத்து அதிகமாக இருக்குமிடத்துக்கு இரண்டிலொரு பகுதி படையுடன் செல்லவும், மீதமிருக்கும் படைக்கு முஸன்னா (ரலி) அவர்களைத் தலைவராக நியமிக்கவும், ஒன்றிணைந்த படைகளின் தலைவராக காலித் (ரலி) பொறுப்பேற்கவும் சொல்லப்பட்டது. கலீஃபாவின் ஆணைப்படி, காலித் (ரலி), பத்தாயிரம் வீரர்களடங்கிய விரைவுப்படை ஒன்றுடன், அதே எண்ணிக்கையிலான வீரர்களை ஹிராவில் நிறுத்திவிட்டு, சிரியாவை நோக்கிப் புறப்பட்டார்.

முஸ்லிம்களின் படைநகர்வுக்கேற்ப ஒரு படையை உருவாக்குமாறு ஹிராக்ளியசும் தன் படைத் தலைவர்களுக்கு உத்தரவிட்டான். ஒழுங்குபடுத்தப்பட்ட இப்படைக்குத் துணையாக, ஒரு பெரிய படைப்பிரிவையும் மாஹானின் தலைமையில் அனுப்பி வைத்தான் ஹிராக்ளியசின் சகோதரனான ததாரக், அவனது பெரிய படைக்குத் தலைமை வகித்தான்,

யர்முக் போர் : போர் அனுபவங்கள் நிறைந்த காலித் (ரலி) நிலைமையை ஆய்வு செய்தார். காலையில் எதிரிகள் தாக்குதலை மேற்கொள்ளக்கூடுமென்பதைப் புரிந்துகொண்ட ஒருநாளிரவு, நாற்பதிலிருந்து நாற்பத்தாறாயிரம் வரையிலான தமது படைவீரர்களை, வெவ்வேறு தலைமைகளின்கீழ் சிறுச்சிறு குழுக்களாகப் பிரித்தார். தேர்வு செய்த ஒரு குழுவைத் தம்முடன் வைத்துக் கொண்டார். பிறகு, குழுத்தலைவர்கள் ஒவ்வொருவரிடமும் போர்த்தந்திரங்கள் கடைப்பிடிக்கப்பட வேண்டுமென்று உத்தரவிட்டார்.

நாற்பதாயிரம் வீரர்களைக்கொண்ட படைகள்மீது தாக்குதலைத் தொடங்கிய ரோமானியப் படைகள் அப்படியே பின்வாங்கி ஓடின. அப்போது, புகழ்பெற்ற ரோமானியப் படைத் தலைவனான ஜுர்ஜா பின் புதீயா, தனது சிறு படைப்பிரிவுடன் வந்து, காலித் (ரலி) அவர்களுடன் பேச வேண்டும் என்றார். காலித் (ரலி) அவனது அருகில் வந்ததும் இஸ்லாத்தைப் பற்றி நான் அறிந்துகொள்ள விரும்புகிறேன் என்றார். முஸ்லிம்களின் படைத்தலைவர் இஸ்லாத்தைக் குறித்துப் போதுமான அளவுக்கு சொன்னார். அந்த இடத்திலேயே இஸ்லாத்தைத் தழுவிக் கொண்ட ஜுர்ஜா, பிறகு, முஸ்லிம் படையில் சேர்ந்து ரோமானியர்களுக்கெதிராக வீரத்துடன் போரிட்டு உயிர் துறந்தார்.

இரு படைகளுக்குமிடையே மிகத் தீவிரமாகப் போர் நடந்துகொண்டிருந்தது. முஸ்லிம் படைகள் எண்ணிக்கையில் குறைவாக இருந்தாலும், அவர்களின் நெஞ்சுரம், ரோமானியப் படைகளை விடவும் பலமடங்கு அதிகமாக இருந்தது. அபூசுஃப்யான் (ரலி) தனது போர்ப் பாடல்களால் படைவீரர்களை உற்சாகமூட்டினார். அப்போது, இக்ரிமா (ரலி) இறப்பை விரும்புவதாக எனக்கு வாக்குறுதியளிப்போர் யார்? என்று உரத்த குரலில் கேட்டார். உடனே, ளிரார் பின் அஸ்வர் (ரலி) அவர்களும் நானூறு வீரர்களும் ஒன்று, உயிர்த்துறப்பது இல்லையேல் வெற்றி பெறுவது என்று சூளுரைத்தனர்.

இதைத் தொடர்ந்து, வேட்கைமிகுந்த புலிகள்போல் அவர்கள் ரோமானியப் படைகள்மீது பாய்ந்தனர். உயிர் துறக்கும் உணர்வு அவர்களுக்குள் நிலைபெற, மிக்தாத் (ரலி) குர்ஆனின் அல்அன்ஃபால் அத்தியாயத்தை உரக்க ஓதிக்கொண்டிருந்தார். இஸ்லாத்தின் மாபெரும் வீரர்களான காலித், அபூஉபைதா, ஷுரஹ்பிள், யஸீத்,

இக்ரிமா, கஅகாஹ், அபூசுஃப்யான், அபுத் தர்தா, அம்ர், ஹாரிஸ், ஜுர்ஜா ஆகியோர் முன்எப்போதுமில்லாத அளவில் துணிவுடன் போரிட்டுக் கொண்டிருந்தனர். காலை முதல் மாலைவரை வாட்களின் குத்தீட்டிகளின் அம்புகளின் ஈட்டிகளின் பேரோசை கேட்டபடியே இருந்தன. போர் நடந்துகொண்டிருக்கும்போது, ளுஹர் தொழுகையும் அஸ்ர் தொழுகையும் போர்த் தொழுகைகளாக நிறைவேற்றப்பட்டன. அன்றைய தினம் முடிவுற்றும் போர் முடிவுறவில்லை.

நாள் முழுவதும் தொடர்ந்த போரிலும் தோல்விக்குமேல் தோல்வி அடைந்ததிலும் வெறுப்புற்ற ரோமானியர்கள், நம்பிக்கையிழந்துபோன நிலையில் தங்களை மலைகள் தடுத்து நிறுத்தும்வரை பின்வாங்கிச் சென்றனர். அவர்கள் ஓட ஆரம்பிக்கும்வரைக்கும் முஸ்லிம்களும் முன்னேறிச் சென்றுகொண்டிருந்தனர். பின்தொடர்ந்து சென்ற முஸ்லிம்படைகள் அவர்களை ஆற்றில் தள்ளியது. ஏராளமானோர் நீரில் மூழ்கினர். மற்றவர்கள் கொலையுண்டனர். எதிரிகள் படையில் இப்படி, ஒரு லட்சத்து முப்பதாயிரம் வீரர்கள் மாண்டனர். எஞ் சியவர்கள் ஓடி உயிர்ப் பிழைத்தனர்.

முஸ்லிம்களின் வெற்றிச் செய்தியுடன் காலைக்கதிரவன் மேலெழுந்தான். ரோமானிய வீரர்கள் யாருமில்லை. ரோமானியப் படைத்தலைவனும் ஹிராக்ளியசின் சகோதரனுமானததாரக்கும் வேறு சில படைத்தலைவர்களும் போரில் கொலையுண்டனர். மூவாயிரம் முஸ்லிம் வீரர்கள் உயிர் துறந்தனர். இவர்களில், ஜுர்ஜா பின் புதீயா, இக்ரிமா பின் அபூஜஹ்ல், சலமா பின் ஹிஷாம், அம்ர் பின் ஸயீத், அபான் பின் சயீத், ஹிஷாம் பின் அல்ஆஸ், ஹப்பார் பின் சுஃப்யான், துஃபைல் பின் அம்ர் ஆகியோர் புகழ்பெற்றவர்கள்.

யர்முக் போர், ஹிஜ்ரீ 13 ஆம் ஆண்டு, ரபீயுல் அவ்வல் அல்லது ரபீயுல் ஆகிரா மாதம் நிகழ்ந்ததாகச் சொல்லப்படுகிறது. இது ஏற்புடையதாகத் தோன்றவில்லை. ஜுமாதல் ஆகிரா மாத இறுதி என்பதுதான் ஏற்புடையதாக இருக்கும். ரோமானியப் படைகள், புஸ்ராவை அடைவதற்குள் முஸ்லிம் படையினர் புஸ்ராவை வெற்றிகொண்டிருந்தனர். மேலும், யர்முக்கின் வெற்றிச் செய்தி, அபூபக்ர் (ரலி) அவர்களின் இறப்புவரைக்கும் மதீனாவை அடையவில்லை என்பதுவும் இது மதீனாவுக்கு வந்து சேர

இரண்டு அல்லது இரண்டரை மாதங்களானது என்பதும் ஏற்புடைய தகவல்கள் அல்ல.

சிரியாவில் நிகழ்ந்த யர்முக் போர், ஹிராக்ளியசை நடுங்க வைத்தது. ஒரு கூட்டம் முஸ்லிம்களின் கைகளால், மிகப்பெரும் ஆயுதங்கள் தாங்கிய பல நூறாயிரம் ரோமானியப் படைவீரர்கள் படுதோல்வி அடைந்தனர் என்பது அவனது புரிதலுக்கு அப்பாற்பட்ட விஷயமாக இருந்தது. மனஉளைச்சலடைந்த அவன் ஹிம்ஸ் நகரத்தைவிட்டு எங்கோ சென்று விட்டான். என்றாலும், புறப்படுவதற்குமுன் டமாஸ்கஸ் மற்றும் ஹிம்ஸ் கோட்டைகளை வலுப்படுத்தவும் உத்தரவிட்டான்.

டமாஸ்கஸ், முஸ்லிம் படையின் முற்றுகையின்கீழ் வந்திருந்தது. சிரியா முழுவதுமே முஸ்லிம்களால் கைப்பற்றப்படும் நிலை. எதிரிகள் இப்போது, அரபுத் தீபகற்பத்தை விட்டு, தங்களைப் பாதுகாத்துக்கொள்வதை இலக்காகக்கொண்டனர். பசுமையும் வளமுமிக்க இராக் ஏற்கனவே முஸ்லிம்களின்கீழ் வந்துவிட்டது. இப்போது முஸ்லிம்கள் பாரசீக, ரோமானியர்களைப் பின் தள்ளிவிட்டு, அரபு எல்லைகளை விரிவுபடுத்துவதில் ஈடுபட்டிருந்தனர்.

ஹிஜ்ரீ 13 ஆம் ஆண்டு, ஜுமாதல் ஆகிரா மாதம் தொடக்கத்தில் அபூபக்ர் ஸித்தீக் (ரலி) காய்ச்சலால் பீடிக்கப்பட்டார். இதே நிலை இரண்டு வாரங்கள் நீடித்தது. தமது அந்திமக் காலம் நெருங்கிக்கொண்டிருப்பதை உணர்ந்த அபூபக்ர் (ரலி) அப்துர் ரஹ்மான் பின் அவ்ஃப் (ரலி) அவர்களை வரவழைத்து கிலாஃபத்தைக் குறித்துக் கலந்துரையாடினார். பின்பு, "உமரைப் பற்றி உமது கருத்து என்ன?" என்று கேட்டார்.

"கடுமையும் விட்டுக்கொடுக்காத குணங்களும் செயல்பாடுகளும் கொண்டவர்" என்றார் அப்துர் ரஹ்மான் (ரலி). அபூபக்ர் (ரலி) சொன்னார்: "அவரது விடாப்பிடியான குணங்கள் எனது மென்மையான அணுகுமுறைகள் சார்ந்தவை. நான் சில விஷயங்களில் மென்மையாக நடந்து கொள்ளும்போது உமர் அதில் கடுமையைப் பின்பற்றுவார். நான் விட்டுக்கொடுக்காத விஷயங்களில் அவர் மென்மையான போக்கையே கையாள்வார். இதை நான் ஆழமாகக் கவனித்து வந்தேன். கிலாஃபத் அவரை குணத்திலும் அணுகுமுறையிலும் மென்மையானவராகவும் தன்னடக்கமுள்ள

நடுநிலையாளராகவும் மாற்றுமென்பது என்னுடைய எண்ணம்.''

இதைத் தொடர்ந்து, உஸ்மான் பின் அஃப்ஃபான் (ரலி) அவர்களை வரவழைத்த அபூபக்ர் (ரலி), இதே கேள்வியை அவரிடமும் கேட்டார். உஸ்மான் (ரலி) சொன்னார்: "உமரின் வெளிப்பாடுகளைவிட அவரது அகமனம் மிகவும் உயர்வானது. எங்களில் மிகச் சிறந்தவர் உமர்தான்.''

அலீ (ரலி) அவர்களிடம் நடத்திய கலந்துரையாடலின்போதும் ஏறத்தாழ இதே பதில்தான் கிடைத்தது. பிறகு, தல்ஹா (ரலி) வந்தார். "முஸ்லிம்களின் கலீஃபாவாக நான் உமரை நியமிக்க விரும்புகிறேன்'' என்று அவரிடம் சொன்னார் அபூபக்ர் (ரலி). "உமது மக்களுக்கு நீர் செய்தது என்ன என்று நாளை அல்லாஹ் கேட்கும்போது என்ன பதில் சொல்வீர்கள்?'' என்று கேட்டார் தல்ஹா (ரலி). அபூபக்ர் (ரலி) சொன்னார்: "உன்னுடைய படைப்புகளுக்காக உன்னுடைய படைப்புகளில் மிகச்சிறந்த ஒருவரை நான் கலீஃபாவாக நியமித்தேன் என்று சொல்வேன்.'' இதைச் செவிமடுத்த தல்ஹா (ரலி) அமைதியாக இருந்தார்.

அபூபக்ர் (ரலி) அவர்களின் வேண்டுகோளின்படி, அவரது இறுதி சாசனத்தை உஸ்மான் (ரலி) எழுதினார். "அளவற்ற அருளாளனும் கருணையுள்ளவனுமாகிய அல்லாஹ்வின் பெயரால், இறைத்தூதரின் கலீஃபாவான எனது இம்மை வாழ்வின் இறுதியும் மறுமை வாழ்வின் தொடக்கமும் நெருங்கி வரும் இவ்வேளையில் எழுதப்படும் வாக்குறுதிகளாவன: அவநம்பிக்கையாளன் நம்பிக்கையாளனாகவும் அதர்மம் செய்பவன் தர்மவானாகவும் மாறும் இவ்வேளையில், உங்கள் அனைவருக்குமான நன்மைகளைச் செய்வதில் உங்கள் எதிர்பார்ப்புக்குக் குறைவாக, என்னுடைய அறிவுக்குட்பட்டு என்றுமே நான் நடந்துகொண்டதில்லை. ஆகவே, உங்களுடைய கலீஃபாவாக நான் உமர் பின் அல்கத்தாப் அவர்களை நியமித்திருக் கிறேன். உமர் நடுநிலையையும் பொறுமையையும் பின்பற்றுவார் என்பது எனது அறிவுக்கு உட்பட்டது. அவர் தவறிழைப்பாரெனில், அறிய இயலாதது குறித்து நான் அறிவுடையவன் அல்ல! நான் நன்மைகளைத் தவிர வேறு எதையும் நாடவில்லை. அவரவர் செயல்களின் பலனை அவரவர் எதிர்கொள்ள வேண்டும்.''

'... அநியாயம் செய்தவர்கள், தாங்கள் திரும்பிச் செல்லுமிடம்

எதுவென்பதைத் திட்டமாக (பின்னர்) அறிந்துகொள்வார்கள்.'
(குர்ஆன் 26: 227)

அபூபக்ர் ஸித்தீக் (ரலி) அவர்களின் இறுதியுரை : இறுதி சாசனம் எழுதும் பணி நிறைவேறியதும், அதை மக்களுக்குப் படித்துக் காட்ட வேண்டும் என்றார் அபூபக்ர் (ரலி) அவர்கள். தொடர்ந்து, தமது உடல்நிலையைப் பொருட்படுத்தாமல் வெளியே வந்து கூடியிருந்த மக்களைப் பார்த்துச் சொன்னார்: "நான் என்னுடைய உறவினர்களைக் கலீஃபாவாக நியமிக்கவில்லை. உமரைக் கலீஃபாவாக நியமித்தது எனது சொந்த விருப்பமும் அல்ல. மாறாக, உறுதியுடன் முடிவுகள் எடுக்கும் பலரைக் கலந்தாலோசனை செய்த பிறகுதான் இதைச் செய்துள்ளேன். ஆகவே, உங்கள் கலீஃபாவாக உமர் இருப்பதை நீங்கள் ஒப்புக்கொள்கிறீர்களா?" இதைச் செவிமடுத்த மக்கள், "தங்கள் தேர்விலும் கருத்திலும் நாங்கள் உடன்படுகிறோம்" என்றனர். தொடர்ந்து அபூபக்ர் (ரலி), "எனில், நீங்கள் உமரின் ஆணைகளுக்கேற்ப அவருக்குப் பணிய வேண்டும்" என்றார். அனைவரும் ஆட்சியில் தங்கள் கீழ்ப்படிதலைத் தெரிவித்துக்கொண்டனர். அபூபக்ர் (ரலி), அவையினர் முன், உமர் (ரலி) அவர்களை அழைத்துச் சொன்னார்:

"உமரே, இறைத்தூதரின் தோழர்களுக்கான எனது பிரதிநிதியாக உம்மை நியமித்துள்ளேன். உமது அகமும் புறமும் அல்லாஹ் ஒருவனுக்கே அஞ்சுவதாக! உமரே, இரவிலும் பகலிலும் எல்லாம் வல்ல அல்லாஹ்வுக்காகச் செய்யப்பட வேண்டிய வெவ்வேறு கடமைகள் உள்ளன. இரவுக்கானதை பகலிலோ பகலுக்கானதை இரவிலோ செய்வது அல்லாஹ்வுக்கு உவப்பானதில்லை. இன்றியமையாத் தொழுகைகள் (ஃபர்ளு) நிறைவேற்றப்படாத நிலையில் உபரித் தொழுகைகளை (நஃபில்) அல்லாஹ் ஏற்பதில்லை.

உமரே, இறுதித் தீர்ப்பு நாளில், நற்செயல்களின் பதிவேடு மிகுதியாக இருப்பவர் மட்டுமே நன்மை பெறுவார். இதில் குறைபாடுள்ளவர் நோவுறுவார். உமரே, சங்கைமிகு குர்ஆன் வழி நின்று நேர்மையைப் பின்பற்றுவதில், வெற்றிக்கும் நன்மைகளுக்குமான பாதைகள் திறந்து காணப்படுகின்றன. தூண்டுதல், இறையச்சம், முன்கருதல், அரசநீதி இவற்றுடன் தொடர்புடைய வசனங்கள், திருக்குர்ஆனில் இருப்பதும், எனவே

இறைநம்பிக்கையாளர் எல்லாம் வல்ல அல்லாஹ்வுக்குப் பயந்து அவனது மன்னிப்பைத் தேடுகிறார் என்பதும் நீர் அறியாதவை அல்ல!

உமரே, கீழுலக மனிதர்களைப் பற்றிய குறிப்பை நீர் மேன்மைமிகு குர்ஆனில் காணும்தோறும், அவர்களில் ஒருவராக எம்மை ஆக்கிவிடாதே என்று அல்லாஹ்வை வேண்டிக்கொள்வீராக! சொர்க்கவாசிகளைப் பற்றிய குறிப்பை நீர் அதில் காணும்தோறும், அவர்களில் ஒருவராக எம்மையும் ஆக்குமாறு அல்லாஹ்வை வேண்டிக்கொள்வீராக! உமரே! எனது இவ்வறிவுரைகளை நீர் பின்பற்றும்போது, நான் உமதருகில் அமர்ந்திருப்பதைக் காண்பீர்."

அபூபக்ர் ஸித்தீக் (ரலி) அவர்களின் இறப்பு : இறுதி சாசன அறிவிப்புகள் அனைத்தும், ஹிஜ்ரீ 13 ஆம் ஆண்டு ஜுமாதல் ஆகிரா மாதம், 22 ஆம் நாள் திங்கட்கிழமை நடந்து முடிந்தன. 22, 23 இல் சூரியன் மறைந்த பின், அபூபக்ர் ஸித்தீக் (ரலி) அவர்கள் இறப்பெய்தினார். இரவுத் தொழுகைக்கு முன்பு அல்லது அன்றிரவே அவரது நல்லடக்கமும் நடந்து முடிந்தது.

அபூபக்ர் (ரலி) அவர்களின் கிலாஃபத் இரண்டரை ஆண்டுகளுக்கு மேலாக நடந்தது. மக்காவின் ஆளுநரான அத்தாப் பின் உசைத் (ரலி) அவர்களும் மக்காவில் இதே நாளில் இறந்தார். அபூபக்ர் (ரலி), இறுதி சாசனத்தை எழுதி முடித்து, தமது உலக வாழ்வு முடிவுபெற இருப்பதை முஸ்லிம்களுக்கு அறிவித்த அன்று, ஹிராவிலிருந்து (இராக்) முஸன்னா பின் ஹாரிஸா (ரலி) மதீனாவுக்குத் திரும்பினார். காலித் (ரலி), இரண்டிலொரு பகுதி படையை, ஹிராவில் முஸன்னா (ரலி) தலைமையில் ஒப்படைத்துவிட்டு, மீதிப் பகுதியுடன் சிரியாவுக்குப் புறப்பட்ட நிலையில், பாரசீகப் படைத்தலைவனான பிஹ்மன் ஜாத்வை, இனி ஹிராவிலிருந்து முஸ்லிம்களை விரட்டுவது எளிதாக இருக்குமென்று முடிவு செய்தான்.

இதற்கென வலுவான ஒரு படையுடன் அவன் புறப்பட்டான். முஸன்னா (ரலி), ஹிராவிலிருந்து பாபிலோனுக்கு அணிவகுத்துச்சென்று அவனுடைய தாக்குதலை முறியடித்து மதாயின் வரையிலும் அவர்களை விரட்டியடித்துவிட்டு ஹிராவுக்குத் திரும்பினார்.

அழிவும் பரிதாபத்திற்குரியதுமான இத்தோல்வியைத்தொடர்ந்து, பாரசீகப் படைத்தலைவர்களும் அமைச்சர்களும் பிரபுக்களும் தலைவர்களும் தங்களது வேறுபாடுகளைத் துறந்துவிட்டு ஒன்று திரண்டனர். வீரத்தையும் நெஞ்சுரத்தையும் தூண்டும் பேரலையொன்று நாடு முழுவதும் திரண்டது. முஸ்லிம்களை வேருடன் களைந்தெறிய, பாரசீகத்தின் அனைத்து இனக்குழுவினரும் பிற சமூக மக்களும் தலைவர்களும் துடித்தெழுந்தனர். இதற்கான, பெருமளவிலான படை முஸ்தீபுகள் முஸன்னா (ரலி) அவர்களைக் குழப்பியது. அவர், இப்பெரும் அச்சுறுத்தலைக் கலீஃபாவிடம் அறிவிப்பதற்காக ஹிராவில் பஷீர் பின் கஸாஸியா (ரலி) அவர்களை பொறுப்பில் நியமித்துவிட்டு மதீனாவுக்கு விரைந்தார்.

கலீஃபா அபூபக்ர் (ரலி) இறப்பதற்கு சில மணிநேரங்களுக்கு முன்புதான் முஸன்னா (ரலி) மதீனாவை அடைந்தார். இருந்தும் அவர் கூறியதை முழுக்கவனத்துடன் செவிமடுத்த பின், தேவையானவற்றைச் செய்யுமாறு உமர் (ரலி) அவர்களிடம் சொன்னார். உமர் (ரலி) சென்றதும் அபூபக்ர் (ரலி) இறைவனிடம் மன்றாடினார்.

"அல்லாஹ்வே! முஸ்லிம்கள் அனைவரது நலனுக்காகவும் அவர்களது பாதையிலுள்ள பேரிடர்கள் அனைத்தையும் நீக்குவதற்காகவும், எனக்குப் பிறகு கலீஃபாவாக உமரைத் தேர்வு செய்தேன். மனங்களை நன்கு அறிந்தவன் நீயே! முஸ்லிம்களுடன் கலந்தாலோசனை செய்து, அவர்களில் மிகச் சிறந்தவரை, அவர்களுக்காகவும் அவர்களின் அமைதியையும் நலனையும் பேணுவதற்காகவும் தேர்வு செய்தேன். உன்னுடைய நல்லடியார்களின் பாதுகாவலரை அவர்கள்மீது நம்பிக்கையுள்ளவராகவும் உறுதி படைத்த உள்ளத்தினராகவும் ஆக்கி வைப்பாயாக! அவர்களுடைய பாதுகாப்பு உன் கையிலிருக்கிறது. உமரைச் சிறந்த கலீஃபாவாக ஆக்குவாயாக! அவரது மக்களை அவருக்கு நன்மையுடையவர்களாக ஆக்குவாயாக."

அலீ (ரலி) அவர்களின் கருத்தோட்டம் : குலை நடுங்க வைக்கும், அபூபக்ர் (ரலி) அவர்களின் இறப்புச் செய்தி மதீனாவெங்கும் பரவியது. நகரம் கவலையிலும் பெருந்துயரிலும் ஆழ்ந்தது. இறைத்தூதர் அவர்களின் இறப்பின் துன்பம் தோய்ந்த நாள் மீண்டும் நிகழ்ந்தது. துயரம்மிக்க இச்செய்தியை அறிந்த அலீ (ரலி) அவர்கள்

கண்ணீர் பெருக்கெடுத்த நிலையில் தமது இல்லத்துக்கு வந்து வாசலில் நின்று, பெருந்துயரமும் வேதனையும் கலந்த நிலையில் சொன்னார்:

"அபூபக்ரே! அல்லாஹ் உங்கள்மீது பேரன்பு காட்டுவானாக! அல்லாஹ்வின் மீதாணையாக, இஸ்லாத்தை முதன்முதலாக ஏற்றுக்கொண்ட தாங்கள், அதையே தங்கள் குணத்திலும் நடத்தையிலும் கைக்கொண்டீர்கள். நம்பிக்கையிலும் உண்மையிலும் தாங்களே மிக மேன்மையானவராக இருந்தீர்கள். மாபெரும் கொடையாளியும் இறைத்தூதரின் மெய்க்காவலரும் தாங்களே! இஸ்லாத்திற்குத் தலைசிறந்த ஒத்துழைப்பை நல்கிய தாங்கள் படைப்புகள் அனைத்தின்மீதும் நல்லெண்ணம்கொண்டீர்கள். இறைத்தூதருக்கு மிகவும் நெருங்கிய தோழராக இருந்தீர்கள். இஸ்லாத்திற்காகவும் முஸ்லிம்களுக்காகவும் அல்லாஹ் உங்களுக்கு மிக மேன்மையான வெற்றிக்கொடையை வழங்குவானாக! பிறர், மறுத்தபோதும் புறக்கணித்தபோதும் இறைத்தூதருக்குத் தாங்கள் பக்கபலமாக நின்றீர்கள். மற்றவர்கள், அவரை இரக்கமின்றி நடத்தியபோது தாங்கள் இரக்கம் காட்டினீர்கள். அவருக்குத் துணையும் ஒத்துழைப்பும் வழங்க மற்றவர்கள் பின்வாங்கிய நிலையில் தாங்கள் துணை செய்தீர்கள். அல்லாஹ்வினால் ஸித்தீக் என்று சிறப்பிக்கப்பட்டவர் தாங்கள்.

'உண்மையைக் கொண்டுவருபவரும் அதை உண்மையென்று (ஒப்புக்கொண்டு) ஏற்பவர்களும் (ஆகிய) இத்தகையவர்கள்தாம் இறையச்சமுடையோர்.' (குர்ஆன் 39: 33).

பாறைபோல் நின்று இறைமறுப்பாளர்களை எதிர்த்தீர்கள். தங்களுடைய வாதங்கள் என்றுமே தவறாகத் திருப்பப்பட்டதில்லை. தங்களின் அகத்தூண்டுதல்கள் பொய்த்ததுமில்லை. தங்கள் மனம் சூழ்ச்சிகளின் வழியே சஞ்சரித்ததில்லை. தாங்கள் ஒரு மலைநிகர் மனஉறுதி படைத்தவர். சூறைக்காற்று, தங்கள் வேர்களைக்கூட அசைக்க இயலாமல் தோல்வியுற்றன. தங்களைக் குறித்து இறைத்தூதர் அவர்கள், உடலில் வலுவிழந்தவர்; உளநம்பிக்கையில் வலுமிகுந்தவர்; பணிவு மிக்கவர்; அல்லாஹ்வினால் உயர்த்தப்பட்டவர்; மண்ணில் இறைமேன்மை பெற்றவர்; இறைநம்பிக்கையாளர்களுள் மதிப்புமிக்கவர் என்று மொழிந்துள்ளார்கள். தங்கள் முன்னிலையில் யாராலும் பேராசைகொள்ள இயலாது. மனம் போனவாறு யாரும்

இஸ்லாமிய வரலாறு இரண்டாம் பாகம்

பேச இயலாது. தனக்கான உரிமைகோரி தங்களிடம் வந்த பலவீனர் அதைப் பெறும்வரைக்கும் வலுவானவராகவும், வலுவானவர், அதை வழங்கும்வரைக்கும் பலவீனராகவும் தங்கள் முன்னிலையில் தம்மை உணர்ந்தனர்.''

இறப்புச் செய்தியைக் கேள்விப்பட்ட உமர் (ரலி), தமது ஆழ்ந்த மனவுணர்வுகளை இப்படியாக வெளிப்படுத்தினார்: "இறைத்தூதரின் கலீஃபாவே! தாங்கள் இறப்பின்மூலம் மக்கள் மிகுந்த சிரமத்திற்குள்ளாகியிருக்கிறார்கள். தங்களது புழுதிக்கொப்பாகவும் எதுவுமில்லை. நான் எவ்வாறு உங்களின் இடத்தை நிரப்புவேன்?''

ஸித்தீக்கிய கிலாஃபத்தின் ஆளுநர்கள் : இறைநம்பிக்கையாளர்களின் பொதுக்கருவூலப் பொறுப்பாளராக அபூஉபைதா பின் அல்ஜர்ராஹ் (ரலி) அவர்களும், நெறிப்படுத்தும் துறையை உமர் (ரலி) அவர்களும் பார்த்துக்கொண்டனர். உஸ்மான் (ரலி), அலீ (ரலி) ஆகியோர் அரசியல் செயல்பாட்டுக்கும் கடிதத் தொடர்புக்கும் பொறுப்பேற்றனர்.

அபூபக்ர் (ரலி) இறப்பெய்த அன்றைய தினம் மக்காவின் ஆளுநராக இருந்த அத்தாப் பின் உசைத் (ரலி) அவரகளும் இறந்தார். தாயிஃபில் உஸ்மான் பின் அபுல் ஆஸ் (ரலி), ஸன்ஆவில் முஹாஜிர் பின் உமய்யா (ரலி), ஹள்ரமவ்த்தில் ஸியாத் பின் லபீத் (ரலி), கவ்லானில் யஅலா பின் உமய்யா (ரலி), யேமனில் அபூமூஸா அஷ்அரீ (ரலி), ஜனதில் முஆத் பின் ஜபல் (ரலி), பஹ்ரைனில் அலா பின் ஹள்ரமி (ரலி), தூமத்துல் ஜன்தலில் ஐயாத் பின் ஃகனம் (ரலி), இராக்கில் முஸன்னா பின் ஹல்த்தா (ரலி) ஆகியோர் ஆளுநர்களாகப் பொறுப்பிலிருந்தனர்.

அபூஉபைதா பின் அல்ஜர்ராஹ் (ரலி) பின்னர் முஸ்லிம் படைகளின் தலைவராக சிரியாவுக்கு அனுப்பப்பட்டார். யஸீத் பின் அபூசுஃப்யான், அம்ர் பின் அல்ஆஸ், ஷுரஹ்பிள் பின் ஹசனா (ரலி) ஆகியோர் ஏற்கனவே சிரியாவில் முஸ்லிம்களின் வெவ்வேறு படைப்பிரிவுகளின் தலைவர்களாக இருந்தனர். காலித் பின் வலீத் (ரலி) ஸித்தீக்கிய கிலாஃபத்தின்போது முஸ்லிம் படைகளின் உயர்பெருந்தலைவராக இருந்தார்.

மனைவியரும் பிள்ளைகளும் : அபூபக்ர் (ரலி) அவர்களின் முதல்

மனைவியான குத்தையா பின்த் அப்துல் உஸ்ஸாவுக்கு அப்துல்லாஹ் (ரலி), அப்துல்லாஹ் பின் ஸுபைர் (ரலி) அவர்களின் தாயாரான அஸ்மா பின்த் அபூபக்ர் (ரலி) என இரண்டு பிள்ளைகளும், இரண்டாவது மனைவியான உம்மு ருமான் (ரலி) அவர்களுக்கு, அப்துர் ரஹ்மான் பின் அபூபக்ர் (ரலி), ஆயிஷா ஸித்தீக்கா (ரலி) என இரண்டு பிள்ளைகளும் பிறந்தனர்.

அபூபக்ர் (ரலி) இஸ்லாத்தைத் தழுவியபோது முதல் மனைவியான குத்தையா, அவரைப் பின்பற்ற மறுத்தார். ஆகவே, மணமுறிவு செய்யப்பட்டார். இரண்டாவது மனைவியான உம்மு ருமான் (ரலி) இஸ்லாத்தை ஏற்றுக்கொண்டார். அபூபக்ர் (ரலி) இஸ்லாத்தைத் தழுவிய பின், ஜஅஃபர் பின் அபூதாலிப் (ரலி) அவர்களின் விதவையான அஸ்மா பின்த் உமைஸ் (ரலி) அவர்களைத் திருமணம் செய்தார். இதில், முஹம்மத் பின் அபூபக்ர் (ரலி) பிறந்தார். பின்னர், அபூபக்ர் (ரலி), கஸ்ரஜ் இனக்குழுவைச் சேர்ந்த ஹபீபா பின்த் காரிஜா அன்சாரியா (ரலி) அவர்களைத் திருமணம் செய்தார். இதில், உம்மு குல்ஸும் எனும் மகள், அபூபக்ர் (ரலி) அவர்களின் இறப்புக்குப் பின், பிறந்தவர்.

உமர் கத்தாப் (ரலி) : பிறப்பும் மரபு வழியும் : உமர் பின் அல்கத்தாப் (ரலி), குறைஷிகளின் உயர்நிலைக் குடும்பத்தில் பிறந்தவர். அறியாமைக் காலத்தில் அரசியல் குழுக்களுடன் தொடர்புள்ளது உமர் (ரலி) அவர்களின் குடும்பம். குறைஷிகளுக்கும் பிற இனக்குழுவினருக்குமிடையில் நிகழும் போர்களில் உமர் (ரலி) அவர்களின் குடும்பத் தலைவர்கள் அமைதி பேச்சு வார்த்தைகளுக்காக அனுப்பப்பட்டனர். குறைஷிகள் தங்கள் பெருமிதங்களையும் உன்னதங்களையும் பிறருக்கு வெளிச்சமிட்டுக் காட்டும் நிகழ்வுகளின்போதும் இவர்களே முன்னிலை வகித்தனர்.

உமர் (ரலி) அவர்களின் குடும்ப மரபு வழி: உமர், கத்தாப், நுஃபல், அப்துல் உஸ்ஸா, ரியா, அப்துல்லாஹ், குரத், ரஸா, அதீ, கஅப், லுஅய் என்பதாகும். கஅபுக்கு அதீ, முர்ரா என இரண்டு புதல்வர்கள். இறைத்தூதரின் முன்னோர்களில் ஒருவர் முர்ரா. முந்தைய எட்டாவது தலைமுறையில் இறைத்தூதர் அவர்களும் உமர் (ரலி) அவர்களும் உறவினராகிறார்கள்.

உமர் (ரலி) அவர்களின் சிறப்புப் பெயர் அபூஹஃப்ஸ். இறைத்தூதர் வழங்கிய சிறப்புப் பெயர் ஃபாரூக். அவரது பிறப்பு, இறைத்தூதரின் புலம்பெயர்வுக்கு 40 ஆண்டுகளுக்கு முன். உமர் (ரலி) தமது சிறுவயதை ஒட்டகங்கள் மேய்ப்பதில் கழித்தார். இளமையை அடைந்த பின், அரபு மரபுகள்படி, தலைமுறை ஆய்வுக்கலை, வாள்சண்டை, குதிரையேற்றம், மற்போர் ஆகியவற்றில் தேர்ச்சி பெற்றார். இஸ்லாத்தைத் தழுவுவதற்கு முன்னும் பின்னும் வணிகம்தான் அவரது தொழிலாக இருந்தது.

மேலும் சில சிறப்புகள் : உமர் (ரலி) இஸ்லாத்தைத் தழுவுவதற்கு முன், உக்காள் வணிகக்கூடல் திடலில் நடைபெறும் மற்போர் போட்டிகளில் பங்கெடுப்பது வழக்கம். ஆண்டுதோறும் இங்கு மிகப்பெரிய வணிகப் பரிவர்த்தனைகள் நடைபெறும். அரேபியாவின் எல்லாப் பகுதிகளிலிருந்தும் பல்வேறு துறைகள் சார்ந்த கலைஞர்கள் ஒன்றுகூடித் தங்களின் ஆற்றல்களை வெளிப்படுத்துவார்கள். மற்போர்க் கலையில் முழுத்தேர்ச்சி பெற்றிருந்த உமர் (ரலி) குதிரையேற்றத்திலும் மிகுந்த திறமை பெற்றவர். நின்ற நிலையில் குதிரைமீது பாய்ந்தேறும் வழக்கம் அவரிடமிருந்தது. பாய்ந்தோடும் குதிரையின் ஓர் அங்கமாகவே தோற்றமளிக்கும் வகையில் குதிரைமீதான அவரது இருப்பு உறுதியாக இருக்கும்.

ஃபுத்தூஹுல் புல்தான் எனும் நூலின்படி, இறைத்தூதரின் வருகையின்போது, குறைஷியர் குலத்தில் எழுதவும் படிக்கவும் அறிந்த பதினேழு பேரில் கத்தாபின் மகன் உமர் (ரலி) அவர்களும் ஒருவர். அபிசீனிய புலம்பெயர்வுக்குப் பிறகு, மக்காவில் ஆண்கள் நாற்பதுபேரும், பெண்கள் பதினொரு பேரும் இருந்தனர். இதன் பிறகுதான், உமர் (ரலி) இஸ்லாத்தின் அரவணைப்புக்குள் வந்தார். வேறு சில அறிவிப்புகளின்படி, முப்பத்தொன்பது ஆண்கள், இருபத்து மூன்று பெண்கள், அல்லது நாற்பத்தைந்து ஆண்கள், பதினொரு பெண்கள்.

உமர் (ரலி) தொடக்ககால இறைநம்பிக்கையாளரில் ஒருவரும் நபித்தோழர்களில் இறையச்சமிக்க கல்வியாளர்களில் ஒருவரும் இறைத்தூதரின் மாமனாருமாவார். உஸ்மான், அலீ, தல்ஹா, ஸஅத், இப்னு மஸ்ஊத், அபூதர், அப்துல்லாஹ் பின் உமர், அப்துல்லாஹ் பின் அப்பாஸ், அப்துல்லாஹ் பின் ஸுபைர், அனஸ், அபூஹுரைரா, அம்ர் பின் ஆஸ், அபூமூஸா அஷ்அரீ, பராஉ பின் ஆஸிப், அபூஸயீத்

அல்குத்ரீ ஆகியோர் உட்பட பலரால் மீள்பதிவு செய்யப்பட்டுள்ள 539 நபிமொழிகளை உமர் (ரலி) அறிவித்துள்ளார்.

உமர் (ரலி) இஸ்லாத்தை ஏற்ற அன்று, "முஸ்லிம்கள் பெற்ற வெற்றி எங்களுக்கு இணையானது" என்று விக்கிரக ஆராதனையாளர்கள் சொன்னதாக இப்னு அப்பாஸ் (ரலி) குறிப்பிடுகிறார். அன்று பின்வரும் இறைவசனம் அருளப்பட்டது: 'நபியே! உமக்கும் முஃமின்களில் உம்மைப் பின்பற்றுவோருக்கும் அல்லாஹ் போதுமானவன்.' (குர்ஆன் 8: 64).

இப்னு மஸ்ஊத் (ரலி) கூறியதாகச் சொல்லப்படுவது: "உமர் இஸ்லாத்தை ஏற்ற நாள் முதல், அதன் சிறப்புகளும் அதிகரிக்கத் தொடங்கின. அவர் இஸ்லாத்தை ஏற்றது ஒரு வெற்றி என்றால் அவர் புலம்பெயர்ந்த நிகழ்வு, வலுவான இன்னொரு வெற்றி. அவரது தலைமையே இறைவனின் ஓர் அருட்கொடைதான். உமர் இஸ்லாத்தை ஏற்றுக்கொள்ளும்வரையிலும், புனித கஅபாவில் தொழுகையை நிறைவேற்றும் துணிவு எங்களிடமில்லை. பல்வேறு வகைகளில் எங்களுக்குத் தொல்லைகள் தந்த இறைமறுப்பாளர்களை அவர் இலக்கு வைத்ததன் பிறகுதான், கஅபாவில் எங்கள் தொழுகைகளை நிறைவேற்ற இணங்கினார்கள்."

ஹுதைஃபா (ரலி) கூறியதாகச் சொல்லப்படுவது: "இறைநம்பிக்கையை உமர் (ரலி) ஏற்றுக் கொண்டதன் பின், நல்ல வாய்ப்புக் கிடைத்த மனிதன்போல் இஸ்லாம் வளர்ச்சியடைய ஆரம்பித்தது. அவர் உயிர் துறந்த பிறகு, அதன் பின்னடைவும் தொடங்கியது." இப்னு ஸஅத் மற்றும் ஸுஹைப் பின் சினான் ரூமி (ரலி) அறிவிக்கிறார்கள்: "உமர் (ரலி) இறைநம்பிக்கையை ஏற்றதுடன் இஸ்லாம் முன்னால் வந்தது. கஅபாவைச் சுற்றிலும் நாங்கள் அமர்ந்து எதிர்ப்போரை எதிர்க்கும் ஆற்றல் பெற்றவர்களாக மாறினோம்."

அலீ (ரலி) கூறியதாக இப்னு அசாகிர் சொல்கிறார்: "முஸ்லிம்கள் ஒவ்வொருவரும் பிறருக்குத் தெரியாமல் புலம் பெயர்ந்தனர். ஆனால், உமர் புலம்பெயர்வதாக முடிவு செய்து, உருவிய வாளை ஒரு கையிலும் வில்லைத் தோளிலேற்றி, இன்னொரு கையில் அம்புகளுமாக, கஅபாவுக்குச் சென்றார். ஏழு முறை கஅபாவை வலம்வந்து, இப்ராஹீம் பகுதியில் இரண்டு ரக்அத் தொழுதார்.

இஸ்லாமிய வரலாறு இரண்டாம் பாகம்

பிறகு, குறைஷி தலைவர்களைப் பார்த்து அறைகூவல் விடுத்தார். "நீங்கள் அழிந்துபோக! மகனை இழந்த தாயையும் கணவனை இழந்த மனைவியையும் பிறர் காண விரும்புபவன் என்னை எதிர்கொள்ளலாம். அவர்களில் யாரும் அமர்ந்த இடத்தை விட்டு அசையவுமில்லை."

இறைத்தூதர் அவர்கள் சொன்னார்: "நான் பாலைக் கையில் எடுப்பதாகக் கனவு கண்டேன். அதன் புத்துணர்வு எனது நகக்கண்வரை பாய்ந்தது. எஞ்சியிருந்ததை நான் உமரிடம் கொடுத்தேன்." இதைச் செவிமடுத்துக் கொண்டிருந்தவர்கள், "அல்லாஹ்வின் தூதரே, இக்கனவுக்கான விளக்கம் என்ன?" என்று கேட்டனர். "இங்கே பால் எனப்படுவதன் பொருள் அறிவு" என்று விளக்கினார் இறைத்தூதர் அவர்கள்.

இறைத்தூதர் அவர்கள் சொன்னார்: "மேலுடைகள் அணிந்த பலர் என்முன் வந்ததாக நானொரு கனவு கண்டேன். சிலர் அதனைத் தங்கள் மார்புவரைக்கும் சிலர் அதைவிட நீளமாகவும் அணிந்திருந்தனர். உமரின் மேலுடைக்கு மிக அதிகமான நீளமிருந்தது." மக்கள், மேலுடை என்பதற்கான விளக்கம் கேட்டனர். இறைமறை என்று விளக்கம் சொன்னார் இறைத்தூதர் அவர்கள்.

உமர் (ரலி) அவர்களிடம் இறைத்தூதர் அவர்கள் சொன்னார்: "அல்லாஹ்வின் மீதாணையாக, நீர் நடந்து செல்லும் வழியில் தீமைகள் கால் பதிக்காது." உமர் (ரலி) குறித்து இறைத்தூதர் சொன்னவை: "எனக்குப் பிறகு ஓர் இறைத்தூதர் இருப்பாரெனில் அவர் உமராகவே இருப்பார்." "உமர் விண்ணக மக்களின் விளக்காவார்." "உமர் உங்களிடையே வாழும்போது பயனற்றவற்றின் வீணானவற்றின் வாசல்கள் மூடப்பட்டிருக்கும்." "வானவர் அனைவரும் உமருக்கு மதிப்பளிக்கிறார்கள். தீமைகள் அவரைப் பார்த்து அஞ்சுகின்றன."

இறைத்தூதர் கூறியதாக, அபூஸயீத் அல்குத்ரீ (ரலி) அறிவித்துள்ள பொன்மொழி: "எனது சமூகத்தில் ஒரு முஹத்தித் இருக்கிறார் எனில், அவர் உமர்தான்." முஹத்தித் என்பது குறித்து இறைத்தூதரிடம் கேட்டபோது, "யாருடைய நாவிலிருந்து வானவர்கள் உரையாடுவார்களோ அந்நாவை உடையவர்" என்றார்.

அபூபக்ர் (ரலி) ஒருமுறை குறிப்பிட்டார்: "உமரைவிட

அன்புமிக்க யாரும் எனக்கு இல்லை." அலீ (ரலி) சொன்னதாக அறிவிக்கப்பட்டுள்ளது: "இறையச்சம் மிகுந்தவர்களைக் குறிப்பிடும்போது, உமரை மறவாதீர்." இப்னு உமர் (ரலி) சொன்னதாக அறிவிக்கப்பட்டுள்ளது: "இறைத்தூதருக்குப் பிறகு, நாங்கள் கண்ட, அறிவில் மிகச் சிறந்தவர் உமர் (ரலி) அவர்கள்தாம்."

இப்னு மஸ்ஊத் (ரலி) குறிப்பிடுகிறார்: "உலக அறிவுகள் அனைத்தையும் ஒரு தட்டிலும், உமர் (ரலி) அவர்களின் அறிவை இன்னொரு தட்டிலும் வைத்தால், உமரின் அறிவுதான் அதிகப் பளுவுள்ளதாக இருக்கும்." "உலக அறிவுகள் அனைத்தும் உமரின் மடியில் கிடக்கிறது" என்ற ஹுதைஃபா (ரலி) மேலும் சொல்கிறார்: "உமர்போல் அல்லாஹ்வின் வழியில் இத்தனை எதிர்ப்புகளை நேரிடத் துணிந்தவர் வேறு யாருமில்லை."

ஒரு துண்டுத் துணியால் தம்மைப் போர்த்திக்கொண்டிருந்த உமர் (ரலி) அவர்களைக் கண்ட அலீ (ரலி) சொன்னார்: "தம்மை ஒரு துணிக்குள் சுற்றிக்கொண்டிருக்கும் உமரைவிட உவப்பானவராக எனக்கு யாருமில்லை." ஒரு கேள்விக்கு அலீ (ரலி) அவர்கள் பதில் சொல்லும்போது, "உமர் உறுதியான முடிவும் உணர்வும் துணிவும் நிரம்பியவர்" என்றார்.

இப்னு மஸ்ஊத் (ரலி) சொன்னதாக அறிவிக்கப்பட்டுள்ளது: "உமரின் மேன்மை, நான்கு நடவடிக்கைகளின்மூலம் உறுதிப்பட்டது. முதலாவதாக, பத்ர் போர்க் கைதிகளைக் கொல்வதை அவர் அறிவுறுத்தினார். அதைத் தொடர்ந்து இறங்கிய இறைவசனம்: 'அல்லாஹ்விடம் (உங்களுடைய மன்னிப்பு) ஏற்கனவே எழுதப்படாமல் இருந்தால் நீங்கள் (போர்க்கைதிகளிடம் பத்ரில் ஈட்டுப் பணத்தை) எடுத்துக்கொண்டதன் காரணமாக உங்களை ஒரு பெரிய வேதனை பிடித்திருக்கும். (குர்ஆன் 8: 68) இரண்டாவதாக, இறைநம்பிக்கையாளர்களின் அன்னையர் (நபியவர்களின் துணைவியர்) ஹிஜாப் முறையைக் கடைப்பிடிக்க வேண்டும் என்று அவர் கோரினார். அதன் பிறகு ஹிஜாப் தொடர்பான இறைவசனம் இறங்கியது. அப்போது இறைத்தூதர் அவர்கள் உமரிடம் சொன்னார்: 'முதன்முதலாக என் வீட்டில் பின்பற்றக் காரணமான இறைச்செய்தி குறித்து முன்னரே நீர் அகத்தூண்டுதல் பெற்றீர்.' மூன்றாவதாக, உமர் இஸ்லாத்தை ஏற்பதன் மூலம் அதை, வலுமிக்கதாக்க

இஸ்லாமிய வரலாறு இரண்டாம் பாகம் 91

இறைத்தூதர் அவர்கள் அல்லாஹ்விடம் வேண்டியது. நான்காவதாக, அபூபக்ர் (ரலி) அவர்களைக் கலீஃபாவாக நியமிக்க முதன்முதலில் வாக்குறுதியளித்த நிகழ்வு.”

முஜாஹித் (ரலி), “உமரின் கிலாஃபத்தின்போது தீமைகள் சிறை வைக்கப்பட்டிருந்தன என்றும் அவர் இறந்த பின் அவை விடுதலையடைந்தன என்றும் நாங்கள் அடிக்கடி பேசிக்கொள்வது வழக்கம்” என்றும், அபூஉஸாமா (ரலி), “அபூபக்ரும் உமரும் இஸ்லாத்தின் தாய் தந்தையர் போன்றவர்கள்” என்றும், ஜஅஃபர் ஸாதிக் (ரலி), “அபூபக்ரையும் உமரையும் அழகிய முறையில் நினைத்துப் பார்க்காதவர்களுடன் எனக்கு வெறுப்புத் தோன்றும்” என்றும் குறிப்பிட்டுள்ளனர்.

உமர் (ரலி) அவர்களின் புறத்தோற்றம் : சிவப்பையொட்டிய பொது நிறம்; நடந்து செல்லும்போது, வாகனத்தில் பயணிப்பதுபோல் தோன்றுமளவுக்கு உயரமானவர்; கன்னங்களில் சதைத் திரட்சி குறைவாக இருக்கும்; அடர்த்தியான தாடி ரோமங்கள்; கவர்ச்சியான மீசை; முன்பகுதி தலையில் வழுக்கை; இப்னு அசாகிர் சொல்கிறார்: “சிவப்பையொட்டிய பொது நிறம்கொண்ட உமர், உயரமாக இருப்பார்; திடமான உடலமைப்பைக்கொண்டவர்; ஒட்டிய கன்னங்கள்; கவர்ச்சியான மீசையுடையவர். அவரது தாயார் அபூஜஹ்லின் உடன்பிறந்த சகோதரி. அபூஜஹ்லை உமர் தாய்மாமா என்று அழைப்பார்.”

ஃபாரூக்கிய கிலாஃபத்தின் முக்கிய நிகழ்வுகள் : ஹிஜ்ரீ 13 ஆம் ஆண்டு, ஜுமாதல் ஆகிரா மாதம், 23 ஆம் நாள் செவ்வாய்க்கிழமை அன்று, உமர் (ரலி) அவர்களைக் கலீஃபாவாக ஏற்று அனைத்து முஸ்லிம்களும் வாக்குறுதியளித்தனர். இதற்கு முந்தைய தினம், முஸன்னா (ரலி) சொன்ன செய்திகளைக் கேட்டறிந்த அபூபக்ர் (ரலி), உமர் (ரலி) அவர்களிடம் சில பரிந்துரைகளை விடுத்திருந்தார்:

“இன்றே நான் இறந்துபோய் விடலாம். ஆகவே, நாளை முடிவதற்குள் முஸன்னாவை நீர் போருக்கு அனுப்புவீராக. இறைமறைச் செயல்களையும் எல்லாம் வல்ல அல்லாஹ்வின் ஆணைகளையும் நிறைவேற்றுவதில் எவ்விதத் துன்பமும் உம்மைத் தடுக்க அனுமதிக்காதீர். இறைத்தூதரின் இறப்பு, மாபெரும் இடரை விளைவித்த நிலையிலும், நாம் என்னென்ன செய்தோம் என்பதை

நீர் அறிவீர். சிரியர்களை வென்ற பின், இராக்கியர்களை அவர்களது பகுதிக்கு அனுப்புவது குறித்து ஒரு செயல்திட்டத்தை வகுப்பீராக. ஏனெனில், இறைமறுப்பாளர்களின் நடவடிக்கைகளை அவர்கள்தாம் நன்றாக அறிந்திருப்பார்கள் என்பதுடன் இராக்கில்தான் அவர்களால் இயல்பாக இயங்க முடியும்.”

இறைத்தூதர் தமது இறுதிப் பயணத்தை மேற்கொண்ட அன்று முதல், தம்முடைய இறுதிப் பயணம்வரையிலான ஒவ்வொரு நொடிப்பொழுதும் அபூபக்ர் (ரலி) இறைப்பணிகளிலேயே ஈடுபட்டிருந்தார் என்பது இறக்கும் தருவாயிலிருந்த அவரது எண்ணங்கள்மூலம் தெளிவாகிறது. தமது மனைவி, மக்கள் குறித்து எந்த இறுதி சாசனமும் அவர் எழுதவில்லை.

மக்களின் கிலாஃபத் வாக்குறுதியை ஏற்ற பின், உமர் (ரலி), ஜிஹாதில் பங்குகொள்ளும் மனவுறுதியை மக்களுக்கு ஊட்டினார். அவர்களிடமிருந்து இதற்கான பதில்கள் எதுவும் வரவில்லை. இந்நிலை மூன்று நாள்கள் நீடித்தது. நான்காம் நாள், அபூஉபைத் பின் மஸ்ஊத் ஸகஃபீ (ரலி) தம் பெயரைப் பதிவு செய்தார். தொடர்ந்து ஸஅத் பின் உபைத் அன்சாரி, சுலைத் பின் கைஸ் (ரலி) உட்பட மேலும் பலர் தயாராயினர். இவ்வாறாக இராக் செல்வதற்கு ஒரு பெரிய படைப்பிரிவு தயாரானது.

படையில் சேர்வதற்கு முதலாவதாக முன்வந்த அபூஉபைத் (ரலி) அவர்களையே உமர் (ரலி) படைத்தலைவராக நியமித்தார். படைகள் முஸன்னா (ரலி) அவர்களுடன் இராக்குக்குச் சென்றன. படையில் சேர மக்கள் தயங்கியதற்கான காரணம், உமர் (ரலி) அவர்கள் காலித் (ரலி) அவர்களைத் தலைமைப் பொறுப்பிலிருந்து நீக்கியதுதான் என்று வரலாற்றாய்வாளர்கள் கருதுகிறார்கள்.

இது அடிப்படையற்ற, தவறான கருத்து. ஏனெனில், காலித் (ரலி) மீதான நடவடிக்கையை யாரும் எதிர்க்கவில்லை. மேலும், இது குறித்து மக்களிடம் உருவான அதிருப்தி எப்படி விலகியது என்பது குறித்து எந்த வரலாற்றாய்வாளர்களும் விளக்கியதில்லை. இறைத்தூதரின் தோழர்கள் வாழ்ந்த, இறையச்சம் மிகுந்த உயர்நிலைக்கு இது மாறானதுமாகும். அவர்களில் பெரும்பாலானோர் அல்லாஹ்வின் வழியில் போரிட எப்போதும் தயாராகவே இருந்தனர் என்பதுதான் உண்மை. போரின் பொறுப்பை மேற்கொள்வது

யார், யாருடைய தலைமையின்கீழ் செயல்படுவது என்பதை அறிந்துகொள்வதற்காகவே அவர்கள் காலதாமதம் செய்தனர்.

காலித் பின் வலீத் (ரலி) அவர்களின் நீக்கம் : அபூபக்ர் (ரலி), முஸ்லிம் படைகளின் தலைவரான காலித் (ரலி) அவர்களைச் சிரியாவுக்கு அனுப்பியிருந்தார். மிகுந்த மனோபலம் வாய்க்கப்பெற்ற மாவீரரும் இணையற்ற படைத்தலைவருமாக விளங்கியவர் காலித் (ரலி). இராக்கில் முதன்மைப் படைத்தலைவராகவும் செயலாற்றினார். அவரது வியக்கவைக்கும் ஆற்றலும் போர் நுட்பமும், பாரசீகர்களையும் ஸஸ்ஸானியர்களையும் நடுங்கவைத்தன. ரோமானியப் பேரரசை எதிர்கொள்ளும் முஸ்லிம் படையின் முதன்மைத் தலைவர் எனும் நிலையில் காலித் (ரலி) அவர்களின் முடிவுகள் சரியாகவே இருந்தன. யர்முக் போர்க்களத்தில் ரோமானியப் பேரரசு, தங்கள் முதுகெலும்புத் தகர்ந்ததுபோல் மாபெரும் தோல்வியைச் சந்தித்தது.

இரு படைகளுக்குமிடையில் முடிவுகாணும் நேரம் இது. காலித் (ரலி) அவர்களின் போர் ஆற்றல்களை உமர் ஃபாரூக் (ரலி) குறைத்து மதிப்பிடவில்லை. ஆனால், அவரது கவனக் குறைவால் ஏற்கனவே நிகழ்ந்த ஒரு சம்பவம், முஸ்லிம்களின் பின்னடைவுக்குக் காரணமாகலாம் என்று உமர் (ரலி) கருதினார். இந்தக் கவலையை முன்னர் அபூபக்ர் (ரலி) அவர்களும் பகிர்ந்ததுண்டு. இருந்தும், சிரியாவிலும் இராக்கிலும் நடைபெற்ற தொடக்கப் போர்களுக்கு காலித் (ரலி) மிகப் பொருத்தமானவர் என்று கருதினார். அபூபக்ர் (ரலி) அவர்களைப் பொறுத்தவரை, காலித் (ரலி) அவர்களின் குணமேன்மைகள், குறைபாடுகளைக் கடந்து நிற்பவை. மிகுந்த போர்த்திறன் கொண்டவர். சிரியாவிலும் இராக்கிலும் தங்கள் நோக்கம் நிறைவேறிய இந்நிலையில் படைத்தலைவராக அவர் தொடர வேண்டிய தேவை இல்லாமலிருந்தது.

இதில், உமர் (ரலி) அவர்களின் முடிவு, அபூபக்ர் (ரலி) அவர்களின் விருப்பத்துக்கு மாறானதல்ல. கலீஃபாவாக அவர் பதவியேற்ற பின் எடுத்த முதல் முடிவு, இறைத்தூதருக்குப் பிறகு, அவர் மிகவும் மதித்து வந்த அபூபக்ர் (ரலி) அவர்களின் கொள்கைக்கு எதிராக இருக்கவும் இயலாது. தமது அரசியல் நடவடிக்கைகளில் அறிவுரை வழங்குவதற்காக உமர் (ரலி) அவர்களைத் தமக்கு விட்டுத் தரக்கேட்டு உஸாமா (ரலி) அவர்களிடம் அனுமதி பெற்ற நிகழ்வை உமர் (ரலி)

அகமகிழ்ச்சியுடன் என்றும் நினைவில்கொண்டிருந்தார்.

இவ்வுண்மைகள்மீது கவனம்செலுத்துபவர்கள், காலித் (ரலி) அவர்களின் சில செயல்பாடுகள் மற்றும் முடிவுகளில் உமர் (ரலி) முரண்பட்டார் என்பதைத் தவறான பார்வையுடன் அணுகுகிறார்கள். இம்முரண்பாடுகள், இறைக்கோட்பாடான ஷரீஆவின் எல்லையை மீறுவதுபோல் ஒருபோதும் அமைந்ததில்லை. பத்ர் போரில் பிடிபட்ட சிறைக்கைதிகளுக்கான மரண தண்டனை அவரவர் உறவினர்களால் நிறைவேற்றப்பட வேண்டும் என்று வெளிப்படையாகச் சொன்ன ஒருவர்மீது, ‘தனிப்பட்ட விருப்பத்தை முன்வைத்து காலித் (ரலி) அவர்களைப் பதவி நீக்கம் செய்தார்’ என்று குற்றம் சாட்ட இயலாது. உமர் (ரலி) அவர்களின் நேர்மை மிகுந்த வாழ்க்கையின்மீதான முரண்பட்ட ஒரு பார்வையாகவே இது அமைகிறது.

காலித் (ரலி) அவர்களைப் பணி நீக்கம் செய்ததன் மூலம், இறைநம்பிக்கையை மட்டுமே முதன்மையாகக்கொள்கிற ஒரு தெளிவான முன்மாதிரியை உமர் (ரலி) முன்வைத்துள்ளார். அரசாணையை, காலித் (ரலி) எந்த விளக்கமும் கேட்காமல் ஏற்றுக்கொண்டதுடன் புதிய தலைமையின்கீழ் தம் பணியைத் தொடர்கிறார். இறைமறை நோக்கத்தை முன்னிட்டு ஒருவர் தமது முதன்மையை இழக்க நேரிடுவது குறித்த கேள்வி எழும்போது காலித் (ரலி) இதற்கான ஒரு முன்னுதாரணமாகத் திகழ்கிறார்.

அல்லாஹ்வின் வாள் எனச் சிறப்பிக்கப்படும் காலித் (ரலி) அவர்களை உதாரணமாகக்கொண்ட இந்த எடுத்துக்காட்டு; தன்னலம் கருதாதத் தன்மை; தமது வாழ்க்கையில் தோல்வியைக் கண்டிராத, உலகப்பேரரசுகளை வென்ற ஒரு மாபெரும் வீரர், இறைநம்பிக்கையை முன்வைத்து, தம் தலைவரிடம் காட்டிய பணிவு குறித்து முஸ்லிம்கள் பெருமைப்பட முடியும்.

படைத்தலைவர் எவ்வளவு ஆற்றல்மிக்கவராக, அனுபவ அறிவுகொண்டவராக இருப்பினும், வெற்றிகள் யாவும் அவரால் விளைந்தவை அல்ல. அவை அல்லாஹ்வின் உதவியால் மட்டுமே கிடைத்தன என்பதை இறைநம்பிக்கையாளர்களுக்கு உணர்த்தும்விதமாகவே, காலித் (ரலி) அவர்களின் பணி நீக்கம் அமைகிறது; நம்பிக்கையாளர்களின் தலைவர் எனும் நிலையில் உமர் (ரலி) அவர்களின் நோக்கமும் இதுவே என்று இந்நிகழ்வை

மிக நுட்பமாக ஆய்வு செய்த சில வரலாற்றாய்வாளர்கள் குறிப்பிட்டுள்ளனர். முஸன்னா (ரலி) அவர்களின் பொறுப்பில், அபூஉபைத் (ரலி) அவர்களை நியமித்ததை இதற்கான ஒரு அடிப்படையாகக்கொள்ள இயலும். ஒற்றுமை, நேர்மை, கீழ்ப்படிதல், தன்னல மறுப்பு போன்ற இத்தகைய அடிப்படைக் குணங்களை முஸ்லிம் சமூகம் பின்பற்றினால், கடந்த காலத்துத் தங்கள் புகழை இன்றும் மீட்டெடுக்க இயலும்.

முஸ்லிம்களின் முதன்மைப் படைத்தலைவரான காலித் (ரலி) அவர்களைப் பணி நீக்கம் செய்துவிட்டு, அபூஉபைத் (ரலி) அவர்களை நியமித்தது, உமர் (ரலி) அவர்களின் கிலாஃபத் தொடங்கிய பிறகான செயல்பாடுகளில் முதன்மையானது. கலீஃபாவின் ஆணை, உடனடியாக நிறைவேறியது. இந்நிலையில், சிரியாவில் முஸ்லிம் படைத்தலைவரான, அபூஉபைத் (ரலி) தலைமையில், காலித் (ரலி) காட்டிய வீரத்தையும் வியூகத்தையும் சிறப்பித்துச் சொல்வதற்கான வார்த்தைகளை வரலாற்றாய்வாளர்கள் இன்னமும் தேடிக்கொண்டிருக்கிறார்கள்.

அபூஉபைத் (ரலி) அவர்களின் ஆணையின்கீழ் அவர் மிகுந்த ஆற்றலுடனும் தளர்வின்றியும் போரிட்டதுடன், அவ்வப்போது நுட்பமான பரிந்துரைகளையும் அளித்தார். தாம் தலைமையிலிருந்து பணிநீக்கம் செய்யப்பட்ட அதே படையில் ஒரு வீரராக, காலித் (ரலி) ஆற்றிய பணிகளை ஒப்பிட்டுச்சொல்ல, போர்கள் குறித்த உலக வரலாற்றில் வேறெந்த நிகழ்வுகளுமில்லை. அல்லாஹ்வுக்காக, தான் செய்ய வேண்டிய ஒரு பணியெனும் உணர்வும் இறைமறைமீதான ஆழ்ந்த பற்றுதலும் இறையடியார்கள்மீதான ஈடுபாடும்தான் இதற்கான காரணங்கள்.

காலித் (ரலி) அவர்களைப் பதவி நீக்கம் செய்த பின் கலீஃபா, தமது அடுத்த நடவடிக்கையாக இராக்கிலிருந்த முஸ்லிம் படைகள் அனைத்துக்கும் முதன்மைத்தலைவராக அபூஉபைத் (ரலி) அவர்களை நியமித்தார். அரபு மண்ணை விட்டு யூதர்களையும் கிறிஸ்தவர்களையும் அனுப்பும் இறைத்தூதரின் இறுதி ஆணையை நிறைவேற்றும்பொருட்டு, யேமனுக்கு, யஅலா (ரலி) அவர்களை அனுப்புவது குறித்து கலீஃபாவின் மூன்றாவது உத்தரவு வந்தது. கிளர்ச்சிகளும் மோதல்களும் காரணமாக, அபூபக்ர் (ரலி) ஆட்சியின்போது இது நிறைவேற்றப்படவில்லை.

நஜ்ரான் கிறிஸ்தவர்கள் வெளியேற்றம் : உமர் (ரலி), யஅலா (ரலி) அவர்களிடம் யேமனுக்குச் சென்று நஜ்ரான் கிறிஸ்தவர்களிடம் நாட்டைவிட்டு வெளியேறும்படியும், சிரியாவில் வளம் நிறைந்த நிலம் கொடுக்கப்படும் என்றும் கூறுமாறு பணித்தார். கிறிஸ்தவர்கள்மீதான இந்நடவடிக்கையை சிலர் நியாயமற்றதாகக் குறிப்பிடுகிறார்கள். முஸ்லிம்கள் நலனுக்கு ஊறு விளைவிக்கும் மதீனா யூதர்களின் நடவடிக்கைகளையோ சூழ்ச்சிகளையோ ரோமானியரைத் தூண்டி, மதீனாவின் மீது தாக்குதல் தொடுக்க முயன்றதையோ இவர்கள் கண்டுகொள்வதில்லை.

நஜ்ரானியக் கிறிஸ்தவர்களும் அங்குள்ள முஸ்லிம்களுக்கு எதிராக இதே செயலில்தான் ஈடுபட்டு வந்தனர். மதீனாவிலும் நஜ்ரானிலுமுள்ள யூதர்கள் மற்றும் கிறிஸ்தவர்களின் கொடுமையான வட்டி வணிகம் குறித்தும் இஸ்லாத்துக்கு எதிரான அவர்களது பிற நடவடிக்கைகள் குறித்தும் இறைத்தூதர் அவர்கள் எச்சரிக்கையுடனிருந்தார். அவர்களது தீயப்பழக்க வழக்கங்களின் பாதிப்பிலிருந்து முஸ்லிம் சமூகத்தைப் பாதுகாக்கும்பொருட்டு, அரேபிய மண்ணிலிருந்து அவர்களை விரட்ட வேண்டும் என்று விரும்பினார். இறைத்தூதராலும் நஜ்ரானியக் கிறிஸ்தவர்களாலும் ஏற்கனவே செய்யப்பட்ட உடன்படிக்கையின்படி வட்டி வணிகத்தை அவர்கள் கைவிட வேண்டும். ஆனால், அதை அவர்கள் நடைமுறைப்படுத்தத் தவறினர்.

ஒருபுறம், முஸ்லிம்கள் நலனுக்கும் இஸ்லாத்துக்கும் எதிரான வட்டி வணிகம்; இன்னொரு புறம், ரோமானியருடன் சேர்ந்து சதித்திட்டங்கள். இந்நிலையில், அவர்கள்மீது உறுதியான ஒரு நடவடிக்கையின் தேவையைத் தவிர்க்க இயலாது. ஏனைய வரலாற்று நிகழ்வுகளில் மட்டுமல்ல, இன்றுகூட, நாகரிகமடைந்த சமூகங்கள் தங்கள் வீடுகள், நிலபுலன்கள், தோட்டம் துரவுகள், செல்வம், உடைமைகள் அனைத்தையும் துறந்துவிட்டு வெளியேற்றப்படுவதையும் இன அழிப்புகளுக்கும் கூட்டுக்கொலைகளுக்கு ஆளாவதையும் பார்த்து வருகிறோம். மனிதத் தன்மையற்ற இந்தக் கொலை நிகழ்வுகளுடன் ஒப்பிடும்போது, அறம் பிறழ்ந்த, நஜ்ரானிய கிறிஸ்தவர்களின் வெளியேற்றம் நியாயமானது; மனிதநேயம் மிக்கது.

டமாஸ்கஸ் வெற்றி : யர்முக் போரில் தோல்வியுற்ற ரோமானியப்

படைகள் ஃபிஹ்ல் எனுமிடத்தில் முகாமிட்டன. தன்னம்பிக்கையை இழந்துவிட்ட நிலையிலும், மீண்டும் ரோமானியப் படைவீரர்களை ஒன்று திரளச்சொல்லி உத்தரவிட்டான் ஹிராக்ளியஸ். டமாஸ்கஸ் மீண்டும் பலப்படுத்தப்பட்டது. பாலஸ்தீனிலிருந்தும் ஹிம்சிலிருந்தும் அழைத்துவரப்பட்டவர்களைக்கொண்ட பெரிய துணைப் படைகள் உருவாக்கப்பட்டன. சிரிய படைகளின் தலைவனாக நஸ்தஸ் பின் நஸ்துரஸ் நியமிக்கப்பட்டான். டமாஸ்கசின் ஆளுநரான மாஹான் ஏற்கனவே அங்கிருந்தான்.

முஸ்லிம் படைகள் இன்னும் யர்முக்கில்தான் இருந்தன. கலீஃபாவின் உத்தரவின்படி, அபூஉபைத் (ரலி), ஒரு படைப்பிரிவை காலித் (ரலி) அவர்களுடன் ஹாஷிம் பின் உத்பா (ரலி) தலைமையில் இராக்குக்கு அனுப்பினார். எஞ்சிய படைகள், சில பிரிவுகளாகப் பிரிக்கப்பட்டன. இதில் ஒரு பிரிவு, துல்கலஉ (ரலி) தலைமையில் ஹிம்சிலிருந்து டமாஸ்கசுக்கு வரும் ரோமானிய ஆதரவுப் படைகளைத் தடுக்கவும் இன்னொரு பிரிவு, பாலஸ்தீனிலிருந்து டமாஸ்கசுக்கு வருபவர்களைத் தடுக்கவும் அனுப்பப்பட்டன.

எஞ்சியிருந்த படை, அபூஉபைத் (ரலி) தலைமையில் டமாஸ்கசை நோக்கிச் சென்றது. டமாஸ்கசை அடையும் முன், குத்தாவை வெற்றிகொண்ட படைகள், ஹிஜ்ரீ 13 ஆம் ஆண்டு, ரஜப் மாதம் இறுதியில் நகரைச் சுற்றி முற்றுகையிட்டது. நகரில் மிகப்பெரிய பாதுகாப்புப் படை இருந்தும் திறந்த வெளியில் முஸ்லிம்களை எதிர்கொள்ளும் துணிவு ரோமானியரிடமில்லை. பலம்வாய்ந்த அரண்களுக்குள் புகுந்துகொண்டு தற்காப்புக்காகப் போரிட்டனர். அபூஉபைதா (ரலி) அல்ஜாபியா நுழைவாயிலில் முகாம் அமைத்தார். காலித், அம்ர் (ரலி) ஆகியோர் தூமா நுழைவாயிலை நோக்கி நகர, ஷுரஹ்பிள், யஸீத் (ரலி) முறையே ஃபராவிஸ், ஸகீர் கிஸான் நுழைவாயில்களில் நின்றனர்.

எல்லாப் பக்கங்களிலிருந்தும் டமாஸ்கஸ் முற்றுகையிடப்பட்டது. ரோமானியப் படைவீரர்கள், இடையிடையே முஸ்லிம் படைவீரர்கள்மீது, கவண் கற்களையும் அம்புகளையும் எய்தனர். அதற்கான பதில் தாக்குதலும் உடனுக்குடன் நடந்தது. முற்றுகை ஏறத்தாழ ஆறு மாதங்கள் நீடித்தது. ஹிராக்ளியஸ் டமாஸ்கசுக்கு அனுப்பிய புதிய துணைப்படைகளை, துல்கலாஹ் (ரலி) அவர்கள் மிகத்திறமையாகத் தடுத்தார். இறுதியில் டமாஸ்கஸ் மக்கள்,

ஹிராக்ளியசின் உதவியில் நம்பிக்கை இழந்தனர். போர்மீது மிச்சமிருந்த ஆர்வமும் சோர்ந்துபோனது.

ரோமானிய வீரர்களின் சோர்வையும் நம்பிக்கையின்மையையும் அறிந்த அபூஉபைத் (ரலி) அவர்கள், மறுநாள் காலையில் முழு அளவிலான ஒரு தாக்குதலை மேற்கொள்ளுமாறு படைத்தலைவர்கள் அனைவருக்கும் உத்தரவு பிறப்பித்தார்.

முஸ்லிம் படையின் அடுத்தகட்ட நடவடிக்கை குறித்து அறிந்த ரோமானியர்களின் தூதுக்குழுவொன்று தூமா நுழைவாயிலில் காலித் (ரலி) முன்னிலையில் வந்து அமைதி உடன்படிக்கை செய்துகொள்ள விரும்பியது. அதற்கு இணக்கம் தெரிவித்த முஸ்லிம் படைத் தலைவர் போர் எதுவுமில்லாமல் நகருக்குள் நுழைந்தார். காலித் (ரலி) முன்னிலையில் நடந்த உடன்படிக்கையில், 'இஸ்லாமியப்படைகள் டமாஸ்கசில் நுழைவதன்மூலம், மக்கள் அமைதியுடன் வாழ வழிவகை செய்யப்படும்' என்றும், 'உயிர்களும் மக்களது உடைமைகளும் வழிபாட்டில்லங்களும் பாதுகாப்பாகவும் பழுதுபடாமலும் பாதுகாக்கப்படும்' என்றும், 'ஏற்கனவே செய்யப்பட்டுள்ள பாதுகாப்பு ஏற்பாடுகள் அப்படியே இருக்கும்' என்றும், 'எந்த வீட்டிலும் இஸ்லாமியப் படையின் உறுப்பினர்கள் யாரும் வாழ்வதற்கான அனுமதி வழங்கப்படமாட்டாது' என்றும், 'டமாஸ்கஸ் மக்கள் ஜிஸ்யா வழங்குவதைத் தொடர்வதுவரைக்கும், முஸ்லிம்களாலும் அவர்களது கலீஃபாவாலும் நன்மைகளைத் தவிர வேறெதும் நிகழாது' என்றும் குறிப்பிடப்பட்டது.

அமைதி உடன்படிக்கையின் பின், காலித் (ரலி) நகருக்குள் நுழைந்த அதே சமயம், ஏணிகள் வைத்தும் நுழைவாயிலை உடைத்துத் திறந்தும் பிற முஸ்லிம் வீரர்களும் நகருக்குள் நுழைந்தனர். காலிதும் உபைதாவும் நகரினுள் வைத்து சந்தித்தனர். அபூஉபைத் (ரலி), தமது வாள் பலத்தால் நகரைக் கைப்பற்றியதாகவும் காலித் (ரலி), தாம் அமைதி உடன்படிக்கைமூலம் வென்றதாகவும் வழக்காடினர்.

காலித் (ரலி) பெயரளவிலான ஒரு படைத்தலைவர்தான். இறுதி முடிவை எடுக்கும் அதிகாரம் பெற்ற படைத்தலைவர் ஒருவர் இருக்கிறார். ஆகவே, காலித் (ரலி) அவர்களுடன் செய்துகொண்ட உடன்படிக்கை செல்லாது எனும் பொருளில் சிலர் வாதம் செய்தனர். "அமைதி அல்லது புகலிடம் சார்ந்த உடன்படிக்கையை

சாதாரண வீரன் ஒருவன் செய்திருந்தாலும் அது ஏற்புடையதுதான்" என்று சொல்லி அபூஉபைத் (ரலி) அதை மறுத்தார். காலித் (ரலி) அவர்களுடன் செய்துகொண்ட உடன்படிக்கையின்படி நகரில் அமைதி நிலைநாட்டப்படும் என்றும் அதன் உட்கூறுகள் ஒவ்வொன்றும் மிகக்கவனமாக நடைமுறைப்படுத்தப்படும் என்றும் அவர் அறிவித்தார். டமாஸ்கசின் ஆளுநராக யஸீத் (ரலி) நியமிக்கப்பட்டார். அவர் நகரில் அமைதியை நிலைநாட்டியதுடன் ரோமானியப் படைவீரர்கள் தங்கள் விருப்பப்படி செல்லவும் அனுமதித்தார்.

ஃபிஹ்ல் போர் : டமாஸ்கசில், பலம் வாய்ந்த ஒரு படைப்பிரிவுக்கு யஸீத் (ரலி) அவர்களைப் பொறுப்பாளராக நியமித்தார் அபூஉபைத் (ரலி). தொடர்ந்து, ஹிராக்ளியசின் புகழ்பெற்ற படைத்தலைவனான ஸக்ளர் பின் மக்ரக், சில நூறாயிரம் வீரர்களுடன் தங்கியிருந்த ஃபிஹ்லை நோக்கிச் சென்றார். டமாஸ்கசிலிருந்து புறப்படுவதற்குமுன், முன்னணிப் படைக்கு காலித் (ரலி) அவர்களும் நடுப்புற அணிக்கு ஷுரஹ்பீல் (ரலி), வலப்புற அணிக்கு அம்ர் (ரலி), குதிரைப் படைக்கு ளிரார் (ரலி), காலாட்படைக்கு ஐயாத் (ரலி) ஆகியோர் தலைவர்களாக நியமிக்கப்பட்டனர். இடப் புற அணிக்குத் தானும் பொறுப்பேற்றார் அபூஉபைத் (ரலி). படைத்தலைவர்கள், தாங்கள் விரும்பிய இடங்களில் முகாம் அமைத்துக்கொண்டனர்.

இரவு நேரத்தில், முஸ்லிம் படையின் நடுப்பகுதியை ரோமானியர்கள் தாக்கினார்கள். ஷுரஹ்பீல் (ரலி), ஆற்றலுடன் இதை எதிர்கொண்டார். படை நடமாட்டங்களின் ஓசைகளைக் கேட்ட முஸ்லிம் படைகள், போர் நடந்த இடத்துக்கு விரைந்தன. இரவும் பகலுமாகச் சில நாள்கள் போர் நடந்தது. இறுதியில், ரோமானியப் படைத்தலைவன் ஸக்ளர் உட்பட போரில் மரணமடைந்த எண்பதாயிரம் உடல்களையும் பெருமளவிலான போர்ப்பொருள்களையும் துறந்துவிட்டு, ரோமானியர்கள் ஓட்டம் பிடித்தனர். ஃபிஹ்ல் போர் வெற்றியைத் தொடர்ந்து, முஸ்லிம் படைகள் பைஸானை நோக்கி அணி வகுத்தன.

பைஸானிய வெற்றி : இங்கும் மிகப்பெரிய ஒரு போரை அவர்கள் எதிர்பார்த்தனர். நகரையும் கோட்டையையும் முஸ்லிம் படைகள் முற்றுகையிட்டன. இறுதியில் பைஸானியர்கள்

உடன்படிக்கைக்கு முன்வந்தனர். முஸ்லிம் படைத்தலைவர் அதை ஏற்றுக்கொண்டார். பைஸானில் முஸ்லிம் ஆளுநர் நியமிக்கப்பட்டார். அதேநேரத்தில், டமாஸ்கசை மீண்டும் பிடிப்பதற்காக ஒரு பெரும் படைக்குத் தலைமையேற்று ரோமானியப் படைத்தலைவன் ஒருவன் சென்றிருப்பதை அறிந்த, அபூஉபைத் (ரலி), காலித் (ரலி) தலைமையில் குதிரைப்படை ஒன்றை அனுப்பி வைத்தார். டமாஸ்கசின் ஆளுநரான யஸீத் (ரலி) ரோமானியர்களை எதிர்கொள்ள முன்னேறிய நிலையில், காலித் (ரலி) யின் படைப்பிரிவு, ரோமானியர்களைப் பின்னாலிருந்து தாக்கியது. ரோமானியப் படை வீரர்களில் ஒருவர்கூடத் தங்களைக் காப்பாற்றிக்கொள்ள இயலாமல் போனது.

இதன் பின்னர், அபூஉபைத் (ரலி), அபுல் அஃவர் அஸ்ஸுலைமியின் தலைமையில் ஒரு படைப்பிரிவை தபரியாவுக்கு அனுப்பினார். முஸ்லிம் படைவீரர்கள் அங்கே எதிர்ப்பில்லாமல் வெற்றி பெற்றனர்.

ஸைதா, இர்க்கா, பெய்ரூத் வெற்றிகள் : டமாஸ்கசின் முழுக்கட்டுப்பாட்டையும் கையில் எடுத்துக்கொண்ட பிறகு, யஸீத் (ரலி) தம்முடைய சகோதரர் முஆவியா (ரலி) தலைமையிலான ஒரு படைப்பிரிவை இர்க்காவுக்கு அனுப்பி வைத்தார். எந்த எதிர்ப்புமில்லாமல் இர்க்கா பணிந்தது. பின்னர் யஸீத் (ரலி), ஸைதா, ஹபிள், பெய்ரூத் ஆகிய இடங்களை நோக்கித் திரும்பினார். இந்த எல்லைப் பகுதிகள் அனைத்தும் மிக எளிதாக முஸ்லிம்களின்கீழ் வந்தன. இப்படி, டமாஸ்கசும் ஜோர்தான் எல்லைப்பகுதிகள் முழுவதும் முஸ்லிம்களின் கட்டுப்பாட்டின்கீழ் வந்தன.

யர்முக்கில் கிடைத்த மாபெரும் வெற்றி, சிரியாவின் எல்லைப் பகுதிகளை நோக்கி முஸ்லிம் படையை இட்டுச் சென்றது. இப்போது ஹிராக்ளியஸ் இருக்கும் ஹிம்ஸ் விழுவதை எதிர் பார்த்துக்கொண்டிருந்தனர்.

அபூஉபைத் பின் மஸ்ஊத் (ரலி) அவர்களின் முதல் பணி : உமர் (ரலி), கிலாஃபத்தின் முதல் வாரத்திலேயே முஸன்னா, ஸஅத், சுலைத், அபூஉபைத் (ரலி) ஆகியோரை இராக்குக்கு அனுப்பி வைத்தார். முதன்மைப் படைத்தலைவரான அபூஉபைத் (ரலி) அவர்களும் முஸன்னா (ரலி) அவர்களும் மதீனாவிலிருந்து சேர்ந்தே

சென்றனர். வழியெங்குமுள்ள அரேபிய இனக்குழுக்களிலிருந்து வீரர்களைத் திரட்டத் தங்கியிருந்தும், பல்வேறு இடங்களில் சிறு நிறுத்தங்களை மேற்கொண்டும் சென்றதால், முஸன்னா (ரலி) அவர்களுக்குப் பிறகு, ஒரு மாதம் கழித்துதான் அபூஉபைத் (ரலி) இராக்கை அடைந்தார்.

முஸன்னா (ரலி) இராக்கை அடைந்தபோது, பாரசீகர்கள் இராக் தலைவர்களை முஸ்லிம்களுக்கெதிராகத் தூண்டிவிட்டிருப்பதையும், குராசானின் ஆளுநரான ருஸ்ட்டம் மாபெரும் படையேற்பாடுகளுடன் மதாயினில் தங்கியிருப்பதையும் கவலையுடன் பார்த்தார். முஸன்னா (ரலி) வந்ததும், அவருடன் போரிட ஒரு பெரும் படையை அனுப்பி வைத்தான். அரச குடும்பத்தைச் சேர்ந்த, அனுபவங்களும் மிகுந்த துணிவும்கொண்ட நர்ஸி என்பவன் தலைமையில் இன்னொரு பெரும் படையை கஸ்கருக்கும் அனுப்பி வைத்தான். மூன்றாவது ஒரு பெரும்படையை ஜாபானின் தலைமையில் யூப்ரட்டீசுக்கு அனுப்பினான். ஜாபான், தங்கள் படைமுகாமை நமாரிக்கில் அமைத்தான். முஸன்னா (ரலி) ஹிராவிலிருந்து புறப்பட்டு வந்து கஃப்ஃபானில் முகாம் அமைத்தார்.

அதேவேளை, அபூஉபைத் (ரலி) வந்து அனைத்து முஸ்லிம் படைகளின் பொறுப்பையும் ஏற்றார். பின்பு, குதிரைப் படைத்தலைமைக்கு முஸன்னா (ரலி) அவர்களை நியமித்துவிட்டு கஃப்ஃபானிலிருந்து சென்று, நமாரிக்கிலிருந்த ஜாபான்மீது பெரும் தாக்குதல் ஒன்றை நடத்தி, அவரது படையைச் சிதறடித்தார். பாரசீகர்கள் போர்க்களத்திலிருந்து ஓடி மறைந்தனர். மதர் பின் ஃபித்தா எனும் முஸ்லிம் வீரர், பாரசீகர்களின் முதன்மைப் படைத்தலைவன் என்பதை அறியாமலேயே ஜாபானைக் கைது செய்தார். இதைப் புரிந்துகொண்ட ஜாபான், தன்னை விடுதலை செய்ய இரண்டு அடிமைகளை விலை பேசினான்.

விடுதலையான ஜாபானை, பாரசீகப் படைத்தலைவன் என்று அறிந்திருந்த மற்றொரு முஸ்லிம் வீரர் பிடித்து வைத்தார். வஞ்சகமான முறையில் அவன் விடுதலைபெற்றதை முன்வைத்து, அபூஉபைத் (ரலி) முன் கொண்டுவந்து நிறுத்தப்பட்டான். ஒரு முஸ்லிம் படைவீரர், பாரசீகப் படைத்தலைவனுக்கு விடுதலை அளித்தார் என்பதை அறிந்த அபூஉபைத் (ரலி), உளநிறைவுடன் அதனை ஏற்றுக்கொண்டு விடுவித்தார். அவன் கஸ்கரில் தன் மக்களுடன் போய்ச்சேர்ந்தான்.

கஸ்கர் வெற்றி : நர்ஸி, கஸ்கரில் முப்பதாயிரம் படைவீரர்களுடன் முகாம் அமைத்திருந்தான். கூடவே, இப்போது, ஜாபானும் அவனது தோல்வியுற்ற படைகளும் வந்து சேர்ந்தனர். ஜாபான் படுதோல்வியடைந்ததை அறிந்த ருஸ்ட்டம், புகழ்பெற்ற படைத்தலைவனான ஜாலினுஸ் தலைமையில் ஒரு பெரும்படையை மதாயினிலிருந்து அனுப்பி வைத்தான். பாரசீக அரச குடும்பத்தைச் சேர்ந்த படைத்தலைவர் இருவர் வலப்புற, இடப்புற அணிகளுக்கும் படையின் முக்கியப் பகுதிக்கும் பொறுப்பேற்றிருந்தனர்.

மதாயினிலிருந்து புதிய துணைப்படைகள் வந்து சேர்வதற்குள், அபூஉபைத் (ரலி), தமது தாக்குதலைத் தொடங்கினார். முஸ்லிம் படையின் நடுப்பகுதி, அபூஉபைத் (ரலி) தலைமையிலும், வலப்புற அணி ஸஅத் (ரலி) தலைமையிலும், இடப்புற அணி சுலைத் (ரலி) தலைமையிலும் முன்னணிப்படை முஸன்னா (ரலி) தலைமையிலும் செயல்பட்டன. போர் மிகவிரைவில் தீவிரமடைந்தது. போரின் முடிவு காலதாமதமாகும் என்பதை உணர்ந்த முஸன்னா (ரலி) அவர்கள், தமது வீரர்களைப் படையிலிருந்து அகற்றி, ஏறத்தாழ எட்டு மைல் தூரம் சுற்றி வந்து, பாரசீகப் படையின் பின்புறமிருந்து ஒரு திடீர்த்தாக்குதலை மேற்கொண்டார்.

எதிர்பாராத வகையில் சிக்குண்ட நர்ஸி, படையின் ஒரு பகுதியை பின்புறமாகத் திருப்பினான். இதனிடையே, ஸஅத் (ரலி) தொடுத்த ஒரு பெரிய தாக்குதல், எதிரிப்படைகளினிடையே பெருங்குழப்பத்தை உருவாக்கியது.

ஸஅத், அபூஉபைத் (ரலி) ஆகியோர் பாரசீகப்படையினுள் ஊடுருவினர். நர்ஸி இப்போது முஸ்லிம்களின் எல்லைக்குள் ஆனார். இந்நிலையில், பிற முஸ்லிம் வீரர்கள், அல்லாஹு அக்பர் எனும் முழக்கத்துடன் எதிரிப் படைகளின் அணிகளுக்குள் ஊடுருவினர்.

முஸ்லிம்களின் தாக்குதலை பாரசீகர்களால் எதிர்கொள்ள இயலவில்லை. அவர்கள் போரைக் கைவிட்டு ஓட ஆரம்பித்தனர். குறிப்பாக, நர்ஸி பின்வாங்குவதைக் கண்ட பிறகுதான் போரைக் கைவிட்டனர். முஸன்னா (ரலி) ஓடுபவர்களைப் பின் தொடர்ந்தார். பிற முஸ்லிம் வீரர்கள், ஏராளமானோரைக் கைது செய்தனர். பாரசீகர்களின் முகாம்களும் அங்காடிகளும் கைப்பற்றப்பட்டன.

மிகக்கடினமான இப்போர் முடிவுற்றதும் அபூஉபைத் (ரலி) அவர்கள், முஸன்னா, ஆஸிம், சுலைத் (ரலி) ஆகியோரை பாரசீகப் படையினர் இருந்த சுற்றுப்புறப் பகுதிகளைச் செம்மைப்படுத்துமாறு அனுப்பினார். அவர்களும் திருப்தியான அளவில் தங்கள் கடமைகளைச் செய்து முடித்தனர்.

பாக்ஸியா போர் : பாரசீகப் படையில் ஜாலினுஸ் வந்து இணைவதற்குள் நர்ஸி தோற்கடிக்கப்பட்டான். இத் தோல்விச் செய்தியுடன் அவனது பயணம் பாக்ஸியாவில் நின்றுவிட்டது. ஸகாத்திய்யா மற்றும் கஸ்கரினூடே அணிவகுத்து பாக்ஸியாவுக்குச் சென்ற அபூஉபைத் (ரலி), ஜாலினுஸைத் தாக்கினார். அவன் அங்கிருந்து ஓடி மதாயினில் தஞ்சமடைந்தான்.

அபூஉபைத் (ரலி) அவர்களின் இறுதிப் போர் : பின்வாங்கி ஓடிய படைத்தலைவன் ஜாலினுஸ், மதாயினை அடைந்தான். அரியணை அங்கே உட்புறமாக ஆட்டங்கண்டிருந்தது. பாரசீகப் பேரரசின் முதன்மை அமைச்சரான ருஸ்ட்டம், பெரும்புகழ் வாய்ந்த படைத்தலைவர்களும் பேராற்றல்மிக்க வீரர்களும் நிறைந்திருந்த அரசவையில், ஓர் அழைப்பை முன்வைத்தான்: “அரேபியப் படைகளின் அணிவகுப்பையும் பாரசீகர்களின் பெருந்தோல்விகளையும் தடுத்து நிறுத்த உங்களில் யார் முன்வரத் தயாராக இருக்கிறீர்கள்?” இந்த அருஞ்செயலை செய்து முடிக்கும் ஆற்றல், பிஹ்மன் ஜாத்வையைத் தவிர வேறு யாருக்குமில்லை என்று அவையோர் அனைவரும் ஒரே குரலில் சொன்னார்கள்.

இதன்படி, 300 போர் யானைகள், பெருமளவிலான உணவுப் பொருள்கள், முழுமையாகப் போர் ஆயுதங்கள் தரித்த ஒரு பெரும்படைக்கு, பிஹ்மன் ஜாத்வையைத் தலைவனாக நியமித்தான் ருஸ்டம். இத்துடன், இன்னொரு தடவை பின்வாங்கி ஓடினால் தலை துண்டிக்கப்படும் என்ற முன்னறிவிப்புடன், துணைப்படைகளின் தலைவனாக ஜாலினுசும் நியமிக்கப்பட்டான்.

மிகுந்த தன்னம்பிக்கையும் திடமான முடிவுகளும்கொண்ட பிஹ்மன் ஜாத்வை, தனது படைகளை அணிவகுத்துச் சென்றான். செல்லும் வழியிலுள்ள இனக்குழுவின் வீரர்களையும் தங்களுடன் சேர்த்து, ஏற்கனவே பெரும் பலத்துடனிருந்த படைகளை மேலும் அதிகரித்துக்கொண்டான். அவர்களிடமிருந்து பொருள்களும்

சேகரிக்கப்பட்டன. யூப்ரட்டீஸ் நதிக்கரையிலுள்ள குஸ்உன்நாத்திஃப் எனுமிடத்தில் தனது முகாமை அமைத்துக்கொண்டான்.

பாரசீகப் படையின் மிகப் பெரிய அளவிலான போர் நடவடிக்கைகளை அறிந்த அபூஉபைத் (ரலி), கஸ்கரிலிருந்து புறப்பட்டு, யூப்ரட்டீசின் மறுகரையிலுள்ள மர்வஹா எனுமிடத்தில் முகாமிட்டார். ஓடுகிற ஆழமான நதி, பகைவர்களை சில நாள்கள் பிரித்து வைத்திருந்தது. இறுதியில், இரு பிரிவினரின் ஒப்புதலின்பேரில் யூப்ரட்டீஸ்மீது பாலம் அமைக்கப்பட்டது. பிறகு, ஆற்றின் எந்தக் கரையில் வைத்து போர் நடத்துவது என்பதை முடிவு செய்யும் உரிமையை, பிஹ்மன் ஜாத்வை தனது எதிரிகளுக்கு வழங்கினான்.

பாலத்தைக் கடந்து முஸ்லிம் படைகள் செல்வதை முஸ்லிம் படைகளின் உயர் ஆலோசகர் சிலர் எதிர்த்தனர். ஆனால், அபூஉபைத் (ரலி) தமது படையைப் பாலத்தைக் கடந்து அணிவகுத்து வந்து பாரசீகப் படையின் அருகில் சென்று போர்க் கோட்டினை வரைந்தார். பிஹ்மன் ஜாத்வை, வில் வீரர்கள் அமர்ந்திருந்த யானைகளைத் தனது படையின் முன் அணிவகுத்து நிறுத்தினான். முஸ்லிம் படைகளிலிருந்த குதிரைகள், இதற்கு முன், இவ்வளவு பெரிய விலங்குகளைக் கண்டதில்லை. அவை மிரண்டு ஓட ஆரம்பித்தன.

இந்நிலையில், தரையில் நின்று போரிடும்படி அபூஉபைத் (ரலி) தமது படைவீரர்களுக்கு உத்தரவிட்டார். முஸ்லிம் படையினர் யானைகளின் கால்களில் மிதிபட்டனர். அபூஉபைத் (ரலி), யானைகளின் தும்பிக்கைகளை வாளால் வெட்டியெறியும்படி உரத்தக் குரலில் கூறிவிட்டுத் தாமே அதைத் தொடங்கி வைத்தார். யானைகளின் தும்பிக்கைகளைத் துண்டித்து, கால்களிலும் வெட்ட ஆரம்பித்ததும், அதன்மீதிருந்த வீரர்கள் வீழ்ந்தனர். தொடர்ந்து அவர்கள் கொலையுண்டனர்.

படைத்தலைவர்களால் ஆவேசமூட்டப்பட்ட முஸ்லிம்கள், வீரத்துடன் நின்று யானைகள்மீது தொடர் வேகத் தாக்குதல்களை மேற்கொண்டனர். ஒரு யானையை எதிர்கொண்ட அபூஉபைத் (ரலி), அதன் தும்பிக்கையை ஒரே வீச்சில் வெட்டியெறிந்தார். வெகுண்டெழுந்த அந்த யானை, அவரைக் கீழே தள்ளி காலால்

மிதித்ததில் அபூஉபைத் (ரலி) அவர்கள் உயிர்த்தியாகம் செய்தார். தொடர்ந்து, அவரது சகோதரரான ஹகம், கொடியைத் தாங்கினார். அவரும் ஒரு யானையால் உயிர்த் துறந்தார். அடுத்து, கொடியை ஏந்திய ஸகீஃப் கிளையினரின் ஆறுபேர்களும் ஒவ்வொருவராக உயிர்த்தியாகம் செய்தனர்.

எட்டாமவராகக் கொடி பிடித்தவர் முஸன்னா (ரலி) ஆவார். கொடியைக் கையிலேந்திய அவர் வீரர்களுக்கு மனவுறுதியூட்டினார். யானைகளின் தாக்குதலுக்கிரையான பெறுமதிமிக்க ஏழு உயிர்களின் இழப்பால், முஸ்லிம்கள் மனமொடிந்துபோயினர். அவர்கள் பின்வாங்கி ஓடாமலிருக்க, அப்துல்லாஹ் பின் மர்த்தன் ஸகஃபீ, விரைந்து சென்று, பாலத்தின் சில இணைப்புப் பலகைகளை உடைத்தெறிந்துவிட்டு வந்து தன்னுடைய சகோதரர்கள்போல் வீரத்துடன் உயிர்த்தியாகம் செய்ய முன்வருமாறு முஸ்லிம் வீரர்களை நோக்கி அழைப்பு விடுத்தார்.

முஸன்னா (ரலி) சிதறிய படைகளை ஒன்றுதிரட்டி, எதிரிகள் முன் உறுதியுடன் நின்றார். அபூமிஹ்ஸான் ஸகஃபியும் ஆலோசகர்கள் சிலரும் அவருக்குப் பக்கத் துணையாக இருந்தனர். உடைக்கப்பட்ட பாலம், பழுதுபார்க்கப்பட்டது. முஸ்லிம் படைவீரர்கள் பாதுகாப்பை நோக்கமாகக்கொண்டு பாலத்தைக் கடந்து சென்றனர். அதேவேளை, முஸன்னா (ரலி) அவர்களும் வீரர்களும் எதிரிகள் படை முன்னேறுவதைத் தடுத்து நிறுத்தினார்கள்.

இப்போரில், சுலைத் பின் கைஸ், கிப்தி பின் கைசின் புதல்வர்களான உக்பா, அப்துல்லாஹ், அப்பாத் பின் கைஸ், கைஸ் பின் அஸ்ஸகன், அபூஉமய்யா ஃபஸாரீ (ரலி) உட்பட ஆறாயிரம் முஸ்லிம் வீரர்கள் தங்கள் இன்னுயிரை இஸ்லாத்திற்காகத் துறந்தனர். பாரசீக படையிலும் இதே அளவிலான வீரர்கள் மாண்டனர். திரும்பியோடிய முஸ்லிம் வீரர்கள் மனம் துவண்ட நிலையில் நீண்ட காலமாகத் தங்கள் செயலை எண்ணி இறைவனிடம் மன்னிப்பைக் கோரினார்கள். இப்போர், ஹிஜ்ரீ 13 ஆம் ஆண்டு, ஷஅபான் மாதம் நடைபெற்றது.

புவைப் போர் : அபூஉபைத் (ரலி) அவர்களின் உயிரிழப்பு மற்றும் முஸ்லிம்களுக்கு நேரிட்ட பெரும்துயர்களை அறிந்த உமர் (ரலி) கோபமுற்றார். தங்களது அனைத்து ஆற்றல்களையும்

செல்வங்களையும் பயன்படுத்தி, பாரசீகர்கள்மீது போர் தொடுப்பதற்கான முன்னேற்பாடுகளைச் செய்தார். எல்லா இனக்குழுவினருக்கும் தூதுக்குழுக்களை அனுப்பி, இஸ்லாத்துக்காகப் போரிட அவர்களை ஒன்று திரட்டினார்.

மதீனாவை நோக்கி பெருவெள்ளம்போல் திரண்டு வந்த பல்வேறு இனக்குழு மக்களும், இராக்கிலிருந்த முஸன்னா (ரலி) அவர்களுக்குத் துணையாக அனுப்பி வைக்கப்பட்டனர். இராக்கில், முஸன்னா (ரலி) அவர்களும் வீரர்களைத் திரட்டும் பணியில் ஈடுபட்டிருந்தார். இதன்மூலம், பெரும்படையொன்று ஏற்கனவே அங்கு உருவாகியிருந்தது.

இம்முன்னேற்பாடுகள் குறித்து அறிந்துகொண்ட பாரசீக மன்னன் ருஸ்ட்டம், மெஹ்ரான் ஹமதானியின் தலைமையில் ஒரு பெரும் படையை அனுப்பி வைத்தான். இதற்கு, மெஹ்ரானைத் தேர்வு செய்ததற்கான காரணம், அரேபியாவில் வளர்ந்த இவனால் அரேபியர்களின் ஆற்றலையும் வலுவையும் புரிந்து எதிர்கொள்ள இயலுமென்பதுதான்.

பாரசீகப் படைகள் வருவதை அறிந்த முஸன்னா (ரலி), தமது படைகளுடன் அணிவகுத்துச் சென்று, யூப்ரட்டீஸ் கரையோரம், புவைபில் முகாமிட்டார். தலைநகரிலிருந்து புறப்பட்ட மெஹ்ரானும் புவைபை நோக்கி நகர்ந்து, யூப்ரட்டீசின் இன்னொரு கரையோரம் முகாமிட்டான். இப்போது, ஆற்றைக் கடந்து யார் செல்வது என்பது குறித்து பிரச்சினை வந்தது. கடந்த காலக் கசப்பனுபவங்களை முன்வைத்து எதிரிகளைத் தங்கள் பக்கம் வரும்படி சொன்னார் முஸன்னா (ரலி).

மெஹ்ரான் தனது படைகளுடனும் போர் யானைகளுடனும் ஆற்றைக் கடந்து வந்தான். காலாட் படைகள் முன்னாலும் வில் வீரர்கள் அமர்ந்திருந்த யானைகள் பின்னாலும் குதிரைப் படைகள் வலது, இடது புறங்களிலுமாக தனது படைகளை அவன் ஒழுங்குபடுத்தியிருந்தான்.

இஸ்லாமியப் படைகளும் போருக்குத் தயாராக நின்றிருந்தன. பாரசீகர்கள் போரைத் தொடங்கி வைத்தனர். போர் தீவிரமடைந்தது. இரு அணியினரும் தங்களது பலத்தை வீரத்துடன் நிலை நாட்டினர். முடிவில், முஸ்லிம்கள் வெற்றி பெற்றனர். பாரசீகர்கள் பின்வாங்கி

ஓடுவதைக் கண்ட முஸன்னா (ரலி), விரைந்து சென்று பாலத்தை உடைத்தார். இதனால், பெருமளவிலான பாரசீக வீரர்கள் கொலையுண்டனர். ஏராளமானோர் ஆற்றில் மூழ்கி இறந்தனர். மெஹ்ரான் ஹமதானி, போர்க்களத்திலேயே மாண்டான்.

இப்னு கல்தூனின் கூற்றுப்படி, இதில் ஒரு இலட்சம் பாரசீக வீரர்கள் இறந்தனர். ஆனால், முஸ்லிம்கள் தரப்பில் உயிரிழந்தவர்களின் எண்ணிக்கை நூறு பேர்கள் மட்டும். பின்வாங்கி ஓடிய பாரசீகர்கள் ஸாபாத் வரைக்கும் துரத்தியடிக்கப்பட்டனர். இப்போது, ஸவாதிலிருந்து டைக்ரீஸ் வரையிலான முழு எல்லைப் பரப்பும் முஸ்லிம்களின்கீழ் வந்தது. ஹிஜ்ரீ 13 ஆம் ஆண்டு, ரமளான் மாதத்தில் இப்போர் நடைபெற்றது.

புவைப் தோல்விக்குப் பிறகு : மெஹ்ரானின் மரணமும் பெருமளவிலான உயிர்ச்சேதமும் பாரசீகத்திலும் அரசவையிலும் பெரும் கொந்தளிப்பை உருவாக்கின. வெறும் நூறு முஸ்லிம்களுக்குப் பதிலாக, ஒரு இலட்சம் பாரசீகர்கள் உயிர் துறக்க நேர்ந்த உண்மையை அவர்களால் நம்ப இயலாததுடன் பயத்தின் விளிம்புக்கு அவர்களை இது இட்டுச்சென்றது. முஸ்லிம்கள் குறித்து பாரசீகர்களின் மனங்களில் பேரச்சம் புகுந்துகொண்டது.

பாரசீகத்தின் நிர்வாகமும் ஆட்சித்தலைமையும் ருஸ்ட்டமிடம் இருந்தாலும், நாட்டு மக்களின் விதியை நிர்ணயிக்கும் உரிமை, அரச குடும்பத்திலுள்ள ஒரு பெண்ணைச் சார்ந்திருந்தது. பாரசீகப் படைகள் அடைந்த படுதோல்வியைத் தொடர்ந்து, அரச பீடத்தில் பெண்ணொருத்தி அமர்ந்திருப்பதுதான் இத்தோல்விக்கான காரணமென்று அனைவரும் பேசத் தொடங்கினர். ஆகவே, அவள் அரியணையிலிருந்து நீக்கப்பட்டு, யஸ்கிர்த் எனும் ஓர் இளைஞன் பொறுப்பேற்றான். நிர்வாகத்தின் தூண்களாக ருஸ்ட்டமும் ஃபிரோசும் செயல்பட்டனர். ஆனால் இவர்களிடையே பெரும் உரசல்கள் இருந்து வந்தன. தங்களது வேற்றுமைகளைக் களைந்து விட்டு பாரசீகப் பேரரசின் நன்மைகளை முன்னிறுத்தி ஒன்றுபட வேண்டுமென்று இவர்கள் வலியுறுத்தப்பட்டனர். இதுபோல், பிற தலைவர்களும் பிரபுக்கள் சமூகமும் தங்களிடையிலான முரண்களை மூட்டைக் கட்டி வைத்துவிட்டு, மரணமே எதிர்வந்தாலும் தங்கள் நாட்டுக்குச் செய்ய வேண்டிய கடமைகளை நிறைவேற்றுவதாக முன் வந்தனர். அரசின் அனைத்துத் துறைகள் சார்ந்த நடவடிக்கைகளிலும்

மனம் தளர்வுற்றிருந்த மக்களுக்கு யஸ்கிர்தின் தலைமை புதிய நம்பிக்கைகளை உருவாக்கின. முஸ்லிம்களின் ஆளுகையின்கீழிருந்த அனைத்து நிலப்பகுதிகளிலும் அமைதியின்மையும் கிளர்ச்சியும் உருவாவதற்கான அறிகுறிகள் தென்படத் தொடங்கின.

பாரசீகப் படை முகாம்கள் அனைத்தும் வீரர்களால் நிரப்பப்பட்டு கோட்டைகளும் கொத்தளங்களும் பலப்படுத்தப்பட்டன. முஸ்லிம்களின் ஆளுகையின்கீழிருந்த பல்வேறு பகுதிகளிலும், பாரசீகர்களுக்கு உதவியாகக் கிளர்ச்சியாளர்கள் தலைதூக்கினர்.

உமர் (ரலி) அவர்களின் முன்னெச்சரிக்கை : சூழலில் புதிய மாற்றங்களைக் குறித்து அறிந்திருந்த உமர் (ரலி), அனைத்துப் படைகளையும் அரேபிய எல்லைகளை நோக்கிப் பின்நகர்த்தும்படி முஸன்னா (ரலி) அவர்களுக்கு துல்கஅதா மாதம் ஒரு அவசர உத்தரவு பிறப்பித்தார். இராக்கில் ஆங்காங்கே இருந்த ரபீஆ, முளர் இனக்குழுக்களை வரவழைத்து படையை வலுப்படுத்தினார் முஸன்னா (ரலி). அச்சுறுத்தல் மிகுந்த பகுதிகளில் வாழ்பவர்களை எல்லைகளில் ஒன்று திரளும்படி கேட்டுக்கொண்டார். மேலும், அல்லாஹ்வின் வழியில் போரிடுவதற்காகப் போர் வீரர்களைத் திரட்டி அனுப்பச் சொல்லி ஆளுநர்களுக்கும் உத்தரவு பிறப்பித்தார். அப்போது, ஹஜ் பயணத்துக்கான காலம் என்பதால் உமர் (ரலி) மக்காவுக்குப் புறப்பட்டார்.

ஹஜ் கடமைகளை நிறைவேற்றிவிட்டு வரும்போது, அனைத்துப் பகுதிகளிலிருந்தும் அரேபிய இனக்குழுக்கள் மதீனாவில் வெள்ளம்போல் பெருகி வருவதைக் கண்டார். மதீனாவின் சுற்றுப் புறம் எங்கும் படைவீரர்களால் நிரம்பி வழிந்தன. முன்னணிப் படைக்கு தல்ஹா (ரலி) அவர்களையும் வலப்புற அணிக்கு, ஸுபைர் (ரலி) அவர்களையும் இடப்புற அணிக்கு, அப்துர் ரஹ்மான் பின் அவ்ஃப் (ரலி) அவர்களையும் படைத்தலைவர்களாக நியமித்தார்.

உமர் (ரலி), படைகளை ஒழுங்குபடுத்தியதுடன் கிலாஃபத் பொறுப்புக்கு அலீ (ரலி) அவர்களை நியமித்துவிட்டு, மதீனாவிலிருந்து பாரசீகத்தை நோக்கிப் புறப்பட்டார். படைகள் முதன் முதலில் ஸிராரில் தங்கியிருந்தன.

அமீருல் முஃமினீன் எனும் இறைநம்பிக்கையாளர்களின்

தலைவரே படைகளை முன்நின்று நடத்திச் சென்றமை, படைவீரர்களின் மனங்களில் எல்லையற்ற நம்பிக்கையையும் பெரும் தூண்டுதலையும் உருவாக்கியது. ஆனால், உஸ்மான் பின் அஃப்ஃபான் (ரலி) அவர்கள், கலீஃபாவிடம் வந்து, கலீஃபாவின் தலைமையில் களம்புகவேண்டும் என்பது நடைமுறைச் சூழலுக்கு உகந்ததல்ல என்று தெரிவித்தார்.

இதைத் தொடர்ந்து உமர் (ரலி) ஸிராரில் ஒரு பொது ஆலோசனைக் குழுவைக் கூட்டி, அவர்களிடம் கருத்துக் கேட்டார். இறைநம்பிக்கையாளர்களின் தலைவர் படைகளை முன்நின்று நடத்திச் சென்றால், வெற்றியை விரைவுபடுத்த இயலுமென்று அனைவரும் ஏகமனதுடன் கூறினார்கள்.

அப்துர் ரஹ்மான் (ரலி) கூறினார்: “இந்தக் கருத்தை என்னால் ஏற்கவே இயலாது. போர்க்களத்தில் கலீஃபாவின் அருகமை, மிகுந்த பேரிடர் நிரம்பியதாகும். போர்க்களத்தில் படைத்தலைவர் ஒருவர் கொலையுண்டால், உடனடியாகத் தேவையான மாற்றங்களைச் செய்து நிலைமையை முழுக்கட்டுப்பாட்டில் கொண்டு வந்துவிட இயலும். அல்லாஹ் காப்பானாக! கலீஃபாவுக்கு எதுவும் நேரிடுமெனில், பிந்தைய தொடர்நடவடிக்கைகள் சிக்கலுக்குள்ளாகி விடும்.” இக்கலந்தாய்வில் பங்குகொள்வதற்காக மதீனாவிலிருந்து வரவழைக்கப்பட்டிருந்த அலீ (ரலி) அவர்களும் முக்கியமான நபித்தோழர்களும் அப்துர் ரஹ்மான் (ரலி) அவர்களின் கருத்துடன் உடன்பட்டனர்.

உமர் (ரலி) எழுந்து, இது குறித்து சிறப்பான ஓர் உரை நிகழ்த்தினார். முடிவாக அவர் சொன்னார்: “படைகளை முன்நின்று நடத்திச் செல்வதுதான் என்னுடைய விருப்பமும். ஆனால், நபித்தோழர்கள் இதற்கு உடன்படாத நிலையில், தலைமைப் பொறுப்பை யாரிடம் ஒப்படைப்பது?”

அலீ (ரலி) அவர்களின் பெயர் முன்மொழியப்பட்டது. அவர் இதனை ஏற்க மறுத்தார். அபூ உபைதும் காலிதும் சிரியாவில் போர் நடவடிக்கையில் ஈடுபட்டிருந்தனர். இச்சிக்கல் குறித்துப் பேச்சு வார்த்தைகள் நடந்துகொண்டிருந்த நிலையில், அப்துர் ரஹ்மான் (ரலி), “நான் ஒருவரை மனதில் கண்டுள்ளேன். இந்தப் பணிக்குப் பொருத்தமானவர் அவர்தான் என்பது என்னுடைய எண்ணம்” என்று

சொல்லி, ஸஅத் பின் அபீவக்காஸ் (ரலி) அவர்களின் பெயரை முன்மொழிந்தார்.

உமர் (ரலி) உட்பட அனைவருமே இதனை ஏற்றுக்கொண்டனர். ஸஅத் (ரலி) நபித்தோழர்களுள் மிக மேன்மையானவரும் கலீஃபாவின் தாய்மாமனுமாவார். ஹவாஸின்களிடம் ஸகாத் திரட்டும் பணியில் ஈடுபட்டிருந்த ஸஅத் (ரலி) அவர்களை வரச்சொல்லி உடனடியாகக் கடிதம் அனுப்பப்பட்டது. அவரும் வந்து சேர்ந்தார். அதுவரையிலும் முஸ்லிம் படைகள் ஸிராரிலேயே தங்கியிருந்தன.

சிறு தகவல்களுட்பட அனைத்து நிகழ்வுகளும் தலைமையகத்துக்கு அறிவிக்கப்பட வேண்டும் என்ற அறிவுறுத்தலுடனும் தேவையான உத்தரவுகளுடனும் படைகள், ஸஅத் (ரலி) தலைமையின்கீழ் அனுப்பி வைக்கப்பட்டன.

நான்காயிரம் படைவீரர்களுடன் புறப்பட்டுச்சென்ற ஸஅத் (ரலி) ஸஅலபாவில் தங்கினார். உமர் (ரலி), இரண்டாயிரம் யேமானிய வீரர்கள்கொண்ட ஒரு படையையும் இரண்டாயிரம் நஜ்த் வீரர்கள்கொண்ட ஒரு படையையும் துணைப்படைகளாக அனுப்பி வைத்தார்.

8,000 படைவீரர்களுடன் தீகார் எனும் சிற்றூரில் முகாமிட்டிருந்த முஸன்னா (ரலி), ஸஅத் (ரலி) அவர்களின் வருகையை எதிர்பார்த்திருந்தார். அவரது நோக்கம் ஸஅத் (ரலி) அவர்களுடன் இணைந்து யூப்ரட்டீசை நோக்கிச் செல்வதாக இருந்தது. ஆனால், ஜஸ்ர் போர்க்களத்தில் ஏற்பட்ட காயங்கள் பெரிதும் மோசமான நிலையில் முஸன்னா (ரலி) இறந்துபோனார்.

இராக்கில் ஸஅத் (ரலி) : ஸஅத் (ரலி), ஸஅலபாவிலிருந்து அணிவகுத்துச்சென்று, ஸிராஃபில் முகாமிட்டார். ஸஅலபாவிலிருந்து ஸிராஃபுக்குச் செல்லும் வழியில், கலீஃபாவின் உத்தரவின்படி, அசத் வம்சத்தைச் சேர்ந்த 3,000 போர் வீரர்கள் ஸஅத் (ரலி) யுடன் இணைந்தனர். ஸிராரில், அஷ்அத் பின் கைசின்கீழ் திரண்ட இரண்டாயிரம் போர்வீரர்களும் ஸஅத் (ரலி) அவர்களின் படையில் இணைந்துகொள்ள முஸ்லிம்படைகள் மேலும் பலம் பெற்றன.

அதே இடத்தில், முஸன்னா (ரலி) அவர்களின் சகோதரரான

முஸன்னா பின் ஹாரிஸா ஷைபானீ (ரலி), ஸஅத் (ரலி) அவர்களைச் சந்தித்து, எதிரிகள் குறித்தும், அவர்களது வியூகங்கள் குறித்தும், தமது சகோதரர் தெரிவித்த தகவல்களைச் சொன்னார். முஸன்னா (ரலி) அவர்களின் கீழிருந்த 8,000 வீரர்கள், ஸஅத் (ரலி) அவர்களுடன் இணைந்துகொண்டனர். மொத்தப் படை வீரர்களின் எண்ணிக்கை இப்போது இருபதாயிரம் முதல் முப்பதாயிரம்வரை இருந்தது. ரிள்வான் உடன்படிக்கையின்போது உடனிருந்த 300 நபித்தோழர்களும் இதில் உட்படுவார்கள். இவர்களில் எழுபதுபேர் பத்ர் போரில் கலந்துகொண்டவர்கள்.

காதிசியாவை நோக்கிச் செல்லுமாறு ஸஅத் (ரலி) அவர்களுக்கு, கலீஃபா ஒரு புதிய உத்தரவைப் பிறப்பித்தார். அப்போது ஸஅத் (ரலி) ஸிராஃபில் இருந்தார். பாரசீகத்தின் பரந்த வெளியை முன்புறமாகவும் அரேபிய குன்றுப்பகுதிகளைப் பின்புறமாகவும்கொண்டு படைகளை ஒழுங்குபடுத்திக்கொள்ளவும் அதில் சொல்லப்பட்டது. வெற்றிபெறும் பட்சத்தில் விரும்பும் தொலைவுவரை ஊடுருவிச் செல்லவும், தோல்வியுறும் பட்சத்தில் பின்வாங்கிச் சென்று குன்றுகளிடையே தஞ்சமடையவும் இது வசதியாக இருக்கும்.

கலீஃபாவின் ஆணைப்படி, ஸஅத் (ரலி) முகாமிலிருந்து புறப்பட்டார். முன்னணிப் படைக்கு ஸுஹைர் பின் அப்துல்லாஹ்வையும், வலப்புற அணிக்கு அப்துல்லாஹ் பின் அல்முஅத்தஸிமையும், இடப்புற அணிக்கு ஷுரஹ்பிள் பின் அஸ்ஸம்த் கின்திக்கையும், பின்னணிக்கு ஆஸிம் பின் உமர் அத் தமீமையும் தலைவர்களாக நியமித்தார். பங்கீட்டுப் பணிக்கு சல்மான் ஃபார்சியும், நடுவராகவும் பொருளாளராகவும் அப்துர் ரஹ்மான் பின் ரபீஆ அல்பாஹிலியும், மொழிபெயர்ப்பாளராக ஹிலால் ஹிஜ்ரியும், எழுத்தராகவும் செயலராகவும் ஸியாத் பின் அபூசுஃப்யானும் நியமிக்கப்பட்டனர்.

ஸிராஃபிலிருந்து காதிசியாவை நோக்கிப் புறப்பட்ட ஸஅத் (ரலி), உதைபை அடைந்தார். இங்கு, பாரசீகர்களின் போர்க்கருவிகளும் பிற பொருள்களும் பாதுகாக்கப்படும் இடமிருந்தது. முஸ்லிம் காவல்படைகள் இவற்றைக் கைப்பற்றின. காதிசியாவை அடைந்த பின், பாரசீகப் படைகளை எதிர்பார்த்து, இரண்டு மாதங்கள் காத்திருந்தன. இந்நீண்ட காலஅளவின்போது முஸ்லிம்களிடமிருந்த

உணவும் பிற பொருள்களும் குறைந்து கொண்டிருந்தன. அவர்கள், அண்மையிலுள்ள பாரசீகப் பகுதிகளைச் சுற்றி வளைத்தனர்.

மதாயினிலிருந்து ருஸ்ட்டமின் புறப்பாடு : அரபுப் படைகள் காதிசியாவில் முகாமிட்டிருக்கின்றன என்றும், யூப்ரட்டீசின் அண்மைப் பகுதிகளில் அவர்கள் ஊடுருவி விட்டனர் என்றும் பாரசீகத் தலைநகருக்குத் தகவல்கள் வந்தன. காதிசிய்யா மற்றும் அதன் அண்மைப் பகுதிகளிலுள்ள மக்கள், முறையீடுகளுடன் பாரசீக அரண்மனைக்குச் சென்றனர். தேவையானதைச் செய்யத் தவறினால், அவர்களிடம் பணிவதைத் தவிர தங்களுக்கு வேறு வழியில்லை என்றும் அவர்கள் அச்சுறுத்தினர்.

திறந்த வெளியில் எதிர்த்தாக்குதல் நடத்துவதை விடவும், அதிலிருந்து விலகி நிற்பதுதான் நல்லதென்பது பாரசீகப் போர்த்துறை அமைச்சரான ருஸ்ட்டமின் கருத்து. ஆனால், யஸ்கிர்தின் மீதான அழுத்தங்கள், அரேபியப் படைகளால் ஏற்பட்டுள்ள பெரும் சிக்கலை முடிவுக்குக் கொண்டு வரவும், இந்நடவடிக்கைகளின் பொருட்டு, ருஸ்ட்டமை நேரடியாக காதிசிய்யாவுக்கு அனுப்பி வைக்கவும் அவனை வற்புறுத்தியது.

படைப்பிரிவுகளை அடுத்தடுத்து அனுப்புவதன் மூலம், அரேபியப் படைகள் வேறெதிலும் ஈடுபட இயலாதபடி செய்ய முடியும் என்பதில் ருஸ்ட்டம் குறியாக இருந்தான். ஆனால், யஸ்கிர்த் இத்திட்டத்தை முற்றிலுமாகப் புறக்கணித்தான்.

மதாயினிலிருந்து புறப்பட வேண்டிய கட்டாயத்திற்குள்ளான ருஸ்ட்டமின் படைகள் ஸாபாத்தைச் சென்றடைந்தன. அங்கு, நாட்டின் பல்வேறு பகுதிகளிலிருந்தும் வந்து சேர்ந்த பெருமளவிலான படைகளைத் தன்னுடன் இணைத்துக்கொண்டான் ருஸ்ட்டம். குறுகிய காலத்தில் ஒன்று திரண்ட பாரசீகப் படைகளின் மொத்த வீரர்கள் எண்ணிக்கை ஒன்றரை இலட்சம். முற்றிலுமாகப் போர்க்கருவிகள் பூண்டிருந்த பாரசீகப்படையினர், முஸ்லிம்களுக்கு எதிராக பெரும் சீற்றமூட்டப்பட்டவர்களாகவும் மிகுந்த மனஉறுதி கொண்டவர்களாகவும் காணப்பட்டனர்.

ஸஅத் (ரலி), முஸ்லிம் படைகளின் தற்போதைய முன்னேற்றங்கள் குறித்தும் எதிரிகளின் நடவடிக்கைகள் குறித்தும் கலீஃபாவுக்கு அறிவித்தார். உமர் (ரலி) எதிரிப்படையின் எண்ணிக்கையைக்கண்டு

சிறிதும் பயப்பட வேண்டாம் என்றும், எல்லாம் வல்ல அல்லாஹ்வின் மீது மட்டுமே நம்பிக்கை கொள்ளவும், அவனது துணையை நாடவும் பதிலெழுதினார். மேலும் அதில், பாரசீகர்களுடன் போரில் ஈடுபடுமுன், யஸ்கிர்த் போன்றோரை இஸ்லாத்தை நோக்கி அழைப்பு விடுக்கும் நோக்கத்துடன் ஓர் உயர்மட்டத் தூதுக்குழுவை அனுப்பிவைக்கவும், அழைப்பை அவன் ஏற்க மறுத்தால் அதற்கான சுமையை அவன் தாங்க வேண்டியதிருக்கும் என்றும் எழுதப்பட்டிருந்தது.

கலீஃபாவிடமிருந்து வந்த உத்தரவுகளுக்கேற்ப, முஸ்லிம் படைகளில் அறிவு நுட்பமும் மொழியாற்றலும் தோற்றப்பொலிவும் வீரமும் ஈடுபாடும்கொண்டவர்களைத் தேர்வுசெய்து மதாயினுக்கு அனுப்பிவைத்தார் ஸஅத் (ரலி)

இஸ்லாமிய அரசியல் தூதுக்குழு : தூதுக்குழுவில் நுஃமான் பின் முகர்ரின், கைஸ் பின் சுரார, அஷ்அத் பின் கைஸ், ஃபுராத் பின் ஹைய்யான், ஆஸிம் பின் அம்ர், அம்ர் பின் மஅதீகரிப், முஃகீரா பின் ஷுஅபா, முஅன்னா பின் ஹாரிஸா, உதாரித் பின் ஹாஜிப், புஸ்ர் பின் அபூருஹ்ம், ஹன்ழலா பின் அர் ரபீஉ, அதீ பின் சுஹைல் (ரலி) போன்ற புகழ்மிக்க உயர் அறிஞர்கள் இடம்பெற்றனர். அரசுத் தூதர்கள், குதிரைகளில் ருஸ்ட்டமின் படைகளைக் கடந்து முழுப்பாய்ச்சலில் மதாயினுக்கு விரைந்தனர்.

இஸ்லாமியத் தூதர்களின் வருகையை அறிந்த யஸ்கிர்த், தனது அரசவையைப் பெரிய அளவில் படாடோபமாகவும் உயர்வாகவும் ஒழுங்குபடுத்தினான். பாலைநிலப் புதல்வர்களான இஸ்லாமியத் தூதர்கள், எளிமையான போர் வீரர்களின் தோற்றத்தில் அவைக்குள் நுழைந்த காட்சியைக் கண்ட அவையோர்கள் அனைவரும் ஆச்சரியத்தில் மூழ்கினர். வழக்கமான தொடக்க உரையாடல்களின் பின், தற்செருக்குடன் யஸ்கிர்த், “எங்களை எதிர்கொள்ளும் துணிச்சல் உங்களுக்கு எப்படி வந்தது? உங்கள் மக்கள் அறிவற்றவர்கள் என்பதையும் இழிவானவர்கள் என்பதையும் நீங்கள் மறந்து விட்டீர்களா? நீங்கள் மேலெழுந்து வரும் அறிகுறிகள் தென்பட்டதும் உங்களை அடக்கி வைக்கும்படி எங்கள் ஆளுநர்களுக்கும் கீழ்மட்டப் பணியாளர்களுக்கும் உத்தரவிட்டோம் என்பதையும் அவர்கள் அதைச் செய்து முடித்தார்கள் என்பதையும் நீங்கள் மறந்துவிட்டீர்களா?” என்று கேட்டான்.

இறுமாப்பில் தோய்ந்த இச்சொற்களைச் செவிமடுத்த நுஃமான் (ரலி) எழுந்து, முழுநம்பிக்கையுடன் எளிமையான சொற்களில் இதற்குப் பதில் சொன்னார்: "இஸ்லாத்தின் மூலமாகவே மனித குலம் அமைதியையும் வெற்றியையும் பெற இயலும். ஆகவே, உருவ வழிபாட்டையும் பல கடவுள் வணக்கத்தையும் பூமியின் மேற்பரப்பிலிருந்து வேருடன் அகற்றும் எண்ணத்துடன் நாங்கள் அனைவரிடமும் இஸ்லாத்தை எடுத்துரைக்க முடிவு செய்துள்ளோம். இதனை ஏற்க மறுப்பவர்கள், தங்கள் அமைதிக்கும் பாதுகாப்புக்குமான பொறுப்பை முஸ்லிம்களிடம் ஒப்படைத்து, ஜிஸ்யா வழங்க வேண்டும். இந்த இரண்டில் ஒன்றை அவர்கள் ஏற்க மறுக்கும் நிலையில், முடிவுகள் வாளால் தீர்மானிக்கப்படும்."

கைஸ் பின் ஸுராரா (ரலி) அவர்களின் உரை : யஸ்கிர்திற்கு இது கோபமூட்டினாலும் சுய கட்டுப்பாடுடன் அவன் பதில் சொன்னான்: "உமது மக்கள் நாகரிகமற்றவர்கள். மக்கள் தொகையிலும் குறைவான எண்ணிக்கையினர். எங்கள் நாட்டின் எந்தப் பகுதியையும் எப்போதுமே உம்மால் வெற்றிகொள்ள இயலாது. இருப்பினும், நான் உமக்கு உணவும், உடையும் தந்து, உம்மைப் பண்புடன் நடத்த ஒரு பணியாளரையும் நியமிக்கிறேன். இந்த ஒரு நன்மையை மட்டும் என்னால் உமக்குச் செய்ய முடியும்."

இதனைச் செவிமடுத்த கைஸ் பின் ஸுராரா (ரலி) சொன்னார்: "உங்கள் முன்னிலையில் அமர்ந்திருக்கும் இவர்கள், பல்வேறு கொடைகள் அருளப்பட்ட அரேபிய சமூகத்தில் அறிவும் கருணையும் மிக்கவர்களில் தேர்வு செய்யப்பட்டவர்கள். உங்களின் இத்தகைய இழிகுணத்திற்குப் பதில் சொல்ல, மேன்மை வாய்ந்த இவ்வறிஞர் பெருமக்கள் வெட்கப்படுகிறார்கள். எதுவாயினும் உங்கள் கூற்றுக்கு நான் பதில் சொல்ல முயல்கிறேன். நீங்கள் விளக்கிய அரேபியர் மற்றும் அவர்களது இப்போதைய நிலை, நாங்கள் முன்னர் வாழ்ந்துகொண்டிருந்ததைவிட பல மடங்கு சிறப்பானது. நேர்மையின் உண்மையின் வழியில் எங்களை நடத்திச் செல்லவும் எதிரிகளுக்கு இழிவு மிகுந்த தோல்வியை அளிக்கவும் எல்லாம் வல்ல அல்லாஹ் அவனது தூதரை எங்களிடம் அனுப்பினான். அவன் எங்கள்மீது அளவற்ற நன்மைகளைச் சொரிந்து, இப்புவியில் எங்களுக்கு வெற்றிகளை வாக்களித்துள்ளான். எனவே, நீங்கள்

இஸ்லாத்தை ஏற்றுக்கொள்ளுங்கள் அல்லது ஜிஸ்யா வழங்க முன்வாருங்கள். இல்லையெனில், முடிவை வாட்கள்தான் தீர்மானிக்கும்.''

இவ்வுரையைச் செவிமடுத்து சுயகட்டுப்பாட்டை இழந்த யஸ்கிர்த், "தூதர்களைக் கொல்வது நெறியல்ல! ஆகவே, நீங்கள் பிழைத்துப்போங்கள்'' என்று சொல்லி விட்டு, "ஒரு கூடையில் மண் கொண்டு வந்து அதை இக்குழுவின் தலைவரின் தலையில் ஏற்றுங்கள். அதே நிலையில் அவர்களை மதாயினிலிருந்து வெளியேற்றுங்கள்'' என்று உத்தரவிட்டான். தொடர்ந்து அவன், "உங்கள் அனைவரையும் காதிசியா அகழிகளில் புதைக்க ருஸ்ட்டம் அங்கு வருகிறார் என்று சொல்லுங்கள்'' என்றான். கூடை நிறைய மண் உள்ளே கொண்டுவரப்பட்டது. ஆஸிம் (ரலி) முன் சென்று, "குழுவின் தலைவர் நான்தான்'' என்று சொல்லி, கூடையைத் தமது தோளில் ஏந்திக் கொண்டார்.

திரும்பி, ஸஅத் (ரலி) அவர்களிடம் சென்ற ஆஸிம் (ரலி), "எங்களுடைய வாழ்த்துக்கள் ஸஅத் அவர்களே! எதிரி தானாகவே முன்வந்து, அவனது மண்ணை எங்களிடம் ஒப்படைத்து விட்டான்'' என்றார். ஆஸிம் (ரலி) அவர்களின் விளக்கத்தைக் கேட்ட ஸஅத் (ரலி) தமது மகிழ்ச்சியைத் தெரிவித்துக்கொண்டார்.

பாரசீக அரசவையிலிருந்து தூதர்கள் திரும்பியதைத் தொடர்ந்து, ஸாபாத்திலிருந்த ருஸ்ட்டமுக்குப் புதிய உத்தரவுகளுடன் புதிய துணைப்படைகளும் வந்தன. ருஸ்ட்டமின் தலைமையில், படையின் பெரும்பகுதியான 60,000 வீரர்களும் ஜாலினுஸ் தலைமையிலான முன்னணிப் படையில் 40,000 வீரர்களும், பின்னணிப் படையில் 20,000 வீரர்களும் ஹுர்முஸ் தலைமையிலான வலப் புறப் படையில் 30,000 வீரர்களும் மெஹ்ரான் பின் பஹ்ராம் ராஸியின் தலைமையிலான இடப் புறப் படையில் 30,000 வீரர்களுமிருந்தனர். இப்படியாக, பாரசீகப் படை வீரர்களின் மொத்த எண்ணிக்கை, நூற்று எண்பதாயிரம். ருஸ்ட்டமின் நேரடிப் பொறுப்பின்கீழ் 100 போர் யானைகளிருந்தன. மேலும், வலப்புற அணியில் 75 யானைகளும் இடப்புற அணியில் 75 யானைகளும் முன்னணியில் 20 யானைகளும் பின்னணியில் 30 யானைகளுமிருந்தன.

மார்புக்கவசங்களும் போர்க்கருவிகளும் பூண்ட ருஸ்ட்டம்,

ஸாபாத்திலிருந்து அணிவகுத்துச் சென்று குத்தாவில் முகாமிட்டான். இப்போது பாரசீக முஸ்லிம் படைகள் நெருங்கிவிட்டன. பரஸ்பரம் உணவுகளையும் பிற பொருள்களையும் பறித்துச் செல்வதற்கான சிறு சிறு திடீர்த் தாக்குதல்கள் அவ்வப்போது இருபுறமும் நிகழ்ந்தன.

போரைத் தாமதப்படுத்த விரும்பினான் ருஸ்ட்டம். எனவே, மதாயினுக்கும் காதிசியாவுக்கும் இடைப்பட்ட தொலைவைக் கடக்க ஆறு மாதங்கள் எடுத்துக்கொண்டான். முஸ்லிம்களை எதிர்கொள்வதில் விரைந்து செயல்படச்சொல்லி அவனுக்கு வற்புறுத்தல் இருந்தது. இதே அழுத்தம் பாரசீகப் பேரசுக்கும் இருந்தது. பாரசீகத்தின் நிர்ப்பந்தத்திற்கு மாறாக, அவன் போர் நடத்தாமல் வெற்றி பெற விரும்பினான். ஆகவே, மேலும் காலதாமதம் செய்வதற்காக, போர் குறித்துக் கலந்துரையாட, நம்பிக்கையான ஒருவரைத் தன்னிடம் அனுப்பும்படி முஸ்லிம் படைத்தலைவரான ஸஅத் (ரலி) அவர்களுக்குச் செய்தி அனுப்பினான்.

ரிப்யி பின் ஆமிர் (ரலி) அவர்களை அனுப்பி வைத்தார் ஸஅத் (ரலி). முஸ்லிம் தூதரின் வருகையை முன்னிட்டு, தனது அவையோரை உயர்வுபடுத்திக் காட்டுவதற்காக, அளவு கடந்த படாடோபங்களால் தனது அவையை அழகுபடுத்தினான் ருஸ்ட்டம். தரைப்பகுதி முழுவதையும் பொன்னாடைகளால் மூடினான். விலையுயர்ந்த பட்டுகளால் திண்டுகள் அமைத்தான். நடுவில், மணிக் கற்களால் அழகுபடுத்தப்பட்டிருந்த அரியணையும் அமைத்துக்கொண்டான்.

ரிப்யி (ரலி), தமது குதிரையை பொன்னாடைகள்மீது செலுத்தியபடியே வந்திறங்கினார். அதன் மூக்கணாங்கயிற்றை பட்டுத் திண்டில் பிணைத்தார். தொடர்ந்து, கூர்முனைகொண்ட தமது ஈட்டியுடன் முன்னகர்ந்து சென்று, ருஸ்ட்டமின் அருகில் அமர்ந்தார். அவரை அரச பீடத்தில் அமர விடாமலிருக்கவும் நிராயுதபாணியாக்கவும் அவையோர் முயன்றனர்.

ரிப்யி (ரலி), இடி முழக்கம்போல் சொன்னார்: "நான் அழைப்பின்பேரில் வந்திருக்கிறேன். நானாக வரவில்லை. இறைவன்போல் ஒருவர் அமர்ந்திருக்க, அடிமைகள்போல் மற்றவர்கள் கைகட்டி, வாய் புதைத்து அவர் முன் நிற்பதை எங்கள்

மார்க்கம் அனுமதிக்கவில்லை." உடனே, ருஸ்ட்டம் இடைப்பட்டு, "தூதுவரின் விருப்பத்துக்கு மாறாக எதையும் செய்ய வேண்டாம்" என்றான்.

உடனே, ரிப்யி (ரலி), அரச பீடத்திலிருந்து இறங்கி, பட்டுக்கம்பளத்தின் ஒரு பகுதியைத் தமது குறுவாளால் கிழித்தெடுத்துவிட்டு தரையில் அமர்ந்தபடி ருஸ்ட்டமை அழைத்துச் சொன்னார்: "உங்கள் பட்டு விரிப்பின் தேவை எங்களுக்கில்லை. எல்லாம் வல்ல அல்லாஹ்வால் விரிக்கப்பட்டிருக்கும் தரையே எங்களுக்குப் போதுமானது."

மொழிபெயர்ப்பாளர் மூலம் ருஸ்ட்டம் கேட்டான்: "எங்களுக்கெதிராக நீங்கள் போர் தொடுக்கும் நோக்கம் என்ன?" ரிப்யி (ரலி) சொன்னார்: "நாங்கள், அல்லாஹ்வின் அடியார்களை குறுகலான இவ்வுலகிலிருந்து மறுமையின் விரிந்த பரப்புக்குள் கொண்டு செல்லவும் போலி இறைமறைகளும் கொடுமைகளும் நிலவுமிடங்களில் இஸ்லாத்தையும் நீதியையும் நிலைநாட்ட விரும்புகிறோம். இஸ்லாத்தையும் சத்தியத்தையும் பின்பற்றுபவர்களது செல்வங்களிலும் உடைமைகளிலும் நாடுகளிலும் எங்களது தலையீடுகள் இருக்காது. ஆனால், எங்கள் வழியில் குறுக்கிடுபவர்கள்மீது நாங்கள் வெற்றி அல்லது வீரமரணம் அடையும்வரை போரிடுவோம். நீங்கள் ஜிஸ்யா அளிக்க விரும்பினால், அதனை ஏற்று உங்களுக்கெதிராகச் செயல்படுவதை நிறுத்திக்கொள்வோம். உங்களுடைய உயிர்களுக்கும் உடைமைக்கும் நாங்கள் பாதுகாப்பாக இருப்போம்."

ருஸ்ட்டம் கேட்டான்: "முஸ்லிம்களின் தலைவர் நீர்தானா?" "இல்லை" என்று சொன்ன ரிப்யி (ரலி), "நானொரு படைவீரன். ஆயினும் எங்களில் மிக எளிய ஒருவரால், ஆற்றல் மிகுந்த ஒருவரின் சார்பில் பேச முடியும். நிகழ்வுகளின் அடிப்படைகளில் எங்களுக்கு ஆணையுரிமை இருக்கிறது" என்றார்.

ரிப்யி (ரலி) அவர்களின் சொற்கள் ருஸ்ட்டமையும் அவையினரையும் பேச இயலாமலாக்கின. ருஸ்ட்டம் சொன்னான்: "உமது வாளுறை மோசமான நிலையிலிருக்கிறது." உடனே உறையிலிருந்து வாளை உருவிய ரிப்யி (ரலி) சொன்னார்: "ஆனால், வாளின் கூர்மை மிக நன்றாக இருக்கிறது." ருஸ்ட்டம்

கேட்டான்: "உமது ஈட்டி முனை மிகவும் சிறியதாக இருக்கிறது. போர்களின்போது இது பலன் தருமா?"

ரிப்யி (ரலி) சொன்னார்: "எதிரியின் மார்பைப் பிளக்கவும் கிழிக்கவும் இதுவே போதுமானது. ஒரு நகரத்தை எரிக்க சிறு தீப்பொறி போதுமானது அல்லவா?" இச்சிறு சொற்போரின் முடிவில் ருஸ்த்தம் சொன்னான்: "நல்லது! உமது கூற்றுக்களை ஆழ்ந்து சிந்திப்பதுடன், மிகச் சிறந்த அறிஞர்களுடன் நான் கலந்துரையாடுவேன்." ரிப்யி (ரலி) தங்கள் முகாமை நோக்கிப் புறப்பட்டார்.

மறுநாள், தூதுவரை அனுப்புமாறு ஸஅத் (ரலி) அவர்களுக்கு மீண்டும் தகவல் அனுப்பினான் ருஸ்த்தம். இம்முறை, ஹுதைஃபா பின் மிஹ்ஸன் (ரலி) அனுப்பி வைக்கப்பட்டார். இவரும் தம் குதிரைமீதமர்ந்தவாறே அரசவைக்குள் நுழைந்து அரச பீடத்தை நெருங்கினார்.

"நேற்று வந்தவருக்குப் பதிலாக இன்று நீர் வந்த காரணம் என்னவோ?" என்று கேட்டான் ருஸ்த்தம். ஹுதைஃபா (ரலி) சொன்னார்: "எங்கள் படைத்தலைவர் நடுநிலைப் பிறழாமல் செயல்படுபவர். ஒவ்வொருவருக்கும் அவரவருக்கான வாய்ப்புகள். நேற்று அவருடைய முறையாக இருந்தது. இன்று என்னுடைய முறையாக இருக்கிறது."

"எனக்கு உம்மால் எவ்வளவு காலஅவகாசம் தர இயலும்?" என்று கேட்டான் ருஸ்த்தம். "இன்றிலிருந்து மூன்றே நாள்கள் மட்டும்" என்றார் ஹுதைஃபா (ரலி). ருஸ்த்தம் பதில் சொல்லவில்லை. ஹுதைஃபா (ரலி) தங்கள் முகாமுக்குத் திரும்பினார். அவரது பயமின்மையும் திட மனதும் ருஸ்த்தமையும் அவையோரையும் வியப்பிலாழ்த்தின.

மறுநாள், மீண்டுமொரு தூதுவரை அனுப்பும்படி கேட்டுக்கொண்டான் ருஸ்த்தம். இம்முறை, முகீரா பின் ஷுஅபா (ரலி) அனுப்பப்பட்டார். அவருக்கு ஆசை காட்டவும் அச்சுறுத்தவும் முயற்சி செய்தான் ருஸ்த்தம். எதற்கும் இணங்காத முகீரா (ரலி), அவனது அதே முறையில் பதிலளித்தார். முயற்சிகள் எதுவும் பலனளிக்காத நிலையில் மன உளைச்சல்கொண்ட ருஸ்த்தம், கோபத்துடன் எச்சரிக்கை விடுத்தான்: "உங்களது எந்த

நிபந்தனைக்கும் நான் உடன்பட மாட்டேன். நீங்கள் அனைவரும் இறப்பது உறுதி" என்றான். முகீரா (ரலி) எழுந்து தமது முகாமை நோக்கிப் புறப்பட்டார்.

காதிசியா போர் : முகீரா (ரலி) திரும்பியதைத் தொடர்ந்து, போருக்கான ஏற்பாடுகளில் ஈடுபடும்படி உத்தரவிட்டான் ருஸ்ட்டம். படைகளைப் பிரித்து கிடந்த கால்வாய்மீது பாலம் அமைக்குமாறு உத்தரவிட்டான். குறுகிய காலத்தில் பாலம் அமைக்கப்பட்டது. பாலத்தைக் கடப்பது குறித்து, முஸ்லிம் படைகளின் விருப்பத்தை அறிந்துகொள்ள ஆள் அனுப்பினான். பாரசீகப்படைகளே பாலத்தைக் கடந்து வருமாறு ஸஅத் (ரலி) கூறினார். மிகப்பெரும் பாரசீகப் படைகள் பாலத்தைக் கடந்து வந்தன. போர் எல்லைகள் வரையறுக்கப்பட்டன.

அம்ர் பின் மஅதீகரிப், ஆஸிம் (ரலி) ஆகியோர் முஸ்லிம் படையினருக்கு ஜிஹாத் எழுச்சியூட்டினர். கவிஞர்கள் போர்ப்பாடல்கள் இசைத்தனர். குர்ஆன் ஓதுபவர்கள் அல்அன்ஃபால் அத்தியாயத்தை ஓதினர். கொப்புளங்களாலும் இடுப்பிலிருந்து பின்புறத் தொடையினூடே இறங்கிய நரம்பு நோவாலும் அப்போது வேதனையோடிருந்த ஸஅத் (ரலி) அவர்களால் குதிரையேறவோ போர்க்களத்துக்குச் செல்லவோ இயலவில்லை. ஆகவே, படைகளுக்குத் தலைமையேற்கும்படி காலித் பின் உர்ஃபுதா கோரப்பட்டார்.

பாரசீகத்தின் புகழ்பெற்ற இளவரசனும் மற்போர் வீரனுமான ஹுர்முஸ் அறைகூவலுடன் முதலில் முன்வந்தான். அதையேற்றுக்கொண்ட காலிப் பின் அப்துல்லாஹ் அசதீ, அவனுடன் நேரடிச் சண்டையில் ஈடுபட்டார். எளிதாகப் பிடிபட்ட ஹுர்முஸ், ஸஅத் (ரலி) அவர்களிடம் கொண்டு வரப்பட்டான். பாரசீகர்களிடையிலிருந்து மற்றொரு திறமையான குதிரை வீரன், அறைகூவல் விடுத்தான். இதை, ஆஸிம் (ரலி) ஏற்றுக்கொண்டார். ஓரிரு வாள் வீச்சுகளிலேயே பயந்துபோன அவன் ஓட ஆரம்பித்தான். அவனைத் துரத்திச் சென்ற ஆஸிம் (ரலி) பாரசீக முன்னணிப் படையின் எதிரிலேயே அவனைப் பிடித்துக்கொண்டார்.

ஆஸிம் (ரலி) அவர்களின் துணிச்சல், புகழ்பெற்ற மற்றொரு பாரசீக வீரனுக்குக் கோபமூட்டியது. அவன், வெள்ளை நிறத்திலொரு

தண்டாயுதத்துடன் முன்னேறினான். அவனது போர்த் தந்திரத்தைப் புரிந்துகொண்ட அம்ர் பின் மஅதீகரிப் (ரலி), பக்கவாட்டில் தாக்கி அவனை வீழ்த்தினார்.

இந்நிலையில் பாரசீக வீரர்களிடம் எழுந்த கடும் எதிர்ப்புகள், முஸ்லிம் படைகள்மீது முழு அளவிலான தாக்குதலை நிகழ்த்தும்படி ருஸ்ட்டமை வலியுறுத்தின. முஸ்லிம் படைகளைத் தாக்குவதற்காகப் போர் யானைகள் தயார்ப்படுத்தப்பட்டன. பெரும் இழப்புகளினூடே புஜைலா இனக்குழு அவற்றைத் தடுத்து நிறுத்தியது.

போரின் போக்குகளை மிக நுட்பமாகக் கவனித்துக்கொண்டிருந்த ஸஅத் (ரலி), அஸத் வம்சத்தை புஜைலா இனக்குழுவுக்கு உதவியாக அனுப்பி வைத்தார். தங்களுக்கு இடப்பட்ட கட்டளையைத் திறன்பட செய்து முடித்தது அஸத் கிளை. ஆனால், அவர்களிடமும் பின்வாங்கும் அறிகுறிகள் தென்பட்டன. உடனே, கின்தா வீரர்கள் களமிறங்கினார்கள். பாரசீகர்கள் புறமுதுகுக் காட்டி ஓடுமளவுக்கு, மிக வலுவான ஒரு தாக்குதலை அவர்கள் நடத்தினார்கள். இதைக்கண்ட ருஸ்ட்டம், முழுப்படைகளும் இணைந்து ஒரு பெரும் தாக்குதலை மேற்கொள்ளுமாறு கட்டளையிட்டான். தமது உரத்த குரலில் ஸஅத் (ரலி) 'அல்லாஹு அக்பர்!' என்று முழக்கமிட்டதைத் தொடர்ந்து, தக்பீர் முழக்கத்துடன் அனைத்து முஸ்லிம் படையினரும் ஒன்றிணைந்து பாரசீகர்கள்மீது கடும் தாக்குதலைத் தொடங்கினார்கள். அந்தப் போர்க்காட்சி, மாமலைகள் ஒன்றோடொன்று மோதுவது போலிருந்தது.

பாரசீக யானைப்படைகளால் முஸ்லிம்கள் தரப்பில் பெரும் உயிர்ச்சேதம் ஏற்பட்டது. யானைகள்மீதும் பாகன்கள்மீதும் அம்பெய்யுமாறு ஸஅத் (ரலி) வீரர்களுக்கு உத்தரவிட்டார். ஆஸிம் (ரலி) ஈட்டியால் யானைகளைத் தாக்கினார். மற்ற வீரர்களும் இதைப் பின்பற்றினர். ஈட்டிகளும் வாள்களும் யானைகளின் தும்பிக்கைகளை இலக்காக வைத்துப் பாய்ந்தன. அவை பின்வாங்க ஆரம்பித்தன. இரவுப்பொழுது போருக்குத் தடையாக வந்தது.

மறுநாள், அதிகாலைத் தொழுகையின் பின், உயிர்துறந்த முஸ்லிம் வீரர்களின் உடல்களை காதிசியாவின் கிழக்குப் பகுதியில் அடக்கம் செய்தனர். இப்போரில் முஸ்லிம்களில் சுமார் ஐந்நூறு பேர் உயிர் துறந்தனர். பொழுது விடிந்த பிறகு படைகள் மீண்டும்

களம் புகுந்தன. போர் இன்னும் தொடங்கவில்லை. இந்நிலையில், சிரியாவிலிருந்து ஹாஷிம் பின் உத்பா தலைமையில் முஸ்லிம்களின் புதிய துணைப்படைகள் வருவதாகத் தகவல் வந்தது. முன்னணிப் படையின் தலைவரான கஅகஉ பின் அம்ர் (ரலி), செய்தியை ஸஅத் (ரலி) அவர்களுக்கு அறிவித்துவிட்டு, அவருடைய ஒப்புதலுடன் போர்க்களத்தின் பொறுப்பை ஏற்றார்.

கஅகஉ (ரலி) அவர்கள் நேரடிச் சண்டைக்கு அறைகூவல் விடுக்க அதை, பிஹ்மன் ஜாத்வை ஏற்றான். இதில், பிஹ்மன் ஜாத்வை கொலையுண்டான். தொடர்ந்து, பாரசீக வீரர்களில் பலர் கொலையுண்ட பின், முழுத்தாக்குதலைத் தொடங்கும்படி ருஸ்ட்டம் கட்டளையிட்டான். மிகக் கடுமையான போர் நடந்தது. நிலைமையை அறிந்துகொண்ட, புதிய துணைப்படைகளின் தலைவரான ஹாஷிம் பின் உத்பா, ஆற்றல்மிக்க ஆறாயிரம் வீரர்களடங்கிய தமது படையைச் சிறுசிறு பிரிவுகளாகப் பிரித்தார். அவை ஒவ்வொன்றாக, சிறு இடைவெளிகளில் அல்லாஹு அக்பர் என்ற முழக்கத்துடன் களத்தில் புகுந்தன.

முஸ்லிம்களின் புதிய படை வியூகம், பாரசீகப் படைகளுக்குப் பெரும் அச்சத்தைத் தோற்றுவித்தது. அவர்களது போர் யானைகளால் முஸ்லிம்கள் இன்றும் பெரும் இன்னல்களை அனுபவித்துக் கொண்டிருந்தனர். இறுதியில் முஸ்லிம் படைவீரர்கள் ஒரு புதிய யுக்தியைக் கையாண்டனர். தங்களுடைய ஒட்டகங்களை நீண்ட போர்வைகளால் மூடி, யானைகள்போல் தோற்றம் காட்டினார்கள். இதைப் பார்த்த, பாரசீகர்களின் குதிரைகள் பயந்து மிரண்டபடி ஓட்டம் பிடித்தன. படைகள் சிதறின. கஅகஉ (ரலி) பாரசீகர்களின் புகழ்பெற்ற படைத்தலைவர்கள் பலரைக் கொன்றார். அன்றைய போரில், முஸ்லிம்கள் தரப்பில் 1,000 வீரர்களும் பாரசீகர்கள் தரப்பில் 10,000 வீரர்களும் உயிரிழந்தனர்.

மூன்றாவது நாள், ஸஅத் (ரலி), அதிகாலைத் தொழுகையை நிறைவேற்றியபின், உயிர் துறந்த முஸ்லிம்களை நல்லடக்கம் செய்யுமாறு கூறினார். காயமுற்ற வீரர்களுக்கு மருத்துவம் செய்து அவர்களைக் கவனித்துக்கொள்ளும் பொறுப்பை, உடனிருந்த பெண்களிடம் ஒப்படைத்தார். பிறகு, இரு படைகளுக்குமிடையில் எல்லைகள் வரையறுக்கப்பட்டன. பாரசீகர்களது யானைகள் முன்னால் வந்தன. கஅகஉவும் ஆஸிமும் (ரலி) இணைந்து

மிகக்கடுமையான ஒரு தாக்குதலை மேற்கொண்டனர். முன்னால் நின்ற அலங்கார யானை வீழ்ந்து இறந்தது. மற்றொரு யானையை இலக்கு வைத்ததும், அது பயந்து ஓடியது. பாரசீகப் படைகளினிடையே மிகப் பெரிய சேதங்களை உருவாக்கியபடியே மற்ற யானைகளும் மிரண்டோடின.

அன்று முழுவதும் போரிட்ட பிறகு, மாலையில் சிறிது நேரம் மட்டும் இரு படைகளும் பிரிந்தன. சூரியன் மறைந்த பின், மீண்டும் தொடங்கிய போர், மறுநாள் காலைவரைக்கும் நீடித்தது. சஅத் (ரலி) அவர்களோ ருஸ்ட்டமோ என்ன நடக்கிறது என்பதை புரிந்துகொள்ள இயலாத அளவுக்கு, இருட்டில் உரத்த முழக்கங்கள் மட்டும் கேட்டன. முஸ்லிம் படைத்தலைவரான ஸஅத் (ரலி) இரவு முழுவதும் இறைவனிடம் தொழுது மன்றாடினார். போரின் தொடர் முழக்கங்களிடையே நள்ளிரவில், “ஒன்றாகச் சேர்ந்து தலைமைப் படையைத் தாக்குங்கள்; ருஸ்ட்டமைத் தப்ப விடாதீர்கள்” என்று கஅகஉ (ரலி) அவர்கள் கூவியழைப்பது கேட்டது. இந்த அறிவிப்பு, ஸஅத் (ரலி) அவர்களுக்கு மனநிறைவை அளித்ததுடன் முஸ்லிம் படைவீரர்களிடம் புதியதொரு பலத்தை உருவாக்கியது.

அன்றைய நாளின் நீண்ட போரின் காரணமாக மிகவும் களைத்துப்போயிருந்த இனக்குழுக்கள் அனைத்தும், எதிரிகளைத் தாக்குவதற்கு வீரியத்துடன் ஒருமுகமாய்த் திரண்டன. கஅகஉ (ரலி) அவர்களின் குதிரைப்படைவீரர் ஒருவர் ருஸ்ட்டமை நெருங்கியதும் அவன் தனது தலைமைப் பீடத்திலிருந்து இறங்கிப் போரிட ஆரம்பித்தான். இதில், காயமுற்ற அவன் திரும்பி ஓடினான். அவனைத் துரத்திச் சென்ற ஹிலால் பின் உல்லஃபா, தமது ஈட்டியால் அவனைத் தாக்கினார். இடுப்பொடிந்த அவன் அருகிலிருந்த ஒரு கால்வாயில் விழுந்தான். தமது குதிரையிலிருந்து இறங்கிய ஹிலால், அவனது கால்களைப் பிடித்து வெளியே இழுத்துப்போட்டுக் கொன்றார். தொடர்ந்து ருஸ்ட்டமின் பீடத்திலேறி நின்று தமது உரத்த குரலில் அறிவித்தார்: “அல்லாஹ்வின் மீதாணையாக, நான் ருஸ்ட்டமைக் கொன்றுவிட்டேன்.”

இவ்வறிவிப்பைக் கேட்ட முஸ்லிம் படைவீரர்கள், “அல்லாஹு அக்பர்” என்று முழக்கமிட்டனர். பாரசீக வீரர்கள், உயிர்ப்பயத்துடன் களத்தை விட்டு ஓட்டம் பிடித்தனர். 30,000 பாரசீகக் குதிரைப் படைவீரர்களில் முப்பது பேர்களால் மட்டுமே தங்கள் உயிர்களைக்

காப்பாற்றிக் கொள்ள முடிந்தது. இப்போரில், ஏறத்தாழ 6,000 முஸ்லிம்கள் உயிர் துறந்தனர்.

ருஸ்ட்டமின் உடைமைகள் அனைத்தையும் ஹிலாலுக்கே அளித்தார் ஸஅத் (ரலி). படைத்தலைவரின் ஆணைக்கிணங்க, கஅகஉவும் ஷுரஹ்பிலும் (ரலி) புறமுதுகுக்காட்டி ஓடிய பாரசீகர்களைத் துரத்திச் சென்றனர். ஏற்கனவே அவர்களைப் பின்தொடர்ந்த ஸுஹ்ரா பின் ஹவீயா, பாரசீக வீரர்களை மீண்டும் ஒன்று திரட்டிக்கொண்டிருந்த ஜாலினுஸைக் கொன்று அவனது உடைமைகளைக் கைப்பற்றியிருந்தார்.

ஜாலினுஸின் உடைமைகளை ஸுஹ்ராவுக்குக்கு முழுமையாகக் கொடுப்பதில் ஸஅத் (ரலி) சில பங்கீடுகள் வைத்திருந்தார். ஆனால், ஸுஹ்ராவின் வீரத்தைப் பாராட்டிய உமர் (ரலி), அவற்றை ஸுஹ்ராவுக்கே கொடுத்து விடச் சொன்னார். வெற்றியின் பிறகு, அமைதி நிலவத் தொடங்கியது. ஸஅத் (ரலி) போர்ப் பொருள்களைத் திரட்டினார். பிறகு, இஸ்லாமிய கலீஃபா உமர் (ரலி) அவர்களுக்கு முஸ்லிம்களின் வெற்றிச் செய்தியடங்கிய கடிதத்துடன் தூதர் ஒருவரை மதீனாவுக்கு அனுப்பி வைத்தார்.

காதிசியா போர் தொடங்கியது முதல் உமர் (ரலி) காலையில் மதீனாவை விட்டு வெளியில் வந்து போர்ச் செய்திகளுடன் வரும் தூதரை எதிர்பார்ப்பதை வழக்கமாகக் கொண்டிருந்தார். ஒரு நாள், எதிர்த்திசையிலிருந்து ஒட்டகத்தில் ஒருவர் வேகமாக வருவதைக் கண்டதும் ஆர்வம் மேலிட அவரது அருகில் சென்று, “நீர் எங்கிருந்து வருகிறீர்?” என்று கேட்டார். காதிசியாவிலிருந்து தானொரு நற்செய்தியுடன் வருவதாகவும் எல்லாம் வல்ல அல்லாஹ் தெளிவானதொரு வெற்றியின் மூலம் முஸ்லிம்களுக்கு மகுடம் சூட்டியிருக்கிறான் என்றும் சொன்னார் அவர்.

ஒட்டகம் நிற்காமல் சென்றுகொண்டிருந்தது. கலீஃபாவும் ஒட்டகத்துடன் ஓடியவாறே தகவல்களை விசாரித்துக்கொண்டிந்தார். ஒட்டகம் இப்போது நகர எல்லைக்குள் நுழைந்தது. தன்னுடன் ஓடி வந்துகொண்டிருந்தவரை எதிரில் வந்தவர், அமீருல் முஃமினீன் என்றதும், ஒட்டகத்தின் மீதமர்ந்திருந்தவர் அதிர்ச்சியடைந்தார். பயந்து நடுங்கியவாறே அவர், “எங்கள் தலைவரே! தாங்கள் யாரென்று தெரியாமல் இவ்வாறு நடந்துகொண்டேன். அறியாமல்

பிழை செய்து விட்டேன்" என்று பதறினார்.

உமர் (ரலி), "பதற்றம் கொள்ளும் அளவுக்கு எதுவும் நிகழ்ந்து விடவில்லை. நீர் கொண்டு வந்த தகவலைச் சொல்லும்" என்று அவருக்கு ஆறுதல் சொல்லிவிட்டு ஒட்டகத்துடன் நடந்தபடியே தமது வீட்டுக்குச் சென்றார். பிறகு, மதீனாவாசிகளை ஒன்றுதிரட்டி முஸ்லிம்களின் வெற்றிச் செய்தி குறித்து உரையாற்றினார். மனங்கவரும் அவ்வுரையை கலீஃபா இவ்வாறு நிறைவு செய்தார்:

"முஸ்லிம்களே! உங்களை அடிமைகளாக வைப்பதில் ஆர்வமுள்ள அரசனல்ல நான். கிலாஃபத் பொறுப்புகளைத் தலையில் சுமக்கும் நானும் அல்லாஹ்வின் அடிமைதான். உங்கள் இல்லங்களில் நீங்கள் ஆழ்ந்த அமைதியுடன் தூங்குகிற ஒரு நிலையைப் பாதுகாக்க இயலுமெனில் என்னை நான் நற்பேறு பெற்றவனாகக் கருதிக்கொள்வேன். ஆனால், எனக்கும் உங்களுக்குமிடையே ஒரு காவலாளியை நியமிப்பேன் எனில் என்னை நான் வருந்தத்தக்க துர்பாக்கியவானாகக் கருதுவேன். சொற்களால் மட்டுமல்ல, செயல்கள் மூலமும் உங்களை அறிவுறுத்துவதையே நான் இலக்காகக் கொண்டுள்ளேன்."

பாபிலோன், குத்தா வெற்றிகள் : காதிசியாவிலிருந்து ஓட்டம் பிடித்த பாரசீகர்கள், பாபிலோனில் ஒன்றுகூடினர். புகழ்பெற்ற படைத்தலைவர்கள் பலர் சேர்ந்து மீண்டுமொரு தாக்குதலுக்கான ஏற்பாடுகளில் ஈடுபட்டனர். காதிசியாவில் தோற்றவர்களும் தங்கள் தோல்விக்குப் பழிவாங்கத் தூண்டப்பட்டனர். வெற்றிக்குப் பிறகு, ஸஅத் (ரலி), இரண்டு மாதங்கள் காதிசியாவில் தங்கியிருந்தார். கலீஃபாவிடமிருந்து வந்த உத்தரவின்படி, தமது குடும்பத்தினரை காதிசியாவில் விட்டு, படைகளுடன் மதாயினுக்குச் சென்றார்.

புறப்படுவதற்கு முன், முன்னணிப் படை ஒன்றை, ஸுஹ்ரா பின் ஹவீயாவின் தலைமையில் அனுப்பியிருந்தார். அவர், பாபிலோனியாவுக்குச் செல்லும் வழிகளெங்கும் எதிரிகளை வென்றும் அகற்றியும் சிறைப்படுத்தியும் சென்றார். ஸஅத் (ரலி) அவர்களும் தமது படைகளுடன் சென்று அவருடன் இணைந்துகொண்டார். முஸ்லிம்களின் வருகையை அறிந்த பாரசீகப் படைத்தலைவர்கள் பாபிலோனியாவிலிருந்து புறப்பட்டு, டைக்ரீஸ் நதியிலும் அதன்

கால்வாய்களிலுமுள்ள பாலங்களை, முஸ்லிம் படைகள் கடக்க இயலாதபடி, உடைத்தெறிந்தவாறே மதாயினையும் அஹ்வாஸையும் நிஹாவந்தையும் நோக்கி நகர்ந்தனர்.

பாரசீகர்கள் தப்பிச் சென்றதை அறிந்த ஸஅத் (ரலி), முதலில் ஷுஹ்ராவை அவர்கள் பின்னால் அனுப்பிவிட்டு, ஒரு பெரும் படையுடன் தானும் சென்றார்.

குத்தாவை அடைந்த ஷுஹ்ராவைத் தடுத்து நிறுத்திய ஷஹ்ரியார், போர்க்களத்தில் தன்னுடன் நேரடிச் சண்டைக்கு அரேபிய வீரர்களில் யாரேனும் முன்வருவார்களா என்று சவால் விடுத்தான். ஷுஹ்ரா சொன்னார்: "நானும் அதையே விரும்பினேன். ஆனால், உமது தற்புகழ்ச்சியையும் வீண் பெருமையையும் கருத்தில்கொண்டு, உமது செருக்கை அடக்க ஓர் அடிமை களத்தில் இறங்குவார்."

இதைச் சொல்லிவிட்டுத் தமீம் வம்சத்தைச் சேர்ந்த அடிமையாகிய நாஇல் பின் ஜுஹுஷும் அஹ்ரஜ் என்பவரைக் கை காட்டினார். நாஇல் முன்வந்தார். பிரம்மாண்டமான தோற்றமும் வலிமையும்கொண்ட ஷஹ்ரியார், சிறு உருவமும் வலிமையற்ற தோற்றமும்கொண்ட நாஇலைக் கண்டதும், ஈட்டியைத் தூர எறிந்துவிட்டு, அவரது கழுத்தைப் பிடித்து, குதிரையிலிருந்து தூக்கி தரையில் வீசிவிட்டு அவரது மார்பின் மீதமர்ந்தான்.

குதறி விலக முயன்ற நாஇலின் வாயில் ஷஹ்ரியாரின் கைப்பெருவிரல் சிக்கியது. நாஇல் முழுபலத்தையும் திரட்டி விரலைக் கடித்தார். வலியில் துடித்த ஷஹ்ரியார் புரண்டு விழுந்தான். வாய்ப்பைப் பயன்படுத்திய நாஇல், எதிரியின்மீதமர்ந்து தனது குறுவாளை அவனது வயிற்றில் பாய்ச்சிக் குத்திக் கிழித்தார்.

ஷஹ்ரியாரைக் கொல்வதைக் கண்ட பாரசீகப் படைகள் ஓட்டம் பிடித்தன. ஷஹ்ரியார் அணிந்திருந்த பளபளக்கும் ஆடைகளையும் தரமானப் போர்க்கருவிகளையும் உருவியெடுத்த நாஇல், அவற்றை ஸஅத் (ரலி) அவர்களின் முன் வைத்தார். ஆர்ப்பாட்டமும் தற்பெருமையும் கொண்டவர்களுக்கான ஒரு பாடமாக, ஸஅத் (ரலி), ஷஹ்ரியாரின் உடைகளையும் ஆயுதங்களையும் நாஇலிடம் கொடுத்து அணிந்துகொள்ளச் சொன்னார். வீண் பெருமைகளின் நிலையாமையை உணர்த்தும்விதமாக, ஷஹ்ரியாரின் ஆடைகளை அணிந்து மக்கள்முன் வந்தார் நாஇல்.

பஹுரசீர் தோல்வி : இப்ராஹீம் (அலை) அவர்களை நம்ரூத் சிறைப்படுத்தியதாகச் சொல்லப்படுகிற வரலாற்றுச் சிறப்புமிக்க ஓர் இடம் குத்தா. இப்பகுதி, இன்றும் நினைவிடமாகப் பாதுகாக்கப்பட்டு வருகிறது. ஸஅத் (ரலி) இங்கே வந்தார். தலைநகரின் அருகிலுள்ள மற்றொரு நகரமான பஹுரசீர், குத்தாவிலிருந்து சிறிது தொலைவிலிருந்தது. அரசால் நியமிக்கப்பட்ட வலிமை வாய்ந்த ஒரு கண்காணிப்புக் குழுவும் பெரியதொரு காவல் படையும் பஹுரசீரில் இருந்தன.

பஹுரசீருக்கும் மதாயினுக்குமிடையில் டைக்ரீஸ் ஆறு குறுக்கிட்டிருந்தது. ஸஅத் (ரலி) பஹுரசீரை அடைந்து அதனை முற்றுகையிட்டார். இறுதியில், முஸ்லிம்களை எதிர்கொள்ள நகர மக்கள் முன்வந்தனர். அது அவர்களது இறப்பிலும் அழிவிலும் முடிந்தது. பஹுரசீர் வீழ்ந்ததும், எஸ்கிர்த் அங்கிருந்து, தனது செல்வங்களுடன் தப்பித்தான். அவனது ஓட்டம் முஸ்லிம்கள் எதிர் கொள்ள வேண்டிய ஆபத்து இன்னமும் முற்றிலுமாக நீங்கவில்லை என்பதையே உணர்த்தியது.

ஆற்றின் குறுக்கே குதிரைகள் : ஸஅத் (ரலி) இப்போது, மதாயினைக் கைப்பற்றும் எண்ணத்தில் இருந்தார். குறுக்கே டைக்ரீஸ் ஆறு. ஸஅத் (ரலி), அதன் கரைப்பகுதிக்கு வந்தார். அங்கு பாலங்களோ ஓடங்களோ எதுவுமே இல்லை. தப்பியோடிய பாரசீகர்கள், அவற்றை உடைத்தெறிந்திருந்தனர். மறுநாள் ஸஅத் (ரலி) தமது குதிரையிலேறிப் படைகளைத் தயார்ப்படுத்திய பின், “ஆற்றைக் கடக்கும் என்னை எதிரிகளின் தாக்குதலிலிருந்து பாதுகாப்பதாக உறுதியளிக்க உங்களில் வீரமுள்ள யார் முன் வருகிறீர்கள்?” என்று கேட்டார்.

ஆஸிம் பின் அம்ர் (ரலி) முன்வந்தார். அவர் அறுநூறு வில் வீரர்கள் அடங்கிய ஒரு குழுவாக, டைக்ரீஸ் நதிக்கரையின் உயரமான ஓரிடத்தில் அமர்ந்தார். ஸஅத் (ரலி) வேண்டினார்: “நாங்கள் அல்லாஹ்வின் துணையையே நாடுகிறோம். அவனிடமே எங்களை ஒப்படைக்கிறோம். அல்லாஹ் மட்டுமே எங்களுக்குப் போதுமானவன். மேலான துணைவன் அவனே! உயர்ந்தவனும் பெரியவனுமாகிய அல்லாஹ்விடமன்றி வேறு யாரிடமும் வல்லமையும் வலுவும் இல்லை.”

பின்னர், அவர் டைக்ரீசின் அலையடிக்கும் நீருக்குள் பாய்ந்தார். அவரைப் பின்பற்றி வீரர்களும் தங்கள் குதிரைகளை பாய்ந்துகொண்டிருந்த நதியில் செலுத்தினார்கள். நதியின் வேகம், முஸ்லிம் வீரர்களின் மனஉறுதியையும் பயமற்ற அகத்துணிவையும் பாதிக்கவில்லை. அலைகள் குதிரைகளின்மீது கடுமையாக வந்து மோதின. வீரர்கள் அமைதியாகவும் ஒழுங்கு குலையாமலும் தங்கள் இலக்கை நோக்கிச் சென்றனர்.

குதிரைப்படையினர், நதியின் குறுக்காகக் கடந்து பாதி தூரம் சென்றதும், பாரசீக வில் வீரர்கள் அம்பெய்யத் தொடங்கினார்கள். ஆயினும் அது பலனளிக்கவில்லை. வேகமாக, நதியைக் கடந்த முஸ்லிம் வீரர்கள் எதிரிப் படையினரைக் கொன்றனர்.

மதாயின் வெற்றி : முஸ்லிம்கள் நதியைக் கடந்துவிட்ட செய்தியை அறிந்த யஸ்கிர்த் மதாயினிலிருந்து ஓட்டம் பிடித்தான். முஸ்லிம் படைகள் வெவ்வேறு திசைகளிலிருந்து நகருக்குள் புகுந்தன. ஸஅத் (ரலி), கீழ்வரும் இறைவசனங்களை ஓதியவாறே வெள்ளை அரண்மனைக்குள் அடியெடுத்து வைத்தார்: 'எத்தனை தோட்டங்களையும் நீரூற்றுகளையும் அவர்கள் விட்டுச் சென்றனர்?' 'இன்னும் (எத்தனையோ) விளைநிலங்களையும் மாடமாளிகைகளையும் (விட்டுச் சென்றனர்).' 'இன்னும், அவர்கள் எதில் இன்பம் துய்த்தார்களோ அவற்றையும் (விட்டுச் சென்றனர்). இவ்வாறே (நடந்தேறியதும்) அவற்றுக்கு வேறு சமூகத்தினரை நாம் உரிமையாக்கினோம்.' *(குர்ஆன் 44: 25 - 28)*

ஸஅத் (ரலி) அவர்கள், எட்டு ரக்அத்கள் ஸலாத்துல் ஃபத்ஹ் (வெற்றித் தொழுகை) நிறைவேற்றினார். கிஸ்ராவின் அரண்மனையில் அரியணை இருந்த இடத்தில் உரைமேடை அமைக்கப்பட்டு வெள்ளிக்கிழமைத் தொழுகை நடத்தப்பட்டது. பாரசீகத் தலைநகரில் நிறைவேற்றப்பட்ட முதல் வெள்ளிக்கிழமைத் தொழுகை இதுவேயாகும்.

அங்கிருந்த ஓவியங்களோ உருவப் படங்களோ சிலைகளோ எதுவுமே அழிக்கப்படவில்லை. அரண்மனைகளிலுள்ள செல்வங்களும் அருங்கலைப் பொருள்களும் ஓரிடத்தில் சேர்க்கப்பட வேண்டும் என்று முஸ்லிம் படைத்தலைவர் உத்தரவிட்டார். நுஷிர்வானின் காலம் வரையிலும் கயானி இனத்திலிருந்து

மரபுரிமை வழியாகப் பெற்றுப் பாதுகாக்கப்பெற்ற அரிய, விலை மதிக்க இயலாத ஆயிரமாயிரம் கலைப்பொருள்கள் உட்பட மாபெரும் செல்வங்கள் அதில் இருந்தன. சீன, ரோமானிய, இந்திய தேசங்கள் உட்பட பல்வேறு நாடுகளின் கலைப்பொருள்கள், மற்றும் பஹ்ராம் கவ்ர், நுஃமான் பின் முன்திர், ஸீயவஷ் மற்றும் கிஸ்ரா, ஹுர்முஸ், ஃபிரோஸ் போன்றோர்களது ஆயுதங்களும் பாதுகாப்புக் கவசங்களும் அருங்கலைப் பொருள்களின் காட்சியகத்தில் பாதுகாக்கப்பட்டிருந்தன. பாரசீகர்கள், தங்களின் பழைமையான கலைப்பொருள் உடைமைகள் குறித்துப் பெருமிதம்கொண்டவர்கள். கஅகஉ, அங்கிருந்த வாள்களில் ஒன்றை எடுத்துக்கொள்ள விரும்பினார். ரோமானியப் பேரரசன் ஹிராக்ளியசின் வாளை எடுத்துக் கொள்வதில் அவருக்குப் பெரு மகிழ்ச்சி. இதற்கு ஸஅத் (ரலி) அனுமதித்தார். கூடவே, பஹ்ராம் கவ்ரின் மார்புக்கவசத்தையும் அவருக்கு வழங்கினார்.

பாரசீக அரண்மனைகளின் விலைமதிக்க இயலாத கலைப்பொருள்களையும் உடைமைகளையும் ஸஅத் (ரலி) அவர்கள் கிலாஃபத் தலைமையகத்துக்கு அனுப்பிவைத்தார். கை வினைப்பொருள்கள் அனைத்தும் தங்கம், வெள்ளி ஆகிய உலோகங்களாலும் விலை மதிப்பற்ற கற்களாலுமானவை. அவற்றில், சிறப்பும் புதுமையும் நேர்த்தியும் வாய்ந்த, பாரசீகர்களால் பஹார் (விசைத்திறன்) என்று சொல்லப்படும், தங்கமும் விலை உயர்ந்த வர்ணக் கற்களும் பட்டும் இழைத்த ஒரு கம்பளமும் இருந்தது. இது, குறிப்பிட்ட ஒரு விழாவின்போது பயன்படுத்தப்படுவது.

உமர் (ரலி), போர்ப் பொருள்களைப் படையினருக்குப் பகிர்ந்தளித்தார். பஹார் கம்பளம், பாதுகாத்து வைக்கப்பட வேண்டுமென்றும் பகிர்ந்தளிக்கப்பட வேண்டுமென்றும் இரு வேறு கருத்துக்கள் முன்வைக்கப்பட்டன. அலீ (ரலி) அவர்களும் அதனைப் பகிர்ந்தளிக்க வேண்டுமென்றார். இதன்படி, படைவீரர்களிடையே அது பங்கிடப்பட்டது. அலீ (ரலி) பெற்ற பங்கு அவ்வளவு சிறப்பானதல்ல, என்றாலும் அதனை அவர் முப்பதாயிரம் தினார்களுக்கு விற்றார்.

ஜலூலா வெற்றி : மதாயின் வீழ்ந்ததைத் தொடர்ந்து யஸ்கிர்த் ஹுல்வானுக்கு ஓடினான். அனைத்துப் படைகளுக்கும் தலைவனான ருஸ்ட்டமின் சகோதரனான கர்ஸாத் பின் ஃபர்க்ஸாத்,

பெரும்படையொன்றைத் திரட்டுவதில் மிகுந்த ஆர்வம் காட்டினான். நகரையும் கோட்டையையும் இணைத்து, சுற்றிலும் அகழியும் அதன் பாதைகளில் முட்கள் நிறைந்த, கொக்ரு எனும் ஒருவகைக் கிளிஞ் சல்களும் தூவப்பட்டிருந்தன. முஸ்லிம் படையினர் மிக எளிதாகவே அறிந்து கொள்ளும் அளவுக்கு இம்முன்னேற்பாடுகள் மிகப்பெரிய அளவில் அமைந்திருந்தன.

இத்தகவலை ஸஅத் (ரலி), உமர் (ரலி) அவர்களுக்குத் தெரிவித்தார். அவர், ஹாஷிம் பின் உத்பா (ரலி) அவர்களின் தலைமையில் 12,000 வீரர்களை அனுப்பி வைக்கவும் முன்னணி, வலது, இடது, பின்னணிப் படைகளுக்கு, முறையே கஅகஉ, மஅஷர் பின் மாலிக், அம்ர் பின் மாலிக், அம்ர் பின் முர்ரா (ரலி) ஆகியோர் நியமிக்கப்பட வேண்டுமென்றும் உத்தரவிட்டார்.

மதாயினிலிருந்து அணிவகுத்துச் சென்று நான்காவது நாள் ஜலூலாவை அடைந்த ஹாஷிம் (ரலி), நகரை முற்றுகையிட்டார். முற்றுகை பல மாதங்கள் நீடித்தது. அவ்வப்போது வெளியில் வந்த பாரசீகர்கள் முற்றுகையாளர்மீது திடீர்த் தாக்குதல் நடத்தினர். ஒவ்வொரு முயற்சியும் தோல்வியில் முடிவடைந்தது. இலட்சக்கணக்கான படைவீரர்களும் பெருமளவிலான உணவுப் பொருள்களும் பிற வசதிகளும் இருந்ததால் அவர்கள் மனம் தளராமலிருந்தனர். ஒருநாள், விளைவுகளைப் பற்றிய கவலையின்றி, பெருந்திரளாக வெளிவந்த பாரசீகப் படைவீரர்கள் சிதறடிக்கப்பட்டனர். ஒரு இலட்சம் வீரர்கள் இறக்கவும் மூன்று இலட்சம் அளவிலான பொருட்களை இழக்கவும் இது காரணமாக அமைந்தது.

ஜலூலாவில் ஏற்பட்ட பேரழிவை அறிந்துகொண்ட யஸ்கிர்த், குஸ்ரு ஷானூம் எனும் புகழ்பெற்ற படைத்தலைவனை சில குதிரைப் படைகளுடன் ஹுல்வானில் நியமித்துவிட்டு, ஹுல்வானிலிருந்து, ரே எனுமிடத்துக்குச் சென்றான். கஅகஉ (ரலி) அவர்கள் சில படைகளுக்குத் தலைமை தாங்கி ஹுல்வானுக்குப் புறப்பட்டார். சிறிதாயினும், மிகக் கடுமையாக நடந்த ஒரு போரின் முடிவில், குஸ்ரு ஷானூம் துரத்தியடிக்கப்பட்டான்.

ஸஅத் (ரலி), வெற்றி குறித்த நற்செய்தியுடன் ஐந்திலொரு பகுதி போர்ப்பொருள்களை மதீனாவுக்கு அனுப்பி வைத்தார். தூதுவராகச்

சென்ற ஸியாத் (ரலி), பாராட்டத்தக்க மொழியாற்றலுடன் போர்ச்செய்திகளை உமர் (ரலி) அவர்களிடம் விளக்கினார். இதே மொழியில் மக்கள் முன்னிலையில் இதைத் தெரிவிக்குமாறு கேட்டுக்கொண்டார் உமர் (ரலி).

போர் குறித்து மக்களிடம் உரை நிகழ்த்தினார் ஸியாத் (ரலி). அவரது மேலான மொழியாற்றல், போர் நிகழ்ச்சிகளின், நேரடிக்காட்சிகள்போல் அமைந்தன. பின்னர் போர்ப் பொருள்கள் அனைத்தும் தொழுமிடத்தின் முன் வைக்கப்பட்டன.

பொருள்களை மூடியிருந்த போர்வை அகற்றப்பட்டது. அதிலிருந்த விலை மதிக்க இயலாத இரத்தினக் கற்குவியல்களைக் கண்டதும் உமர் (ரலி) அவர்களின் கண்களில் நீர் வடிந்தது. அப்துர் ரஹ்மான் பின் அவ்ஃப் (ரலி) கேட்டார்: "அல்லாஹ்வுக்கு நன்றி செலுத்துவதற்குப் பதிலாகத் தாங்கள் கண்ணீர் வடிப்பது ஏன்?" உமர் (ரலி) சொன்னார்: "செல்வங்கள் சேருமிடத்தில் எரிச்சலும் பொறாமையும் எழுச்சிபெறும் என்பது தவிர்க்க இயலாத நியதி."

பாரசீகத்தை நோக்கி அணிவகுத்துச் செல்ல கலீஃபாவின் அனுமதியை எதிர்பார்த்துக் கொண்டிருந்தார் ஸஅத் (ரலி). ஆனால், முஸ்லிம் போராளிகள் களைத்துப்போய் இருப்பதால் சில நாள்கள் ஓய்வெடுக்குமாறு உத்தரவிட்டார் உமர் (ரலி).

சிரிய போர் : ஹிம்சின் வீழ்ச்சி : அபூஉபைதா பின் அல்ஜர்ராஹ் (ரலி) அவர்கள் ஹிம்சுக்கு அணிவகுத்துச் சென்று துல்கலஹூவில் தங்கியிருந்தார். சிரியாவின் முக்கியப் பகுதிகளிலொன்று ஹிம்ஸ். மிகவும் புகழ்பெற்ற சூரியக்கோவில் அங்கிருந்தது. நாட்டின் பல்வேறு பகுதிகளிலிருந்தும் மக்கள் புனிதப் பயணம் மேற்கொள்ளும் கோவில் அது.

டமாஸ்கஸ் மற்றும் ஜோர்தானின் வீழ்ச்சிக்குப் பிறகு, ஹிம்ஸ், அன்டாக்யா, ஜெருசலேம் எனும் மிக முக்கியமான மூன்று நகரங்களை வென்றாக வேண்டியதிருந்தது. இது நிறைவேறும் நிலையில், சிரியா முழுவதும் கீழ்ப்படிந்ததாக ஆகிவிடும். துல்கலஉவில் முகாமிட்டிருந்த முஸ்லிம் படைகளை எதிர்கொள்ள, பெரும் படையொன்றை தவ்தரின் தலைமையில் அனுப்பி வைத்தான் ஹிராக்ளியஸ். தவ்தருக்கு உதவியாக படை நடத்திச் செல்லும்படி, ஷம்ஸ் என்பவனுக்கும் உத்தரவிட்டான்.

இவ்விருவரும் முற்றிலுமாகத் தோற்கடிக்கப்பட்டனர். பின்னர், அபூஉபைதா (ரலி) ஷம்ஸைக் கொன்றார். ஓடிப்போன வீரர்கள் ஹிம்சை அடைய உதவியாக ஹிராக்ளியஸ், அர்ரூஹாவுக்குச் சென்றான். அபூஉபைதா (ரலி) அணிவகுத்துச் சென்று ஹிம்சை முற்றுகையிட்டார். ஹிராக்ளியசின் மிகச் சிறந்த ஏற்பாடுகள் இருந்தும், வெளித்துணைகள் இல்லாத நிலையிலிருந்த ஹிம்ஸ் மக்கள் பணிந்தனர். தொடர்ந்து ஹமாவும் அல்லாதிக்யாவும் சலமிய்யாவும் பணிந்தன.

கின்னஸ்ரியின் வீழ்ச்சி : சலமிய்யாவின் வெற்றியைத் தொடர்ந்து, காலித் (ரலி), அபூஉபைதா (ரலி) அவர்களின் ஒப்புதலுடன் கின்னஸ்ரிக்கு அணிவகுத்துச் சென்றார். ஹிராக்ளியசுக்கு அடுத்த நிலையில் பொறுப்பிலிருந்த மீனாஸ், காலித் (ரலி) அவர்களை எதிர்கொண்டான். கடுமையானதொரு தாக்குதலின் முடிவில் தோல்வியுற்ற மீனாஸ், ஒரு கோட்டையில் தஞ்சம் புகுந்தான். காலித் (ரலி), கோட்டையை முற்றுகையிட்டுக் கைப்பற்றினார். தகவலறிந்த உமர் (ரலி) மிகுந்த மகிழ்ச்சியடைந்தார். இதன் மூலம் முஸ்லிம்களுக்கு அதிகமான ஆற்றலும் உரிமையும் கை வந்தன.

ஹலப், அன்டாக்யா வெற்றிகள் : கின்னஸ்ரியில் தனது பணிகளை முடித்த அபூஉபைதா (ரலி) ஹலப் எனுமிடத்துக்குச் சென்றார். கின்னஸ்ரி மக்கள் கிளர்ச்சியில் ஈடுபட்டிருப்பதாகத் தகவல் வந்தது. பிரச்சினைக்குரிய பகுதிக்கு உடனடியாக ஒரு படைப்பிரிவை அனுப்பி வைத்தார். படையின் முற்றுகையின்கீழ் வந்த மக்கள், மீண்டும் பணிந்தனர். வாக்குறுதியை மீறியதற்காக, பெரியதொரு இழப்பீட்டுத் தொகையைச் செலுத்தினர்.

அபூஉபைதா (ரலி) ஹலபின் அருகில் நின்று, முன்னணிப் படையின் தலைவரான ஐயாத் பின் ஃகனம் (ரலி) அவர்களை முன்னால் அனுப்பினார். அவர் ஹலபுக்குச் சென்று முற்றுகையிட்டார். அந்நகரும் முஸ்லிம்களிடம் பணிந்தது.

ஹலபுக்குப் பிறகு, அபூஉபைதா (ரலி) அவர்களின் அடுத்த இலக்கு, ஹிராக்ளியசின் ஆசியத் தலைநகரான அன்டாக்யா. பல்வேறு அரண்மனைகளுடன் பாதுகாக்கப்பட்ட இந்நகரில்தான் தோல்வியுற்று ஓடிய கிறிஸ்தவர்கள் அடைக்கலம் புகுந்திருந்தனர். அன்டாக்யாவை அடைந்த முஸ்லிம் படைகளை எதிர்கொள்ள முன்வந்தனர்

கிறிஸ்தவர்கள். அவர்கள் முற்றிலுமாகத் துரத்தியடிக்கப்படவே மீண்டும் அவர்கள் நகருக்குள் ஓடினர். முற்றுகையின்கீழ் வந்த பிறகு, ஜிஸ்யா வழங்குவதாக ஒப்புக்கொண்டு கீழ்ப்படிந்தனர்.

அப்போது, கிறிஸ்தவப் படைகள் ஹலபுக்கருகிலுள்ள முஅர்ரா மஸ்ரினில் ஒன்று திரளுவதாகச் செய்தி வந்தது. எதிரிகளை அடக்குவதற்காக அபூஉபைதா (ரலி) சென்றார். கடுமையான போரின் முடிவில், எதிரிகள் கீழ்ப்படிந்தனர். அன்டாக்யாவில் மீண்டும் கிளர்ச்சி வெடித்திருப்பதாகத் தகவல் கிடைத்தது. அதனை அடக்கும் வல்லமை, ஏற்கனவே அங்கு நியமிக்கப்பட்டிருந்த ஐயாத் (ரலி) அவர்களுக்கும் ஹபீப் பின் மஸ்லமா அவர்களுக்கும் இருந்தது.

வெவ்வேறு பகுதிகளில் கிளர்ந்தெழுந்த கிறிஸ்தவர்களின் கிளர்ச்சிகள், முஸ்லிம் படைகளைப் பெரும் இன்னல்களுக்குள்ளாக்கின. அபூஉபைதா (ரலி), இந்நிலைமையை உமர் (ரலி) அவர்களின் கவனத்திற்குக் கொண்டுசென்றார். பிரச்சினைகள் நிலவும் அனைத்துப் பகுதிகளுக்கும் முஸ்லிம் படைப்பிரிவினரைப் பொதுநிதியைப் பயன்படுத்தி அனுப்பி வைக்கும்படி உமர் (ரலி) உத்தரவிட்டார்.

அன்டாக்யாவின் வீழ்ச்சிக்குப் பிறகு, சுற்றிலுமுள்ள பல சிற்றூர்களும் நகரங்களும் சொந்த விருப்பத்தின்பேரில் முஸ்லிம் படைகளின் அரவணைப்புக்குள் வந்தன.

பக்ராஸ், மர்அஷ், ஹதத் ஆகியவற்றின் வீழ்ச்சிகள்: முற்றிலுமாக தங்கள் ஆளுகையின்கீழ் வந்த சிரியாவின் அனைத்துப் பகுதிகளுக்கும் முஸ்லிம் பொறுப்பாளர்களை நியமித்த பின், அபூஉபைதா (ரலி) அவர்கள் பாலஸ்தீனத்தை நோக்கித் திரும்பினார். ஆசியா மைனரை எல்லையாகக்கொண்ட அன்டாக்யாவின் அருகமை நகரான பக்ராசுக்கு, மைசரா பின் மஸ்ரூக்கின் தலைமையில் ஒரு முஸ்லிம் படைப்பிரிவு அனுப்பி வைக்கப்பட்டது. கஸ்ஸானியர், தனூக்கியர், ஐயாதியர் போன்ற அரேபியக் கிறிஸ்தவர்கள் பலர் பேரரசன் ஹிராக்ளியசிடம் செல்லும் ரோமானியர்களுடன் இணைந்துகொள்வதற்காக இங்கு முன்னேற்பாடுகள் செய்துகொண்டிருந்தனர்.

அவர்களை மைசரா தாக்கினார். கடுமையான ஒரு மோதல் நடைபெற்றது. மாலிக் பின் அஷ்த்தர் நகயியின் தலைமையில்,

அபூஉபைதா (ரலி) ஒரு துணைப்படையை அனுப்பி வைத்தார். புதிய படைகளின் வருகையுடன் கிறிஸ்தவர்கள் அச்சம் மேலிட ஓடினார்கள். காலித் (ரலி) மர்அஷுக்கு எதிராக ஒரு படையுடன் சென்றார். கிறிஸ்தவர்கள் நகரை விட்டுச் செல்ல வேண்டும் எனும் நிபந்தனையின்கீழ் அது கீழ்ப்படிந்தது. இதுபோல், ஹபீப் பின் மஸ்லமா தலைமையில் அணிவகுத்துச் சென்ற படைகள் ஹதத்தை (அராரத் மலை) வெற்றிகொண்டன.

கைசாரியா, அஜ்னாதைன் வெற்றிகள் : முஸ்லிம் படைகள் அன்டாக்யாவிலும் அதன் சுற்றுப்புறங்களிலும் வெற்றிகளைக் குவித்துக் கொண்டிருந்த வேளையில், டமாஸ்கஸ் ஆளுநரான யஸீத் பின் அபூ சுஃப்யான், தமது சகோதரர் முஆவியா பின் அபூசுஃப்யானை கலீஃபாவின் ஆணைப்படி கைசாரியாவுக்கு அனுப்பி வைத்தார். எண்பதாயிரம் கிறிஸ்தவர்களின் உயிரிழப்புடன் அந்நகரமும் முஸ்லிம்களிடம் வீழ்ந்தது.

ஹிராக்ளியஸ் அப்போது, அஜ்னாதைனில் படைகளைத் திரட்டும்படி, புகழ்பெற்ற படைத் தலைவனான அர்த்தபுன்னுக்குக் கட்டளையிட்டான். தனது நேரடிக் கட்டுப்பாட்டின்கீழ் ஒரு பெரிய படையும் ரம்லாவிலும் ஜெருசலேமிலுமாக மற்றும் இரண்டு படைப்பிரிவுகளும் அவனிடமிருந்தன.

முழுக்கவும் போர்க்கருவிகளுடன் எண்ணிக்கையில் அதிகமாகவுமிருந்த எதிரிகள், முஸ்லிம் படையின் வருகையை எதிர்பார்த்திருந்தனர். அம்ர் பின் அல்ஆஸ் (ரலி), அர்த்தபுன்னை எதிர்கொள்ள அஜ்னாதைனுக்குப் படைநடத்திச் சென்றார். கூடவே, அபூஉபைத் (ரலி) அவர்களின் ஒப்புதலுடன் அல்கமா பின் ஹகீம் ஃபிராசியையும் மஸ்ரூர் பின் அல்அக்கீயையும் ஜெருசலேமுக்கும், அபூஅய்யூப் அல்மாலிக்கியை ரம்லாவுக்கும் அனுப்பி வைத்தார்.

அஜ்னாதைன் போர், யர்முக் போருக்கு நிகராக மிகக்கடுமையாக இருந்தது. அம்ர் (ரலி) அவர்களை எதிர்க்கும் ஆற்றலை அர்த்தபுன்னால் ஒன்று திரட்ட இயலவில்லை. முடிவில் அவன் ஜெருசலேமை நோக்கி ஓடினான். நகரம் முஸ்லிம் படைகளிடம் வீழ்ந்தது.

ஜெருசலேம் வெற்றி : அர்த்தபுன் ஜெருசலேமுக்கு ஓடிய பிறகு, அம்ர் (ரலி) காஸாவையும், சபஸ்தியாவையும், நாபுலூசையும்,

லுத்தையும், அமவாசையும், பைத் ஜிப்ரீனையும், யாஃபவையும் வென்றெடுத்தார். பின்னர், ஜெருசலேமுக்குச் சென்று முற்றுகையை தீவிரமாக்கினார். அபூஉபைதா (ரலி) அப்போது பாலஸ்தீனுக்குச் சென்றிருந்தார். அவரது வருகையுடன், முற்றுகையை அதுவரை தற்காத்துக் கொண்டிருந்த கிறிஸ்தவர்கள் மனம் தளர்ந்தனர். அமைதி நடவடிக்கைகளை மேற்கொள்வதைத் தவிர அவர்களுக்கு மாற்று வழிகளில்லை.

முஸ்லிம்கள் முன்வைக்கும் மிக எளிய நிபந்தனைகள், கட்டுப்பாடுகள், நிலைப்பாடுகள் குறித்தெல்லாம் ஜெருசலேம் கிறிஸ்தவர்கள் நன்கறிந்திருந்தனர். இருந்தும், அவர்கள் புதிய நிபந்தனையொன்றை முன்வைத்தனர். அமைதி உடன்பாட்டில் கையெழுத்திட இஸ்லாமியக் கலீஃபா ஜெருசலேமுக்கு வர வேண்டும்.

குறுகிய காலத்தில் நகரம் வீழ்த்தப்படுகிற நிலையிருந்தும், இறப்போ அழிவோ ஏற்படுவதைத் தவிர்த்துக்கொள்வதில் மிகுந்த அக்கறை செலுத்தினார் அபூஉபைதா (ரலி). போரைவிட அவர் அமைதியையே நேசித்தார். எனவே, நடந்த நிகழ்ச்சிகள் அனைத்தையும் உமர் (ரலி) அவர்களுக்கு விளக்கமாக எழுதினார். தங்களின் ஜெருசலேம் வருகை, இரத்தம் சிந்தாமல் ஒரு நகரை வெற்றிகொள்ள உதவும் என்ற வேண்டுகோளுடன் கலீஃபாவுக்கு அதை அனுப்பி வைத்தார்.

நபித்தோழர்கள் அனைவரையும் அழைத்து உமர் (ரலி) கலந்துரையாடினார். "கிறிஸ்தவர்கள் அச்சத்தால் மனம் தளர்ந்திருக்கும் இந்நிலையில், அவர்களது வேண்டுகோளைக் கண்டுகொள்ளாமல் விடுவதே சிறந்தது. தங்கள் கோரிக்கையை முஸ்லிம்கள் ஏற்க முன்வரமாட்டார்கள் என்று தாமாகவே அவர்கள் போர்க்கருவிகளைக் கீழே வைத்துவிடுவார்கள்" என்று உஸ்மான் (ரலி) கூறினார். இதற்கு மாறாக, அலீ (ரலி) முன்வைத்த கருத்துடன் உமர் (ரலி) அவர்களுக்கும் உடன்பாடிருந்தது.

உமர் (ரலி) அவர்களின் பாலஸ்தீனப் பயணம் : முஸ்லிம்களின் தலைவரான உமர் (ரலி), இஸ்லாத்தின் தலைமையகமான மதீனாவிலிருந்து ஜெருசலேமை நோக்கிப் புறப்பட்டார். வரலாற்றுப் புகழ்வாய்ந்த இப்பயணத்தின்போது, கலீஃபாவிடம் ஒரு பையில்

உலர்ந்த வாற்கோதுமை உணவுப்பொருளும் ஒட்டகமும் ஒரு அடிமையும் மரத்தாலான கோப்பையும் மட்டுமே இருந்தன.

உஸ்மான் (ரலி) அவர்களை மதீனாவின் பொறுப்பில் நியமித்துவிட்டு சிரமம் மிகுந்த இப்பயணத்தை மேற்கொண்டார் கலீஃபா. சில வேளைகளில் ஒட்டகத்தின்மீது கலீஃபாவும் அதன் மூக்கணாங்கயிற்றை அடிமையும் பிடித்துக்கொள்ள பயணம் நடந்தது. அவ்வப்போது இதற்கு மாறாக, ஒட்டகத்தின்மீது அடிமையும் அதன் மூக்கணாங்கயிறு கலீஃபாவிடமும் இருந்தது. இப்பயணம், மானுடச் சிறப்புக்கும் இஸ்லாமியச் சமத்துவத்துக்கும் எடுத்துக்காட்டான ஒரு புதிய காட்சியாக அமைந்தது.

யாருடைய படை, பல அரண்மனைகளையும் மணிமுடிகளையும் அரச பீடங்களையும் தனது குதிரைக் குளம்புகளின்கீழ் மிதித்தனவோ, அவ்வுயர் சிறப்பு வாய்ந்த, ஆற்றல் மிகுந்த இஸ்லாமியத் தலைவரின் பயணம்தான் இப்படி அமைந்திருந்தது. மதாயினும் அன்டாக்யாவும் வெற்றி கொள்ளப்பட்டிருந்த இக்காலகட்டம் ஹிஜ்ரீ 16 ஆம் ஆண்டு ரஜப் மாதம்.

டமாஸ்கசிலும் ஜெருசலேமிலுமுள்ள முஸ்லிம் படைகளின் தலைவர்கள், இஸ்லாமியக் கலீஃபாவின் பயணம் குறித்து முன்னரே தகவல் அறிவிக்கப்பட்டிருந்தனர். யஸீத் பின் அபூசுஃப்யான், அபூஉபைதா பின் அல்ஜர்ராஹ், காலித் பின் வலீத் (ரலி) ஆகியோர் மிகுந்த சிறப்புடன் கலீஃபாவை வரவேற்றனர். ஆனால், உயர்தர ஆடைகள் அணிந்து வசீகரிக்கும் தோற்றங்களுடனிருந்த அவர்களைக் கண்ட உமர் (ரலி), "குறுகிய ஈராண்டுக் காலத்தினுள் பாரசீகப் பழக்கவழக்கங்களுக்கு ஆட்பட்டுவிட்டீர்களா?" என்று கடிந்துகொண்டார். தங்களது தளர்வான இந்த அங்கிகளினுள் போர்க்கருவிகள் இருப்பதாகவும் அரேபியப் பண்பைத் தாங்கள் இழந்துவிடவில்லை என்றும் அவர்கள் அளித்த விளக்கம் கலீஃபாவுக்கு மனஆறுதலை அளித்தது.

கிறிஸ்தவர்களுக்கான அமைதி உடன்படிக்கை: இறைநம்பிக்கையாளர்களின் தலைவர் ஜாபியாவில் நீண்ட நேரம் தங்கியிருந்தார். நகரிலுள்ள முக்கியமான குடிமக்கள் சிலர் கலீஃபாவைக் காண்பதற்காக வருகை தந்தனர். அங்கேயே கீழ்க்காணும் உடன்படிக்கையும் எழுதப்பட்டது:

'இது, முஸ்லிம்களின் தலைவர், ஐலியா மக்களுடன் செய்துகொண்ட அமைதி உடன்படிக்கையாகும். இவ்வமைதியானது, உயிருக்கும் உடைமைக்குமான பாதுகாப்பாகும். இது, நோயுற்றவர்கள், அல்லாதவர்கள், அவரவர் நம்பிக்கைகளைப் பின்பற்றுபவர்கள், அவர்களது வழிபாட்டில்லங்கள், புனிதச் சின்னங்கள், மற்றும் ஐலியாவில் வாழ்கிற அனைவருக்குமான பாதுகாப்பு மற்றும் அமைதியை உள்ளடக்கியதாகும். அவர்களின் வழிபாட்டிடங்களில் வாழ யாருக்கும் ஒப்புதல் அளிக்கப்படவில்லை; அவை இடிக்கப்படவோ, அவற்றின் எல்லைகள் பழுதுபடுத்தப்படவோ அவர்களது புனிதச் சின்னங்களோ, மறை நூல்களோ மாசுபடுத்தப்படவோ மாட்டாது; மேலும், யூதர்களுக்கு அடைக்கலம் அளிக்க அனுமதியில்லை. ஜிஸ்யா கொடுக்கவும் கிரேக்கர்களையும் ரோமானியர்களையும் வெளியேற்றவும் ஐலியா மக்கள் கடமைப்படுவார்கள். இந்நகரை விட்டுச் செல்லும் கிரேக்க, ரோமானியர்கள் பாதுகாப்பான இடத்தை அடைவது வரைக்கும், அவர்களது உயிருக்கும் உடைமைக்கும் முழுப்பாதுகாப்பு அளிக்கப்படும். ஐலியாவாசிகளில் யாரேனும் அவர்களுடன் செல்ல விரும்பினால் அவர்களுக்கும் இப்பாதுகாப்பு வழங்கப்படும். ரோமானியரில் யாரேனும் ஐலியாவில் வாழ விரும்பினால், பிற மக்கள்போல் ஜிஸ்யா வழங்க அவர்களும் கடமைப்படுவார்கள். ஜிஸ்யா வழங்க வேண்டும் என்ற நிபந்தனையின்கீழ் இந்த உடன்படிக்கையில் உள்ள ஒவ்வொரு அம்சமும் அல்லாஹ்வினாலும் அவனது கலீஃபாக்களாலும் முஸ்லிம் மக்கள் அனைவராலும் கடைப்பிடிக்கப்படும்.

காலித், அம்ர், அப்துர் ரஹ்மான், முஆவியா (ரலி) போன்ற உயர்நிலை நபித்தோழர்களும் அதில் கையெழுத்திட்டனர். ஜெருசலேம் மக்கள் அவ்விடத்திலேயே ஜிஸ்யா செலுத்தி நகர வாயில்களைத் திறந்து விட்டனர். ரம்லா மக்களும் இதனைப் பின்பற்றினர். உமர் (ரலி) அவர்கள் பைத்துல் முகத்தசினுள் வெறும் கால்களுடன் நுழைந்தார். முதலாவதாக, அல்அக்ஸா தொழுமிடத்துக்குச் சென்று தாவூத் வளைவை நெருங்கி, நபி தாவூத் (அலை) அவர்களைப் பற்றிய குர்ஆன் வசனங்களை ஓதிப் பணிவுடன் எல்லாம் வல்ல அல்லாஹ்வுக்குத் தலை தாழ்த்தினார். பின்னர், கிறிஸ்தவ வழிபாட்டிடத்துக்குச் சென்று சிறிது நேரம் கட்டிடத்தைச் சுற்றி வந்தார்.

தக்ரித், ஜஸீராவின் வீழ்ச்சிகள் : பாரசீகத்தின் இரண்டாம் நிலை தலைவன் ஒருவனின்கீழ் தக்ரித் இருந்தது. மதாயின் வீழ்ந்ததை அறிந்த அவன், இதை ரோமானியரின் கவனத்திற்குக்கொண்டு சென்றான். முஸ்லிம்களுக்கு எதிரிகளாக இருந்த ரோமானியரும் அவர்களுடன் இணைந்து கொண்டனர். ஐயாத், தக்லிப், நமீர்போன்ற பிற அரேபியக் கிறிஸ்தவ இனக்குழுக்களும் அவர்களைப் பின்பற்றின.

உமர் (ரலி) அவர்களின் ஆணைப்படி, ஸஅத் (ரலி) அவர்கள், அப்துல்லாஹ் பின் அல்முஅத்தம் (ரலி) அவர்களது தலைமையில் 5,000 படைவீரர்களை தக்ரிதை நோக்கி அனுப்பி வைத்தார். இஸ்லாமியப் படைகள் நகரின்மீது தாக்குதல் தொடுத்தன. தீவிரமாக நடந்த ஒரு போரின் முடிவில், ரோமானிய பாரசீக கூட்டுப்படைகள் தோற்றன. அதில் இடம்பெற்றிருந்த, அரேபியக் கிளைகளில் பலவும் இஸ்லாத்தைத் தழுவிக்கொண்டன.

ஜஸீரா, சிரியா - இராக் எல்லைகளின் இடையிலுள்ள ஒரு பெரும் நிலப்பகுதி. இரு பேரரசுகளின் கைகளிலும் இது மாறி மாறி வந்தது. முஸ்லிம் படைகளின் போர் நடவடிக்கைகளும் வெற்றிகளும், ஜஸீரா மக்களிடம் பயத்தைத் தோற்றுவித்தன. நிகழவிருக்கும் முஸ்லிம்களின் தாக்குதலிலிருந்து கிழக்குப்புற நகரங்களைப் பாதுகாக்கும் பொருட்டு, ஒரு படையை அனுப்பவும், இதற்குக் கைம்மாறாக ஹிராக்ளியசின் படைகளுக்குத் தாங்கள் உதவுவதாகவும் வாக்குறுதியளிக்கும் ஒரு கடிதத்தை அவர்கள் ஹிராக்ளியசுக்கு அனுப்பி வைத்தனர்.

ஹிராக்ளியஸ் இதனைக் கடவுளிடமிருந்து வந்துள்ள ஒரு நல்ல சகுனமாகக் கருதினான். சிரியாவின் கிழக்குப் பகுதி நகரங்களை நோக்கி, அவனது படைகள் சென்றன. உமர் (ரலி) சிக்கலான இந்நிலையை ஆய்ந்து மதிப்பிட்டு, ஜஸீரா மக்களின் படை நடவடிக்கைகளில் மிகுந்தக் கவனம் செலுத்தும்படி ஸஅத் (ரலி) அவர்களுக்கும், ஹிம்சையும் கின்னஸ்ரினையும் நோக்கி வரும் ஹிராக்ளியசின் படைகளைத் தடுக்குமாறு அபூஉபைதா (ரலி) அவர்களுக்கும் கடிதம் அனுப்பினார். இரு படைத்தலைவர்களும் தங்கள் கடமைகளை மிக நன்றாகவே செய்தனர். சிறு சிறு மோதல்களுக்குப் பின், ஐயாத் (ரலி) ஜஸீராவைக் கைப்பற்றினார். இந்நிகழ்வு ஹிஜ்ரீ 17 ஆம் ஆண்டு நிகழ்ந்தது.

ஐயாத் இனக்குழுவின் மீள்வருகை : ஜஸீரா முஸ்லிம்களிடம் வீழ்ந்த நிலையில், கிறிஸ்தவத்தைத் தழுவியிருந்த ஐயாத் இனக்குழு, ஹிராக்ளியசின் பகுதிக்குள் தாங்களாகவே புலம்பெயர்ந்து வாழ்ந்து வந்தனர். இதையறிந்த உமர் (ரலி) ஹிராக்ளியசுக்கு ஒரு கடிதம் அனுப்பினார். அதில், "அரபு இனக்குழுவினரில் ஒரு பிரிவினர், எங்கள் நாட்டைவிட்டு வந்து உங்கள் நகரங்களில் வாழ்வதாக அறிந்தேன். அவர்களை உங்கள் நாட்டிலிருந்து நீங்கள் திருப்பியனுப்ப வேண்டும். மறுத்தால், எங்கள் எல்லைகளுக்குள் வாழ்ந்துகொண்டிருக்கும் கிறிஸ்தவர்கள் அனைவரையும் உங்களிடம் அனுப்புவோம்" என்று குறிப்பிட்டார்.

இஸ்லாமியக் கலீஃபாவிடமிருந்து வந்த இம்முன்னறிவிப்பைத் தொடர்ந்து, 4,000 பேர்களடங்கிய ஐயாத் இனக்குழுவினரை நாடு கடத்தும்படி உத்தரவிட்டான் ஹிராக்ளியஸ். அவர்கள் சிரியாவுக்கும் ஜஸீராவுக்கும் திரும்பிச் சென்றனர். உமர் (ரலி), ஹபீப் பின் மஸ்லமாவையும் வலீத் பின் உக்பாவையும் முறையே இராக்கிய அஜமிகளுக்கும் இராக்கிய அரபிகளுக்கும் பொறுப்பாளர்களாக நியமித்ததுடன் இஸ்லாத்தை ஏற்கும்படி அவர்களை வற்புறுத்த வேண்டாமென்றும் அவர்களது விருப்பப்படி ஜிஸ்யாவை ஏற்றுக்கொள்ளுமாறும் கடிதம் எழுதினார்.

உமர் (ரலி) அவர்களின் உத்தரவுகளை வலீத் பின் உக்பா காலந்தாழ்த்தாமல் நிறைவேற்றினார். சில நாள்களுக்குப் பிறகு, தங்களிடம் ஜிஸ்யா வசூலிக்கப்படக்கூடாது எனும் வேண்டுகோளுடன், மதீனாவுக்கு ஒரு தூதுக்குழுவை ஐயாத் இனக்குழுவினர் அனுப்பி வைத்தனர். ஜிஸ்யாவுக்குப் பதிலாக, ஸதக்கா (அறக்கொடை) எனும் பெயரில் அவர்களிடமிருந்து இரட்டிப்புத் தொகையை வசூலிக்குமாறு உமர் (ரலி) கட்டளையிட்டார். ஐயாத் மக்கள் மனமகிழ்ச்சியுடன் இதை ஏற்றுக்கொண்டனர். மேலும் சில நாள்களுக்குப் பிறகு, ஐயாத் மக்கள், வலீத் பின் உக்பாவுக்கெதிரான ஒரு முறையீட்டை முன்வைத்தனர். அதன்மீது, உடனடி நடவடிக்கை எடுத்த கலீஃபா, ஃபுராத் பின் ஹையானையும் ஹிந்த் பின் அம்ர் அல்ஜமாலியையும் நியமித்துவிட்டு, வலீத் பின் உக்பாவைப் பணிநீக்கம் செய்தார்.

காலித் பின் வலீத் (ரலி) பணிநீக்கம் : காலித் (ரலி) அவர்களின் பணிநீக்க நிகழ்வு குறித்து பொதுவாகவே தவறான புரிதல்கள்

உள்ளன. உமர் (ரலி) கலீஃபாவாக நியமிக்கப்பட்ட உடனேயே இந்தப் பணிநீக்கம் நடந்தது எனும் தவறான முடிவை முன்வைத்த ஒரு புரிதல் இது. காலித் (ரலி) அவர்களின் விஷயத்தில் நடந்தது பணி நீக்கமல்ல, தகுதி நீக்கம்தான். இது உமர் (ரலி) அவர்களின் கிலாஃபத்தின் தொடக்க நாட்களில் நடந்ததுமல்ல என்பதுதான் உண்மை. முஸ்லிம் படையின் தலைமைப் பொறுப்பிலிருந்தவரை துணைத்தலைவராக நியமித்த பின், அவர் தமது செயல்களுக்கு, அபூஉபைதா அல்ஜர்ராஹ் (ரலி) அவர்களுடன் கலந்துரையாடி ஒப்புதல் பெற வேண்டியிருந்தது. பேரிடர் மிகுந்த செயல்பாடுகளின்போது படைகளை அவர் சுயமாக வழிநடத்துவது முடிவுக்கு வந்தது.

காலித் (ரலி) அவர்களைப் படைத்தலைவர் பொறுப்பிலிருந்து நீக்கியது, ஹிஜ்ரீ 17 ஆம் ஆண்டின் இறுதி மாதங்களில் நிகழ்ந்தது. படைத்தலைவர், படைப்பிரிவின் தலைவர்கள், அதிகாரிகள், ஆளுநர்கள் ஆகியோரின் நடவடிக்கைகள் ஒவ்வொன்றையும் அறிந்துகொள்வதை உமர் (ரலி) வழக்கமாகக்கொண்டிருந்தார். நிகழ்வுகளையும் தங்களது செயல்பாடுகளையும் இவர்கள் கலீஃபாவுக்கு அறிவிக்கவேண்டும். இத்துடன், படைப்பிரிவுகளிலும் தங்கள் அதிகாரத்திற்கு உட்பட்ட பகுதிகளிலும் நிகழும் நடவடிக்கைகள், நிகழ்வுகள் குறித்துப் பதிவு செய்பவர்களுடனும் கலீஃபா தொடர்பு வைத்திருந்தார்.

இந்நிலையில், ஜஸீராவின் வீழ்ச்சிக்குப் பிறகு சிரியாவை நோக்கித் திரும்பிக்கொண்டிருந்த காலித் (ரலி), தம்முடன் மாபெரும் செல்வங்களையும் உடைமைகளையும் கொண்டு வந்தார். அப்போது, தம்மைக் குறித்து ஒரு புகழ்மாலை எழுதும் வகைக்காக, அஷ்அத் பின் கைஸ் எனும் ஒரு கவிஞருக்கு பத்தாயிரம் திர்ஹங்கள் அன்பளிப்பாக வழங்கினார் எனும் தகவலை, செய்தியாளர் ஒருவர் கலீஃபாவுக்கு அறிவித்தார்.

உமர் (ரலி) அபூஉபைதா (ரலி) அவர்களுக்கு ஒரு கடிதம் மூலம் உத்தரவிட்டார். "பிரச்சினைக்குரிய அன்பளிப்பை காலித் தமது சொந்தப் பணத்திலிருந்து வழங்கினாரா இல்லை பொதுநிதியிலிருந்து வழங்கினாரா என்பதை ஒரு அவையின் முன்னிலையில், அவர் தெளிவுபடுத்தக் கடமைப்பட்டவராவார். அதை அவர் சொந்தப் பணத்திலிருந்து கொடுத்திருப்பாரெனில், அது வீண் செலவு. பொது

நிதியிலிருந்து கொடுத்திருப்பாரெனில், நம்பிக்கைத் துரோகம். இரு வகையிலும் அவர் பணிநீக்கம் செய்யப்பட வேண்டியவராகிறார். அவரது தலைப்பாகையால் அவரது கழுத்து கட்டப்பட வேண்டும். தமது தவறை அவர் ஏற்றுக்கொள்வாரெனில் மன்னிக்கப்பட வேண்டியவராவார்."

இதன்படி ஒரு பொதுக்கூட்டத்தின் முன், காலித் (ரலி) நிறுத்தப்பட்டார். கலீஃபாவின் பிரதிநிதி அவரிடம், அந்த அன்பளிப்புத் தொகை எதுவென்று கேட்டார். காலித் (ரலி) இதற்குப் பதில் சொல்லாமல் அமைதியாக இருந்தார். தமது தவறை வெளிப்படையாக ஒப்புக்கொள்வதில் அவர் தயக்கம் காட்டினார்.

இந்நிலையில், அவரது தலைப்பாகையை அவிழ்த்து, கழுத்தில் கட்ட வேண்டிய நிர்ப்பந்தம் பிரதிநிதிக்கு உருவானது. கேள்வியை அவர் மீண்டும் கேட்டார். தமக்குச் சொந்தமான பணத்திலிருந்து அத்தொகையை அளித்ததாக காலித் (ரலி) கூறினார். இதைக்கேட்ட தூதர் அவரது கழுத்துக் கட்டை அவிழ்த்ததுடன், தகவலை, கலீஃபாவுக்கு அறிவித்தார். உரிய விளக்கம் பெறுவதற்காக கலீஃபா, காலித் (ரலி) அவர்களை மதீனாவுக்கு அழைத்தார்.

காலித் (ரலி), கலீஃபாவிடம் சொன்னார்: "உமரே! அல்லாஹ்வின் மீதாணையாக, நீர் என்னிடம் நடுநிலையாக நடந்துகொள்ளவில்லை." உமர் (ரலி) கேட்டார்: "அவ்வளவு பணத்தை நீர் எங்கிருந்து பெற்றீர்? ஒரு கவிஞருக்கு இவ்வளவு பெரிய தொகையை உம்மால் எப்படி அன்பளிப்பாகக் கொடுக்க முடிந்தது?"

"அதை நான் எனக்குக் கிடைத்த போர்ப் பங்கீட்டிலிருந்து கொடுத்தேன்" என்ற காலித் (ரலி) மேலும் சொன்னார்: "என்னிடமிருக்கும் தொகையில் அறுபதாயிரத்துக்கும் அதிகமாக இருக்கும் தொகையை நான் பொதுக்கருவூலத்தில் ஒப்படைப்பேன்." இப்படியாக முழுத்தொகையும் கணக்கிடப்பட்டது. வரையறுக்கப்பட்ட பணத்துக்கும் மேலாக இருந்த 20,000 திர்ஹங்கள், பொதுக்கருவூலத்தில் செலுத்தப்பட்டு, நன்னம்பிக்கையின் அடிப்படையில் இருபுறமும் ஏற்பட்ட சிக்கல்கள் நேர் செய்யப்பட்டன.

கணக்காளர்களிடம் கணக்குகளை ஒழுங்குபடக் காட்டாமல் வீண் செலவு செய்தது குற்றம். எனவே, காலித் (ரலி) அவர்களின் பொதுக்கருவூலக் கையாளுகை தடை செய்யப்பட்டது. அழகிய,

பின்பற்றத்தக்க ஒரு முன்மாதிரியை உருவாக்கும் நோக்குடன்தான் இது மேற்கொள்ளப்பட்டது. இவ்வகையில், கலீஃபாவின் இத்தீர்ப்பு ஒரு ஒழுங்குமுறை நடவடிக்கை மட்டும்தான்.

பஸ்ராவும் கூஃபாவும் : இராக்கிலிருந்து திரும்பிக்கொண்டிருந்த படைத்தலைவர்கள் மற்றும் வீரர்களின் அறிக்கைகளிலிருந்து இராக்கின் தட்பவெப்ப சூழ்நிலைகள் அவர்களுக்கு ஒத்துக்கொள்ளவில்லை என்பதை உமர் (ரலி) அறிந்தார். அரபுப் போராளிகள் தங்கள் பணிகளை முடித்த பின், ஓய்வெடுப்பதற்கான படைமுகாம்கள், அரேபியாவின் தட்ப வெப்ப நிலைகளுக்கொப்பான காலநிலையைக்கொண்ட பகுதிகளில் அமைக்கப்பட வேண்டுமென்று அவர் உத்தரவிட்டார்.

டைக்ரீசின் அருகில் ஓலைகளால் வேயப்பட்ட கூரையுடன் முகாம் அமைக்கப்பட்டது. போர் நடவடிக்கைகளுக்குச் செல்வதற்கு முன், தங்கள் முகாமை அவர்கள் தீக்கிரையாக்குவார்கள். திரும்பி வந்த பின் அதைப் பழுதுபார்த்துக்கொள்வார்கள். ஹிஜ்ரீ 17ஆம் ஆண்டில் உமர் (ரலி) பஸ்ராவில் சில வீடுகளைக் கட்டினார். கூஃபாவில் ஒரு புதிய ஒரு படைமுகாம் அமைத்துக் கொள்ளவும் ஒப்புதல் வழங்கினார். வீடுகளும், இப்பகுதிகளில் நிலவிய சீதோஷ்ண நிலைகளும் காரணமாக, இவ்விரண்டு இடங்களிலும் மிக வேகமாக மக்கள் பெருக்கம் அதிகரித்தது. குறுகிய கால வரையறைக்குள் இரண்டு நகரங்களும் இஸ்லாமிய அரசின் முக்கியப் பகுதிகளாக மாறின.

அஹ்வாஸ் வெற்றியும் ஹுர்முஸ் இஸ்லாத்தை ஏற்றலும் : காதிசியா போர்முனையிலிருந்து தப்பியோடிய புகழ்பெற்ற பாரசீகப் படைத்தலைவனான ஹுர்முஸ், அஹ்வாசின் தலைநகரான குசேஸ்தானில் தஞ்சம் புகுந்தான். பிறகு, அதன் சுற்றுப்புற நகரங்களைக் கைப்பற்றியதுடன், படைகளைத் திரட்டும் பணியில் முழுமூச்சுடன் ஈடுபட்டான்.

கூஃபா, பஸ்ரா ஆகிய படைமுகாம்களிலிருந்த முஸ்லிம் படைகள் வெளிவந்து அஹ்வாஸைத் தாக்கின. ஜிஸ்யா வழங்குவதாக ஒப்புக்கொண்ட ஹுர்முஸ், முஸ்லிம்களிடம் பணிந்தான். சில நாள்களுக்குப் பிறகு, முஸ்லிம்களுக்கெதிராக மீண்டும் அவன் கிளர்ச்சியில் ஈடுபட்டான். இம்முறையும் தோற்கடிக்கப்பட,

மீண்டும் அவன் ஜிஸ்யாவின்பேரில் அமைதியைக் கோரினான். அது ஏற்கப்பட்டது. இந்நிலையில், பாரசீகப் பேரரசன் யஸ்கிர்த் முஸ்லிம்களைத் தாக்குவதற்காகப் பெரும்படை ஒன்றைத் திரட்டுவதாகச் செய்தி வந்தது.

இதை அறிந்த உமர் (ரலி) எஸ்கிர்தின் படைகள் நுழைய வாய்ப்புள்ள எல்லா வழிகளிலும் இஸ்லாமியப் படைப்பிரிவினரை நிறுத்துமாறு ஸஅத் (ரலி) அவர்களுக்கு உத்தரவிட்டார். முன்னெச்சரிக்கை நடவடிக்கையாக, ஹுர்முசின் நடவடிக்கைகளைக் கண்காணிக்கவும் ஒரு படைப்பிரிவு அனுப்பி வைக்கப்பட்டது.

முழுக்கவும் எஸ்கிர்தை நம்பியிருந்த ஹுர்முஸ், ஒரு பெரும் படையுடன் முஸ்லிம் படைகளுக்கெதிராகக் கிளர்ந்தெழுந்தான். இதற்கான பலனும் அவனது இடையறா ஓட்டத்தில்தான் முடிவடைந்தது. துஸ்தரை நோக்கி ஓடிய ஹுர்முஸ் மீண்டும், முஸ்லிம்களை எதிர்த்துப் போரிடும் ஏற்பாடுகளில் தன்னை ஈடுபடுத்தினான். இதையறிந்த உமர் (ரலி), பஸ்ராவிலிருந்த படைத்தலைவரான அபூமூஸா அஷ்அரீ (ரலி) அவர்களை அனுப்பி வைத்தார்.

அபூமூஸா (ரலி) துஸ்தரை நோக்கி விரைந்தார். பல எதிர்பாராத் தாக்குதல்களின் முடிவில் ஹுர்முஸ், தற்காப்புப் போருக்காக, தனது கோட்டைக்குள் புகுந்துகொண்டான். நகரம் முஸ்லிம்களிடம் வீழ்ந்தது. கோட்டையும் வீழவிருந்த, இழிவான ஒரு தோல்வியை அவன் எதிர்கொள்ள வேண்டியதாயிற்று. இந்நிலையில், தன்னை உமர் (ரலி) அவர்களிடம் அழைத்துச் செல்ல வேண்டும்; தனக்கான தீர்ப்பை, கலீஃபாவே அளிக்க இடந்தர வேண்டுமென்ற நிபந்தனையின்பேரில் தான் சரணடையத் தயாராக இருப்பதாகக் குறிப்பிட்டு எழுத்துமூலமான ஒரு வேண்டுகோளை அபூமூஸா (ரலி) அவர்களுக்கு அனுப்பி வைத்தான்.

ஹுர்முசின் வேண்டுகோள் ஏற்றுக்கொள்ளப்பட்டது. அனஸ் பின் மாலிக், அஹ்நஃப் பின் கைஸ் (ரலி) ஆகியோருடன் அவன் மதீனாவுக்கு அனுப்பி வைக்கப்பட்டான். மதீனாவின் எல்லையை அடைந்ததும் அவன் விலையுயர்ந்த, அழகிய உடைகளையும் பளபளக்கும் மணிமுடியையும் அணிந்துகொண்டான்.

ஒரு மாபெரும் படைத்தலைவன் சிறைப்பட்டதைக் கண்ட

கலீஃபா அல்லாஹ்வுக்கு நன்றி செலுத்திய பின் அவனிடம் கேட்டார்: "ஒன்றுக்கும் மேற்பட்ட முறைகள், நீர் வாக்குறுதி மீறியிருக்கிறீர். இந்நிலையில், உமக்கான தண்டனை எதுவாக இருக்க வேண்டுமென்று நீர் கருதுகிறீர்? உம்மைப் பாதுகாத்துக்கொள்ள நீர் சொல்ல விரும்பும் பதில் என்ன?" "மன்னிக்கத் தகுதியுள்ள எனது பதிலைச் சொல்வதற்குள் நான் கொலை செய்யப்படுவேனோ என்று அஞ்சுகிறேன்" என்றான் ஹுர்முஸ்,

"அச்சம் வேண்டாம்! உமது பதில் முழுமையாகக் கேட்கப்படும்" என்றார் கலீஃபா. அப்போது, குடிக்க சிறிதளவு நீர் வேண்டும் என்றான் ஹுர்முஸ். நீர் வந்தது. கோப்பையைக் கையிலெடுத்த அவன், "இதை அருந்தும்போது நான் கொலை செய்யப்படுவேனோ என்று அஞ்சுகிறேன்" என்றான். "சிறிதளவும் அச்சம் வேண்டாம்! நீர் இக்கோப்பை நீரை முழுவதுமாக அருந்தும் வரைக்கும் எந்த இடையூறும் நேராது" என்றார் உமர் (ரலி).

கோப்பையைக் கீழே வைத்த ஹுர்முஸ், "இதை நான் அருந்துவதாக இல்லை. ஆகவே, உங்கள் வாக்குறுதிப்படி நீங்கள் என்னைக் கொலை செய்ய இயலாது" என்றான்.

அழகிய முன்மாதிரி : இதைக்கேட்ட உமர் (ரலி) கோபத்துடன், "அப்படியான வாக்குறுதியை உமக்கு நான் அளிக்கவில்லை" என்றார். அனஸ் (ரலி) சொன்னார்: "இறைநம்பிக்கையாளர்களின் தலைவரே! அவர் சொல்வதில் நியாயமிருக்கிறது. இந்தக் கோப்பை நீரை அவர் குடித்துத் தீர்க்கும்வரை, எந்த இடையூறும் நேராது என்று தாங்கள் சொன்னீர்கள்தான்" என்றார். இதை ஏற்றுக்கொண்ட உமர் (ரலி) ஹுர்முசிடம் சொன்னார்: "இம்முறையும் நீர் நம்பிக்கைத் துரோகம் செய்திருக்கிறீர். இருப்பினும், நான் வாக்குத் தவற மாட்டேன். இந்நிலையில் நீர் இஸ்லாத்தைத் தழுவுவதுதான் உமக்கு நன்மையாக இருக்கும்."

ஹுர்முஸ் இஸ்லாத்தை ஏற்றார். உமர் (ரலி) மிகவும் மகிழ்ச்சியடைந்தார். ஹுர்முஸ் வசிப்பதற்காக மதீனாவில் ஒரு இடமும் ஆண்டுக்கு 2000 திர்ஹம்கள் உதவித் தொகையும் வழங்க முன்வந்தார் உமர் (ரலி). பிறகு, பாரசீகர்களுடன் நடந்த போர்களின்போது ஹுர்முசிடம் ஆலோசனைகளும் அறிவுரைகளும் கேட்கப்பட்டன.

உமர் (ரலி), பின்னர் அனஸ் பின் மாலிக், அஹ்நஃப் பின் கைஸ் (ரலி) ஆகியோரிடம் சொன்னார்: "திம்மிகளை (இஸ்லாமிய அரசின் கீழ் வாழும் முஸ்லிம் அல்லாதவர்கள்) நீங்கள் நல்ல முறையில் நடத்தத் தவறுகிறீர்கள் என்று நினைக்கிறேன். ஆகவேதான் அவர்கள் மீண்டும் மீண்டும் கிளர்ச்சியில் ஈடுபடுகிறார்கள்."

அவர்கள் பணிவுடன் சொன்னார்கள்: "இறைநம்பிக்கையாளர்களின் தலைவரே! அவர்களை மிக நன்றாகக் கவனிப்பதையும் உயர்நிலையில் வைத்திருப்பதையும் கருத்தில்கொண்டுதான் நாங்கள் செயல்படுகிறோம். இருந்தும், அவர்கள் கிளர்ச்சியில் ஈடுபடுகிறார்கள். இதற்கான காரணம், தொடர்ச்சியான எங்களது செயல்பாடுகளைத் தாங்கள் நிறுத்தி வைத்திருப்பதுதான். பேரரசன் எஸ்கிர்த் அவனுடைய நகரங்களில் பாதுகாப்பாக இருக்கும்வரைக்கும், பாரசீகர்களால் அமைதியைக் கடைப்பிடிக்க இயலாது." இதனை ஏற்றுக்கொண்ட, கலீஃபா, போர் நடவடிக்கைகளுக்கான ஒப்புதலை வழங்கினார்.

எகிப்திய வெற்றி : உமர் (ரலி) ஜெருசலேமில் தங்கியிருந்தபோது, எகிப்தின்மீது தாக்குதல் நடத்துவதற்கான அவரது ஒப்புதலை, அம்ர் (ரலி) பெற்றிருந்தார். 4,000 படைவீரர்களுக்குத் தலைமையேற்று, அம்ர் (ரலி) எகிப்தை நோக்கி அணுவகுத்துச் சென்றார். அவர் மதீனாவிலிருந்து புறப்படும்போது, எகிப்திய அரசனான முகவ்கிசிடம் இஸ்லாமியக் கலீஃபா மூன்று நிபந்தனைகளை முன்வைத்தார். இஸ்லாம், ஜிஸ்யா அல்லது போர். அப்போது, ரோமானியப் படைத் தலைவனான அர்த்தபுன் தனது அனைத்துப் படைகளுடன் எகிப்தில் இருந்தான். முதலில் போருக்கு முன்வந்த அர்த்தபுன், முழுமையான ஒரு தோல்வியின் முடிவில் களத்திலிருந்து ஓட்டம் பிடித்தான்.

இத்துடன், முஸ்லிம் படைகள் மேலும் முன்னேறி, அய்னு ஷம்சை முற்றுகையிட்டன. ஃபரமாவையும் அலெக்ஸான்ட்ரியாவையும் முற்றுகையிட இரண்டு படைப்பிரிவுகள் அனுப்பி வைக்கப்பட்டன. இவ்விரு நகரங்களும் முஸ்லிம்களின்கீழ் வந்தன. பின்னர் ஸுபைர் (ரலி) தலைமையில் ஒரு படைப்பிரிவு, ஃபுஸ்தாத்தை நோக்கிச் சென்றது. எதிர்பாராத் தாக்குதல் ஒன்றின் முடிவில், மிகவும் பலம் வாய்ந்த கோட்டையை முஸ்லிம்கள் கைப்பற்றினர். அம்ர் (ரலி) அலெக்ஸான்ட்ரியாவைத் தாக்கினார். மூன்று மாத முற்றுகைக்குப் பின் அதுவும் வீழ்ந்தது.

நஹாவந்த் போர் : மதாயின் மற்றும் ஜலூலா வெற்றிக்குப் பிறகு, எஸ்கிர்த், ரே எனுமிடத்துக்கும் அங்கிருந்து இஸ்ஃபஹானுக்கும் பெயர்ந்தான். அஹ்வாஸ் வீழ்ந்ததுடன் கிழக்குப் பாரசீகம், குராசானிலுள்ள மர்வ் எனுமிடத்தை நோக்கி ஓடினான். அங்கே ஒரு நெருப்புக் கோவிலைக் கட்டி, அரேபியர்களால் இனி முன்னேற இயலாதென்ற திருப்தியுடனிருந்தான். அஹ்வாஸ் வீழ்ந்து, ஹுர்முசும் பிடிபட்டதுடன் அவனது கோபம் தீவிரமடைந்தது.

முஸ்லிம்களைத் தோற்கடிப்பதற்காக மீண்டும் அவன் பெரும்படை ஒன்றைத் திரட்டும் முன்னேற்பாடுகளில் மூழ்கினான். முஸ்லிம்களின் வெற்றியை முன்னிட்டுச் சுற்றிலுமிருந்த பகுதிகளின் தலைவர்களுக்குக் கோபமும் எழுச்சியும் ஊட்டும்விதமாகக் கடிதங்கள் எழுதினான்.

யஸ்கிர்தின் இம்முயற்சிகள் பலன் தந்தன. தபரிஸ்தான், ஜுர்ஜான், குராசான், இஸ்ஃபஹான், ஹமதான், சிந்து ஆகிய பகுதிகள் முஸ்லிம்களுக்கெதிரான பெரும் எழுச்சியுடன் கிளர்ந்தெழுந்தன. பல்வேறு பகுதிகளிலிருந்தும் யஸ்கிர்துடன் சேர்ந்துகொள்வதற்காக வீரர்கள் விரைந்தனர். ஒன்றரை இலட்சம் படைவீரர்களை ஃபிரோஸ் அல்லது மர்தான்ஷாவின் தலைமையில் நஹாவந்துக்கு அனுப்பி வைத்தான் யஸ்கிர்த்.

தகவலறிந்த உமர் (ரலி) படையைத் தாமே முன்னின்று நடத்திச் செல்வதாக முடிவு செய்தார். அலீ, உஸ்மான், தல்ஹா (ரலி) போன்ற நபித்தோழர்கள் கலீஃபாவின் இம்முடிவை ஏற்க மறுத்தனர். அவர்களது கருத்தை கலீஃபாவும் ஏற்றுக்கொண்டார்.

பின்னர் அவர், நுஃமான் பின் முகர்ரின் (ரலி) அவர்களைப் படைத்தலைவராக்கிக் கூஃபாவின் அருகிலுள்ள ஓடையின் அருகில் சென்று நிற்குமாறு உத்தரவிட்டார். அப்போது, கலீஃபாவின் அழைப்பின்பேரில் வந்த ஸஅத் (ரலி) மதீனாவிலிருந்தார். ஆகவே, ஸஅத் (ரலி) அவர்களின் துணைத்தலைவரான அப்துல்லாஹ் பின் அப்துல்லாஹ்வுக்கு, உமர் (ரலி), நுஃமான் (ரலி) தலைமையில் கூஃபாவிலிருந்து படைகளை அனுப்பி வைக்கும்படி கடிதம் எழுதினார். மேலும், பாரசீகத்திலிருந்து துணைப்படைகள் எதுவும் நஹாவந்துக்கு வராமலிருக்க, பாரசீகத்தையும் இஸ்ஃபஹானையும் சுற்றிலும் தடைகளை ஏற்படுத்துமாறு அஹ்வாஸிலுள்ள முஸ்லிம் படைகளுக்கும் உத்தரவிட்டார்.

பிற திசைகளிலிருந்தும் படைகள் ஒன்றுதிரண்டபோது, நுஃமான் (ரலி), தமது சகோதரரான நுஅய்ம் பின் முகர்ரினை முன்னணிப் படைக்கும், ஹுதைஃபா பின் யமான் (ரலி) அவர்களை வலப்புற அணிக்கும் சுவைத் பின் முகர்ரினை இடப்புற அணிக்கும் கஅகஉவுவை காலாட் படைக்கும் முஜாஷி பின் மஸ்ஊதைப் பின்னணிப் படைக்கும் தலைவர்களாக நியமித்தார்.

முஸ்லிம் படைகளின் மொத்த எண்ணிக்கை முப்பதாயிரமானது. படைகள் கூஃபாவிலிருந்து அணிவகுத்துச் சென்று, குறிப்பிட்ட இலக்கின் ஒன்பது மைல் தொலைவில் நின்றது. பாரசீகப் படைகளும் களத்தை அடைந்தன. ஒரு புதன்கிழமை தொடங்கிய போர் வியாழன் வரைக்கும் முடிவில்லாமல் தொடர்ந்தது. வெள்ளிக்கிழமையன்று பாரசீகர்கள், நகரை நோக்கியும் பாதுகாப்பான பகுதிகளை நோக்கியும் பின்வாங்கினர்.

முஸ்லிம் படைகளின் வருகையைத் தடுக்கும் முகமாக, நகரின் பாதுகாப்பு அரண்களைச் சுற்றிலும் கொக்ரு எனும் முள்கிளிஞ்சல்கள் தூவப்பட்டிருந்தன. முஸ்லிம் படைகளின் முன்னேற்றத்தை இது முழுவதுமாகத் தடை செய்தது. இப்புதிய சூழ்நிலையைக் கடந்து செல்வது குறித்து, நுஃமான் (ரலி) தனது படைத்தலைவர்களுடன் கலந்துரையாடினார். மிகுந்த எச்சரிக்கையுடனும் முன்னேற்பாடுகளுடனும் நகரிலிருந்து ஆறேழு மைல் தூரத்திற்கு முஸ்லிம் படைகள் பின்வாங்க வேண்டுமெனும் கருத்தை, துலைஹா பின் குவைலித் முன்வைத்தார். தொடர்நடவடிக்கையாக, கஅகஉ தலைமையிலான ஒரு படைப்பிரிவு, முஸ்லிம்களைப் பின் தொடர்ந்து வரும் எதிரிகளைத் தடுத்து நிறுத்த வேண்டும். இந்தப் பரிந்துரை ஒரே மனதாக ஏற்கப்பட்டது.

தங்கள் எதிரில் ஒரு மிகச்சிறிய படை மட்டுமே இருப்பதைக் கண்ட பாரசீகர்கள், மகிழ்ச்சியுடன் வெளிவந்து ஆக்ரோசமாகத் தாக்க முற்பட்டனர். முஸ்லிம் படைப்பிரிவு, மெல்லப் பின்வாங்கியது. தங்கள் ஆற்றலை முஸ்லிம் படைமீது செலுத்தியவாறே பாரசீகர்களும் பின்தொடர்ந்தனர். இப்போது, அவர்கள் தங்கள் அகழிகளையும் பாதுகாப்புக் கருவிகளையும் விட்டு, நெடுந்தொலைவுக்கு வந்திருந்தனர். அவர்களது வருகையை எதிர்பார்த்திருந்த புதிய முஸ்லிம் படையினரிடம் எதிர்பாராத நிலையில் வந்து சிக்கிக்கொண்டனர்.

பிற வீரர்களுடன் சேர்ந்து நுஃமான் (ரலி), அல்லாஹு அக்பர் என்ற உரத்த முழக்கத்துடன் பாரசீகர்கள்மீது கடும் தாக்குதலை மேற்கொண்டார். எதிரிப்படைகள் முழுமையாகத் தோற்கடிக்கப்பட்டன. உயிரிழந்தவர்களும், காயமுற்றவர்களுமான ஏராளம் வீரர்களைக் களத்தில் விட்டுவிட்டு அவர்கள் ஓடித் தப்பித்தனர்.

போரினிடையே காயமுற்ற நிலையில் குதிரையிலிருந்து விழுந்த நுஃமான் (ரலி) தமது இன்னுயிரைத் துறந்தார். அவரது சகோதரரான நுஅய்ம், அவரது உடைகளை அணிந்தும், போர்க்கொடியைத் தாங்கியும் களத்தில் நின்றார். தங்கள் படைத்தலைவர் உயிர்துறந்த செய்தியை முஸ்லிம் படையினர் இறுதிவரைக்கும் அறியவில்லை.

தோல்வியுடன் திரும்பிய பாரசீகப் படைவீரர்கள் தங்களால் விதைக்கப்பட்ட முள்கிளிஞ்சல்களில் சிக்கி, ஆயிரக்கணக்கில் பலியானார்கள். பாரசீகப் படைத்தலைவனும் பிற தலைவர்களும் ஹமதானுக்கு ஓடித் தப்பித்தனர். ஆனால், நுஅய்மும் கஅகஉவும் ஹமதானையும் வெற்றி கொண்டனர்.

பிறகு, முஸ்லிம் படைத்தலைவராக நியமிக்கப்பட்ட ஹுதைஃபா பின் யமான் (ரலி), நஹாவந்தில் கிடைத்த போர்ப்பொருள்களை பங்கிட்டார். நெருப்புக் கோவிலை இடித்தார். கைதியாகப் பிடிபட்ட கோவில் துறவி, தன்னை விடுதலை செய்வதாக இருந்தால், பிணைத் தொகையாக விலை மதிக்கவியலாத செல்வங்களைத் தருவதாகச் சொன்னார். ஹுதைஃபா (ரலி) இதற்கு இணக்கம் தெரிவித்தார். இதன்படி துறவி, தன்னிடமுள்ள அபூர்வமான, விலையுயர்ந்த மணிக்கற்களை, அரசக் கருவூலத்திலிருந்து கொண்டு வந்து கொடுத்தார். போர்ப்பொருள்களைப் படையினருக்குப் பங்கிட்ட ஹுதைஃபா (ரலி) அதில் ஐந்திலொரு பங்கையும் விலைமதிப்பற்ற கற்களையும் மதீனாவுக்கு அனுப்பி வைத்தார்.

சில நாள்களாகப் போர்முனைச் செய்திகள் எதுவும் கலீஃபாவுக்கு வரவில்லை. இதனால், கலக்கமுற்றிருந்த கலீஃபா உமர் (ரலி), வெற்றிச் செய்தியும், விலையுயர்ந்த மணிக்கற்களும், ஐந்திலொரு பங்கு போர்ப் பொருள்களுமாக தூதுவர் சாயிப் பின் அல் அக்ரஉவின் வருகையால் மிகுந்த மகிழ்ச்சியடைந்தார். விலையுயர்ந்த,

அபூர்வமான கற்களைக் கருவூலத்தில் சேர்த்தார். தன்னுடைய பணிகளை முடித்து விட்டுத் திரும்பிய சாயிப், கூஃபாவுக்குள் அடியெடுத்து வைக்கும்போது, கலீஃபாவின் தூதர் வந்து மீண்டும் அவரை மதீனாவுக்கு அழைத்துச் சென்றார்.

உமர் (ரலி) சாயிபிடம் சொன்னார்: "மணிக்கற்களையும் ஆபரணங்களையும் பொதுக் கருவூலத்தில் வைத்தமைக்காக வானவர்கள் என்னை நரக நெருப்பின் வேதனையைக் குறித்து அச்சுறுத்தியதாகக் கனவு கண்டேன். ஆகவே, அவற்றை பொதுக்கருவூலத்தில் பாதுகாக்க வேண்டாம். நீர் அவற்றை எடுத்துச் சென்று, விற்றுக் கிடைக்கும் பணத்தை, படைகளுக்குப் பகிர்ந்து கொடுப்பீராக." கூஃபாவிலுள்ள, அம்ர் பின் ஹுரைத் மக்ஸூமியிடம் அவற்றை விற்ற வகையில் இரண்டு லட்சம் திர்ஹம்கள் கிடைத்தன. அவை அனைத்தும் முஸ்லிம் படையினருக்குப் பகிர்ந்தளிக்கப்பட்டன. உமர் (ரலி) அவர்களைக்கொன்ற, நஹாவந்திலுள்ள அபூலூலு இந்தப் போரில் சிறைக்கைதியாக இருந்தான்.

பாரசீகத்தின் முழு வெற்றி : நஹாவந்தின் வீழ்ச்சியைத் தொடர்ந்து ஹமதானும் வீழ்ந்தது. எனினும் ஹமதானில் சில நாள்களில் கிளர்ச்சி எழுந்தது. பாரசீகப் பகுதிகளில் உருவான தொடர்கிளர்ச்சிகளால் மனம் சோர்வுற்ற உமர் (ரலி) அவர்கள், ஒரு பெரும் தாக்குதலை நடத்த உத்தரவிட்டார். வெற்றிச் சங்கிலியின் முதல் கண்ணி இஸ்ஃபஹானில் உருவானது.

கடுமையான போருக்குப் பின்னர், நுஅய்ம், ரேயையும் அஸர்பைஜானையும், நுஅய்மின் சகோதரரான சுவைத், கூமிஸையும் வென்றனர். ருஸ்ட்டமின் சகோதரன், உத்பாவால் சிறைப்பிடிக்கப்பட்டு, ஜிஸ்யா வழங்குவதான வாக்குறுதியின்பேரில் விடுதலை பெற்றான். அவர் பிறகு ஜுர்ஜானை வென்றார். பின்னர், தபரிஸ்தானின் பெரும் நிலப்பகுதி முழுவதும் முஸ்லிம்களிடம் வீழ்ந்தது. புகைர், ஆர்மேனியாவை வென்றார். அப்துர் ரஹ்மான் பின் ரபீஆ, பைதாவையும் கஸ்ரையும் வென்றார்.

ஆஸிம் பின் உமர் (ரலி) செய்ஸ்தானை வெற்றிகொள்ள, சுஹைல் பின் அதீ, கிர்மானைக் கைப்பற்றினார். ஹகம் பின் ஸஅலபி (ரலி) மக்ரானை (பலுச்சிஸ்தான்) வெற்றிகொண்டார். தீவிரமாக நடந்த

போரின் முடிவில், மக்ரான் மன்னன் ராசல் தோல்வியுற்றான்.

ஹகம் பின் அம்ர், கலீஃபாவுக்கு அனுப்பி வைத்த வெற்றிச் செய்தியுடன், போர்ப் பொருள்களாகப் பிடிபட்ட சில யானைகளும் இருந்தன. தூதுவராகச் சென்ற ஸஹார் அப்தி (ரலி) அவர்களிடம் மக்ரான் குறித்த செய்திகளை உமர் (ரலி) கேட்டறிந்தார். இத்துடன் போர் முஸ்தீபுகளை நிறுத்தி வைக்கும்படி, ஹகம் (ரலி) அவர்களுக்கு ஒரு உத்தரவுடன் ஸஹார் அப்தி (ரலி) அனுப்பி வைக்கப்பட்டார்.

குராசானிலிருக்கும் யஸ்கிர்த், முழு அளவிலான ஒரு தாக்குதலில் ஈடுபடுவதற்கான வாய்ப்பை உணர்ந்த உமர் (ரலி), அஹ்நஃப் பின் கைஸ் (ரலி) அவர்களுக்கு உதவியாக வீரமும் போர்அனுபவமும்கொண்ட தலைவர்களின்கீழ் பல்வேறு படைப் பிரிவுகளை அனுப்பி வைத்தார்.

புதிய துணைப்படைகள் வந்து சேர்ந்ததும் அஹ்நஃப் (ரலி), பல்காவின்மீது ஒரு பெரும் தாக்குதலை மேற்கொண்டார். மிகப்பெரிய இழப்புகளுடன் தோல்வியுற்ற யஸ்கிர்த், துருக்கிஸ்தானுக்கு ஓடினான். குராசான் முழுமையாக முஸ்லிம்களின்கீழ் வந்தது. மர்வரோத், ஆட்சித் தலைமையகமாக அமைந்தது.

அஹ்நஃப் (ரலி) அவர்களின் ஆற்றலையும் வீரத்தையும் பாராட்டினார் உமர் (ரலி). மேலும், முன்னேறிச் செல்வதற்கான ஒப்புதலை வேண்டிய அஹ்நஃப் (ரலி) அவர்களுக்கு, கலீஃபா பதிலெழுதினார்: “நமக்கும் குராசானுக்குமிடையே ஒரு நெருப்பாறு ஓடவே நான் விரும்புகிறேன்.”

எல்லைகளை விரிவுபடுத்தும் நோக்கம் ஏற்புடையதல்ல என்பதையே உமர் (ரலி) இப்படி அறிவுறுத்தினார். இப்போதிருக்கும் பகுதியிலிருந்து முன்னேற வேண்டாமென்றும் உத்தரவிட்டார்.

ஃபர்கானாவை அடைந்த யஸ்கிர்தை, சீனப் பேரரசன் காக்கான் மிகுந்த மரியாதையுடன் வரவேற்றான். ஒரு பெரும்படைக்குத் தலைமையேற்று யஸ்கிர்துடன் குராசானை நோக்கிச் சென்ற காக்கான், மர்வரோத்தைத் தாக்கினான். யஸ்கிர்த், மர்வ் ஷாஜஹானைத் தாக்கினான். காக்கானை எதிர்கொண்ட அஹ்நஃப் (ரலி) அவனைத் தோற்கடித்தார். தன்னுடைய ஆட்களில் முக்கியமான சிலரைப்

பலிகொடுத்த காக்கான், ஃபர்கானாவை நோக்கி ஓடினான்.

காக்கானின் தோல்வியுடன், யஸ்கிர்த், வெற்றியின்மீதான நம்பிக்கையை முழுவதுமாக இழந்த நிலையில், மர்வ் ஷாஜஹான் முற்றுகையைக் கைவிட்டுத் தனது செல்வங்கள் அனைத்தையும் திரட்டிக்கொண்டு துருக்கிஸ்தானை நோக்கிப் புறப்பட்டான். இதையறிந்த யஸ்கிர்தின் அரசவையினர் அவனுக்கெதிராகத் திரும்பினார்கள். பெருமளவிலான அவனது செல்வங்களைக் கொள்ளையடித்தனர். பெருமைகள் அனைத்தையும் இழந்துபோன யஸ்கிர்த், காக்கானின் தலைநகரான ஃபர்கானாவுக்கு ஓடி அங்கேயே வாழ்ந்து வந்தான்.

வெற்றி குறித்துத் தகவலறிந்த உமர் (ரலி), மதீனா மக்கள் அனைவரையும் மஸ்ஜிதுந் நபவீயில் ஒன்றுகூட்டி, வெற்றிகள் குறித்து சிறப்பான ஓர் உரை நிகழ்த்தினார். அதில், "இன்றைய தினம், மஜூஷி (நெருப்பு வணங்கி) களின் பேரரசு முடிவுக்கு வந்துள்ளது. இன்று, முஸ்லிம்களுக்கு இடையூறான ஒரு சிறு நிலப்பகுதிகூட அவர்களிடமில்லை. உங்கள் செயல்களையும் நடவடிக்கைகளையும் சோதிக்கும் பொருட்டு எல்லாம் வல்ல அல்லாஹ், மஜூசிகளின் நாட்டுக்கும் அவர்களது செல்வங்களுக்கும் உடைமைகளுக்கும் உங்களைத் தலைவராக்கியிருக்கிறான். உங்கள் வாழ்க்கையில் நன்னெறியற்ற எந்த மாற்றங்களுக்கும் இடம் தரலாகாது என்பதை முஸ்லிம்களாகிய நீங்கள் மனதில்கொள்ளுங்கள். நெறிபிறழ்வீர்களெனில் எல்லாம் வல்ல அல்லாஹ் உங்களிடமிருக்கும் அவற்றை மற்றவர்களுக்கு அளித்துவிடுவான்."

இதன் பிறகு சில நாள்களில், மதீனாவில் உமர் (ரலி) அவர்களின் சோகமான மரணம் நிகழ்ந்தது.

பஞ்சமும் கொள்ளை நோயும் : இராக்கிலும் சிரியாவிலும் எகிப்திலும் ஹிஜ்ரீ 17 ஆம் ஆண்டு இறுதியில் ஆரம்பித்த கொள்ளை நோய், ஹிஜ்ரீ 18 ஆம் ஆண்டின் தொடக்கத்தில் மிகக் கடுமையாக மாறியது. கூடவே, அரேபிய எல்லைப் பகுதியில் பஞ்சமும் தொடங்கியது. உணவுப் பற்றாக்குறை மனித வாழ்க்கையைத் துன்பத்திற்குள்ளாக்கியது. மிகுந்த துணிவுடனும் ஆற்றலுடன் இந்நிலையை எதிர்கொள்ள உமர் (ரலி) முன்வந்தார். உலகுக்கே முன்மாதிரியான அணுகுமுறையுடன் அதை எதிர்கொண்டார். மதீனா

மக்களுக்கு உணவு தானியங்களை விரைந்து அனுப்பி வைக்குமாறு அனைத்துப் பகுதி ஆளுநர்களுக்கும் கடிதங்கள் எழுதினார்.

அம்ர் (ரலி) எகிப்திலிருந்து உடனடியாக இருபது கப்பல்களில் உணவு தானியங்கள் அனுப்பி வைத்தார். உமர் (ரலி) அவர்களின் நேரடிக் கண்காணிப்பில் இவை அனைத்தும் துறைமுகத்தின் தானியக்களஞ்சியத்தில் பாதுகாத்து வைக்கப்பட்டன.

பின்னர், பயனாளர்களுக்கான பட்டியலின்படி தேவைக்கேற்ப உணவுப்பொருள்களை மக்களுக்குப் பகிர்ந்தளித்தார். பஞ்சத்தின் பிடியிலிருந்து மக்கள் மீள்வதுவரைக்கும் தாம் வெண்ணெய், பால் போன்றவற்றைப் பயன்படுத்துவதில்லை என்றும் அவர் முடிவு செய்தார்.

சிரியாவில் கொள்ளை நோய் பரவுவதாக அறிந்த உமர் (ரலி), அங்குள்ள இஸ்லாமியப் படைமுகாமுக்குச் சென்றார். சார்க் எனுமிடத்தில், அபூஉபைத் பின் ஜர்ராஹ் (ரலி) அவர்களும் மற்ற படைத்தலைவர்களும் கலீஃபாவுக்குச் சிறப்பான முறையில் வரவேற்பளித்தனர். நபித்தோழர்கள் சிலர், மேற்கொண்டு செல்ல வேண்டாமென்றும் உமர் (ரலி) அவர்களிடம் கேட்டுக்கொண்டனர்.

அப்துர் ரஹ்மான் பின் அவ்ஃப் (ரலி), தொற்றுநோய் பாதித்த இடத்துக்குச் செல்லவோ பாதித்த இடத்திலிருந்து வெளிவரவோ வேண்டாமென்று இறைத்தூதர் சொன்னதை, தாம் செவி மடுத்ததாகச் சொன்னார். இதைக்கேட்ட உமர் (ரலி) மதீனாவுக்குத் திரும்பினார். நிலைமையை மிகுந்த கவனத்துடனும் பாதுகாப்புடனும் கையாளும்படி பணியாளர்களுக்கு உத்தரவிட்டார்.

அபூஉபைத் (ரலி) அப்போது தாழ்வான நிலப்பகுதியொன்றில் முகாமிட்டிருந்தார். கலீஃபாவின் உத்தரவின்படி, அவர் நல்ல காலநிலையுள்ள ஜாபியா எனுமிடத்தை நோக்கிப் படைகளைக் கொண்டு சென்றார். இருந்தும், ஜாபியாவில் வைத்து நோயால் அவர் பாதிக்கப்பட்டார். தமக்குப் பதிலாக, முஆத் பின் ஜபல் (ரலி) அவர்களைப் படைத்தலைவராக நியமித்துவிட்டு அபூஉபைத் (ரலி) காலமானார். முஆத் (ரலி) அவர்களும் நீண்டநாள் வாழவில்லை. அவரும் நோய்க்குப் பலியானார். அவரது மகனும் தனது வாழ்வின் தொடக்கத்திலேயே நோய்க்குப் பலியானார்.

நோய்வாய்ப்பட்ட நிலையில், முஆத் (ரலி), தமக்குப் பதிலாக அம்ர் (ரலி) அவர்களை நியமித்திருந்தார். அம்ர் (ரலி) படைவீரர்களுடன் ஒரு மலையின்மீதேறி சிறுசிறு குழுக்களாக முகாம்கள் அமைத்துத் தங்கினார். சிறிது காலத்துக்குப் பிறகு தொற்றுநோயின் தீவிரம் குறைந்தது. அதற்குள், பலர் நோய்க்கு இரையாகியிருந்தனர். மிகவும் சிறப்பு வாய்ந்த முஸ்லிம்கள் சிலரும் இந்நோய்க்குப் பலியாயினர்.

ஹிஜ்ரீ 18 ஆம் ஆண்டான இக்காலகட்டத்தில், ஷுரைஹ் பின் ஹாரிஸ் கின்தியையும் கஅப் பின் ஸுவ்ர் அஸ்தியையும் கூஃபாவிற்கும் பஸ்ராவிற்கும் நீதிபதிகளாக நியமித்தார் உமர் (ரலி). மக்காவுக்கும் மதீனாவுக்குமிடையே பொதுமக்களுக்காக வீடுகளும் நீர்நிலைகளும் அமைத்தார். அருகிலிருந்த வீடுகளை விலைக்கு வாங்கி கஅபாவை விரிவுபடுத்தினார்.

கலீஃபா உமர் ஃபாரூக் (ரலி) அவர்களின் வெற்றிகள் : பாரசீகம், இராக், ஜஸீரா, குராசான், பலுச்சிஸ்தான், சிரியா, பாலஸ்தீன், எகிப்து, ஆர்மேனியா ஆகிய நாடுகள் இஸ்லாமியப் பேரரசின்கீழ் வந்திருந்தன. இப்பெரும் வெற்றிகள் அனைத்தும் உமர் (ரலி) அவர்களின் பத்தாண்டு கால கிலாஃபத்தின்போது பெற்றவை. ஹிஜ்ரீ 22 ஆம் ஆண்டில் உமர் (ரலி) அவர்களால் உருவாக்கப்பட்ட இந்நாடுகளில் சில, தனித்தனி ஆளுநர்களும் தலைமையகங்களுமான இரு மையங்களைக் கொண்டவை. பரப்பளவில் ஒவ்வொன்றும் இரண்டு நாடுகளுக்கொப்பானவை.

உமர் ஃபாரூக் (ரலி) அவர்களின் இறப்பு : மதீனாவில், பாரசீக இனத்தைச் சேர்ந்த ஃபிரோஸ் எனும் பெயரில் அழைக்கப்படும் அடிமை ஒருவன் இருந்தான். இவனது உண்மையான பெயர் அபூ லூலூ என்பதாகும்.

ஒரு நாள், இவன் வணிக மையமொன்றில் வைத்து கலீஃபா உமர் (ரலி) அவர்களைச் சந்தித்தான். தன்னுடைய தலைவரான முகீரா பின் ஷுஅபா, தன்மீது அதிகமான வரியைச் சுமத்தியிருக்கிறார். அதனைக் குறைக்க தாங்கள் ஆவன செய்ய வேண்டுமென்று முறையிட்டான்.

வரித் தொகை குறித்து உமர் (ரலி) கேட்டபோது அவன், நாளொன்றுக்கு இரண்டு திர்ஹம்கள் என்று சொன்னான்.

அவனுடைய தொழில் குறித்துக் கேட்டபோது, தச்சனாகவும் வர்ணம் தீட்டுபவனாகவும், கொல்லனாகவும் பணி புரிகிறேன் என்றான். இலாபகரமான இத்தொழில்களைப் பொறுத்தவரைக்கும் வரித்தொகை அதிகமல்லவே? என்றார் கலீஃபா. அவரது பதில் ஃபிரோசுக்குத் திருப்தியாக இல்லை.

பிறகு, உமர் (ரலி), அவன் காற்றில் செயல்படும் ஆட்டுக்கல் செய்பவன் என்பதை அறிந்து, தமக்கும் அதுபோல் ஒன்றைச் செய்து தர இயலுமா என்று கேட்டார். சிறப்பான முறையில் செய்து தருகிறேன். மேற்கும் கிழக்கும் இது குறித்துப் பேசுமளவில் சிறப்பாக அமைந்திருக்கும் என்றான் ஃபிரோஸ்.

மறுநாள், அதிகாலைத் தொழுகையை மேற்கொள்வதற்காக பள்ளிவாசலில் மக்கள் ஒன்றுகூடிய வேளையில், விஷம் தோய்க்கப்பட்ட ஒரு குறுவாளுடன் வந்தான் ஃபிரோஸ். வரிசைகள் ஒழுங்குபடுத்தப்பட்ட பிறகு, உமர் (ரலி) தொழுகையை முன்நின்று நடத்துவதற்காக நின்றார். அப்போது, யாரும் எதிர்பாராத வேளையில் திடீரென பாய்ந்து வந்த ஃபிரோஸ், கையிலிருந்த குறுவாளால் உமர் (ரலி) அவர்களை மூன்று முறை குத்தினான். அதிலொன்று கலீஃபாவின் தொப்புளின் கீழ்ப்பகுதியில் பாய்ந்தது.

அருகில் நின்றிருந்த அப்துர் ரஹ்மான் பின் அவ்ஃப் (ரலி) அவர்களைப் பற்றிப் பிடித்துக் கொண்ட கலீஃபா உமர் (ரலி), தம்மைத் தமது இருப்பிடத்துக்கு அழைத்துச் செல்லும்படி கேட்டுக்கொண்டார். தொடர்ந்து, உணர்விழந்த நிலையில் அப்படியே தரையில் சாய்ந்தார். கலீஃபா, குற்றுயிராக விழுந்து கிடக்க, அப்துர் ரஹ்மான் (ரலி) தொழுகையை முன்நின்று நடத்தினார்.

குலைப் பின் அல்புகைர் (ரலி) அவர்களையும் குறுவாளால் குத்திக் கொலை செய்தான் அபூலூலூ. வேறு சிலரையும் காயப்படுத்தினான். மற்றவர்கள் அவனைச் சுற்றி வளைத்துப் பிடித்தபோது தற்கொலை செய்துகொண்டான். தொழுகை முடிந்ததும் உமர் (ரலி) அவர்களை வீட்டுக்குக் கொண்டு சென்றனர். உணர்வு திரும்பியதும், உமர் (ரலி) யின் உதடுகளிலிருந்து வெளிவந்த முதல் வார்த்தைகள், என்னைக் கொலை செய்தவன் யார் என்பதுதான். அங்கிருந்தோர், அபூலூலூ என்றனர். முஸ்லிம் என்று சொல்லிக்கொள்ளும் ஒருவனோ அல்லாஹ்வின் முன்னிலையில் ஒரே ஒரு சஜ்தாவாவது செய்தவனோ

என்னைக் கொலை செய்யவில்லை என்பதில் அல்லாஹ்வுக்கு நன்றி தெரிவித்துக்கொள்கிறேன் என்று உமர் (ரலி) மனநிறைவுடன் கூறினார்.

மருத்துவர் அழைத்து வரப்பட்டார். அவர், பேரீச்சம்பழக் கூழையும் பாலையும் காயங்களின்மீது புரட்டினார். அவை காயங்களினுள் செல்லவில்லை. இதைக் கண்ணுற்றவர்கள், கலீஃபா உயிர் பிழைக்கமாட்டார் என்பதைப் புரிந்துகொண்டனர். ஆகவே, அபூபக்ர் (ரலி) அவர்களின் இறுதிக் கட்டத்தில் நிகழ்ந்ததுபோல், அடுத்த கலீஃபாவாக ஒருவரை முன்மொழியும்படி உமர் (ரலி) அவர்களிடம் கேட்டனர். அவர், அப்துர் ரஹ்மான் பின் அவ்ஃப், ஸஅத் பின் அபீவக்காஸ், ஸுபைர் பின் அவ்வாம், தல்ஹா, அலீ, உஸ்மான் பின் அஃப்ஃபான் (ரலி) ஆகியோரை அழைத்துவரச் சொன்னார். தல்ஹா (ரலி) அப்போது மதீனாவுக்கு வெளியே இருந்தார். உமர் (ரலி), ஐந்து பேரையும் அழைத்துப் பேசினார்: "தல்ஹா வரும்வரை மூன்று நாள்கள் பொறுத்திருங்கள். அதற்குள் அவர் வந்து விட்டால், இந்தக் குழுவில் அவரும் சேருவார். இல்லையெனில், உங்களில் ஒருவரைக் கலீஃபாவாகத் தேர்வு செய்யுங்கள்" என்றார்.

இதைத் தொடர்ந்து, தம் மகன் அப்துல்லாஹ் பின் உமர் (ரலி) அவர்களை அழைத்து, "கலீஃபாவுக்கான தேர்வில் அவர்களிடையே முரண்பாடுகள் எழுமெனில் நீர் பெரும்பான்மையினருக்கு ஆதரவாக இருப்பீராக! இரு பிரிவும் சமமாக இருந்தால் அப்துர் ரஹ்மான் பின் அவ்ஃப் அவர்களது பிரிவுக்கு உமது ஆதரவைத் தெரிவிப்பீராக" என்றார்.

பின்னர், அபூதல்ஹா அன்சாரி, மிக்தாத் அஸ்வத் (ரலி) ஆகியோரை அழைத்து, கலீஃபா தேர்வு குறித்தக் கலந்துரையாடல் நடக்கும்போது பாதுகாப்புக் கொடுக்கவும் கலந்துரையாடல் முடியும்வரை யாரையும் உள்ளே அனுமதிக்க வேண்டாமென்றும் உத்தரவிட்டார்.

தொடர்ந்து, குழுவின் உறுப்பினர்களை அழைத்து, "கலீஃபாவாகத் தேர்வு செய்யப்படுபவருக்கு என்னுடைய இறுதி ஆணையையும் விருப்பத்தையும் நான் பதிவு செய்கிறேன். இறைத்தூதருக்கு மிகுந்த ஒத்துழைப்பை நல்கிய, அன்சார்களின் உரிமைகளில்

கலீஃபா தனிப்பட்ட ஈடுபாடு காட்டவேண்டும். அவர்கள் உங்கள் நலனை விரும்புபவர்களாக இருக்கிறார்கள். எனவே, அவர்களது பொறுப்பு உங்கள்மீது கட்டாயமாக்கப்பட்டிருக்கிறது. அவர்கள் தவறிழைப்பார்களெனில் அதற்கு முக்கியத்துவம் கொடுக்க வேண்டாம். கலீஃபாவாகத் தேர்வு செய்யப்படுபவர், முஹாஜிர்கள்மீதும் ஈடுபாடு செலுத்த வேண்டும். ஏனெனில், அவர்கள் இஸ்லாத்தின் வேர்கள். திம்மிகளுக்கான உரிமைகளைப் பாதுகாப்பீர்களாக. அவர்களுக்குக் கொடுக்கும் வாக்குறுதிகளை நிறைவேற்றுவீர்களாக! எதிரிகளை விட்டு அவர்கள் தொலைவாக்கப்பட வேண்டும். அவர்களது ஆற்றலுக்கு மீறிய எதையும் செய்ய அவர்களை வலியுறுத்த வேண்டாம்" என்றார்.

குடிமக்கள் நலன்களை ஒழுங்குபடுத்திய உமர் (ரலி), தனிப்பட்ட விருப்பமாக, மகன் அப்துல்லாஹ் (ரலி) அவர்களிடம் சொன்னார்: "ஆயிஷா அவர்களிடம் சென்று இறைத்தூதரின் அருகில் என்னை அடக்கம் செய்ய அவரது ஒப்புதலை நான் இரந்து வேண்டியதாகக் கேளும்." ஆயிஷா (ரலி) அவர்களைக் காணச் சென்றார் அப்துல்லாஹ் (ரலி). ஆயிஷா (ரலி) அவர்கள் அப்போது கண்ணீர் வடித்த நிலையில் அமர்ந்திருந்தார். அவரது வேதனை தணிய, சற்று நேரம் பொறுத்திருந்த அப்துல்லாஹ் (ரலி), முகமன் சொல்லி விட்டு, தந்தையின் விருப்பத்தைத் தெரிவித்தார்.

"அந்த இடத்தை நான் எனக்காக ஒதுக்கியிருந்தேன். ஆனால், உமர் அவர்கள் என்னை முந்திக்கொள்வதால் அவரது விருப்பத்துக்கு உடன்படுகிறேன்" என்றார் ஆயிஷா (ரலி). அப்துல்லாஹ் (ரலி) தமது தந்தையிடம் திரும்பி வந்தார். "என்ன செய்தி கொண்டு வந்திருக்கிறீர் மகனே?" என்று ஆர்வத்துடன் கேட்டார் உமர் (ரலி). "தங்களுக்கு மனநிறைவைத் தருகிற செய்தி" என்றார் அப்துல்லாஹ் (ரலி). "என்னுடைய வாழ்க்கையின் மாபெரும் விருப்பமாக அதுவே இருந்தது" என்றார் இஸ்லாமியப் பேரரசின் கலீஃபாவும் இறைநம்பிக்கையாளர்களின் தலைவருமாகிய உமர் ஃபாரூக் (ரலி).

உமர் (ரலி) மீதான இந்தத் தாக்குதல், ஹிஜ்ரீ 23 ஆம் ஆண்டு, துல்ஹஜ் மாதம் 26ஆம் நாள், புதன்கிழமையன்று நிகழ்ந்தது. ஹிஜ்ரீ 24 ஆம் ஆண்டு, முஹர்ரம் மாதம், முதல் நாளன்று அவரது உயிர் பிரிந்தது. உடல் அன்றைய தினமே நல்லடக்கம் செய்யப்பட்டது.

உமர் (ரலி) கலீஃபாவாகப் பொறுப்பிலிருந்த காலம் பத்தரை ஆண்டுகள். அவரது ஜனாஸா தொழுகையை ஸுஹைப் (ரலி) முன்நின்று நடத்தினார். அலீ, ஸுபைர், உஸ்மான், அப்துர் ரஹ்மான், அப்துல்லாஹ் (ரலி) ஆகியோர் அவரது உடலை மண்ணுக்குள் இறக்கி, இறுதிக் கடமைகளை நிறைவு செய்தனர்.

மனைவியரும் வாரிசுகளும் : அறியாமைக் காலத்தில் உமர் (ரலி) மணம் செய்துகொண்ட முதல் மனைவி ஸைனப் (ரலி). இவரது முந்தைய தலைமுறை, மழ்ஊன் பின் ஹபீப், பின் வஹப், பின் ஹுதாஃபா, பின் ஜும்ஹ் என்பதாகும். உமர் - ஸைனப் தம்பதியினருக்கு அப்துல்லாஹ், அப்துர் ரஹ்மான், ஹஃப்ஸா (ரலி) என மூன்று வாரிசுகள். ஸைனப் (ரலி) மக்காவில் இஸ்லாத்தைத் தழுவி அங்கேயே வாழ்ந்து மறைந்தார். பதினான்காவது ஆளாக இஸ்லாத்தைத் தழுவியவரும் தொடக்கக் கால முஸ்லிம்களில் ஒருவருமான உஸ்மான் பின் மழ்ஊன் (ரலி) இவரது சகோதரர்.

உமர் (ரலி) அவர்களின் இரண்டாவது மனைவி, முழைக்கா பின்த் ஜர்வல் குஸாயீ. இவரும் அறியாமைக் காலத்தில் மணம் முடிக்கப்பட்டவர்தான். இவருக்கு உபைதுல்லாஹ் எனும் மகன் பிறந்தார். இஸ்லாத்தை ஏற்க மறுத்த முழைக்கா, ஹிஜ்ரீ 6 இல் மணவிலக்குப் பெற்றார். மூன்றாவது மனைவி, கரீபா பின்த் அபூஉமய்யா மக்ஸூமி. இவரும் அறியாமைக்காலத்தில் மணம் முடிக்கப்பட்டவர்தான். இஸ்லாத்தை ஏற்க மறுத்த இவரும் ஹுதைபியா உடன்பாட்டு முறிவுக்குப் பின், ஹிஜ்ரீ 6 ஆம் ஆண்டு மணவிலக்குப் பெற்றார்.

நான்காவது மனைவி, உம்மு ஹகீம் பின்த் அல்ஹாரிஸ். இவருக்கு ஃபாத்திமா எனும் மகள் பிறந்தார். ஐந்தாவது மனைவி, ஜமீலா பின்த் ஆஸிம். இவருக்குப் பிறந்தவர்தான் ஆஸிம் (ரலி). இவரும் சில நடத்தைகளின் காரணமாக மணவிலக்கு பெற்றார்.

ஆறாவது மனைவி, உம்மு குல்ஸும் பின்த் அலீ (ரலி). இவருக்கு, ருக்கையா, ஸைத் (ரலி) எனும் இரண்டு வாரிசுகள். உமர் (ரலி) அவர்களின் வாரிசுகளில் ஹஃப்ஸா, அப்துல்லாஹ் (ரலி) ஆகியோர் நன்கு புகழ்பெற்றவர்கள். ஹஃப்ஸா (ரலி) இறைத்தூதரின் மனைவியார். அப்துல்லாஹ் பின் உமர் (ரலி) அனைத்துப் போர்களின்போதும் இறைத்தூதருடன் கலந்துகொண்டவர்.

உமர் (ரலி) அவர்களுக்கு மேலும் மனைவியர் இருந்தனர். ஆத்திகா பின்த் ஸைத் என்பவரின் மகளும் அவர்களில் ஒருவர். இவர், உமர் (ரலி) அவர்களின் முறைப்பெண். உமர் (ரலி) அவர்களின் மனைவியரில், ஃபுகைஹா யமேனியாவும் நன்கு புகழ்பெற்றவராவார். இப்பெண்மணி அவருடைய அடிமைப்பெண் என்றும் இவர் இரண்டாவது அப்துர் ரஹ்மான் (ரலி) அவர்களின் தாயார் என்றும் சில குறிப்புகள் உள்ளன.

உமர் (ரலி) அவர்களின் முதன்மைப் பணிகள் : பொருளாதாரம், அரசியல், மக்கள் நலம்போன்ற துறைகளில் உமர் (ரலி) பல்வேறு சீர்திருத்த நடவடிக்கைகளை முதன்முதலாக உருவாக்கி நடைமுறைப்படுத்தினார். அவற்றுள் முதன்மையானவை: ஒழுங்குபடுத்தப்பட்ட பொதுக்கருவூலம் (பைத்துல்மால்), ஹிஜ்ரீ ஆண்டு நாட்காட்டி, படைகளுக்கான ஒழுங்குமுறை அமைப்பு, பொருளாதார நடவடிக்கைகளுக்கான ஒழுங்கு முறை அமைப்பு, தன்னார்வத் தொண்டில் ஈடுபடுபவர்களுக்கு உதவித்தொகை, நில அளவீடு மற்றும் பதிவுகள், ஒழுங்குபடுத்தப்பட்ட மக்கள்தொகைக் கணக்கெடுப்பு, கால்வாய்கள் அமைத்தல், இஸ்லாமிய நாடுகளின் எல்லைப்பகுதிகளை வரையறைத்தல், கூஃபா, பஸ்ரா, ஜீஸா, ஃபுஸ்தாத் (கெய்ரோ) போன்ற நகரங்களில் மக்கள் குடியேற்றம் அதிகரிப்பதற்கான ஏற்பாடுகள்.

எதிரி நாட்டு வணிகர்கள் வணிக நோக்கத்துடன் முஸ்லிம் பகுதிக்குள் வருவதற்கு ஒப்புதலளித்த முதலாவது கலீஃபாவும், வலியை ஏற்படுத்தும் தண்டனை முறையாக முதன்முதலில் முட்கசையைப் பயன்படுத்தியவரும், சிறைக்கூடத்தையும் ஊர்க்காவல் படையையும் அறிமுகப்படுத்தியவரும், அரசு நிர்வாகங்கள் குறித்தும், மக்கள் நலன்கள் குறித்தும் நேரடித் தகவல்களைத் திரட்டும் முறையை அறிமுகப்படுத்தியவரும் உளவுத்துறையை அறிமுகப்படுத்தியவரும் உமர் (ரலி) அவர்களே.

கிறிஸ்தவர் மற்றும் யூதர்களில் பலவீனமானப் பிரிவினருக்கு வாழ்வாதாரங்களை உறுதி செய்ததுடன் அவர்களுக்கான குடியிருப்புகளும் கிணறுகளும் அமைத்துக்கொடுத்த முதல் கலீஃபாவும் உமர் (ரலி) தான். வணிக நோக்கத்துடன் வளர்க்கும் குதிரைகளை ஸகாத் நிதிக்குள் கொண்டு வந்தார். மேலும், தராவீஹ் தொழுகைக்கான ஒழுங்கமைப்புகளையும் செய்தார். ஜனாஸா

தொழுகைக்கு நான்கு தக்பீர்கள் என முறைப்படுத்தினார்.

பல்வேறு நிலைகளும் சிறப்புக் கூறுகளும் : உமர் (ரலி) மிகவும் எளிமையான உணவு வகைகளையே உண்டு வாழ்ந்தார். கலீஃபாவின் விருந்தினர்களாக, மதீனாவுக்கு வெளியே இருந்து வரும் தூதர்களுக்கு இத்தகைய எளிமையான உணவுகள் வழக்கமில்லை. எனினும் அவர்கள் கலீஃபா உண்ணும் உணவையே உண்டனர். அவரது உடைகளும் மிக எளிமையானவை. பெரும்பாலும் ஒட்டுப்போட்ட உடைகளாக இருக்கும். அவருடைய சில பருத்தி மேலாடைகள்மீது தோல் ஒட்டுக்கள் இருக்கும்.

ஒருமுறை, கலீஃபாவைக் காண்பதற்காக மக்கள் அவரது வீட்டுக்கு வெளியே காத்திருந்தனர். வெளியில் வந்த கலீஃபாவைக் கண்டதும் காலதாமதம் ஏற்பட்டதற்கான காரணத்தை மக்கள் புரிந்துகொண்டனர். அணிந்திருந்த உடையைத் துவைத்து அது உலரும்வரை காத்திருந்திருக்கிறார் கலீஃபா.

மக்காவிலிருந்து புலம்பெயர்ந்த பின், உமர் (ரலி), மதீனாவிலிருந்து இரண்டு மூன்று மைல் தொலைவிலுள்ள ஒரு சிற்றூரில் வசித்து வந்தார். கலீஃபாவான பிறகு மதீனாவில், இறைத்தூதர் தொழுமிடத்துக்கு அருகில் பாபுஸ் ஸலாம் பாபுர் ரஹ்மாவினிடையிலுள்ள ஒரு வீட்டில் வசித்தார். தாம் வாங்கிய கடன் குறித்து, மரணத் தருவாயில் உமர் (ரலி) அவர்கள், "எனது வீட்டை விற்று அதில் கிடைக்கும் பணத்தில் கடன்கள் அடைக்கப்பட வேண்டும்" என்றார். முஆவியா (ரலி) அவ்வீட்டை விலைக்கு வாங்கினார். இப்படியாக கலீஃபா வாங்கிய கடன்கள் தீர்க்கப்பட்டன.

தமது சொற்பொழிவின்போது ஒரு முறை உமர் (ரலி) குறிப்பிட்டார்: "மகா ஜனங்களே! முன் காலங்களில், நான் தண்ணீர் கொண்டுவந்து மற்றவர்களுக்குக் கொடுப்பேன். இதற்குக் கைம்மாறாக அவர்கள் பேரீச்சம்பழங்கள் தருவார்கள்." இதை இப்போது குறிப்பிடுவதற்கான காரணமென்ன என்று மக்கள் கேட்டனர். உமர் (ரலி) சொன்னார்: "பெருமையின் ஒரு நிழல் என்மீது படிவதாக உணர்ந்தேன். ஆகவே, என்னைச் சமன் செய்துகொள்வதன் பொருட்டு இதைக் குறிப்பிட வேண்டியதாயிற்று."

மதீனாவுக்கும் மக்காவுக்குமிடையே அடிக்கடி பயணம்

இஸ்லாமிய வரலாறு இரண்டாம் பாகம்

மேற்கொண்ட கலீஃபா, தன்னுடன் சிறு கூடாரத்தையோ அதுபோன்ற எந்தவிதமான பொருள்களையோ எடுத்துச் சென்றதில்லை. ஓய்வு தேவைப்பட்டால், ஒரு மரத்தின்கீழ் தனது போர்வையை விரித்துப் படுத்துக்கொள்வார். தூக்கம் வந்தால் சிறு கற்களையும் மணலையும் குவித்து, தலையணையாகப் பயன்படுத்திக்கொள்வார்.

உமர் (ரலி), இறைத்தூதரின் மனைவியருக்கும் பத்ர் போரில் கலந்துகொண்ட நபித்தோழர்களுக்கும் ரிள்வான் உடன்படிக்கையில் பங்கெடுத்தவர்களுக்கும் மற்றும் பிற நபித்தோழர்களுக்கும் வாழ்வாதாரத்திற்கான ஒரு தொகையைப் பொதுநிதியிலிருந்து வழங்கினார். தம் மகன் அப்துல்லாஹ் (ரலி) அவர்களுக்கு வழங்குவதை விட அதிகமாக, உஸாமா (ரலி) அவர்களுக்கு வழங்க அவர் முன் வந்தபோது, மகன் எதிர்ப்புத் தெரிவித்தார். அப்போது உமர் (ரலி) சொன்னார்: "இறைத்தூதர் அவர்கள், உம்மீதுகொண்ட அன்பை விட அதிகமாக உஸாமாவிடமும், உமது தந்தைமீதுகொண்ட அன்பை விட அதிகமாக உஸாமாவின் தந்தையிடமும் அன்பு கொண்டிருந்தார்."

உமர் (ரலி) அவர்களின் தோழர்களும் அறிவுரை வழங்குவோரும் சிறந்த குர்ஆனிய கல்வியாளர்களாக இருந்தனர். இளைஞர்கள், வயது முதிர்ந்தவர்கள் எனும் வேறுபாடுகளின்றி அவர்களை மரியாதையுடன் நடத்தினார். மனிதர்களை அவர்களது மனஉறுதியின் அறிவுத்திறனின், பண்புக்கூறுகளின் அடிப்படையில் மதித்தார். நபித்தோழர்கள் பலரிடமிருந்த சிறந்த பண்பாற்றல்களைப் பயன்படுத்திக்கொண்டார். அதிகாரம், உத்தரவு பிறப்பித்தல், செயலாக்கம் போன்ற முக்கியத் துறைகள் சார்ந்த பொறுப்புகளுக்கு ஆட்களை நியமிக்கும்போது, இறையச்சம், இறையியல் அறிவுகளை மட்டும் முன்வைத்துத் தேர்வு செய்வதில்லை. ஆற்றல், அறிவுத்திறன் போன்றவற்றையும் கவனத்தில்கொண்டார்.

பத்தாண்டு காலம் நீண்ட உமர் (ரலி) அவர்களின் கிலாஃபத்தின்போது, இராக்கிலும் சிரியாவிலும் பாலஸ்தீனிலும் எகிப்திலும் குராசானிலுமாக நூற்றுக்கணக்கான போர்கள் நடைபெற்றன. படைத்தலைவர்களை நியமிக்கும் பொறுப்பு தம்மிடமிருந்தும், எந்தப் போரிலும் அவர் நேரடியாகப் பங்குகொள்ளவில்லை. ஆனால், அனைத்துப் போர்களும் அவரது கட்டுப்பாட்டின் கீழ்தான் நிகழ்ந்தன. அவரது தீர்மானங்களிலும்

உத்தரவுகளிலும் எந்தப் பழுதுகளும் இருந்ததாக யாரும் சுட்டிக்காட்டியதில்லை. தொடர்ந்து, நான்கு மாதங்களுக்கு மேல், எந்த வீரரையும் முகாமில் தங்க வைக்க வேண்டாம். ஓய்வுக்காக, தங்கள் வீடுகளுக்குச் செல்ல அவர்களை அனுமதிக்க வேண்டுமென்று ஆளுநர்கள் அனைவருக்கும் அவர் உத்தரவிட்டிருந்தார்.

ஒரு நோயின் பொருட்டு, உமர் (ரலி) அவர்களுக்கு ஒருமுறை தேன் தேவைப்பட்டது. அவரிடம் தேன் இல்லை. வெளியில் கிடைக்கவுமில்லை. பொதுக்கருவூலத்தில் இருந்தது. அதிலிருந்து எடுத்துப் பயன்படுத்தும்படி பலரும் சொன்னார்கள். மக்களின் உடைமையை அவர்களது ஒப்புதலின்றி எடுக்க இயலாது என்று மறுத்துவிட்டார் கலீஃபா.

ஒருமுறை சல்மான் (ரலி) அவர்களிடம் உமர் (ரலி), "நான் அரசனாக இருக்கிறேனா அல்லது கலீஃபாவாக இருக்கிறேனா?" என்று கேட்டார். அவர் சொன்னார்: "கிடைக்கிற ஒரு திர்ஹமாக இருந்தாலும் அதை வீண் செலவு செய்தால் அவன் அரசன். இல்லையென்றால் கலீஃபா."

நீண்ட காலம் கலீஃபாவாக இருந்த உமர் (ரலி) வறுமையில் வாடிய நிலையிலும் சொந்தத் தேவைகளின் பொருட்டு பொதுக்கருவூலத்திலிருந்து எதையும் எடுத்ததில்லை. வேறு வழியில்லாத நிலையில் ஒருநாள் இறைத்தூதரின் மஸ்ஜிதில் மக்களை ஒன்றுதிரட்டி, தாம் கிலாஃபத் பொறுப்பில் இருப்பதால், தனிப்பட்ட தேவைகளைப் பூர்த்திசெய்ய இயலவில்லை என்றும் ஆகவே, பொதுக்கருவூலத்திலிருந்து தமது குறைந்தபட்ச தேவைகளை நிறைவேற்றும் அளவுக்கு ஏதாவது கிடைக்க வழி வகை செய்யும்படியும் கேட்டுக்கொண்டார். அப்போது அலீ (ரலி) அவர்கள், "பொதுக்கருவூலத்திலிருந்து தினமும் இரண்டுவேளை உணவுக்கானதை தாங்கள் பெற்றுக்கொள்ளலாம்" என்றார். பதிலே சொல்லாமல் கலீஃபா அதனை ஏற்றுக்கொண்டார்.

அப்துல்லாஹ் பின் உமர் (ரலி) ஒருமுறை சொன்னார்: "அல்லாஹ்வின் பெயரை உச்சரிக்கும்போதும் அல்லாஹ் குறித்த அச்சம் உருவாகும்போதும் குர்ஆன் வசனங்களை ஓதும்போதும் உமர் அவர்களுக்குக் கோபம் தணிந்து விடும்."

பிலால் (ரலி) ஒரு முறை, உமர் (ரலி) அவர்களைக் குறித்து

அஸ்லம் (ரலி) அவர்களிடம் கேட்டார். அவர் சொன்னார்: "நிச்சயமாகவே உமர் (ரலி), அனைவரை விடவும் சிறந்தவர்தான். ஆனால், அவரது கோபம்தான் துன்பம் தரக்கூடியது." பிலால் (ரலி) அவர்கள், "அந்நேரத்தில் நீங்கள் ஒரு இறைவசனத்தை ஓதினால், அவரது கோபம் முழுவதுமாக அகன்று விடும்" என்றார்

ஒருமுறை உமர் (ரலி), ஒரு படைப்பிரிவை சாரியாவின் தலைமையில் போர்க்களத்துக்கு அனுப்பி வைத்தார். சில நாள்களுக்குப் பின்னர் நடந்த ஒரு ஜுமுஆ சொற்பொழிவின்போது உமர் (ரலி), "சாரியாவே, மலையிருக்கும் திசையைக் கவனிப்பீராக" என்றார். இதை முன் வைத்து சிலர், "சாரியா நஹாவந்த் போர்க்களத்தில் இருக்கிறார். தாங்கள் இங்கிருந்து, சாரியாவுக்குக் குரல் கொடுக்கிறீர்களே?" என்று கேட்டனர். உமர் (ரலி) சொன்னார்: "முஸ்லிம்கள் மலையிருக்கும் திசையைக் கவனிக்க வேண்டிய தருணம் அது. ஆகவேதான் இச்சொற்கள் எனது நாவிலிருந்து வெளி வந்தன."

சில நாள்களுக்குப் பிறகு போர்ச் செய்திகளுடன் மதீனாவுக்கு வந்த தூதர் ஒருவர், "போர் முனையில் அப்போது நாங்கள் தோல்வி முகத்திலிருந்தோம். திடீரென்று, 'சாரியாவே, மலையிருக்கும் திசையைக் கவனிப்பீராக' என்று யாரோ மூன்று முறை உரக்கச் சொல்வது எங்கள் காதுகளில் விழுந்தது. இதன் காரணமாக எதிரிகளை எங்களால் தோற்கடிக்க இயன்றது" என்றார்.

ஒரு முறை, அப்துர் ரஹ்மான் பின் அவ்ஃப் (ரலி) கலீஃபாவிடம், "உங்களை நேராகப் பார்க்கவும் தங்கள் உதடுகளை அசைக்கவும் இயலாத அளவுக்கு மக்கள் உங்களுக்குப் பயப்படுகிறார்கள்" என்றார். உமர் (ரலி) சொன்னார்: "அல்லாஹ்வின் மீதாணையாக, அவர்கள் எனக்குப் பயப்படுதை விட அதிகமாக நான் அவர்களுக்குப் பயப்படுகிறேன்."

ஒவ்வொரு ஆண்டும் தவறாமல் ஹஜ்ஜை நிறைவேற்றுமாறு ஆளுநர்களுக்கு உத்தரவு பிறப்பித்தார் கலீஃபா. ஹஜ் பயணத்தைத் தாமும் தவறாமல் மேற்கொண்டார். கலீஃபாவை மக்கள் அனைவரும் காண்பதற்கான ஒரு வாய்ப்பாகவும் இது அமைந்தது. ஆளுநர்கள்மீது மக்களுக்கு ஏதேனும் முறையீடுகள் இருப்பின் அவற்றைத் தெரிவிக்கவும், ஆளுநர்கள் அதற்கான விளக்கங்களை

அளிக்கவும் இது வசதி செய்தது. ஹஜ் பயணம் குறித்த கலீஃபாவின் உத்தரவு இந்நோக்கங்களையும் உள்ளடக்கியதாகவே இருந்தது என்பதை அதன் பலன்களிலிருந்து புரிந்துகொள்ள இயலும். தங்கள் செயல்பாடுகளை முன்வைத்து, மக்கள் தங்களது எதிர்வினைக்கு இதை வாய்ப்பாக்கிக்கொள்வார்கள் எனும் எச்சரிக்கை உணர்வு ஆளுநர்களுக்கும் இருந்தது.

வெற்றிகளின் சுருக்கம் : 22.5 நூறாயிரம் சதுர மைல்களுக்கும் அதிகமான பரப்பளவுகொண்ட நாடுகளை உமர் (ரலி) வெற்றிகொண்டார். அன்றைய உலகின் மாபெரும் பேரரசுகளான பாரசீகம் மற்றும் ரோமானியர்களை சிறு எண்ணிகையிலான அரபு முஸ்லிம் சமூகம் வெற்றிகொண்டது.

பால்கன் வளைகுடா பகுதிகள், ஆசியா மைனர், சிரியா, பாலஸ்தீன், எகிப்து, சூடான் ஆகிய நாடுகள் அப்போது ரோமானியர்களின் கீழிருந்தது. சில ஆண்டுகளுக்கு முன், ரோமானியர்களைத் தோற்கடித்த பாரசீகப் பேரரசு, சிரியா மற்றும் எகிப்துவரை முன்னேறி, ரோமப்பேரரசின் அளவுக்கு வலிமையுடன் திகழ்ந்தது. பாரசீகர்கள் தங்கள் ஆளுகையின்கீழ் வைத்திருந்த நாடுகள், ரோமானியர்களின் கீழிருந்த பரப்பளவுக்கு நிகரானவை. இவ்விரு கீர்த்திபெற்ற பேரரசுகளும் உலகின் மேற்கையும் கிழக்கையும் தங்கள் ஆளுகையின்கீழ் வைத்திருந்தன. அவர்களது பேராற்றலுக்கு அறைகூவல் விடுக்கும் மூன்றாவது சக்தியொன்று அப்போது உருவாகவில்லை.

முஸ்லிம்களின் மாபெரும் வெற்றியைக் குறித்து, முஸ்லிம் அல்லாத வரலாற்றாசிரியர்கள் சொல்லும்போது, ரோமானிய, பாரசீகப் பேரரசுக்களினுள் நிலவிய சீர்கேடுகள்தாம் இதற்குக் காரணமென்று குறிப்பிடுகிறார்கள்.

வல்லமை வாய்ந்த இவ்விரு பேரரசுகளின் வீழ்ச்சிக்கு இதுவே காரணமென்று சொல்லும் இவர்கள், முஸ்லிம் அரசு குறித்துச் சொல்லாமல் தவிர்க்கிறார்கள். மேலும், இப்பேரரசுகளுக்கும் முஸ்லிம்களுக்குமான போரின்போது தங்களுக்குள் நிலவிய வன்மங்களை மறந்து இவர்கள் ஒன்றுபட்டனர் என்பதுதான் உண்மை. எண்ணிக்கையில் மிகமிக வலுவிழந்த முஸ்லிம்களுக்கு எதிராக மிகப்பெரிய அளவில் படைகளைத் திரட்டும் நிலையில் அவர்கள் இருந்தனர்.

முஸ்லிம் படைகள், ஒரே நேரத்தில் இரு பகைவர்களை எதிர்கொள்ள வேண்டியதிருந்தது. பகைவர்களோ எல்லா வகையிலும் முன்னேறிய ஒரு சமூகம். உடல்முழுவதும் போர்க் கருவிகள் பூண்ட படைவீரர்களும், ஒழுங்கமைக்கப்பட்ட போர் முறைகளும் அதற்கான ஆற்றலும் பெற்றவர்கள். அதிநவீனப் போர்க்கருவிகளையும் காலத்துக்கேற்ற போர்க்கலை முன்னேற்றத்தையும் அடைந்தவர்கள். அரேபிய முஸ்லிம்களைவிட செயலாற்றலிலும் முன்னனுபவங்களிலும் சிறந்தவர்கள்.

உலகின் மிகப் பெரிய இந்த சக்திகள் ஒவ்வொன்றும் இரண்டு இலட்சம் வீரர்களைக்கொண்ட படைகளும் அதே எண்ணிக்கையில் மிக எளிதாக துணைப்படைகளைத் திரட்டவும் திறனுள்ளவையாக இருந்தன. முஸ்லிம் படைகளின் அதிகபட்ச எண்ணிக்கையோ முப்பது முதல் நாற்பதாயிரத்துக்கு அதிகமாக ஒருபோதும் இருந்ததில்லை. ஆனால், போர் முடிவுகள் மட்டும் இஸ்லாமிய எதிரிகளுக்குப் படுதோல்வி என்பதாகவே இருந்தன.

ரோமானிய பாரசீகப் படைகளின் போர் வியூகங்கள் எதிர்பாராத தோல்வியில் முடிய, அவர்களது இறைநம்பிக்கையின்மையே காரணம். முஸ்லிம்களின் ஏகத்துவ இறைநம்பிக்கை, பயத்திலிருந்து அவர்களுக்கு விடுதலை அளித்தது. இதன் காரணமாக அவர்களிடம் வீரம் கிளர்ந்தெழுந்தது. ஏகத்துவ நெறியும் இறைநம்பிக்கையும், திடமான முடிவுக்கும் வலிமைக்கும் காரணமாக அமைந்தன. இறைநம்பிக்கையின் உண்மையான பலனும் இதுவே! வீரத்தைத் தூண்டுகிற ஆற்றல் எதுவாக இருப்பினும், இறைநம்பிக்கையை அடிப்படையாகக்கொண்ட ஆற்றலுக்கு நிகராகாது. மேலும் குர்ஆன், இறைத்தூதர் கற்பித்த ஆட்சிமுறைமைகள், இஸ்லாமிய நன்னெறிகள், கோட்பாடுகள் ஆகியவற்றுடன் பாரசீக, ரோமானிய ஆற்றல்களை ஒப்பீட்டளவில்கூட உவமித்துச் சொல்ல இயலாது.

முஸ்லிம் படைகள் குறிப்பிட்ட ஒரு பகுதியில் சில நாள்கள் தங்கியிருக்க நேரும்போது, அப்பகுதியிலுள்ள மக்களின் மதிப்புக்குரியவர்களாக மாறினர். அமைதியும் வளமும் நிரம்பிய வாழ்க்கையை இவர்களால் தர இயலுமென்று மக்கள் உறுதிபட நம்பினார்கள். முஸ்லிம்களது அமைதி, ஒழுக்கமான நடைமுறைகள், இறைநம்பிக்கை, நேர்மை, இரக்கம், துணிவு, அன்பு, வெற்றியின்மீதான குறிக்கோள் ஆகியவற்றுடன் தோல்வியுற்ற

நாடுகளில் நிலவிய பண்புகளை ஒப்பிட்டுப் பார்த்த மக்கள், தாங்களாகவே முன்வந்து முஸ்லிம்களுடன் தங்களை இணைத்துக் கொண்டனர்.

முஸ்லிம்களின் போர் நடவடிக்கைகள் மூலமாகவே, மனிதப் பண்புகள் மீட்டெடுக்கப்பட்டன என்பது மறுக்க முடியாத ஒரு வரலாற்று உண்மையாகும். இஸ்லாம், நபித்தோழர்களை முன்வைத்து, உருவாக்கிக்காட்டிய ஆற்றல் வாய்ந்த சகோதரத்துவமும் ஒற்றுமை உணர்வும் நிகரற்ற தன்னல மறுப்பும் இஸ்லாத்திற்கெதிரான சக்திகளால் எட்டவே இயலாதவை.

நபிவழி கிலாஃபத்தின் முதல்பகுதி : இறைத்தூதருக்குப் பிறகு அபூபக்ர் ஸித்தீக், உமர் ஃபாரூக் (ரலி) ஆகியோரின் ஆட்சிக்காலங்களை இஸ்லாமிய நெறிமுறைகளின்படி அமைந்த கிலாஃபத்தின் முதல் பகுதி எனலாம். இக்காலகட்டத்தின் பண்புக்கூறுகளில் முதன்மையான, உலகியல் பார்வை, எவ்வகையிலும் இறையியல் நம்பிக்கையைப் பாதிக்கவில்லை. சுயநலன்கள், உரிமை கோருதல், உறவுகள், நட்புகள் என உலகியல் நோக்கத்துடனான எதற்கும் நபிவழி கிலாஃபத்தில் இடமில்லை. இறைத்தூதரின் அன்பிலும் இறைமறை வழிகாட்டுதலிலும் வார்த்தெடுக்கப்பட்டவர்கள் தங்கள் செயல்பாடுகள் அனைத்திலும் அதை முதன்மையாகக்கொண்டனர். மக்கள் அவர்களை உயர்நிலையில் வைத்து மதித்தனர். இஸ்லாமிய ஒளியை ஏந்திச் செல்பவர்களாக அவர்கள் இருந்தனர். முஸ்லிம்களிடையே பிரிவின், முரண்களின் அறிகுறிகள்கூட அப்போது தென்படவில்லை. இறையச்சத்துக்கும் தூய்மைக்கும் எளிமைக்கும் நேர்மைக்கும் அவர்கள் முன்னுதாரணமாகத் திகழ்ந்தனர்.

உமர் (ரலி) அவர்களது கிலாஃபத்தின்போது முஸ்லிம் படைகள் இராக்கையும் சிரியாவையும் எகிப்தையும் வெற்றிகொண்ட நிலையிலும் கிறிஸ்தவர்கள், மஜூசிகள் எனப்படும் அக்னி வழிபாட்டாளர்கள் ஆகியோரது வீணான பழக்க வழக்கங்களோ அளவுக்கு மீறிய செல்வமோ சிறிதளவுகூட முஸ்லிம்களிடையே பாதிப்பை ஏற்படுத்தவில்லை.

மாபெரும் வெற்றியை அடைந்த ஆட்சியாளர்கள், கூஃபாவிலும் பஸ்ராவிலும் ஓலை வேய்ந்த குடிசைகளிலும் கூடாரங்களிலும்

தங்கியிருந்தனர். சிரிய வெற்றியைத் தொடர்ந்து அதன் நகரங்களில் வாழ்வதை விரும்பாமல் எளிமையையும் ஒழுக்க முறைமைகளையும் விரும்பி பாலை நிலத்தையும் குன்றுகளையும் நாடினார்கள். அதே நேரம், தங்களது ஆற்றல் மிக்க போர்த் திறனையும் வீரத்தையும் கடினமான முயற்சிகளையும் பொறுமையையும் தன்னலம் விரும்பாமையையும் ஒருபோதும் அவர்கள் கைவிடவுமில்லை.

அபூபக்ர் ஸித்தீக், உமர் ஃபாரூக் (ரலி) ஆகியோர், போராட்டக் குணங்களும் ஆன்மிக மனப்பயிற்சிகளும்கொண்ட வாழ்க்கைக்குத் தங்களைப் பண்படுத்தும் பெரும் முயற்சிகளை மேற்கொண்டனர். பின்பற்றுதலுக்கும் வழிகாட்டுதலுக்குமான உயர்ந்த பண்புகளின் எடுத்துக்காட்டுகளாகவே அவர்கள் வாழ்ந்து மறைந்தனர்.

பொதுக்கருவூலத்திலிருந்து மிகச் சிறு அளவுகூட தங்களுக்காக அவர்கள் செலவு செய்ததில்லை. மற்றவர்களையும் இதற்கு அனுமதிக்கவில்லை. இஸ்லாத்தின் இந்த இரண்டு கலீஃபாக்களும் தன்னல நோக்கை முற்றிலுமாக மறுத்தவர்கள். தாங்கள் வளமுடன் வாழ்வதற்கான எந்த முயற்சிகளிலும் இவர்கள் ஈடுபட்டதில்லை. ஆனால், நபிவழி கிலாஃபத்தின் அடுத்த பகுதியில் இஸ்லாத்தின் தலையாய இப்பண்புகள் படிப்படியே குறையத் தொடங்கின. அத்துடன் நபிவழி கிலாஃபத்தும் முடிவுக்கு வந்தது.

கிலாஃபத்தின் இரண்டாம் பகுதி

உஸ்மான் பின் அஃப்ஃபான் (ரலி) பெயரும் தலைமுறையும்: உஸ்மான் பின் அஃப்ஃபான் (ரலி) அவர்களின் முந்தைய தலைமுறை: உஸ்மான், அஃப்ஃபான், அபூஅல்ஆஸ், உமய்யா, அப்த்ஷம்ஸ், அப்த்மனாஃப், குஸை, கிலாப், முர்ரா, கஅப், லுஅய், காலிப் என்பதாகும்.

அறியாமைக் காலத்தில் உஸ்மான் (ரலி) அவர்களின் மகன்வழிச் சிறப்புப் பெயர் அபூஅம்ர் (அம்ருவின் தந்தை) என்பதாகும். இறைத்தூதரின் மகள் ருகையா (ரலி) அவர்களைத் திருமணம் செய்த உஸ்மான் - ருகையா தம்பதியருக்கு அப்துல்லாஹ் எனும் மகன் பிறந்தார். பிறகு, அவரது மகன் வழி சிறப்புப் பெயர், அபூஅப்துல்லாஹ் (அப்துல்லாஹ்வின் தந்தை) என மாறியது. உஸ்மான் (ரலி) அவர்களின் தாய்வழிப் பாட்டி, இறைத்தூதரின் தந்தையான அப்துல்லாஹ் பின் முத்தலிபின் சகோதரியாவார். எனவே உஸ்மான் (ரலி) இறைத்தூதரின் மைத்துனரும் ஆவார்.

மேன்மைகள் : உஸ்மான் (ரலி) மிகுந்த தன்னடக்கமுள்ளவர். இறைத்தூதர் சொன்னதாக ஸைத் பின் ஸாபித் (ரலி) அறிவிக்கிறார்: "ஒரு முறை உஸ்மான் என்னைக் கடந்தபோது ஒரு வானவர் என்னிடம், உஸ்மான் முன்னிலையில் என்னைக் குறித்து நான் வெட்கப்படுகிறேன். ஆனால், மக்களால் அவர் கொலை செய்யப்படுவார்" என்ற இறைத்தூதர் அவர்கள் தொடர்ந்து, "உஸ்மான், அல்லாஹ்வுக்கும் அவனது தூதருக்கும் காட்டும்

பணிவுபோல், வானவர்கள் உஸ்மானுக்குக் காட்டுகின்றனர்" என்றார்.

ஒருவர், ஹஸன் (ரலி) அவர்களிடம் உஸ்மான் (ரலி) அவர்களைப் பற்றிக் குறிப்பிடும்போது, "உஸ்மான் நீராட விரும்பினால், வாசல் கதவை மூடிய பிறகும் உடைகளைக் களைய வெட்கப்படுவார்" என்று குறிப்பிட்டார். அபிசீனியாவுக்கும் பிறகு மதீனாவுக்கும் புலம் பெயர்ந்தவர். தோற்றத்தில் அவர் இறைத்தூதரை ஒத்திருந்தார். இறைத்தூதர் அவர்கள், தம் மகள் ருகையா (ரலி) அவர்களை உஸ்மான் (ரலி) அவர்களுக்கு மணமுடித்து வைத்தார். பத்ர் போர்க் காலத்தில் ருகையா (ரலி) இறந்துவிட்டார். பிறகு, தமது இரண்டாவது மகளான உம்முகுல்ஸூம் (ரலி) அவர்களை, அவருக்குத் திருமணம் செய்துவைத்தார் இறைத்தூதர் அவர்கள். எனவே, உஸ்மான் (ரலி) இரட்டை ஒளி மனிதர் என்று அறியப்பட்டார். உம்மு குல்ஸூம் (ரலி) ஹிஜ்ரீ 9 ஆம் ஆண்டில் இறந்தார். இறைத்தூதரின் இரு மகள்களைத் திருமணம் முடித்த உஸ்மான் (ரலி) இஸ்லாத்தைத் தழுவிய நான்காவது மனிதர். ஹஜ் கடமைகளைக் குறித்து நன்கறிந்தவர்.

அபூபக்ர் (ரலி) அவர்களின் முயற்சியில் இஸ்லாத்தை ஏற்றுக்கொண்ட உஸ்மான் (ரலி) நபித்தோழர்களில் பெரும்செல்வந்தராகவும் கொடைமனம் படைத்தவராகவும் இருந்தார். அல்லாஹ்வின் பாதையில் வரையறை பாராமல் செலவு செய்தார். ருகையாவின் (ரலி) நோய்க்கடுமையின் காரணமாக பத்ர் போரில் உஸ்மான் கலந்துகொள்ளவில்லை. இறைத்தூதரின் ஒப்புதலுடன் அவர் மதீனாவில் தங்கிவிட்டார். என்றபோதிலும், போரில் ஈடுபட்டவர்களுக்கு இணையாகப் போர்ப்பொருள்கள் அளிக்கப்பட்டார். பத்ர் தோழர்களில் உஸ்மானும் சேர்த்துக்கொள்ளப்பட வேண்டியவர் என்றார் இறைத்தூதர் அவர்கள்.

மேன்மை மிகுந்த தொழுகைகளில் நபித்தோழர்களிடையே அவர் குறிப்பிடத்தக்க இடத்தைப் பெற்றிருந்தார். சில நேரங்களில் இரவு முழுவதும் தொழுவார். நோன்புகளைத் தவறாமல் கடைப்பிடித்தார். இறைத்தூதரின் மனைவியருக்காக, இறைத்தூதர் தொழுமிடத்தை அடுத்து அவர் ஓர் இடத்தை விலைக்கு வாங்கினார்.

உஸ்மான் (ரலி) பொய் பேசாதவர். மதீனாவில் ஒருமுறை பஞ்சம் ஏற்பட்டது. அப்போது உஸ்மான் (ரலி) தம்மிடமிருந்த உணவு தானியங்களை மக்களுக்குப் பகிர்ந்தளித்தார். மதீனா முஸ்லிம்கள் நீர்ப்பற்றாக்குறையால் மிகவும் அவதிப்பட்ட காலத்தில், ஒரு யூதனின் நீர் நிலையை 35,000 தினார் கொடுத்து விலைக்கு வாங்கி மக்களின் பயன்பாட்டுக்கு விட்டார் உஸ்மான் (ரலி).

இஸ்லாத்தின் அரவணைப்புக்குள் வந்த நாள் முதல், வாரம் தோறும் ஓர் அடிமையை விடுதலை செய்வதை அவர் வழக்கமாகக்கொண்டார். தானொரு செல்வந்தர் என்பதில் அவருக்கு எந்தப் பெருமித உணர்வுகளும் இருந்ததில்லை. அறியாமைக் காலத்தில்கூட அவர் மது அருந்தியதில்லை. மிகுந்த சிரத்தையுடனும் நுட்பமாகவும் நபிமொழிகளை எடுத்துரைப்பார். தபூக் போரின்போது, தம்மிடமிருந்த 6,000 ஒட்டகங்களையும் 50 குதிரைகளையும் நன்கொடையாக அளித்தார். அறியாமைக்காலத்தில் மக்காவிலேயே மிகப் பெரிய செல்வந்தராக இருந்தவர் உஸ்மான் (ரலி).

அகன்ற எலும்புகளும், விரிந்த புஜங்களும், நீளமான கைகளும், சுருண்ட தலைமுடியும், அழகான பற்களும்கொண்ட உஸ்மான் (ரலி) அவர்கள், நடுத்தரமான உடற்கட்டுள்ளவர். சிவந்த முகத்தில் அம்மைநோய்த் தழும்புகளும் மருதாணியால் நிறமூட்டப்பட்ட அடர்ந்த தாடியும்கொண்டவர்.

கிலாஃபத்துக்கான தேர்வு : மூன்று நாள் கெடு முடிந்த பிறகு, உமர் (ரலி) அவர்களால் நியமிக்கப்பட்ட குழு கலந்துரையாடலில் ஈடுபட்டது. குழுவினரின் எண்ணிக்கை ஒற்றைப் படையாக இருக்க வேண்டும். ஆகவே, வரவேண்டிய அப்துல்லாஹ் பின் உமர் (ரலி) அவர்களைத் தவிர வேறு யாரையும் உள்ளே அனுமதிக்க வேண்டாமென்று மிக்தாத் (ரலி) அவர்களிடம் சொல்லப்பட்டது. அப்துல்லாஹ்வின் (ரலி) வருகையுடன் உறுப்பினர் எண்ணிக்கை ஏழாக அமையும். தம் மகன் அப்துல்லாஹ்வைக் கலீஃபாவாகத் தேர்வுசெய்யவேண்டாமென்பது உமர் (ரலி) அவர்களின் உத்தரவு. இது குறித்த ஒரு கேள்விக்கு உமர் (ரலி) பதில் சொல்லும்போது, "கிலாஃபத் என்பது ஒரு பெரும் சுமை. குடும்பத்தைப் பாதுகாக்க வேண்டிய பொறுப்பிலிருப்பவருக்கு இதனால் பல்வேறு இழப்புகள் நேரிடும். இதன்மூலம் அவரது குடும்ப உறுப்பினர்களும் பாதிக்கப்படக்கூடும்" என்றார்.

கலீஃபாவைத் தாங்களே தேர்வு செய்யுங்கள் என்று உமர் (ரலி) அவர்களிடம் சொன்னபோது, "அபூபக்ரின் வழியைப் பின்பற்றவே நானும் விரும்புகிறேன். என்றால், அதுவொரு ஒழுங்கு முறையாகவும் அமையும். என்னுடைய தேர்வு, அபூஉபைதா பின் ஜர்ராஹ் அவர்கள். ஆனால், எனக்கு முன்பே அவர் உலகை விட்டுப் பிரிந்துவிட்டார். அடுத்ததாக, நான் அபூஹுதைஃபாவின் அடிமை சாலிமைத் தேர்வு செய்வேன். அவரும் எனக்கு முன்பே சென்றுவிட்டார்" என்றார். இதைச்சொன்ன பிறகுதான், ஏற்கனவே குறிப்பிட்ட ஆறு பேர்கொண்ட ஒரு குழுவை நியமித்தார்.

நல்லடக்கக் கடமைகள் அனைத்தும் முடிந்தபிறகு உமர் (ரலி) அவர்களது இறுதி விருப்பத்தின் படி, மிக்தாத் பின் அல்அஸ்வத், அபூதல்ஹா (ரலி) ஆகியோர், ஸுஹைப் (ரலி) அவர்களை மூன்று நாள்களுக்கு இடைக்கால கலீஃபாகவும் இமாமாகவும் நியமித்தனர். பிறகு, அலீ, உஸ்மான், ஸுபைர், ஸஅத், அப்துர் ரஹ்மான் பின் அவ்ஃப், அப்துல்லாஹ் பின் உமர் (ரலி) ஆகியோரைத் தொடர்புகொண்டு, மிஸ்வர் பின் மக்ரமா (ரலி) அல்லது ஆயிஷா (ரலி) அவர்களது வீட்டிற்கு வரவழைத்தனர்.

தல்ஹா (ரலி) இன்னும் மதீனாவுக்கு வந்து சேரவில்லை. அதேவேளை, அம்ர் பின் அல்ஆஸ், முகீரா பின் ஷுஅபா (ரலி) ஆகியோரும் அங்கே வருகை தந்தனர். இதையறிந்த ஸஅத் (ரலி), கலந்துரையாடல் குழுவில் தாங்களும் இடம் பெற்றதாக அவர்கள் சொல்லிக்கொள்வதைத் தவிர்ப்பதற்காக, "தாங்கள் இருவரும் இங்கே அமர்ந்திருக்க வேண்டாம்" என்றார்.

அனைத்து உறுப்பினர்களும் வந்த பிறகு, அப்துர் ரஹ்மான் (ரலி) எழுந்து, "கிலாஃபத்துக்காக முன்மொழியப்பட்டவர்களில் தமது பெயரைத் திரும்பப் பெற்றுக்கொள்ள விரும்புபவருக்கு மிக மேன்மையான ஒருவரை கலீஃபாவாக நியமிக்கும் உரிமை வழங்கப்படும்" என்றார். அனைவரும் அமைதி காத்தனர். சிறிது நேரத்துக்குப் பிறகு அவரே முன்வந்து, "நான் எனது பெயரைத் திரும்பப் பெற்றுக்கொள்வதுடன், கலீஃபாவை நியமிக்கும் என் கடமையை நிறைவேற்றத் தயாராக இருக்கிறேன்" என்றார்.

இதற்கிணங்க, கலீஃபாவை நியமிப்பதற்கான உரிமை அவருக்கு வழங்கப்பட்டது. அலீ (ரலி) எதுவும் பேசவில்லை. அவரது

அமைதி குறித்து அப்துர் ரஹ்மான் (ரலி) கேட்டபோது அவர், "மற்ற உறுப்பினர்களின் கருத்தை நான் ஏற்றுக்கொள்கிறேன். ஆனால், சார்புகளின்றி, தனிப்பட்ட ஆர்வங்களைத் தவிர்த்து, நியாயத்தின்மீதான பார்வையுடன், மக்கள் நலனை முன்வைத்து இதைச் செய்வதாக வாக்குறுதி மேற்கொள்ள வேண்டும்" என்றார்.

அப்துர் ரஹ்மான் (ரலி) வாக்குறுதியேற்றார். "ஆனால், என்னுடைய தேர்வை ஏற்பதாகவும் இதில் முரண்படுபவர்களுக்கெதிராக குரல் கொடுப்போம் என்றும் நீங்கள் அனைவரும் வாக்குறுதியளிக்க வேண்டும்" என்றார். அலீ (ரலி) அவர்கள் உட்பட அனைவரும், ஒருமித்தக் குரலில் இதற்கு உடன்படுவதாக வாக்குறுதியளித்தனர்.

வாக்குறுதிகளுடன் கூட்டம் நிறைவடைந்தது. இறுதி முடிவுக்காக உறுப்பினர்கள் அனைவரும் மூன்று நாள்கள் காத்திருந்தனர். இக்காலகட்டத்தில், அப்துர் ரஹ்மான் (ரலி), சிறந்த பல அறிஞர்களைச் சந்தித்து இது குறித்து கலந்தாலோசனை செய்தார்.

உஸ்மான் (ரலி) அவர்களைத் தனியாகச் சந்தித்து, "தங்கள் பெயர் பரிந்துரைக்கு உட்படாத நிலையில் தாங்கள் யாரைப் பரிந்துரைப்பீர்கள்?" என்று கேட்டார். அவர், "அலீயின் பெயரை முன்மொழியலாம்" என்றார். இதே கேள்வியை அலீ (ரலி) அவர்களிடம் கேட்டபோது அவர், உஸ்மான் (ரலி) அவர்களின் பெயரைக் குறிப்பிட்டார். ஸுபைர் (ரலி) அவர்களிடம் கேட்டபோது அவர், "உஸ்மான் அல்லது அலீயைக் கலீஃபாவாக ஏற்று தாங்கள் வாக்குறுதியளிக்க வேண்டும்" என்றார். ஸஅத் (ரலி) அவர்களின் விருப்பமும் உஸ்மான் (ரலி) தான். கடைசிச்சுற்று முடிவுகளுக்காகத் தொடர்புகொண்ட பலரது விருப்பமும் உஸ்மான் (ரலி) என்பதாகவே இருந்தது.

முடிவை அறிவிப்பதற்கு முந்தைய நாளிரவு, அதே இல்லத்தில் உறுப்பினர்கள் மீண்டும் ஒன்று கூடினர். ஸுபைர், ஸஅத் (ரலி) ஆகிய இருவரையும் தனியாகச் சந்தித்த அப்துர் ரஹ்மான் (ரலி), உஸ்மானும் அலீயும்தான் பெரும்பான்மையினரது விருப்பமாகத் தெரிகிறது என்றார். அவர்களது விருப்பமும் அதுதான். பின்னர், அப்துர் ரஹ்மான் (ரலி) உஸ்மான், அலீ (ரலி) ஆகிய இருவருடனும்

கலந்துரையாடினார். இரவு முடிந்தது. அதிகாலைத் தொழுகைக்குப் பின், மஸ்ஜிதில் மக்கள் கூட்டம். அனைவரும் அப்துர் ரஹ்மான் (ரலி) அவர்களின் அறிவிப்பை மிகுந்த ஆவலுடன் எதிர்பார்த்துக்கொண்டிருந்தனர்.

அப்துர் ரஹ்மான் (ரலி) அறிவிப்பை வெளியிடுவதற்குள் குழு உறுப்பினர்களில் சிலரைத் தவிர மற்றவர்கள் தங்கள் தரப்பு ஆதரவு குறித்துப் பேச ஆரம்பித்தனர். அலீ (ரலி) தரப்பில் அம்மார் (ரலி) எழுந்தார். அப்போது, இப்னு அபூஸர்ஹ், அப்துல்லாஹ் பின் அபூரபீஆ (ரலி) ஆகிய இருவரும், யாரையும்விட உஸ்மான் தகுதியானவர் என்றனர்.

சிக்கலான இந்நிலையில், பிரச்சினைகளைத் தவிர்க்கும்பொருட்டு, தேர்வான பெயரை உடனடியாக அறிவித்து விடும்படி சொன்னார் ஸஅத் (ரலி). அப்துர் ரஹ்மான் (ரலி) எழுந்து அவையோரை முன்னிட்டுச் சொன்னார்: "அனைத்துத் தரப்பு மக்களின் கருத்தையும் அறிந்துகொள்வதற்காக நான் எனது ஆணையுரிமைக்குட்பட்ட அனைத்தையும் மேற்கொண்டேன். ஆகவே, எனது முடிவுக்கெதிராக யாரும் எதுவும் சொல்வதற்கில்லை. கலீஃபா உமர் அவர்களால் முன்மொழியப்பட்ட குழு உறுப்பினர்கள் அனைவரும் ஏற்கனவே எனது முடிவுக்கு உடன்படுவதாக ஒப்புக்கொண்டுள்ளனர். என்னுடைய ஆற்றலை முழுமையாகப் பயன்படுத்திய பிறகு தான் இம்முடிவுக்கு நான் வந்துள்ளேன்."

இதைச் சொல்லி விட்டு, உஸ்மான் (ரலி) அவர்களை அருகில் அழைத்து, அல்லாஹ்வும் அவனது தூதரும் காட்டிய வழி நின்று ஆட்சி புரிந்து நம்மைப் பிரிந்துசென்ற கலீஃபாக்களும் காட்டிய வழியில் பின்தொடர்வதாக உறுதிமொழி ஏற்கும்படி கேட்டுக்கொண்டார். உஸ்மான் (ரலி), தம்மால் இயன்றவரைக்கும் அல்லாஹ்வின் அவனது தூதரின் ஆணைகளைப் பின்பற்றுவதாகவும் அபூபக்ர் ஸித்தீக், உமர் ஃபாரூக் ஆகியோரின் முன்மாதிரிகளைப் பின்பற்றுவதாகவும் உறுதிமொழி ஏற்றார். தொடர்ந்து, அப்துர் ரஹ்மான் (ரலி), முதன் முதலில் தமது நம்பிக்கை வாக்குறுதியை உஸ்மான் (ரலி) அவர்களுக்கு அளித்தார். மற்றவர்கள் இதைப் பின்பற்றினர்.

சற்று வருத்தம் தோய்ந்த முகத்துடன் வெளியே செல்ல முற்பட்ட

172 இஸ்லாமிய வரலாறு இரண்டாம் பாகம்

அலீ (ரலி) திரும்ப வந்து வரிசைகளைக் கடந்து வேகமாகச் சென்று இறைநம்பிக்கையாளர்களின் தலைவரது கைகளைப் பற்றிக்கொண்டு தமது வாக்குறுதியைத் தெரிவித்தார். அப்போது, தல்ஹா (ரலி) அங்கில்லை. பிறகு வாக்குறுதியளிப்பதற்காக வந்த தல்ஹா (ரலி) அவர்களிடம் உஸ்மான் (ரலி) சொன்னார்: "தேர்வின்போது தாங்கள் மதீனாவில் இல்லை. மேலும், காலம் தாழ்த்த இயலாத நிலையில் கலீஃபா தேர்வு நடந்து முடிந்தது. தாங்கள் அதற்கான உரிமை கோரும் பட்சத்தில் அதை நான் ஏற்றுக்கொள்கிறேன்."

"முஸ்லிம்களிடையே பிளவுகள் உருவாக நான் காரணமாக இருக்க விரும்பவில்லை" என்று சொன்ன தல்ஹா (ரலி), கலீஃபாவை நோக்கி, உறுதிமொழிக்காக, தம் கைகளை நீட்டினார். நிகழ்ச்சியின் முடிவில் உஸ்மான் (ரலி) மேடையேறி, அவையோருக்கு முகமன் சொல்லி உரையாற்றினார். நற்செயல்களைக் கடைப்பிடிக்கவும் அளவுகடந்த செல்வத்தின் விளைவான தீமைகளுக்குப் பயப்படவும், அல்லாஹ்வின் திருப்தியைக் கவனத்தில் கொள்ளவும் அதில் வலியுறுத்தினார்.

தமது தொடக்கவுரையின் முடிவில் உமர் (ரலி) அவர்களின் இறப்பையும் இஸ்லாமியக் கலீஃபாவாக, தாம் தேர்வு செய்யப்பட்டிருப்பதையும் குறிப்பிட்டு, ஆளுநர்களுக்கும் அரசாங்கப் பணியாளர்களுக்கும் உத்தரவுகள் பிறப்பித்தார். அதில், நேர்மையாகவும் நன்னம்பிக்கையுடனும் பணியாற்ற வேண்டுமென்று வலியுறுத்தினார்.

முதல் வழக்கு : உமர் (ரலி) அவர்களின் இறப்புக்குச் சில நாள்களுக்கு முன், அபூலூலூ ஒரு குறுவாளுடன் சென்று ஹுர்முசைச் சந்தித்தான். அவர் அப்போது இஸ்லாத்தைத் தழுவியதுடன் மதீனாவில் வாழ்ந்து வந்தார். அபூலூலூவும் ஹுர்முசும் பேசிக்கொண்டிருந்தபோது, ஹிராவைச் சேர்ந்த கிறிஸ்தவ அடிமையான ஜுஃபீனாவும் வந்தான்.

மூன்று பேரும் சேர்ந்து பேசிக்கொண்டிருந்தனர். அப்போது, அப்துர் ரஹ்மான் பின் அபூபக்ர் (ரலி), தங்களை நோக்கி வருவதைக் கண்ட அபூலூலூ அங்கிருந்து வேகமாக அகன்று விட்டான். அவனது குறுவாள் கீழே விழுந்ததை அப்துர் ரஹ்மான் (ரலி) கவனிக்கவும் செய்தார். ஆனால், அவனது தீய எண்ணத்தை அப்போது அவர்

அறிந்திருக்கவில்லை. உமர் (ரலி) அவர்களை அபூலூலூ தனது குறுவாளால் குத்தி, பிடிபட்ட பிறகு அப்துர் ரஹ்மான் (ரலி) அந்தக் குறுவாளை இனம் கண்டுகொண்டார். பின்னர் அவர் நடந்த சம்பவங்களைச் சொன்னார்.

இதைக் கேள்விப்பட்ட உமர் (ரலி) அவர்களின் இரண்டாவது மகனான உபைதுல்லாஹ் (ரலி) ஹுர்முசைக் கொன்றார். கலீஃபா நியமிக்கப்படாத நிலையில் ஸுஹைப் (ரலி) பொறுப்புகளைக் கவனித்துக்கொண்டிருந்த நாள்கள் அவை. ஸஅத் (ரலி), உபைதுல்லாஹ்வை ஸுஹைப் (ரலி) அவர்களின் முன் குற்றவாளியாகக் கொண்டு வந்து நிறுத்தினார். கலீஃபா நியமிக்கப்படுவதுவரைக்கும் குற்றம் சாட்டப்பட்டவரை சிறை வைக்க உத்தரவிட்டார் ஸுஹைப் (ரலி).

உஸ்மான் (ரலி) கலீஃபாவாக நியமிக்கப்பட்ட பின், உபைதுல்லாஹ் (ரலி) அவர்களின் வழக்கு விசாரணைக்கு வந்தது. நபித்தோழர்களுடன் கலந்தாலோசித்தார் உஸ்மான் (ரலி). கிஸாஸ் முறைப்படி (மரண தண்டனை) உபைதுல்லாஹ் தண்டிக்கப்பட வேண்டுமென்றார் அலீ (ரலி).

அம்ர் (ரலி) இதைக் கடுமையாக எதிர்த்தார். தந்தை, அரசியல் காரணங்களுக்காகக் கொலை செய்யப்பட்ட மிகச் சில நாட்களினுள் மகனுக்கு மரணதண்டனை விதிப்பதை ஏற்றுக்கொள்ளவே இயலாதென்று அவர் வாதாடினார். அம்ர் (ரலி) அவர்களின் கருத்துக்கு மக்களும் ஆதரவாக இருந்தனர்.

இதிலிருக்கும் சிக்கலை உணர்ந்துகொண்டார் கலீஃபா. அறிவார்ந்த முறையில்தான் இதற்கொரு தீர்வுகாண முடியும். ஹுர்முசின் கொலை, உமர் (ரலி) கலீஃபாவாக இருக்கும்போதோ, தாம் பதவியேற்ற பின்போ நிகழ்ந்தது அல்ல. ஆகவே, குற்றம் சாட்டப்பட்ட உபைதுல்லாஹ் (ரலி) அவர்களின் அப்போதைய பாதுகாவலராகத் தம்மை அறிவித்துக்கொண்ட உஸ்மான் (ரலி), இரத்த இழப்பீடு வழங்குவதாகச் சொன்னார். பின்னர், மேடையேறிய அவர், தம்முடைய சார்பற்ற நிலையை விளக்கமாக எடுத்துரைத்தார். அவையோர் திருப்தியுடனும் மனநிறைவுடனும் கலைந்து சென்றனர்.

மாகாண ஆளுநர்கள் : உஸ்மான் (ரலி), இஸ்லாமியக்

கலீஃபாவாகப் பொறுப்பேற்கும்போது, உமர் (ரலி) அவர்களால் நியமிக்கப்பட்டிருந்த கீழ்வரும் ஆளுநர்கள், முஸ்லிம் ஆளுகைக்கு உட்பட்டிருந்த மாகாணங்களிலும் எல்லைப் பகுதிகளிலும் பொறுப்பிலிருந்தனர்.

மக்காவில் நாஃபிஉ பின் அப்துல் ஹாரிஸ்; தாயிஃபில் சுஃப்யான் பின் அப்துல்லாஹ் ஸகஃதுபீ; யேமனில் யஉலா பின் உமய்யா; ஓமானில் ஹுதைஃபா பின் மிஹ்ஸான்; டமாஸ்கசில் முஆவியா பின் அபூசுஃப்யான்; எகிப்தில் அம்ர் பின் அல்ஆஸ்; ஹிம்சில் உமர் பின் சஅத்; ஜோர்டானில் உமர் பின் உத்பா; பஸ்ராவில் அபூமூஸா அஷ்அரீ; கூஃபாவில் முகீரா பின் ஷுஅபா; பஹ்ரைனில் உஸ்மான் பின் அபுல்ஆஸ்.

ஆளுநர்கள் தொடர்பாக, கலீஃபா மேற்கொண்ட முதல் நடவடிக்கை, கூஃபா ஆளுநரான முகீரா (ரலி) அவர்களைப் பணிநீக்கம் செய்து மதீனாவுக்குத் திருப்பி அழைத்தது. பதிலுக்கு, ஸஅத் (ரலி) நியமிக்கப்பட்டார். இது குறித்து மக்கள் கேள்வி எழுப்பியபோது, கலீஃபா சொன்னார்: “முகீரா தவறிழைத்தார் என்பதற்காக பணிநீக்கம் செய்யவில்லை. உமர் அவர்கள் தனிப்பட்ட முறையில் என்னிடம் சொன்னதற்கேற்பவும் நிர்வாகச் சிறப்பின் ஒரு பகுதியாகவுமே இதைச் செய்துள்ளேன்.”

முக்கிய நிகழ்வுகள் : அலெக்ஸான்ட்ரியா வெற்றி : உஸ்மான் (ரலி) அவர்களின் முதலாம் ஆண்டு கிலாஃபத்தின்போது, அலெக்ஸான்ட்ரியா வெற்றியைத் தவிர, பெரிய அளவில் எதுவும் நிகழவில்லை. பைத்துல் முகத்தஸ் வீழ்ச்சியைத் தொடர்ந்து ஆசியா மைனரிலிருந்தும் சிரியாவிலிருந்தும் தப்பியோடிய ஹிராக்ளியஸ், கான்ஸ்டான்டிநோபிளில் (இஸ்தான்புல்) தஞ்சமடைந்திருந்தான். இழந்த பகுதிகளைத் திரும்பப் பெறும் நம்பிக்கையை முற்றிலுமாக இழந்த நிலையில், இப்போது எல்லைப் பகுதிகளின் பாதுகாப்பையும் முன்னிட்டும் அவன் கவலை கொண்டான். அம்ர் (ரலி) அவர்களின் எகிப்து படையெடுப்பைத் தொடர்ந்து, அதன் மன்னன் முகவ்கிஸ், ஜிஸ்யா வழங்குவதாக ஒப்புக்கொண்டு எகிப்தையும் அலெக்ஸான்ட்ரியாவையும் ஆட்சி செய்து வந்தான்.

ஹிராக்ளியசோ, எகிப்து தனக்குரிய பகுதியென்றும் முகவ்கிஸ் தன்கீழுள்ள அரசன் என்றும் கருதினான். எல்லாத் திசைகளிலிருந்தும்

பயமும் அச்சமும் வந்து அவனைக் கவிந்திருந்தன. இதன் விளைவாக, உமர் (ரலி) அவர்களின் கிலாஃபத்தின்போது தோல்வியாலும் மனச்சோர்வாலும் அவன் மரணமடைந்தான். அவனது மகன் கான்ஸ்டான்டைன் பதவிக்கு வந்தான். அலெக்ஸான்ட்ரியாவைத் தக்க வைப்பதற்காக ஒரு மாபெரும் படையைத் திரட்டுவதில் மிகத் தீவிரமாக அவன் ஈடுபட்டான். இருந்தாலும், முகவ்கிஸ், அலெக்ஸான்ட்ரியாவுக்குள் ரோமானியர்கள் நுழைவதைத் தடுத்து நிறுத்தி, தனது வாக்குறுதியை நிறைவேற்றினான்.

ரோமானியரின் படையெடுப்பை அறிந்த முஸ்லிம்கள், ஃபுஸ்தாத்திலிருந்து (கெய்ரோ) விரைந்து வந்தனர். அலெக்ஸான்ட்ரியா முயற்சியைக் கைவிட்ட ரோமானியர்கள் தங்கள் எதிர்ப்பை இஸ்லாமியப் படை முகாம்களை நோக்கித் திருப்பினார்கள். மிகக் கடுமையான போர் மூண்டது. ரோமானியர்களின் படைத்தலைவன் கொலையுண்டான். ரோமானிய வீரர்கள் பெருமளவில் மாண்டனர். எஞ்சியவர்கள் கனத்த மனதுடன் படகுகளில் கான்ஸ்டான்டிநோபிளை அடைந்தனர்.

ரோமானியப் படைகள் மிகுந்த இழப்புகளைச் சந்தித்து ஓடிய பிறகு, அம்ர் (ரலி) அவர்கள், அலெக்ஸான்ட்ரியா மற்றும் அதன் அண்மைப்பகுதி மக்களிடம் கணக்கெடுப்பு நடத்தி, அவர்களது இழப்புகளுக்கு நிவாரணம் வழங்கினார். திம்மிகளின் பாதுகாப்புக்கும் அவர்களது இழப்பீடுகளுக்கு நிவாரணம் வழங்குவதிலும் அவர் மிகுந்த அக்கறைகொண்டிருந்தார். பின்னர், அம்ர் (ரலி), அலெக்ஸான்ட்ரியா நகரைச் சுற்றிலுமிருந்த பாதுகாப்பு அரண்களை அழிப்பதில் தீவிரமாக ஈடுபட்டார். பிறகு, ஃபுஸ்தாத்திலிருந்த தமது படைமுகாமுக்குத் திரும்பினார். எதிர்காலத்தில் ரோமானியர்கள் அலெக்ஸான்ட்ரியாவைப் புகலிடமாகக்கொண்டு எந்தத் தாக்குதலிலும் ஈடுபடாமலிருக்கவே இந்நடவடிக்கை. இது, ஹிஜ்ரீ 25 ஆம் ஆண்டு நடைபெற்றது.

ஆர்மேனிய வெற்றி : உமர் (ரலி) அவர்களின் இறப்பின்மூலம் பெற்ற தைரியம்தான் அலெக்ஸான்ட்ரியா மீதான ரோமானியர்களின் படையெடுப்பு. இதுதான் பாரசீகத்தின் ஹமதான், ரேய் ஆகிய எல்லைப் பகுதிகளில் நடந்த கிளர்ச்சிகளுக்கும் காரணம். முஸ்லிம் ஆட்சியின் கீழிருந்து தாங்கள் விடுதலை பெற்றதாக அவர்கள் அறிவித்தனர். நிலைமையைச் சீர்படுத்துவதற்காக உஸ்மான் (ரலி),

ரோமானியர்களை ஜிஸ்யா வழங்கும்படி வற்புறுத்தினார். இதையறிந்த கான்ஸ்டான்டி நோபிளின் சீசர், மலீத், சிவஸ், குனிய்யா ஆகிய பகுதிகளிலிருந்து 80,000 வீரர்களைத் திரட்டி, ஹபீப் (ரலி) மீது படையெடுத்தான். இதை ஹபீப் (ரலி) மூலம் அறிந்துகொண்ட முஆவியா (ரலி) கலீஃபா உஸ்மான் (ரலி) அவர்களுக்குத் தெரிவித்தார்.

உஸ்மான் (ரலி), கூஃபா ஆளுநர் வலீத் (ரலி) அவர்களிடம் பத்தாயிரம் வீரர்கள்கொண்ட ஒரு துணைப்படையை ஆர்மேனியாவுக்கு அனுப்பும்படி கடிதம் எழுதினார். உடனடியாக அவர், சல்மான் பின் ரபீஆ தலைமையில் 8,000 வீரர்களை ஆர்மேனியாவுக்கு அனுப்பி வைத்தார்.

ஹபீப், சல்மான் (ரலி) ஆகியோர் ஆர்மேனியாவை வென்று, காக்கேசியஸ் மலைவரையிலும் முன்னேறிச் சென்றனர். ஹபீப் (ரலி) டமாஸ்கசுக்குத் திரும்பினார். டமாஸ்கஸ் ஆளுநரான, முஆவியா (ரலி) ரோமானிய எல்லைமீது படையெடுத்தார். ரோமானியர்கள், அன்டாக்யாவையும் தங்கள் அரண்மனைகளையும் விட்டுத் தப்பியோடினார்கள். இது, ஹிஜ்ரீ 25 இல் நடந்தது.

எகிப்தில் நிகழ்வுகளும் மாற்றங்களும் : இப்னு அபூஸர்ஹ் எனும் அப்துல்லாஹ் பின் ஸஅத் (ரலி), உஸ்மான் (ரலி) அவர்களின் வளர்ப்பு சகோதரராவார். இவர் முதலில் இஸ்லாத்தைத் துறந்து விட்டு முழு மனதுடன் மீண்டும் அதை ஏற்றுக்கொண்டவர். இது, இறைத்தூதர் வாழ்ந்த காலத்தில் நடந்தது. இவரை உஸ்மான் (ரலி) எகிப்தின் ஆளுநராகவும் கருவூலத் தலைவராகவும் நியமித்த அதே வேளையில் அம்ர் பின் அல்ஆஸ் (ரலி) அவர்களை அதிகாரிகளில் ஒருவராகவே வைத்திருந்தார். அதிகாரிகளிடையிலான உறவுகள் குலைந்ததும், இவரைப் பணிநீக்கம் செய்து விட்டு, எகிப்து மற்றும் அலெக்ஸான்ட்ரியாவின் முழுப்பொறுப்பையும் அப்துல்லாஹ் (ரலி) அவர்களிடம் ஒப்படைத்தார்.

அரேபியாவின் குதிரைப் படைவீரர்களில் ஸஅத் (ரலி) மிகுந்த புகழ்பெற்றவராக இருந்தார். அம்ர் (ரலி) அனுபவத்திலும் நிர்வாகத்திறனிலும் சிறந்தவராக இருந்தார். அவரது பணி நீக்கம், எகிப்தியர்களைத் திடுக்கிடச் செய்தது. இது, அப்துல்லாஹ் (ரலி) அவர்களுக்கெதிரான கிளர்ச்சியாக வெடித்தது. இதையறிந்த

அபூமூஸா அஷ்அரியையும் பராஉ பின் ஆஸிபையும் கர்ஸா பின் கஅபையும் அனுப்பி வைத்தார். அவர்களும் தங்கள் கடமைகளைச் செவ்வனே நிறைவேற்றினர்.

உமர் (ரலி) அவர்களால் பணிநீக்கம் செய்யப்பட்டு மதீனாவுக்குத் திருப்பியழைக்கப்பட்ட ஸஅத் (ரலி) அவர்களை உஸ்மான் (ரலி), கூஃபா ஆளுநராக மீண்டும் நியமித்தார். அப்போது பொதுக்கருவூலத்தின் பொறுப்பாளராக அப்துல்லாஹ் பின் மஸ்ஊத் (ரலி) இருந்தார்.

கூஃபா ஆளுநரான ஸஅத் (ரலி), பொருளாளரான அப்துல்லாஹ் (ரலி) அவர்களிடமிருந்து சிறிது பணம் கடனாகப் பெற்றிருந்தார். குறிப்பிட்ட நாள்களுக்குப் பிறகும் அப்துல்லாஹ் (ரலி) அவர்களால் அதனைத் திருப்பிக் கொடுக்க இயலவில்லை. இதில் இருவருக்குமான உறவு விரிசலடைந்தது. இதையறிந்த உஸ்மான் (ரலி), ஹிஜ்ரீ 25 ஆம் ஆண்டு, கூஃபா ஆளுநர் பொறுப்பிலிருந்து ஸஅத் (ரலி) அவர்களை நீக்கிவிட்டு, வலீத் பின் உக்பா (ரலி) அவர்களை நியமித்தார்.

ஸஅத் (ரலி) அவர்களால் அஸர்பைஜான் பொறுப்பாளராக நியமிக்கப்பட்டிருந்த உத்பா பின் ஃபர்க்கத் (ரலி) அவர்களும் சஅத் (ரலி) உடன் சேர்த்துப் பணிநீக்கம் செய்யப்பட்டார். இத்துடன் அஸர்பைஜான் மக்கள் அரசுக்கெதிராகக் கிளர்ச்சிகளில் ஈடுபட்டனர்.

அஸர்பைஜானில் ஏற்பட்ட கிளர்ச்சியை மிகச் சீக்கிரமாகவே வலீத் (ரலி) கட்டுப்பாட்டுக்குள் கொண்டு வந்தார். பழைய உடன்படிக்கை மீண்டும் உருவானது. உமர் (ரலி) அவர்களின் கிலாஃபத்தின்போது ஜஸீராவின் ஆளுநராக இருந்தவரும், தற்போது கூஃபா ஆளுநருமான வலீத் (ரலி), உஸ்மான் (ரலி) அவர்களின் வளர்ப்பு சகோதரராவார். ஸஅத் (ரலி) இறைப்பற்று மிக்கவராகவும் அல்லாஹ்வுக்கு அஞ்சியவராகவும் இருந்ததாலும், இப்பண்பில் வலீத் (ரலி), அவருக்கு நிகராக இல்லை என்பதாலும் பணிநீக்கமும் புதிய நியமனமும் கூஃபா மக்களுக்குத் திருப்தியாக இல்லை.

டமாஸ்கஸ் ஆளுநரான முஆவியா (ரலி), ஹபீப் பின் மஸ்லமா (ரலி) அவர்களை ஆர்மேனியாவுக்கு அனுப்பியிருந்தார். அவர், அங்கு பல்வேறு நகரங்களையும் கோட்டைகளையும் வென்று,

வழியிலுள்ள அனைத்துப் பகுதிகளையும் கைப்பற்றியவாறே திரிப்போலியை நோக்கி முன்னேறினார். இந்நிலையில், மதீனாவிலிருந்து துணைப்படை ஒன்றையும் கலீஃபா அனுப்பி வைத்தார். இதில், அப்துல்லாஹ் பின் உமர், அப்துல்லாஹ் பின் அப்பாஸ், அப்துல்லாஹ் பின் ஸுபைர், அம்ர் பின் அல்ஆஸ், ஹுசைன் பின் அலீ, இப்னு ஜஅஃபர் (ரலி) போன்ற புகழ்பெற்ற வீரர்கள் இடம் பெற்றிருந்தனர்.

எகிப்தினூடே பர்க்காவை அடைந்த அப்துல்லாஹ் (ரலி) அவர்களுடன் இணைந்துகொண்டது அப்படைப்பிரிவு. தொடர்ந்து அவர்கள் திரிப்போலியை நோக்கி அணிவகுத்துச் சென்றனர். தடுத்து நிறுத்த முயற்சி செய்த ரோமானியர்கள் துரத்தியடிக்கப்பட்டனர். திரிப்போலி வீழ்ந்தது. படைகள் தொடர்ந்து முன்னேறிச் சென்றன. சீஸரின் பண்ணையாளான ஆப்பிரிக்க அரசன் கிரகரி, முஸ்லிம்கள் படையெடுப்பை அறிந்து 1,20,000 வீரர்களைத் திரட்டி முஸ்லிம் படைகளை எதிர்கொள்ள முன்வந்தான்.

அப்துல்லாஹ் (ரலி) இஸ்லாத்தை ஏற்றுக்கொள்ளுமாறு கிரகரிக்கு அழைப்பு விடுத்தார். அதை அவன் நிராகரித்தபோது, ஜிஸ்யா வழங்குமாறு கேட்டார். அதுவும் நிராகரிக்கப்பட்டது. கடுமையான போர் மூண்டது. முடிவில்லாமல் அது தொடரவும் செய்தது. முஸ்லிம்களின் புதிய துணைப்படையும் அப்போது வந்து சேர்ந்தது. அல்லாஹு அக்பர் எனும் முழக்கம் எழும்பியது.

போர் நடந்துகொண்டிருந்த பகுதி, மதீனாவை விட்டு வெகுதொலைவில் இருந்ததால், தகவல்களை உடனுக்குடன் கலீஃபாவால் அறிந்துகொள்ள இயலவில்லை. ஆகவே, மதீனாவிலிருந்து அப்துர் ரஹ்மான் பின் ஸுபைர் (ரலி) அவர்களின் தலைமையில் ஒரு புதிய துணைப்படையை அனுப்பி வைத்தார்.

முஸ்லிம் படைகள் எதற்காக குரலெழுப்பினார்களென்று கேட்டான் கிரகரி. புதிய ஒரு துணைப்படை வந்து முஸ்லிம் படைகளுடன் இணைந்துகொண்டது என்று அவனுக்குச் சொல்லப்பட்டது. கிரகரி மீண்டும் தீவிரமானான். அன்றைய போரிலும் முடிவு தெரியவில்லை. இரண்டு படைகளும் தங்கள் முகாம்களுக்குத் திரும்பின. மறுநாள், போருக்கான எல்லைகள் வரையறுக்கப்படும்போது, அப்துல்லாஹ் பின் ஸஅத் (ரலி) அங்கில்லை. அப்துல்லாஹ் பின் ஸுபைர்

கான்ஸ்டான்டிநோபிளின் சீசர் ஒரு மாபெரும் படையைத் திரட்டி, அனுபவம் வாய்ந்த படைத்தலைமைகளின்கீழ் அலெக்ஸான்ட்ரியாவை நோக்கிப் புறப்பட்டான். நகரிலுள்ள கிரேக்கர்களும் ரோமானியர்களுடன் அவர்களுடன் இணைந்து கொண்டனர். ஒரு சிறு மோதலுக்குப் பின் அலெக்ஸான்ட்ரியா ரோமானியர்கள்கீழ் வந்தது.

மீண்டும், எகிப்தின் ஆளுநராக நியமிக்கப்பட்ட அம்ர் (ரலி), ரோமானியர்மீது மிகக் கடுமையான ஒரு தாக்குதலை மேற்கொண்டார். பெருமளவிலான உயிர்களையும் பொருளையும் இழந்த ரோமானியர்கள் அலெக்ஸான்ட்ரியாவிலிருந்து ஓடித் தப்பித்தனர். மூன்றாவது முறையாக அம்ர் (ரலி) எகிப்தை வெற்றிகொண்டார். போரில் வென்ற பிறகு நகர் முழுவதையும் தரைமட்டமாக்குவதாக அவர் சூளுரைத்திருந்தார். அப்படி எதையும் செய்யாமல் தடுக்கப்பட்டதுடன், கொலைகளும் கொள்ளைகளும் முடிவுக்குக் கொண்டுவரப்பட்ட இடத்தில் ஒரு மஸ்ஜிதைக் கட்டினார்.

அப்பகுதிகளில் அமைதியும் இயல்புநிலையும் திரும்பியது. மீண்டும், அம்ர் (ரலி) பணிநீக்கம் செய்யப்பட்டு, அப்துல்லாஹ் (ரலி) நியமிக்கப்பட்டார். சீர்குலைவுகளைத் தடுக்கும் முயற்சியில் தான் ஏற்கனவே தோல்வியடைந்த நிலையில் கலீஃபாவின் இம்முடிவு, அப்துல்லாஹ் (ரலி) அவர்களை மன உளைச்சலுக்கும் அதிருப்திக்கும் ஆளாக்கியது. எனினும், கடந்த காலத்தில் ஏற்பட்ட பிழைகளை இப்போது அவர் சரிப்படுத்த விரும்பினார்.

ஆப்பிரிக்க வெற்றி : அப்துல்லாஹ் (ரலி) ஆப்பிரிக்காமீது படையெடுக்க உஸ்மான் (ரலி) அவர்களிடம் ஒப்புதல் கேட்டார். திரிப்போலிக்கும் தாஞ்சியருக்குமிடையிலுள்ள பகுதிகளை உள்ளடக்கிய ஒரு நாடாகவே ஆப்பிரிக்கா அப்போது கருதப்பட்டது. திரிப்போலி, அல்ஜீரியா, தூனிஸ், மொராக்கோ ஆகிய பகுதிகளைக்கொண்ட ஆப்பிரிக்காவின் வட பகுதி அது.

உஸ்மான் (ரலி) ஒப்புதலளித்தார். 10,000 வீரர்கள் கொண்ட படைக்குத் தலைமையேற்ற அப்துல்லாஹ் (ரலி) இலக்கை நோக்கி அணிவகுத்துச் சென்றார். முதலில், பர்க்காவின் தலைவர்களைப் பணிய வைத்தார். அவர்கள் ஜிஸ்யா வழங்க முன்வந்தனர். பிறகு,

(ரலி), இதற்கான காரணத்தைக் கேட்டபோது, அப்துல்லாஹ் (ரலி) அவர்களின் தலையைக் கொண்டு வருபவருக்கு ஒரு லட்சம் தினார் அன்பளிப்புடன் தன் மகளையும் திருமணம் செய்துகொடுப்பதாக கிரகரி அறிவித்திருப்பதாகவும், அவர் எளிதில் அடையாளம் காண்பவராக இருப்பதால், பயந்து போன நிலையில் களத்துக்கு வரவில்லை என்றும் தெரியவந்தது.

அப்துல்லாஹ் பின் ஸுபைர் (ரலி), அப்துல்லாஹ் பின் ஸஅத் (ரலி) அவர்களின் முகாமுக்குச் சென்று எதிர் அறிவிப்பு ஒன்றை வெளியிடுமாறு கேட்டுக்கொண்டார். கிரகரியின் தலையைக் கொண்டு வருபவர்களுக்குப் போர்ப்பொருள்களிலிருந்து ஒரு லட்சம் தினார் அன்பளிப்பும், வெற்றி பெற்ற நாடும் கிரகரியின் மகளையும் கொடுப்பதாக அறிவிக்க வேண்டும் என்றார்.

அப்துல்லாஹ் (ரலி) அவர்களின் இவ்வறிவிப்பைத் தொடர்ந்து, தான் பெரும் சிக்கலில் அகப்பட்டுக்கொண்டதை கிரகரி உணர்ந்தான். அப்துல்லாஹ் (ரலி) அவர்கள் களத்தில் இறங்கினார். இரு அணிகளும் தீவிரமாகவே போரிட்டன. ஆயினும் முடிவுக்கு வரவில்லை. இரவு வந்தது. புதிய போர் வியூகங்கள் குறித்தும் நிலைமைகள் குறித்தும் கலந்துரையாடல்கள் நிகழ்ந்தன. படைகளின் ஒரு பகுதி களத்திலிறங்கவும் மற்றொரு பகுதி போருக்குத் தயாராக முகாமில் இருக்க வேண்டுமென்று அப்துல்லாஹ் பின் ஸுபைர் (ரலி) சொன்னார். களைப்படைந்த நிலையில் முகாமுக்குத் திரும்பும் எதிரிகளைத் தயாராக இருக்கும் படைகள் தாக்க வேண்டும். இக்கருத்துப் பொதுவான ஒப்புதலைப் பெற்றது.

மூன்றாம் நாள் போரில் இம்முறை பின்பற்றப்பட்டது. இரு அணிகளும் பிரிய நின்றபோது, அப்துல்லாஹ் பின் ஸுபைர் (ரலி), புதிய படையுடன் விரைந்து வந்து ரோமானியர்களைத் தாக்கினார். தாக்குப் பிடிக்க இயலாமல் தங்கள் முகாம்களை நோக்கி அவர்கள் ஓடினார்கள். ஆயினும், முஸ்லிம் படைகள் அவர்களது முகாம்களைச் சூழ்ந்துகொண்டன. இதில் ஏராளமானோர் கொலையுண்டதுடன் கைதிகளாகப் பிடிபட்டனர். அவர்களால் தங்களைக் காப்பாற்றிக்கொள்ள இயலாமல் போய்விட்டது. இதில், அப்துல்லாஹ் பின் ஸுபைர் (ரலி) அவர்களின் வாளால் கிரகரியும் கொலையுண்டான்.

மறுநாள், முஸ்லிம் படைகள் மேலும் முன்னேறிச்சென்று வடஆப்பிரிக்காவின் தலைமையகமான ஸபித்தலாவை அடைந்தன. சில நாள்களில் அதுவும் கீழ்ப்படிந்தது. மிகப் பெருமளவிலான போர்ப் பொருள்கள் முஸ்லிம்கள் வசம் வந்தன. தொடர்ந்து முன்னேறி, மிகவும் பாதுகாப்பானதும் பலம் வாய்ந்ததுமான ஜம் கோட்டையை முஸ்லிம்கள் முற்றுகையிட்டனர். தாக்குதலை எதிர்கொள்ள இயலாத நிலையில் எதிரிகள், ஜிஸ்யா வழங்குவதான உடன்படிக்கையின்கீழ் பணிந்தனர். ஆப்பிரிக்காவை வெற்றிகொண்ட நற்செய்தியுடனும் ஐந்தில் ஒரு பகுதி போர்ப் பொருள்களுடனும் அப்துல்லாஹ் பின் ஸுபைர் (ரலி) மதீனாவுக்குப் புறப்பட்டார். ஆப்பிரிக்காவிலேயே தங்கியிருந்த அப்துல்லாஹ் பின் ஸஅத் (ரலி) பதினைந்து மாதங்களுக்குப் பிறகு, எகிப்துக்குத் திரும்பினார்.

சைப்ரஸ், ரோட்ஸ் வெற்றிகள் : அப்துல்லாஹ் பின் ஸஅத் (ரலி) எகிப்துக்குத் திரும்பிய ஹிஜ்ரீ 27 ஆம் ஆண்டு, அப்துல்லாஹ் பின் நாஃபிஉ எகிப்தின் ஆளுநராக நியமிக்கப்பட்டார். மீண்டுமொரு போருக்கான முன்னேற்பாடுகளைச் செய்வதில் மிகத்தீவிரமாக ஈடுபட்ட கான்ஸ்டான்டைன், ஹிஜ்ரீ 28 ஆம் ஆண்டு, தனது கடற்படையின் ஒரு பகுதியை ஆப்பிரிக்காவுக்கு அனுப்பி வைத்தான். ஆப்பிரிக்கக் கரைப் பகுதியை அடைந்த அதன் வீரர்கள் சீஸருக்கு வரி செலுத்தும்படி வற்புறுத்தினர்.

ஆப்பிரிக்கர்கள் இதை ஏற்க மறுத்துவிட்டனர். தாங்கள் முஸ்லிம்களால் தாக்கப்பட்டபோது, உதவிக்கு வராத சீசரைத் தங்களுடைய அரசனாக ஏற்க அவர்கள் விரும்பவில்லை. அவர்களது திட்டவட்டமான இம்மறுப்பு, ஆப்பிரிக்கர்களுக்கும் ரோமானியர்களுக்குமான போருக்கு வழி வகுத்தது. இதில், ஆப்பிரிக்கர்கள் தோல்வியடைந்தனர். பிறகு, ரோமானியர்கள் அலெக்ஸான்ட்ரியாவை நோக்கி முன்னேறினர். அவர்களை எதிர்கொள்வதற்கு, அப்துல்லாஹ் பின் நாஃபிஉ தயாராக இருந்தார். அதேவேளையில், தனது படைவீரர்களுடன் அலெக்ஸான்ட்ரியாவை வெல்வதற்காக 600 படகுகளில் சீசர் நேரடியாகவே புறப்பட்டான்.

இருபுறமிருந்தும் ரோமானியப் படைகள் அலெக்ஸான்ட்ரியாவை நோக்கிச் சென்றன. கடுமையான போர் மூண்டது. அது, ரோமானியர்களின் அழிவில்போய் முடிவுற்றது. தங்களது

கடற்படைத் தலைமையகமும் ஆயுதக் களஞ்சியமாகவுமிருந்த சைப்ரசுக்கு அவர்கள் தப்பியோடினர்.

உமர் (ரலி) அவர்களின் மறைவின்போது, டமாஸ்கஸ் மற்றும் ஜோர்டான் ஆளுநராக முஆவியா (ரலி) இருந்தார். ஹிம்சும் கின்னஸ்ரினும், உமைர் பின் சயீத் அன்சாரியின் ஆளுகையின் கீழிருந்தன. உமர் (ரலி) அவர்களின் மறைவுக்குப் பிறகு, உமைர் பதவி விலகிய பின், முஆவியாவின் கீழிருந்த சிரியாவுடன் ஹிம்சும் கின்னஸ்ரினும் இணைக்கப்பட்டன. பாலஸ்தீன் ஆளுநராக இருந்த அப்துர் ரஹ்மான் பின் அல்கமாவின் இறப்புக்குப் பின், முஆவியா (ரலி) அவர்களின் கீழிருந்த சிரியாவுடன் பாலஸ்தீனும் இணைக்கப்பட்டது. இப்படியாக, சிரியாவின் அனைத்துப் பகுதிகளுக்கும் முஆவியா (ரலி) ஆளுநரானார்.

உமர் (ரலி) கிலாஃபத்தின் இறுதி நாள்களில், சிரியாவிலிருந்து சைப்ரஸ்மீது படையெடுத்துச் செல்ல, முஆவியா (ரலி) ஒப்புதல் கேட்டார். இதற்கான ஒப்புதல் வழங்குவதில் உமர் (ரலி) அவர்களுக்குச் சிறிது தயக்கமிருந்தது. உமர் (ரலி) அவர்களின் இறப்புவரைக்கும் இது முடிவு செய்யப்படாமலிருந்தது.

இதில் பங்கெடுக்க யாரையும் வற்புறுத்தக்கூடாது என்ற நிபந்தனையின்பேரில் உஸ்மான் (ரலி), கடல் வழித்தாக்குதலுக்கு ஒப்புதல் அளித்தார். முஆவியா (ரலி) அவர்களின் முயற்சியால் சைப்ரஸ் மீதான போரில் பங்குபெற, அபூதர் அல்கிஃபாரீ, அபுத் தர்தாஉ, ஷத்தாத் பின் அவ்ஸ், உபாதா பின் ஸாமித், அவர்தம் மனைவியார் உம்முஹராம் பின்த் மில்ஹான் (ரலி) ஆகியோரைக் கொண்ட ஒரு குழு இணக்கம் தெரிவித்தது. படகுகளில் சைப்ரசை நோக்கிப் புறப்பட்ட படைக்கு அப்துல்லாஹ் பின் கைஸ் (ரலி) தலைமையேற்றார். அலெக்ஸான்ட்ரியாவிலிருந்து தப்பியோடிய கான்ஸ்டான்டைன் சைப்ரசில் தஞ்சமடைந்திருந்தான். எகிப்திலிருந்து வந்த இஸ்லாமியக் கடற்படைகள் அவனைப் படகுகள் மூலம் பின்தொடர்ந்து சைப்ரசை அடைந்தன. சிரியாவிலிருந்து வந்த புதிய கடற்படையும் சைப்ரசில் இறங்கியது.

உம்மு ஹராம் (ரலி) அவர்கள் ஒரு குதிரையில் ஏறியபோது அது அவரைச் சுமந்துகொண்டு வெறி பிடித்ததுபோல் ஓடியது. அவர் கீழே விழுந்து இறந்துபோனார். தாக்குதலை எதிர்கொள்ள இயலாத

நிலையில் மிகுந்த சிரமங்களுடன் கான்ஸ்டான்டிநோபிளுக்கு ஓடிய கான்ஸ்டான்டைன், அங்கேயே இறந்துபோனான். தொடர்ந்த தோல்விகளுக்கு அவன்தான் காரணமென்று கருதிய சிலர், குளியலறையில் வைத்து அவனைக் கொன்றதாகவும் சில குறிப்புகள் உள்ளன.

சைப்ரஸ் மிக எளிதாக முஸ்லிம்களின்கீழ் வந்தது. ஒரு படைப்பிரிவுடன் முஆவியா (ரலி) அவர்களும் சைப்ரசுக்கு வந்தார். அங்கே தனது பணிகளை முடித்துவிட்டு, கடல்வழியாக ரோட்சுக்குச் சென்றார். கடும்போர் ஒன்று அங்கு நடந்தது. தீவிரமாக எதிர்த்து நின்ற ரோமானியர்கள் இறுதியில் கீழ்ப்படிந்தனர். இத்தீவில் தாமிர உலோகத்திலான பிரமாண்டமான ஒரு சிலை இருந்தது. அதன் ஒரு கால் தீவின் கரையிலும் இன்னொரு கால், தூரத்திலிருந்த குட்டித் தீவிலுமிருந்தது. இரு கால்களினிடையே கப்பல்கள் செல்லுமளவு பிரம்மாண்ட தோற்றத்துடனான ஒரு சிலை அது. முஆவியா (ரலி) அச்சிலையை உடைத்து, உடைசல்களை அலெக்ஸான்ட்ரியாவுக்குத் திரும்பிச் சென்ற படையுடன் அனுப்பி வைத்தார். அங்கிருந்த யூதன் ஒருவன் அதை விலைக்கு வாங்கினான்.

சைப்ரஸ் மற்றும் ரோட்சின் வெற்றிகள், கான்ஸ்டான்டிநோபிளை அடுத்துள்ள நாடுகள் அனைத்தும் முஸ்லிம்களை எதிர்த்துப் போரிடுவதற்குக் காரணமாக அமைந்தன. ஹிஜ்ரீ 28 ஆம் ஆண்டு இறுதியில் அல்லது ஹிஜ்ரீ 29 ஆம் ஆண்டின் தொடக்க நிகழ்வுகள் இவை.

பாரசீகத்தில் ஆட்சிமுறை மாற்றங்கள் : ஹிஜ்ரீ 27ஆம் ஆண்டு, பஸ்ரா மக்களின் பிரதிநிதிகள் குழுவொன்று ஆளுநர் அபூமூஸா அஷ்அரீ (ரலி) மீதான ஒரு முறையீட்டுடன் மதீனாவுக்கு வந்தனர். உஸ்மான் (ரலி) ஆளுநரை மாற்றி விட்டு, 25 வயதே நிரம்பிய தமது மைத்துனர் அப்துல்லாஹ் பின் ஆமிர் என்பவரை நியமித்தார். அவரை பஸ்ராவின் ஆளுநராக நியமித்ததுமின்றி, உஸ்மான் பின் அபுல்ஆஸ் ஸகஃபீயின் கீழிருந்த ஓமன் பஹ்ரைன் படைக்குத் தலைவராகவும் நியமித்தார்.

குராசான் ஆளுநராக இருந்த உபைதுல்லாஹ் பின் மஅமர், பாரசீகத்துக்கு மாற்றப்பட்டதுடன், உமைர் பின் உஸ்மான் பின் ஸஅத் பொறுப்புக்கு வந்தார். இவர் அரசியல் நிர்வாகத்தை

மிகுந்த திறமையுடன் நடத்தி, ஃபர்கானாவரையிலுமான எல்லைப் பகுதிகளைக் கைப்பற்றினார். இவர், ஹிஜ்ரீ 27 - 28 காலகட்டங்களில், பதவியிலிருந்து நீக்கப்பட்டு, இப்னு அஹ்மர் நியமிக்கப்பட்டார். கிர்மான் ஆளுநராக நியமிக்கப்பட்ட அப்துர் ரஹ்மான் பின் அப்ஸ், மிக விரைவில் நீக்கம் செய்யப்பட்டு, அஸீம் பின் அம்ர் பொறுப்புக்கு வந்தார். அப்போது, சஜஸ்தான் ஆளுநராக இம்ரான் பின் நுஃபைல் நியமிக்கப்பட்டார்.

பாரசீகக் கிளர்ச்சிகளும் இஸ்லாமிய வெற்றிகளும் : புதிய ஆட்சி மாற்றங்களை இறைவனின் அருட்கொடையாகக் கருதிய பாரசீகர்கள், ஆட்சிக்கெதிரான சூழ்ச்சிகளில் ஈடுபட்டனர். முஸ்லிம்கள்மீது மிகப்பெரிய தாக்குதலைத் தொடங்குவதற்கான முன்னேற்பாடுகளும் நடந்துகொண்டிருந்தன. இவை, இஸ்தகார், ஜுஓர் எனுமிடங்களை மையங்களாகக்கொண்டு நடந்து வந்தன.

ஹிஜ்ரீ 27 ஆம் ஆண்டில், பாரசீக ஆளுநர் உபைதுல்லாஹ் பின் மஅமர், இஸ்தகார்மீது போர் தொடுத்தார். இதில் அவர் உயிர் துறந்தார். படைகள் சிதறியோடின. இதையறிந்த பஸ்ரா ஆளுநர் அப்துல்லாஹ் பின் ஆமிர், உஸ்மான் பின் அபுல்ஆஸை முன்னணிப் படைக்குத் தலைமையேற்கச் செய்து முன்னேறினார். அப்போது, ஹரீம் பின் ஹையான், ஜுஓரைச் சுற்றி முற்றுகையிட்டார். முதலில் கடுமையாக எதிர்த்து நின்ற பாரசீகர்கள் கடைசியில் தப்பித்தோடினர். இஸ்தகார் முஸ்லிம்களிடம் வீழ்ந்தது.

ஹரீமின், ஜுஓர் முற்றுகை நீடித்தது. இக்காலகட்டத்தில், பகல்பொழுதுகளில் அவர் நோன்புடனேயே பகைவர்களை எதிர்கொண்டார். மாலையில் நோன்பை நிறைவு செய்துவிட்டுத் தொழுவார். ஒருநாள், நோன்பை நிறைவு செய்த அவருக்கு ரொட்டி கிடைக்கவில்லை. மறு நாளும் நோன்பு வைத்தார். அன்றும் உணவெதுவும் கிடைக்கவில்லை. தொடர்ந்து சில நாள்கள் உணவு கிடைக்காத நிலையிலும் நோன்பு வைத்தார். மிகவும் தளர்ந்துபோன நிலையில் தன் பணியாளிடம், “உனக்கு என்ன நேர்ந்தது? சில நாட்களாக எனக்கு நீ ரொட்டி தரவில்லையே? தண்ணீர் மட்டும் குடித்தபடி நான் நோன்பிருக்கிறேன்” என்றார்.

“என் தலைவரே! நான் நாள் தவறாமல் ரொட்டி சுடுகிறேன். தங்களுக்குக் கிடைக்கவில்லை என்பது எனக்கு வியப்பாக

இருக்கிறது" என்றான் பணியாள். மறுநாள், ரொட்டி தயாரித்து உரிய இடத்தில் வைத்துவிட்டு, அதை எடுப்பது யாரென்று ஒளிந்திருந்து கவனித்தான். ஒரு நாய் வந்து ரொட்டியைக் கவ்விச் செல்வதைக்கண்டு திடுக்கிட்டவனாக, நாயைப் பின் தொடர்ந்தான். நகரின் பாதுகாப்பரணை நோக்கி ஓடிய நாய், ஒரு கழிவுநீர்க் கால்வாய் வழியாக நகருக்குள் நுழைந்தது. திரும்பி வந்த பணியாள் நடந்த அனைத்தையும் ஹரீமிடம் சொன்னான். அவர் மிகுந்த ஆச்சரியமடைந்தார். பிறகு, படைவீரர்கள் சிலருடன் கழிவுநீர்க் கால்வாய் வழியாக அவர் பாதுகாப்பரணின் உட்பகுதிக்குச் சென்றார். அங்கிருந்த வாயிற்காவலனைக் கொன்று நுழைவாயிலைத் திறந்தார். முஸ்லிம் படைகள் நகரினுள் நுழையக் கிடைத்த எளிதான வழியினூடே இஸ்தகாரிலும் ஜூரிலும் நடந்த கிளர்ச்சிகள் அடக்கப்பட்டன.

ஹிஜ்ரீ 29 : மதீனாவிலிருந்து முஹாஜிர்களும் அன்சார்களுமடங்கிய ஒரு குழுவினருடன் உஸ்மான் (ரலி) அவர்கள், ஹஜ் கடமையை நிறைவேற்றுவதற்காகப் புறப்பட்டார். கலீஃபாவின் உத்தரவின்படி, மினாவில் கூடாரங்கள் அமைக்கப்பட்டன. ஹஜ் பயணிகளை அழைத்து உஸ்மான் (ரலி) விருந்தளித்தார். இது அன்றுவரை, இஸ்லாத்தில் கடைப்பிடிக்காத ஒன்று என்பதாலும், நபி (ஸல்) அவர்கள் காலத்திலோ அபூபக்ர், உமர் (ரலி) காலங்களிலோ வழக்கத்தில் இல்லாத ஒன்று என்பதாலும் மக்கள் அதிருப்தியுற்றனர்.

அப்போது, பாலியல் பிறழ்வு குற்றம்சாட்டப்பட்ட ஒரு பெண் கலீஃபாவிடம் அழைத்து வரப்பட்டாள். அவள் முதல் கணவனை இழந்த நிலையில், இரண்டாம் திருமணம் செய்து, ஆறு மாதங்களில் குழந்தை பெற்றிருந்தாள். அவளைக் கல்லால் அடித்து மரண தண்டனை வழங்கும்படி உஸ்மான் (ரலி) தீர்ப்பளித்தார். தீர்ப்பை அறிந்த அலீ (ரலி), கலீஃபாவைச் சந்தித்து, குழந்தைப் பிறப்பும் பால்குடிப்பும் தொடர்பாக, குர்ஆனிலுள்ள இரண்டு வசனங்களைச் சுட்டிக்காட்டி, ஆகவே, அவள் பாலியல் குற்றம் செய்தாள் என்று உறுதியாகச் சொல்ல இயலாது என்றார்.

இதைக் கேட்ட உஸ்மான் (ரலி) உடனடியாகத் தண்டனையை நிறுத்தி வைக்கும்படி ஒருவரை அனுப்பி வைத்தார். ஆனால், தண்டனை ஏற்கனவே நிறைவேறிவிட்டது. இதில், பெரும் வருத்தம் தெரிவித்த உஸ்மான் (ரலி) அவளது உறவினர்களுக்கு இழப்பீடு வழங்கும்படி உத்தரவிட்டார்

இதே ஆண்டுதான் இறைத்தூதரின் மஸ்ஜிதை 160 அடி நீளமும் 150 அடி அகலமும் கொண்டதாக விரிவுபடுத்தி கல் தூண்கள் நிறுவப்பட்டன.

ஹிஜ்ரீ 30 : வலீத் பின் உக்பா, கூஃபாவின் ஆளுநராக இருந்தார் கிறிஸ்தவராக இருந்த அபூஸுபைதா எனும் ஒரு கவிஞர் இஸ்லாத்தைத் தழுவிய பிறகும் குடியைக் கைவிடாமலிருந்தார். இவரும் ஆளுநரும் நண்பர்கள். எனவே, ஆளுநரும் மதுவருந்துவதாக மக்கள் குற்றம் சாட்டினர். கலீஃபாவின் கவனத்துக்கும் இது கொண்டுசெல்லப்பட்டது. இது குறித்து விளக்கம் அளிப்பதற்காக ஆளுநர் வலீத், மதீனாவுக்கு வரவழைக்கப்பட்டார். குற்றம் சாட்டியவர்களில் சிலரும் மதீனாவுக்கு வந்தனர்.

விசாரணைக்கு வந்த ஆளுநருடன் கலீஃபா கை குலுக்கினார். குற்றம்சாட்டிய தரப்பினர் இதை விரும்பவில்லை. விசாரணையில் குற்றத்தை நிரூபிப்பதற்கான சாட்சியங்கள் இல்லாத நிலையில், தண்டனை வழங்க தயங்கினார் கலீஃபா. குற்றவாளிக்கு கலீஃபா சாதகமாக இருப்பதாக அவர்கள் கருதினர்.

கடைசியாக, ஒருவர் எழுந்து, "அபூஸுபைதா, மதுவருந்தும்போது நான் பார்க்கவில்லை. ஆனால், அவர் குடித்து விட்டு வாந்தியெடுப்பதைப் பார்த்தேன்" என்றார். அவரது சாட்சியத்தை ஏற்றுக்கொண்ட கலீஃபா, குற்றவாளிக்குக் கசையடி வழங்கும்படி உத்தரவிட்டார். அலீ (ரலி) அவர்களும் அப்போது அங்கிருந்தார். அப்துல்லாஹ் பின் ஜஅஃபர், சவுக்கால் அடிக்கத் தொடங்கினார். அடியின் எண்ணிக்கை நாற்பதை அடைந்ததும் அலீ (ரலி), நிறுத்தச் சொன்னார். "எண்பது கசையடிகள் வழங்க வேண்டுமென்ற உமர் (ரலி) அவர்களது உத்தரவுதான் சரியென்றாலும், இதே குற்றத்திற்கு அபூபக்ர் (ரலி) நாற்பது கசையடிகள்தான் வழங்கினார். ஆகவே, நானும் அதைப் பின்பற்றுகிறேன்" என்றார் அலீ (ரலி).

கூஃபா ஆளுநர் பொறுப்பிலிருந்து வலீத் நீக்கப்பட்டு, ஸயீத் பின் அல்ஆஸ் நியமிக்கப்பட்டார். வலீத் (ரலி) மீது முறையீடு செய்தவர்களும் சாட்சியும் நம்பத்தகுந்தவர்களல்ல என்றும், இவ்வுண்மை அப்போது கவனத்தில் கொள்ளப்படவில்லை என்றும் சில நூல்களில் குறிப்பிடப்பட்டுள்ளன.

அபூதர் அல்கிஃபாரீ (ரலி) : ஹிஜ்ரீ 30 ஆம் ஆண்டு, அபூதர்

அல்கிஃபாரீ (ரலி) அவர்கள் தொடர்பான இந்நிகழ்வு நடைபெற்றது. இவர் முஆவியா (ரலி) அவர்களின்கீழ் சிரியாவில் வாழ்ந்து வந்தார். கீழ்வரும் இறை வசனம் தொடர்பாக அபூதர், முஆவியா (ரலி) ஆகியோரிடையே கருத்து வேறுபாடு உருவானது: '... பொன்னையும் வெள்ளியையும் சேமித்து வைத்துக்கொண்டு அதை அல்லாஹ்வின் பாதையில் செலவிடாமல் இருப்பவர்களுக்கு (நபியே) துன்புறுத்தும் வேதனை உண்டென நற்செய்தி கூறுவீராக! (குர்ஆன் 9: 34).

இவ்விறைவசனத்தின்படி, பணத்தைச் சேமித்து வைப்பது மார்க்கத்திற்குப் புறம்பானது என்றும், ஆகவே, எல்லா வருமானங்களும் அல்லாஹ்வின் வழியில், உரிய முறையில் அவ்வப்போது செலவிட வேண்டுமென்பது அபூதர் (ரலி) அவர்களின் கருத்து.

முஆவியா (ரலி), அல்லாஹ்வின் வழியில் செலவிடுவதென்பது ஸகாத் வழங்குவதைக் குறிக்கிறது என்றும், ஸகாத் வழங்கப்பட்டபின் மிகுதியாக இருக்கும் செல்வத்தை, இஸ்லாமியக் கோட்பாட்டை மீறாத வகையில் சேமித்து வைக்கலாமென்றும் வழக்காடினார். சேமித்து வைப்பது பாவமென்றால், வாரிசுரிமைகள் குறித்தும் அதன் பங்குகள் குறித்தும் குர்ஆன் குறிப்பிட்டிருக்காது என்பதும் அவரது வாதம்.

மக்கள், குறிப்பாக இளைஞர்கள் அபூதர் கிஃபாரீ (ரலி) அவர்களின் கருத்தைக் கேலி செய்தனர். விவாதங்கள் குறிப்பிட்டக் கட்டத்தை அடைந்த நிலையில், முஆவியா (ரலி) இதை கலீஃபாவிடம் தெரிவித்தார். அபூதர் (ரலி) அவர்களைத் தகுந்த மரியாதையுடன் மதீனாவுக்கு அனுப்பி வைக்கும்படி ஆளுநருக்கு எழுதினார் கலீஃபா.

அபூதர் (ரலி) மதீனாவிலும் இதே கருத்தைப் பரப்பத் தொடங்கினார். அவரது இயல்பான பிடிவாதக் குணத்தை அறிந்திருந்த மக்கள் அவரைக் கண்டுகொள்ளவில்லை. ஆயினும் இளைஞர்கள் சிலர் அவரைத் தூண்டிவிட்டனர். அக்காலகட்டத்தில், பெரும் செல்வந்தரான அப்துர் ரஹ்மான் பின் அவ்ஃப் (ரலி) காலமானார். இறைத்தூதர் அவர்களால் சொர்க்கவாசிகள் என்று அறிவிக்கப்பட்ட பத்துபேரில் அப்துர் ரஹ்மான் (ரலி) அவர்களும் ஒருவர். இளைஞர்கள் சிலர், அப்துர் ரஹ்மான் (ரலி) பெரும்

செல்வத்தை விட்டுச் சென்றிருப்பது குறித்து அபூதர் (ரலி) அவர்களிடம் கருத்துக் கேட்டனர். அவர் தமது வழக்கமான பதிலைச் சொன்னார்.

உமர் (ரலி) அவர்கள் காலத்தில் இஸ்லாத்தை ஏற்றவரும் இஸ்ரேலிய மக்களிடையே நன்கு அறியப்படுபவருமான கஅப் அல்அஹ்பார் இதை மறுத்தார். "யூதனே! இதில் தலையிட நீர் யார்?" என்றபடியே தமது கைத்தடியை ஓங்கி அவரை அடிக்க வந்தார் அபூதர் (ரலி). கஅப், கலீஃபாவின் அவையை நோக்கி ஓடினார். அங்கும் அவரைத் துரத்திச் சென்றார் அபூதர் (ரலி). கலீஃபாவின் பணியாட்கள் கஅபுவை அவரிடமிருந்து பாதுகாத்தனர்.

கோபம் தணிந்த அபூதர் (ரலி), உஸ்மான் (ரலி) அவர்களிடம், "சேமிப்பு முழுவதும் அல்லாஹ்வின் வழியில் செலவிடப்பட வேண்டுமென்று நான் கருதுகிறேன். இதற்கு எதிர்ப்புத் தெரிவித்த சிரிய மக்கள் எனக்குத் தொந்தரவு கொடுத்தார்கள். இப்போது மதீனாவாசிகளும் அதையே தொடருகிறார்கள். இந்நிலையில், நான் எதைப் பின்பற்றுவது அல்லது எங்கே செல்வது என்று சொல்லுங்கள்" என்றார். உஸ்மான் (ரலி) சொன்னார்: "தாங்கள் மதீனாவின் வெளியே ஒரு சிற்றூருக்குச் சென்று அங்கேயே வாழ்வீர்." இதன்படி, மதீனாவிலிருந்து மூன்று நாள் பயணத் தொலைவிலுள்ள ரபதா எனும் சிற்றூருக்குச் சென்று தங்கியிருந்தார் அபூதர் (ரலி).

இறைத்தூதரின் கணையாழி : இறைத்தூதர் அவர்களது சில கடிதங்களும் உத்தரவுகளும் அரச முத்திரையுடனான ஒரு மோதிரமும் அவரது மறைவுக்குப் பின் ஆயிஷா (ரலி) அவர்களின் பொறுப்பில் பாதுகாப்பாக வைக்கப்பட்டிருந்தன. பிறகு அவை, கிலாஃபத் பொறுப்பை ஏற்ற அபூபக்ர் (ரலி) அவர்களிடம் வழங்கப்பட்டன. முறையே அவை, உமர் (ரலி) அவர்களிடம் வந்தன. அவர் அவற்றை, அடுத்த கலீஃபாவிடம் ஒப்படைக்கச் சொல்லி தம் மகளும் இறைநம்பிக்கையாளர்களின் அன்னையுமான ஹஃப்ஸா (ரலி) அவர்களிடம் ஒப்படைத்தார். இப்படியாக அவை உஸ்மான் (ரலி) அவர்களிடம் வந்தன.

அதே ஹிஜ்ரீ 30 ஆம் ஆண்டு, கூஃபாவிலுள்ள ஒரு கிணற்றில் அந்தக் கணையாழி விழுந்துவிட்டது. அதை எடுப்பதற்கான

முயற்சிகள் அனைத்தும் தோல்வியுற்றன. அன்று முதல் உஸ்மான் (ரலி) அமைதியிழந்தவரானார். அதுபோன்ற மற்றொரு கணையாழியைச் செய்யும்படி அவர் உத்தரவிட்டார்.

தொழுகைக்கான அழைப்பைச் செவிமடுக்க இயலாத அளவுக்குக் கூட்டுத் தொழுகைக்குக் குறிப்பாக, வெள்ளிக்கிழமை ஜுமுஆ தொழுகைக்கு வரும் கூட்டம் அதிகரித்தது. எனவே, உயரமான இடத்திலிருந்து தொழுகை அழைப்பை விடுக்கும்படி உத்தரவிட்டார் கலீஃபா. இப்படியாகவே, வெள்ளிக்கிழமை ஜுமுஆ தொழுகைக்கு இரண்டு முறை அழைப்பு விடுக்கும் முறை வழக்கத்தில் வந்தது. அதே ஆண்டு, உஸ்மான் (ரலி), நபித்தோழர்கள் அனைவரும், இராக்கிலும் சிரியாவிலுமுள்ள தங்கள் சொத்துக்களை விற்றுவிட்டு மக்காவிலும் மதீனாவிலும் தாயிஃபிலும் வாங்கும்படி அறிவுறுத்தினார்.

தபரிஸ்தான் வீழ்ச்சி : ஸயீத் பின் அல்ஆஸ், கூஃபாவில் தமது ஆளுநர் பணியைத் தொடங்கி, ஹஸன் பின் அலீ, அப்துல்லாஹ் பின் உமர், அப்துல்லாஹ் பின் ஸுபைர், ஹுதைஃபா பின் அல்யமான் (ரலி) போன்றோரை உள்ளடக்கிய ஒரு படையை ஒருங்கிணைத்தார். படைக்குத் தலைமையேற்ற ஸயீத், தபரிஸ்தான்மீதும் ஜுர்ஜான்மீதும் படையெடுத்து, எல்லைப்பகுதிகள் உட்பட அவ்விரு நகரங்களையும் வெற்றிகொண்டார்.

குர்ஆனைப் பதிப்பித்தல் : பஸ்ரா, கூஃபா, ரே, சிரியா ஆகிய வழிகளினூடே ஹுதைஃபா (ரலி) மதீனாவை அடைந்தார். இராக், சிரியா, பஸ்ரா, கூஃபா, பாரசீகம் ஆகிய நாடுகளைச் சேர்ந்த மக்கள், குர்ஆனை மாறுபட்ட வகையில் தங்கள் விருப்பப்படி ஓதுவதைப் பார்த்து வியப்புற்றார். அனைவரும் ஒரே முறையில் ஓதுவதே சிறந்தது என்று அவர் கருதினார். உஸ்மான் (ரலி) மேன்மைமிகுந்த நபித்தோழர்களின் அவையைக் கூட்டி அவர்களிடம் ஆலோசனை நடத்தினார். அனைவருமே ஹுதைஃபா (ரலி) அவர்களின் கருத்தை ஏற்றுக்கொண்டனர். உஸ்மான் (ரலி), இறைநம்பிக்கையாளர்களின் தாயார் ஹஃப்ஸா (ரலி) அவர்களிடமிருந்த குர்ஆன் பிரதியைக் கொண்டுவரச் செய்தார். அபூபக்ர் (ரலி) அவர்களின் கிலாஃபத்தின்போது, ஸைத் பின் ஸாபித் (ரலி) அவர்களாலும் பிற நபித்தோழர்களாலும் தொகுக்கப்பட்டு, பின்பு உமர் (ரலி) அவர்களும் அவரது இறப்புக்குப் பின், மகள்

ஹஃப்ஸா (ரலி) அவர்களும் அதைப் பாதுகாத்து வந்தனர்.

கலீஃபா, குர்ஆன் பிரதிகள் சிலவற்றை உருவாக்கும் உரிமையைத் தகுதி வாய்ந்த சிலரிடம் ஒப்படைத்தார். பின்னர், குர்ஆனை அதிலுள்ளவாறு மட்டுமே ஓத வேண்டும்; பழைய பிரதிகள் அனைத்தும் அழிக்கப்பட வேண்டுமென்ற உத்தரவுடன் அவற்றைப் பெரும் நகரங்களுக்கு அனுப்பி வைத்தார். புதிய குர்ஆன் பிரதி, கூஃபாவை அடைந்தது. நபித்தோழர்கள் மகிழ்ச்சியடைந்தனர். அப்துல்லாஹ் பின் மஸ்ஊத் (ரலி) மட்டும் தமது பழைய முறையையே பின்பற்றி வந்தார்.

ஹிஜ்ரீ 31 : கிலாஃபத் தலைமையகத்திலிருந்து பிறப்பிக்கப்பட்ட புதிய உத்தரவுகளின்படி, சில எல்லைப் பகுதிகளுக்குப் புதிய ஆளுநர்கள் நியமிக்கப்பட்டனர். ஹரீம் பின் ஹஸ்ஸான் யஷ்க்கூரி, ஹரீம் பின் ஹையான் அல்அப்தி, அல்கிர்ரித் பின் ராஷித் ஆகியோர் பாரசீக எல்லைப் பகுதிகளுக்கும், மர்வின்: அஹ்நஃப் பின் கைஸ், பால்க்: ஹபீப் பின் கர்ராஹ் யர்புஉ, ஹராத்: காலித் பின் ஸுபைர், தூஸ்: உமைன் பின் அஹ்மத் யஷ்க்கூரி, நிஷாப்பூர்: கைஸ் பின் ஹுபைரா என நியமிக்கப்பட்டனர்.

குராசானின் சில நகரங்களில் கிளர்ச்சியின் அறிகுறிகள் தென்பட்டன. அப்துல்லாஹ் பின் ஆமிர் (ரலி) இராணுவ நடவடிக்கைகள் மூலம் அவற்றைக் கட்டுப்பாட்டுக்குள் கொண்டு வந்தார். தொடர்ந்து, நிஷாப்பூர், ஹராத், பால்க், தபரிஸ்தான், கிர்மான், சஜஸ்தான், பாரசீகத்தின் சில பகுதிகள் ஆகியன அவரது இலக்குகளாயின. இராக்கிலும் பாரசீகத்திலும் கிடைத்த இத்தொடர் வெற்றிகளைத் தொடர்ந்து, அப்துல்லாஹ் பின் ஆமிர் (ரலி) அவர்களின் பெயரைக் கேட்டாலே கிளர்ச்சியாளர்கள் பயந்து நடுங்கினர்.

யஸ்கிர்த் கொலையுண்டான் : உமர் (ரலி) அவர்களின் கிலாஃபத்தின்போது, பாரசீகப் பேரரசின் பெரும்பகுதிகளும், உஸ்மான் (ரலி) அவர்களின் காலத்தில் எஞ்சியிருந்த நகரங்களும் எல்லைப்புறப் பகுதிளும் வெற்றி கொள்ளப்பட்டன. பேரரசன் யஸ்கிர்த், ஒரு இடத்திலிருந்து மற்றொரு இடத்தை நோக்கி ஓடிக்கொண்டிருந்தான். சிலகாலம் ரேயிலும், சிலகாலம் பால்கிலும், மர்விலும், இஸ்ஃபஹானிலும், இஸ்தகாரிலும், துருக்கியிலும்,

சீனாவிலும் என தங்கியிருந்து விட்டு மீண்டும் பாரசீகம் திரும்பினான். தங்களுடைய பழம்பெருமைகளையும் மேன்மையையும் மீட்டெடுக்கும் காலம் திரும்புமென்ற நம்பிக்கையுடன். சில ஆயிரம் வீரர்களைக்கொண்ட ஒரு படைப்பிரிவு நன்மையிலும் தீமையிலும் அவனுடனேயே இருந்தது. பாரசீகப் பகுதிகளில் முஸ்லிம்களுக்கு எதிரானக் கிளர்ச்சிகள் உருவாவதற்கானக் காரணம் இதுதான்.

ஹிஜ்ரீ 31 ஆம் ஆண்டு, சீனாவிலிருந்தும் துருக்கியிலிருந்தும் வந்த படைப்பிரிவுக்குத் தலைமையேற்று, பால்கின் சுற்றுப்புறப்பகுதிகளை அடைந்த யஸ்கிர்த், குறுகிய காலத்தினுள் சில நகரங்களைக் கைப்பற்றினான். அவனது போதாத காலம், அங்கிருந்தும் தப்பியோடி ஒரு காற்றாலை உரிமையாளனின் வீட்டில் தஞ் சமடைந்தான். அவன் அணிந்திருந்த விலையுயர்ந்த ஆடை, ஆபரணங்கள், ஆயுதங்களால் கவரப்பட்ட வீட்டுடமையாளன், தூக்கத்திலாழ்ந்திருந்த யஸ்கிர்தைக் கொன்று, பொருட்களை எடுத்து விட்டு, உடலை நீரில் வீசியெறிந்தான். இது, கி. பி. 651 ஆகஸ்ட் மாதம், 23ஆம் தேதி மர்வின் ஒரு பகுதியில் நடந்தது.

யஸ்கிர்த் தனது வாழ்க்கையில் நான்கு ஆண்டுகளை அளவுக்கு மீறிய சுகபோகங்களிலும் பதினாறு ஆண்டுகளைப் பெரும் துன்பத்திலும் கழித்தான். பதினாறு ஆண்டுகளின் இறுதிப் பத்தாண்டுகளைத் தப்பித்து ஓடுவதில் செலவிட்டான். யஸ்கிர்த் கொல்லப்பட்ட பிறகு பாரசீகத்தின் பிரச்சினைகள் அனைத்தும் முடிவுக்கு வந்தன.

இவ்வாண்டு, எகிப்து ஆளுநர் அப்துல்லாஹ் பின் ஸஅதின் ஆட்சியின்மீது அவருடனிருந்த முஹம்மத் பின் அபூஹுதைஃபாவும் முஹம்மத் பின் அபூபக்ரும் அதிருப்தி தெரிவித்தனர். இவர்மீது இறைத்தூதர் அவர்களும் ஒருமுறை அதிருப்தியை வெளிப்படுத்தினார். இப்படியான ஒருவருக்கு உஸ்மான் (ரலி) ஆதரவாக இருந்தார். கலீஃபாவுக்கெதிராக வெளிப்படையாகவே கருத்து தெரிவிக்குமளவுக்கு அவர்களின் அதிருப்தி வளர்ந்திருந்தது.

ஹிஜ்ரீ 32 : ஹிஜ்ரீ 32 ஆம் ஆண்டு துல்ஹிஜ்ஜா மாதம், அப்துல்லாஹ் பின் ஆமிர் (ரலி) தனது ஹஜ் கடமையை நிறைவேற்றுவதற்காகப் புறப்பட்டார். பாரசீகப் படைத்தலைவர்களில் ஒருவனான காரின்,

இதை நல்லதொரு வாய்ப்பாகக் கருதி, 40,000 வீரர்கள்கொண்ட ஒரு பெரும்படையுடன் அணிவகுத்துச் சென்றான்.

முஸ்லிம் படைத்தலைவரான அப்துல்லாஹ் பின் ஹாஸிம், தமது தலைமையில் சில ஆயிரம் வீரர்கள்கொண்ட ஒரு படையுடன் அவர்களை எதிர்கொண்டார். மூன்று அல்லது நான்காயிரம் வீரர்களடங்கிய முஸ்லிம் படை, 40,000 பேர்கள்கொண்ட பலம்வாய்ந்த பாரசீகப் படைகளை எதிர்கொள்ள புறப்பட்டது. பகைவர்களை நெருங்கிய முஸ்லிம் படைத்தலைவர், தனது வீரர்களிடம், ஈட்டிகளைத் துணித்துண்டுகளால் சுற்றி அவற்றை நெய்யிலோ கொழுப்பிலோ தோய்த்தெடுக்கும்படி உத்தரவிட்டார். அது இரவு நேரம். படைகள் போர்க்களத்தை நெருங்கியதும், ஈட்டிகளைப் பற்ற வைத்து எரியும் நெருப்புடன் தாக்குமாறு உத்தரவிட்டார். தீப்பிழம்புகளைக் கண்டு திடுக்கிட்ட பாரசீகர்கள் ஓட்டம் பிடித்தனர். இதில், பெருமளவிலான பாரசீக வீரர்கள் கொலையுண்டதுடன் கைதிகளாகவும் பிடிபட்டனர்.

ஹிஜ்ரீ 33 : கூஃபா நகர ஆளுநரான வலீத் பின் உக்பா பதவி நீக்கம் செய்யப்பட்டு, ஸயீத் பின் அல்ஆஸ் (ரலி) பொறுப்புக்கு வந்தார். கூஃபா மக்களின் மனதைக் கவரும்விதமான அனைத்தையும் அவர் செய்தார். மாலிக் பின் ஹாரிஸ் நகயீ, ஸாபித் பின் கைஸ், அஸ்வத் பின் யஸீத், அல்கமா பின் கைஸ், ஜுன்துப் பின் ஸுஹைர், ஜுன்துப் பின் கஅப் அஸதீ, உர்வா பின் அல்ஜுஉத், அம்ர் பின் அல்ஹமீக் குஸாயீ, சுஹானின் மகன்களான ஸஅஸஆ, ஸைத், குமைல் பின் ஸியாத் ஆகியோர் ஸயீத் (ரலி) அவர்களைத் தனிப்பட்ட முறையில் சந்தித்து, பொழுதுபோக்குகளிலும் நகைச்சுவை உரையாடல்களிலும் ஈடுபடுவதை வழக்கமாகக் கொண்டனர்.

இப்படியான ஒருநாள் ஸயீத் (ரலி), "இந்த எல்லைப் பகுதி குறைஷிகளின் பூங்காவனம்" என்றார். இதைச் செவிமடுத்த மாலிக் பின் அஸ்தர் கோபத்துடன், "எல்லாம் வல்ல அல்லாஹ்வின் அருளால் நாங்கள் வாட்களின் பலத்தால் வென்றெடுத்த எல்லைப் பகுதி உங்களுடைய பூங்காவனமா?" என்று கேட்டார். இதில் ஏற்பட்ட விவாதங்கள் சச்சரவை உருவாக்கின. அமைதியை ஏற்படுத்த முயன்ற அப்துர் ரஹ்மான் அஸதீ, தாக்குதலுக்குள்ளாகி தன்னுணர்வற்று விழுந்தார்.

இதைத் தொடர்ந்து, இரவுக் கூடுகை முடிவுக்கு வந்தது. வருபவர்களைத் தடுப்பதற்காக காவலர்கள் நியமிக்கப்பட்டனர். ஆளுநரின் இந்நடவடிக்கைகள் அவர்களுக்குப் பிடிக்கவில்லை. ஆளுநருக்கும் கலீஃபாவுக்கும் எதிராக அவர்கள் பேச ஆரம்பித்தனர். எதிர்ப்புகள் மிக விரைவில் தீவிரமடைந்தன. தகவலைக் கலீஃபாவுக்கு அறிவித்தார் ஆளுநர். சம்பந்தப்பட்டவர்களை சிரியாவுக்கு அனுப்பி வைக்கும்படி உத்தரவிட்டார் கலீஃபா.

சிரியாவை அடைந்த எதிர்ப்பாளர்களை வரவேற்று உபசரித்த சிரியாவின் ஆளுநர் முஆவியா (ரலி) அவர்களுடன் சேர்ந்து உணவருந்தினார். பிறகு, அவர்களுக்கான தங்குமிடங்களுக்கு சிறப்பான முறையில் ஏற்பாடு செய்தார். சூழ்நிலைக்கேற்ப அவர்களை அணுகுவதுடன் திருத்த முயல வேண்டுமென்று கலீஃபா அறிவுறுத்தி இருந்தார். சில நாள்களுக்குப் பிறகு, அவர்களிடம் குறைஷிகளின் தலைமையில் திருப்தியுடன் நடந்துகொள்ளவும் முஸ்லிம்களின் ஒற்றுமையைச் சீர்குலைக்கும்விதமான எந்த நடவடிக்கைகளிலும் ஈடுபட வேண்டாமென்றும் பக்குவமாக எடுத்துரைத்தார் முஆவியா (ரலி).

சுஹானின் மகன்களில் ஒருவர் இதற்குப் பண்பாடற்ற முறையில் பதிலளித்தார். இதனை, முஆவியா (ரலி) கலீஃபாவுக்குத் தெரிவித்ததுடன், அவர்களைப் பண்படுத்தும் முயற்சியில் தனது இயலாமையையும் குறிப்பிட்டார். அவர்களை அங்கிருந்து ஹிம்சுக்கு அனுப்பி வைக்கும்படி உத்தரவிட்டார் கலீஃபா. ஹிம்சை அடைந்த அவர்களை ஆளுநர் அப்துர் ரஹ்மான் பின் காலித் முரட்டுத்தனமாக நடத்தினார். தன்னுடன் அவையில் அமரவும்கூட அவர்களை அனுமதிக்கவில்லை. கடுமையும் சுடுசொற்களுமான ஆளுநரின் நடத்தை, தங்களது கடந்தகால தவறுகள் குறித்த குற்றவுணர்வை அவர்களிடம் உருவாக்கியது. இம்மாற்றம் கலீஃபாவுக்கு அறிவிக்கப்பட்டது. அவர்கள் விரும்பினால் மீண்டும் கூஃபாவுக்குச் செல்லலாம் என்றார் கலீஃபா.

அப்துல்லாஹ் பின் ஸபா : இப்னு சவ்தா எனும் அப்துல்லாஹ் பின் ஸபா, ஸன்ஆவைச் சேர்ந்த ஒரு யூதன். முஸ்லிம்களின் வளர்ச்சியையும் வளத்தையும் கவனத்தில்கொண்டு இலாப நோக்கத்துடன் இஸ்லாத்தை ஏற்றுக் கொண்டவன். முஸ்லிம்களின் உள்நாட்டு அரசியல் நடவடிக்கைகளில் தன்னையும் ஈடுபடுத்தி,

அதன்மூலம் நன்மை பெறும் நோக்கத்துடன் அவன் மதீனாவில் தங்கியிருந்தான்.

பஸ்ராவிலுள்ள ஒருவன் ஹகீம் பின் ஜபலா. இவனது நோக்கம் முஸ்லிம் படையில் தன்னை இணைத்துக்கொண்டு திம்மிகளிடம் கொள்ளையடிப்பது. குழுவாகச் சேர்ந்து வழிப்பறிகளிலும் ஈடுபட்டான். இவனது தொல்லைகள் அளவு கடந்த நிலையில் கலீஃபா அறிந்துகொண்டார். ஹகீமை வீட்டுக் காவலில் வைக்கும்படி பஸ்ரா ஆளுநருக்கு உத்தரவிட்டார்.

ஹகீமைப் பற்றிக் கேள்விப்பட்ட அப்துல்லாஹ் பின் ஸபா, மதீனாவிலிருந்து புறப்பட்டு, பஸ்ராவுக்குச் சென்று அவனுடன் இணைந்தான். ஹகீமின் நண்பர்களுடனும் மிக நெருக்கமான உறவை ஏற்படுத்திக்கொண்டான். தன்னை முஸ்லிம்களின் நலன் விரும்பி என்றும், இறைத்தூதரின் குடும்பத்தாருடன் நெருக்கமானவன் என்றும் காட்டிக்கொண்டான். தன்னைச் சுற்றியிருந்தவர்கள் மனதில் சந்தேகங்களையும் தவறான எண்ணங்களையும் விதைக்க ஆரம்பித்தான்.

முஸ்லிம்கள் பலரின் நம்பிக்கையைப் பெற்ற அவன், தனது திட்டத்தைச் செயல்படுத்தத் தொடங்கினான். ஈஸா (அலை) மீண்டும் இவ்வுலகுக்கு வருவாரெனில், முஹம்மத் (ஸல்) அவர்களால் ஏன் வர இயலாது என்று கேள்வி எழுப்பினான். தனது கருத்தை வலியுறுத்துவதற்காக, கீழ்வரும் இறைவசனத்துக்குத் தவறான விளக்கம் சொல்லவும் ஆரம்பித்தான்: '(நபியே!) நிச்சயமாகவே இக்குர்ஆனை உம்மீது விதியாக்கியவன் உம்மை மீளுமிடத்தின்பால் திரும்பவும் கொண்டு வந்து சேர்ப்பான்...' (குர்ஆன் 28: 85).

ஆகவே, இறுதித்தூதர் மீண்டும் இவ்வுலகுக்கு வருவார் என்றார். இதனைத் தொடர்ந்து, இன்னொரு கருத்தையும் மக்களிடையே பரப்பினான்: "ஒவ்வொரு இறைத்தூதருக்கும் பிரதிநிதி ஒருவரும் இறுதி விருப்பத்தைச் செயல்படுத்தும் ஒருவரும் இருந்தனர். முஹம்மத் (ஸல்) அவர்களுக்கு அலீ (ரலி) இருந்தார். முஹம்மத் (ஸல்) அவர்களின் இறுதி விருப்பத்தைச் செயல்படுத்துபவர் அலீ (ரலி) அவர்களே."

தனது தவறான பரப்புரைகளுக்கு முஸ்லிம்களிடையே கிடைத்த ஓரளவு ஆதரவால் தூண்டப்பட்ட அவன், கலீஃபா

பொறுப்பிலிருந்து உஸ்மான் (ரலி) அவர்களை அகற்றிவிட்டு அலீ (ரலி) பொறுப்புக்கு வரவேண்டும் எனும் கருத்தைப் பரப்ப முற்பட்டான். இது, ஆளுநர் அப்துல்லாஹ் பின் ஆமிர் (ரலி) யின் கவனத்துக்குச் சென்றது. அவர் ஸபாவை அழைத்து, "யார் நீ, உன்னுடைய இடம் எது? இங்கே என்ன செய்கிறாய்?" என்று கேட்டார். அவன், தான் இஸ்லாத்தில் ஈடுபாடுடையவன் என்றும் யூத நம்பிக்கைகளின் பலவீனங்களின் காரணமாக இஸ்லாத்தை ஏற்றுக்கொண்டவன் என்றும் முஸ்லிம்களில் ஒருவனாக, தான் வாழ்வதாகவும் சொன்னான்.

அப்துல்லாஹ் பின் ஆமிர் (ரலி), "நீ இஸ்லாத்திற்கெதிரான சதிவேலைகளில் ஈடுபட்டிருப்பதாகவும் முஸ்லிம்களிடையே தவறான எண்ணங்களை உருவாக்குவதாகவும் விசாரணையிலிருந்து தெரிய வருகிறது" என்றார். தனது திட்டங்கள் வெளியே தெரிந்துவிட்ட நிலையில் தனக்குப் பின்னால் செயல்படுபவர்களுக்கு இரகசிய உத்தரவுகளைப் பிறப்பித்த ஸபா, பஸ்ராவிலிருந்து கூஃபாவுக்கு இடம்பெயர்ந்தான்.

கூஃபாவில் கிலாஃபத் செயலகத்துக்கும் ஆளுநருக்குமெதிரான ஒரு குழு ஏற்கனவே இயங்கி வருவதை ஸபா அறிந்துகொண்டான். இதை, தன்னுடைய திட்டங்களைச் செயல்படுத்துவதற்கான ஒரு வாய்ப்பாகக் கருதினான்.

இஸ்லாம்மீதும் உஸ்மான் (ரலி) மீதும் அவனுக்கு வன்மம் இருந்தது. இதைத் தீர்த்துக்கொள்ளும் நோக்கில், தன்னை மிகுந்த இறையச்சம்கொண்டவனாகக் காட்டிக்கொண்ட அவன், மிக விரைவிலேயே மக்களின் நல்லெண்ணத்தைப் பெற்றான்.

ஸபாவின் நடவடிக்கைகள் ஆளுநர் ஸயீத் (ரலி) அவர்களின் கவனத்துக்குச் சென்றது. அவர் அவனை வரவழைத்து எச்சரிக்கை விடுத்தார். இதன் பிறகு, ஸபா சந்தேகத்திற்குரிய நபராக மாறினான். சூழ்நிலைகள் தனக்கெதிரானதைப் புரிந்துகொண்டதும் அங்கிருந்து சிரியாவுக்குப் பெயர்ந்தான். பஸ்ராவில் நடந்ததுபோல், கூஃபாவிலும் தன்னுடைய ஆட்கள் பலரை உருவாக்கி வைத்திருந்தான். அவனது செயல்திட்டங்களின் முக்கிய ஆதரவாளர்களாக மாலிக் அஸ்தரும் அவனது நண்பர்களும் உறவினர்களுமிருந்தனர்.

சிரியாவில் எதையுமே அவனால் செய்ய இயலவில்லை. மிகச் சீக்கிரமாகவே அங்கிருந்து வெளியேறினான்.

அவனது அடுத்த இலக்கு எகிப்து. கடந்த கால அனுபவங்களின் காரணமாக இங்கு மிகுந்த எச்சரிக்கையுடன் அவன் நடந்துகொண்டான். இறைத்தூதரின் குடும்பத்தார்மீது மிகுந்த அன்பு வைத்திருப்பதுபோல் பாவித்தான். தான், அலீ (ரலி) அவர்களுக்கு ஆதரவாக இருப்பதுபோல் காட்டிக்கொண்டான். தனது திட்டங்களைச் செயல்படுத்துவதற்காக ஒரு அமைப்பையும் உருவாக்கினான். எகிப்தின் ஆளுநரான அப்துல்லாஹ் பின் ஸஅத் (ரலி) அவர்களுக்கெதிராக எகிப்தியரும் ஏற்கனவே அங்கு வாழ்ந்துவந்த அரபிகளும் அதிருப்தியுடனிருந்தது அவனது செயல்பாடுகளுக்கு வசதியாக அமைந்தது.

ஆப்பிரிக்க பர்பர்களும் சீசரும் உருவாக்கிய பிரச்சினைகளில் கவனம் செலுத்திய அப்துல்லாஹ் பின் ஸஅத் (ரலி) அவர்களால், உள்நாட்டுப் பிரச்சினைகளில் சரிவர கவனம் செலுத்த இயலாமலிருந்தது. ஸபா, பஸ்ராவிலும் கூஃபாவிலுமுள்ள தன் நண்பர்களைக் கடிதம் மூலம் தொடர்புகொண்டான். அவர்கள் முகவரியில்லாத புகார் கடிதங்கள் எழுதும் திட்டம் ஒன்றைத் தொடங்கினர். எகிப்திலிருந்தும் கூஃபாவிலிருந்தும் பஸ்ராவிலிருந்தும் ஆளுநர்களுக்கு எதிரான புகார்கள் மதீனாவுக்குத் தொடர்ந்து வந்துகொண்டிருந்தன. இதுபோன்ற கடிதங்கள், பஸ்ராவிலிருந்து கூஃபா, கூஃபாவிலிருந்து எகிப்து, எகிப்திலிருந்து பஸ்ரா, பஸ்ராவிலிருந்து டமாஸ்கஸ், டமாஸ்கசிலிருந்து கூஃபா என சுற்றிச் சுற்றி அனுப்பப்பட்டன.

அனைத்துமே அனாமதேய புகார்களாக இருந்ததால் ஒவ்வொரு பகுதியிலுமுள்ளவர்கள் இது வேறு பகுதிகளில் நடக்கும் கொடுமைகள் என்பதாகப் புரிந்துகொண்டனர். இம்மடல்கள் அனைத்தும் கலீஃபா உஸ்மான் (ரலி) கொடுங்கோல் ஆட்சியாளர்களுக்கு ஆதரவாக இருப்பதாகவும் அவர்களைப் பணி நீக்கம் செய்ய அவர் மறுப்பதாகவும் குற்றம் சாற்றின.

சுழன்றுகொண்டிருக்கும் பெருமளவிலான புகார்களைக் கவனத்தில்கொண்ட உஸ்மான் (ரலி), அம்மார் பின் யாசிர், முஹம்மத் பின் மஸ்லமா (ரலி) ஆகியோரை எகிப்துக்கும் கூஃபாவுக்கு அனுப்பி வைத்தார். அங்குள்ள நிலைமைகளை ஆய்ந்து, அதை கிலாஃபத் செயலகத்துக்கு அறிவிக்குமாறு உத்தரவிட்டார்.

அம்மார் (ரலி) எகிப்தை அடைந்தார். ஆளுநர்மீதும் ஸபாமீதும் வெறுப்புற்ற பிரிவினர் தத்தம் பார்வைகள் சார்ந்து அம்மார் (ரலி) அவர்களைத் திசைதிருப்ப முயன்றனர். உஸ்மான் (ரலி) அவர்களின் ஆட்சிக்கு சாதகமாக அமைந்துவிடக்கூடாதென்ற நோக்கத்துடன் அவரை மதீனாவுக்குச் செல்லவிடாமல் தடுத்து வைத்தனர்.

கூஃபாவிலிருந்து முஹம்மத் பின் மஸ்லமா (ரலி), சமூகத்தில் உயர் நிலையிலுள்ளவர்கள் உட்பட பெரும்பாலான மக்கள் கிலாஃபத்திற்கெதிரான மனநிலையிலும் அதிருப்தியுடனும் இருப்பதாக கலீஃபாவுக்கு அறிவித்தார். ஏறக்குறைய இதே வேளையில் அஷ்அத் பின் கைஸ், ஸயீத் பின் கைஸ், சாயிப் பின் அக்ரஉ, மாலிக் பின் ஹபீப், ஹகீம் பின் சலாமத், ஜரீர் பின் அப்துல்லாஹ், சல்மான் பின் ரபீஆபோன்ற செல்வமும் செல்வாக்கும் படைத்த இஸ்லாமியக் கிலாஃபத்துக்கு மிகவும் ஒத்துழைப்பாக இருந்த பலர், கூஃபாவிலிருந்து இடம்பெயர்ந்து வேறிடங்களுக்குச் சென்றனர்.

பெருமளவிலான பொதுமக்களின் எதிர்ப்பையும் கிளர்ச்சியையும் கவனத்தில்கொண்ட ஸயீத் பின் அல்ஆஸ் (ரலி), கஅகஉ பின் அம்ர் (ரலி) அவர்களைத் தமது பிரதிநிதியாக நியமித்து விட்டு கலீஃபாவை நேரில் சந்தித்து கூஃபாவின் நிலைமைகளைச் சொல்வதற்காக மதீனாவுக்குப் புறப்பட்டார். இத்துடன் கூஃபாவில் பதற்றம் நிலவுவதாகவும் உடனடியாக புதிய ஆளுநர் நியமிக்கப்பட வேண்டுமென்றும், ஹிம்சில் தங்கியிருந்த மாலிக் அஸ்தருக்கு கூஃபாவிலிருந்து கடிதம் அனுப்பப்பட்டது.

உறுதியான தலைமை இல்லாத நிலையில், முற்றிலுமாக வெளிப்பட்ட முரண்பாடுகள் கலீஃபாவின் ஆட்சிக்கே அறைகூவல் விடுத்தன. யஸீத் பின் கைஸ் தலைமையிலான ஒரு குழு மதீனாவுக்குச் சென்று உஸ்மான் (ரலி) அவர்களைப் பதவியிலிருந்து நீக்குவதற்கான ஏற்பாடுகளைச் செய்யுமளவுக்கு இவை தீவிரமடைந்தன. கஅகஉ பின் அம்ர் (ரலி), யஸீதைக் கைது செய்து சிறை வைத்தார்.

ஸயீத் (ரலி) மீது தனக்குச் சில புகார்கள் இருந்தது உண்மைதான். இதைத் தவிர, தான் எந்தக் குற்ற நடவடிக்கைகளிலும் ஈடுபடவில்லை. எங்களது நோக்கம், அவரைப் பணிநீக்கம் செய்வது மட்டும்தான். எனவே, தனக்கு விடுதலையளிக்க வேண்டுமென்று யஸீத்,

கஅகஉ (ரலி) அவர்களிடம் மன்றாடினார். இதன்படி யஸீத் விடுவிக்கப்பட்டார். பிறகு, சில நாள்களில் மாலிக் அஸ்தர் தனது குழுவுடன் ஹிம்சிலிருந்து கூஃபாவுக்கு வந்தார். இவரது வருகையுடன், குழப்பவாதிகள் மேலும் உற்சாகமடைந்தனர். மாலிக் அஸ்தர், யஸீதுக்கு தனது ஆதரவைத் தெரிவித்ததுடன் அவருடன் சேர்ந்துகொள்வதாகவும் அறிவித்தார்.

யஸீத், மாலிக் ஆகியோரின் செயல்பாடுகளை, கஅகஉ (ரலி) அவர்களால் தடுத்து நிறுத்த இயலாமல் போனது. கூஃபாவிலிருந்து வெளியேறிய குழப்பவாதிகள் காதிசியாவின் அருகிலுள்ள ஜரஆவை அடைந்தனர்.

ஹிஜ்ரீ 34 : ஹஜ்ஜை முடித்து விட்டு முக்கியப் பிரச்சினைகள் குறித்துப் பேசுவதற்காக தம்மை, மதீனாவில் வந்து சந்திக்குமாறு உஸ்மான் (ரலி) ஆளுநர்களுக்கு உத்தரவிட்டார். சிரியாவிலிருந்து முஆவியா (ரலி), எகிப்திலிருந்து அப்துல்லாஹ் பின் ஸஅத் பின் ஸர்ஹ் (ரலி), கூஃபாவிலிருந்து ஸயீத் (ரலி), பஸ்ராவிலிருந்து அப்துல்லாஹ் பின் ஆமிர் (ரலி) ஆகியோரும் பிற பகுதிகளிலிருந்து வந்தவர்களும் மதீனாவில் ஒன்றுகூடினர்.

மதீனாவின் அறிஞர்கள் சிலருக்கும் இவ்வழைப்பு விடுக்கப்பட்டது. தனக்கெதிராக முளை விட்டிருக்கும் வெறுப்பையும் அதிருப்தியையும் குறிப்பிட்டுப் பேசிய கலீஃபா, அவர்களது அறிவுரையை நாடினார். போதாமைகளை வேருடன் களைய ஜிஹாத் நடவடிக்கைகளில் வேகம் காட்ட வேண்டுமென்றும் குழப்பங்கள் மூலம் கிளர்ச்சியை உருவாக்க நினைப்பவர்கள்மீது நடவடிக்கை எடுக்க வேண்டுமென்றும் சொன்னார் பஸ்ரா ஆளுநர் அப்துல்லாஹ் பின் ஆமிர் (ரலி).

கலீஃபாவுக்கு இக்கருத்துகள் ஏற்புடையதாக இருப்பினும், இதை மிகக்கடினமான ஒரு பணியாகக் கருதினார். ஒவ்வொரு பகுதியிலுமுள்ள ஆளுநர்கள், குறிப்பிட்ட பிரச்சினைக்கு முதலிடம் தந்து கிளர்ச்சியாளர்களை ஒடுக்க முன்வரவேண்டுமெனும் கருத்தை முன்வைத்தார் சிரியா ஆளுநர் முஆவியா (ரலி). கிளர்ச்சியாளர்களின் நோக்கம் பணம் ஈட்டுவதுதான். இதைப் புரிந்துகொண்டு செயல்படுவதன்மூலம் அவர்களை மிக எளிதாக அடக்கிவிடலாமென்றார் எகிப்து ஆளுநர் அப்துல்லாஹ் பின் ஸஅத் (ரலி).

கிளர்ச்சிகளுக்கும் குழப்பங்களுக்குமான உட்கூறுகளை ஆராய்ந்தபோது அவை காரணங்களற்றதும் ஒழுங்கற்றதுமாகவே இருந்தன. கிளர்ச்சியாளர்களின் நோக்கம் தீய விளைவுகள் மட்டும்தான். எனவே இவர்களுக்கு இரக்கம் பாராமல் மரணதண்டனை வழங்க வேண்டும் எனும் கருத்தையும் சிலர் முன்வைத்தனர். உஸ்மான் (ரலி) இதை ஏற்க மறுத்தார். குர்ஆன் முன்மொழிந்துள்ளதும் இஸ்லாமிய நெறிமுறைகள் சார்ந்துமே அவர்களைத் தண்டிக்க இயலும். அதற்குப் புறம்பான முறையில் யாருக்கும் மரண தண்டனை வழங்கும் அதிகாரம் தமக்குக் கிடையாது என்று திட்டவட்டமாகச் சொன்னார். தம்மைப் பொறுத்தவரைக்கும், வெறுப்பையும் வன்மங்களையும் பொறுமையுடன்கூடிய துணிச்சலான நடவடிக்கைகள்மூலம் வெற்றிகொள்ள இயலுமென்றார். இப்படியாக, தீர்வுகளை எட்டாமலேயே கலந்துரையாடல் முடிவுக்கு வந்தது.

குறைந்தபட்ச தீர்வாக, பிரச்சினைகளில் ஈடுபடுபவர்களை எதிர்கொள்வதற்கென ஒரு படைப்பிரிவை நியமிப்பதாக முடிவு செய்யப்பட்டது. இதற்கான அனைத்து உரிமைகளும் ஆளுநர்களிடம் ஒப்படைக்கப்பட்டது. கூட்டம் முடிவடைந்த பிறகு, ஆளுநர்கள் அனைவரும் தங்கள் நாடுகளுக்குத் திரும்பினர். செல்லும் வழியில், ஸயீத் பின் அல் ஆஸ் (ரலி) ஜரஆவை அடைந்தார். அங்கே, பெரும் படையொன்றுடன் நின்றிருந்த யஸீத் பின் கைசை அவர் எதிர்பாராமல் சந்திக்க நேர்ந்தது.

"ஸயீத் கூஃபாவுக்குள் நுழைவதை நாங்கள் அனுமதிக்க மாட்டோம்; அவர் திரும்பிச் செல்ல வேண்டும்" என்று மிகக் கடுமையாகச் சொன்னார் யஸீத். ஸயீத் (ரலி) அவர்களின் அடிமை, "திரும்பிச் செல்ல முடியாது" என்று உறுதிபடத் தெரிவித்தார்.

யஸீதுடனிருந்த மாலிக் அஸ்தர் அந்த அடிமையைக் கொன்றார். பின்னர், ஸயீத் (ரலி) அவர்களிடம், "நீர் திரும்பிச் சென்று, அபூமூஸா அஷ்அரீ (ரலி) அவர்களை ஆளுநராக நியமிக்கும்படி உஸ்மான் (ரலி) அவர்களிடம் சொல்வீராக" என்றார்.

மதீனாவுக்குத் திரும்பிச்சென்ற ஸயீத் (ரலி), நடந்தவற்றை கலீஃபாவிடம் தெரிவித்தார். அவர் அபூமூஸா அஷ்அரீ (ரலி) அவர்களைக் கூஃபாவின் ஆளுநராக நியமித்தார். "உங்களால்

தேர்வு செய்யப்பட்டவரே உங்களிடம் அனுப்பப்படுகிறார். ஷரீஆ ஒப்புதலளிக்கும் உங்களது எல்லா விருப்பங்களையும் நான் நிறைவேற்றுவேன். நன்மைகளை நோக்கி உங்களை அழைத்துச் செல்வதில் ஏற்படும் இடர்பாடுகளிலும் நான் பொறுமை காப்பேன்" எனும் பொருளிலான கலீஃபாவின் ஒரு கடிதத்துடன் அவர் மதீனாவிலிருந்து புறப்பட்டார்.

அபூமூஸா அஷ்அரீ (ரலி) தமது ஜுமுஆ உரையில், முஸ்லிம்கள் தங்களிடையிலான வேறுபாடுகளைக் களைவதுடன், கலீஃபாவுக்குப் பணிய வேண்டுமென்றும் கேட்டுக்கொண்டார். இதன்மூலம் கூஃபாவில் அமைதி திரும்பியது. ஸபாவுடன் தொடர்பு வைத்துக்கொள்ளாத முஸ்லிம்கள் மகிழ்ச்சியடைந்தனர். ஆனால், ஸபாவுடன் சேர்ந்தவர்களும் உஸ்மான் (ரலி) மீது வன்மம்கொண்டவர்களும் கலீஃபாவால் நியமிக்கப்பட்ட ஆளுநர்களுக்கும் அரசப் பணியாளர்களுக்குமெதிராக முறையீடுகளைத் தொடர்ந்துகொண்டிருந்தனர். உஸ்மான் (ரலி) குறித்து மதீனா மக்கள் அதிருப்திகொள்ளும் நோக்கத்துடன் அங்குள்ள முக்கியமானவர்களுக்குக் கடிதம் எழுத ஆரம்பித்தனர். கலீஃபாவால் நியமிக்கப்பட்ட ஆளுநர்களையும் அதிகாரிகளையும் பதவி நீக்கம் செய்ய, கலீஃபாவை வலியுறுத்தக் கோருவதுதான் கடிதங்களின் உள்ளடக்கம்.

ஆனால், கடிதங்கள்மீதான விசாரணை முடிவில் ஆட்சியாளர்கள்மீது தவறில்லை என்பது தெரிய வந்தது. ஆகவே, அவர்கள்மீது எந்த நடவடிக்கைகளும் மேற்கொள்ளப்படவில்லை. கலீஃபாவின் இம்முடிவை, சிலர் சந்தேகத்துடன் பார்த்தனர். அபூஉசைத் ஸாயிதீ, கஅப் பின் மாலிக், ஹஸ்ஸான் பின் ஸாபித் (ரலி) போன்றவர்கள் கலீஃபாவுக்கு எதிராகக் குரல் எழுப்புபவர்களைத் திருப்திப்படுத்த எடுத்த முயற்சிகளும் பலனில்லாமல் போயிற்று.

இக்காலகட்டத்தில், ஸபாவின் ஆட்கள், கலீஃபாவுக்கு எதிரான தங்கள் நச்சுக் கருத்துக்களைக் கடிதங்கள்மூலம் இஸ்லாமிய நாடுகளில் பரப்பினர். இஸ்லாமிய உலகம் அன்று, ஐந்து முக்கியப் பகுதிகளை மையமாகக்கொண்டு இயங்கி வந்தது. தொடக்க காலம்முதல் இஸ்லாமிய அரசின் தலைமையகமாக மதீனா இருந்து வந்தது.

கூஃபாவிலும் பஸ்ராவிலும் போர்க்குணம்மிக்க அரேபிய இனக்குழுக்கள் வசித்து வந்தன. பாரசீகர்களும் ஆர்மேனியர்களும் ஜார்ஜியர்களும் வசித்து வந்த, பாரசீகர்களின் ஆட்சியின்கீழிருந்த, பரந்த நிலப்பரப்பின் வலுவான இஸ்லாமியப் படைமுகாம்களாகவும் இவை செயல்பட்டன. ஃபுஸ்தாத் எனும் கெய்ரோ, எகிப்தை மட்டுமின்றி திரிப்போலி, பாலஸ்தீனம் ஆகிய நாடுகள்வரை உட்கொண்ட ஒரு படை முகாமாக இருந்தது. சிரிய அரசின் தலைமைச் செயலகமாக இருந்தது டமாஸ்கஸ். அங்கிருந்த முஸ்லிம் படைகளால் சீசர் உறக்கமின்றித் தவித்தார். முஸ்லிம் படைகளுடன் நடந்த போர்கள் அனைத்திலும் ரோமானியப் படைகள் தோல்வியையே எதிர்கொண்டன.

அரசு நிர்வாகங்கள், அதன் செயல்பாடுகள் சார்ந்து இந்த ஐந்து மையங்களின் இருப்பைப் புரிந்துகொள்ளும் மதிநுட்பம் ஸபாவுக்கு இருந்தது. ஆகவேதான், தனது திட்டங்களை அவன் மதீனா, பஸ்ரா, கூஃபா, டமாஸ்கஸ் என்று விரிவுபடுத்தினான். முஆவியா (ரலி) அவர்களின் உறுதி, டமாஸ்கசில் அவனது முன்னேற்றத்திற்குத் தடையாக இருந்தது.

பிற அனைத்துப் பகுதிகளிலும் தனக்குச் சாதகமான ஆதரவை அவன் திரட்டிக் கொண்டான். பொதுக்கருவூலம் என்பது முஸ்லிம்களுக்கு உரித்தானது. அதன் உரிமையாளன் அல்லாஹ்வே. முஸ்லிம்களுக்குப் பகிர்ந்தளிக்க வேண்டிய அதனை முஆவியா (ரலி) தம் சொந்தத் தேவைகளுக்குப் பயன்படுத்துகிறார் என்று அறிவித்த அபூதர் கிஃபாரீ (ரலி) அவர்களின் கருத்தையும் அவன் ஏற்றுக்கொண்டான். உஸ்மான் (ரலி) அவர்களைக் குறைசொல்வதற்கான வாய்ப்பை இதிலும் அவன் பயன்படுத்திக்கொண்டான்.

தனது விஷக்கருத்துக்களை அவன் அபூதர் (ரலி) அவர்களிடமும் எடுத்துரைத்தான். யூதனான ஸபா இஸ்லாமியர்களுக்கு எதிராகச் செயல்படுவதாக அவர் குற்றம் சாட்டினார். பின்னர், அவன் உபாதா பின் ஸாமித் (ரலி) அவர்களைச் சந்தித்தான். அவன் கூறியதைப் பொறுமையுடன் செவிமடுத்த அவர், பலவந்தமாக அவனைப் பிடித்து முஆவியா (ரலி) அவர்களிடம் ஒப்படைத்து விட்டு, "தங்களுக்கும் அபூதர் கிஃபாரிக்குமிடையே முரண்பாடுகளை உருவாக்கியவன் இவன்தான் என்று கருதுகிறேன்" என்றார். முஆவியா (ரலி) அவனை டமாஸ்கசிலிருந்து வெளியேற்றினார். அவன் எகிப்துக்குச் சென்றான்.

முஸ்லிம் ஆளுகைக்குட்பட்ட பெரும்பாலான நாடுகளிலிருந்தும் ஆட்சியாளர்களுக்கு எதிரான புகார்கள் மதீனாவுக்கு வந்துகொண்டிருந்தன. மதீனாவின் முக்கியஸ்தர் சிலர் கலீஃபாவைச் சந்தித்து, தற்போதைய அதிருப்தியைக் களைவதற்கான வழிவகைகள் குறித்து ஆலோசித்தனர். உஸ்மான் (ரலி) நம்பிக்கையான சிலரைத் தேர்வுசெய்து, சூழ்நிலையை ஆராய்ந்து முழுமையான ஓர் அறிக்கையைத் தாக்கல் செய்யும்படி அனைத்து நாடுகளுக்கும் அனுப்பி வைத்தார்.

முஹம்மத் பின் மஸ்லமா (ரலி) கூஃபாவுக்கும், உஸாமா பின் ஸைத் பஸ்ராவுக்கும், அப்துல்லாஹ் பின் உமர் (ரலி) சிரியாவுக்கும் அனுப்பப்பட்டனர். அரசியல் நடவடிக்கைகளைக் கலீஃபாவுக்கு அறிவிப்பதற்கென அனைத்துப் பகுதிகளுக்கும் பிரதிநிதிகள் நியமிக்கப்பட்டனர்.

ஆளுநர்களில் யாரும் தங்களது செயல்பாடுகளில் எல்லைமீறவோ தவறிழைக்கவோ இல்லை. ஷரீஆவின் வரையறைகளுக்குள் நின்றுதான் தங்களுடைய கடமைகளை அவர்கள் மேற்கொள்கிறார்கள். மேலும், சார்பு நிலையற்ற யாரும் ஆளுநர்களுக்கோ கலீஃபாவுக்கோ எதிராக இல்லை என்ற அறிக்கையுடன் அவர்கள் மதீனாவுக்குத் திரும்பினர். இந்த அறிக்கைகளை மதீனாவாசிகள் திருப்தியுடன் ஏற்றுக்கொண்டனர்.

ஆனால், நிலைமை மீண்டும் பிரச்சினைக்குரிய திருப்புமுனையை அடைந்தது. ஹஜ் காலம் நெருங்கியது. இவ்வாய்ப்பைப் பயன்படுத்திய கலீஃபா, "பல்வேறு பகுதிகளிலுள்ள ஆளுநர்கள்மீது மதீனாவுக்குப் புகார்கள் வந்துகொண்டிருக்கின்றன. ஹஜ் கடமையை நிறைவேற்ற வரும்படி எல்லா ஆளுநர்களுக்கும் நான் உத்தரவிட்டுள்ளேன். ஆளுநர்கள்மீது புகார் செய்ய விரும்புபவர்கள் என்னிடம் தெரிவிக்கலாம். விசாரணையின் முடிவில் உங்களுக்கான உரிமைகளை நீங்கள் அடைய இயலும்" என்று மக்களுக்கு அறிவிப்பு விடுத்தார்.

உஸ்மான் (ரலி) அவர்களின் அரசாணை : கலீஃபாவின் உத்தரவுக்கேற்ப ஆளுநர்கள் அனைவரும் ஹஜ் கடமையை நிறைவேற்ற மக்காவுக்கு வந்தனர். சபாவின் திட்டப்படி, அனைத்துப் பகுதிகளிலுமுள்ள அவனது ஆதரவாளர்கள் மக்காவில் கூடுவதற்குப் பதிலாக மதீனாவுக்கு வந்தனர்.

ஹஜ்ஜின்போது உஸ்மான் (ரலி) தமது முன்னிலையில் மக்களின் முறையீடுகளைக் கேட்கும் திட்டம் குறித்து ஆளுநர்களிடம் அறிவித்தார். இது குறித்த திட்டவட்டமான கருத்துக்கள் எதுவும் முன்வைக்கப்படவில்லை. அவையோர் அனைவரும், பிரச்சினைகளை வேருடன் களைவதில் ஆர்வமாக இருந்தனர். கலந்துரையாடல் தொடர்ந்துகொண்டிருந்தது.

உஸ்மான் (ரலி) சொன்னார்: "மிக விரைவில் குழப்பங்கள் உருவாகக்கூடும். இதில், என்னிடம் குறைகாண்பதை நான் விரும்பவில்லை. ஏனெனில், என்னுடைய முடிவுகள் அனைத்தும் மக்கள் நலனை முன்வைத்ததாகவே இருந்தன." இத்துடன் அவையில் அமைதி குடிகொண்டது.

ஹஜ் கடமையை நிறைவேற்றிய உஸ்மான் (ரலி) மதீனாவுக்குத் திரும்பினார். வெளியிலிருந்து வந்திருந்தவர்களை ஒன்றுதிரட்டியதுடன், அலீ, தல்ஹா, ஸுபைர் (ரலி) ஆகியோரையும் வரவழைத்தார். கலீஃபாவுடன் முஆவியா (ரலி) அவர்களு மதீனாவுக்கு வந்திருந்தார்.

முஆவியா (ரலி) எழுந்து அவையோருக்கு முகமன் கூறிவிட்டுச் சொன்னார்: "இறைத்தூதரின் தோழர்களும் அறிவார்ந்தவர்களுமான நீங்கள் அனைவரும் சமூகத்தின் பாதுகாவலராக விளங்குகிறீர்கள். எந்தச் சார்பு நிலையுமின்றி உங்கள் தோழரான உஸ்மான் பின் அஃப்ஃபானை நீங்கள் கலீஃபாவாகத் தேர்வு செய்தீர்கள். இப்போது அவர் முதுமையை எட்டியிருக்கிறார். அனைத்துப் பகுதிகளிலிருந்தும் பல்வேறு தகவல்கள் வருகின்றன. இது தொடர்பாக நீங்கள் ஏதேனும் சொல்ல விரும்பினால் தயங்காமல் சொல்லுங்கள். பதில் சொல்ல நான் தயாராக இருக்கிறேன். கிலாஃபத்மீதான ஆர்வம்தான் உங்களது நோக்கமாக இருந்தால் திரும்பி ஓடுவதைத் தவிர உங்களால் எதையும் செய்ய இயலாது."

அவரது இறுதிச் சொற்களால் சினமுற்ற அலீ (ரலி) அவரைக் கடிந்துகொண்டார். முஆவியா (ரலி) அமைதியாக உட்கார்ந்தார். பின்னர், உஸ்மான் (ரலி) பேச எழுந்தார். "இறைத்தூதர் தம் உறவினர்களுக்குப் பாதுகாப்பளித்ததுடன் உறுதுணையாகவும் இருந்தார். பிந்தைய கலீஃபாக்களான அபூபக்ரும் உமரும் உறவினர்கள் விஷயத்தில் கவனம் செலுத்தியதுண்டு. என்னுடைய

உறவினர்களில் வறியவர்களுக்கான உதவிகளை நானும் செய்கிறேன். இது ஏற்புடையதல்ல; இஸ்லாத்திற்குப் புறம்பானதென்று நீங்கள் உறுதிப்படுத்தினால், அதை நான் விட்டுவிடத் தயாராக இருக்கிறேன்.''

மறுப்புகள் : அப்போது ஒருவர் எழுந்து, ''நீங்கள் செல்வத்தையும் உடைமையையும் உங்கள் உறவினர்களுக்குக் கொடுத்தீர்கள். ஒருமுறை நீங்கள் போர்ப்பொருள்கள் அனைத்தையும் அப்துல்லாஹ் பின் ஸஅதுக்குக் கொடுத்தீர்கள். இது இஸ்லாத்திற்குப் புறம்பானது'' என்றார்.

உஸ்மான் (ரலி) இதற்குப் பதில் சொன்னார்: ''போர்ப்பொருள்களின் ஐந்திலொரு பங்கிலிருந்து ஐந்திலொரு பங்கினை நான் அவருக்குக் கொடுத்தேன். அபூபக்ர், உமர் ஆகியோரின் கிலாஃபத்களின்போதும் இதற்கு முன்னுதாரணங்கள் உள்ளன.''

இன்னொருவர் எழுந்து சொன்னார்: ''ஆட்சியதிகாரங்களை உங்கள் உறவினர்களுக்கு வழங்கினீர்கள். முஆவியா பின் அபூசுஃப்யானை சிரியா முழுமைக்கும் ஆளுநராக நியமித்தீர்கள். அபூமூஸா அஷ்அரைப் பணிநீக்கம் செய்து அப்துல்லாஹ் பின் ஆமிரை பஸ்ரா ஆளுநராக நியமித்தீர்கள். முகீரா பின் ஷுஅபாவைப் பணிநீக்கம் செய்து கூஃபா ஆளுநர்களாக வலீத் பின் உக்பாவையும் பிறகு, ஸயீத் பின் அல்ஆஸையும் நியமித்தீர்கள்.''

இதற்கு உஸ்மான் (ரலி) அளித்த பதிலில், ''அந்த ஆளுநர்கள் என்னுடைய உறவினர்கள் அல்ல என்பதுடன், ஆட்சியை நன்றாக நடத்திச் செல்லும் ஆற்றல் அவர்களிடமிருக்கிறது. எனினும், அப்பதவிக்கு அவர்கள் தகுதியற்றவர்களாக இருந்தால், அவர்களைப் பதவி நீக்கம் செய்யவும் நான் தயாராக இருக்கிறேன். இப்படியாக, ஏற்கனவே நான், ஸயீத் பின் அல்ஆஸைப் பதவி நீக்கம் செய்துவிட்டு, கூஃபா ஆளுநராக அபூமூஸா அஷ்அரை நியமித்திருக்கிறேன்'' என்றார்.

இன்னொருவர் எழுந்து, ''தகுதியும் அனுபவமுமில்லாதவர்களை நீங்கள் ஆளுநர்களாக நியமித்திருக்கிறீர்கள். அப்துல்லாஹ் பின் ஆமிர் இளைஞர். இத்தகைய உயர்ந்த ஒரு பதவியில் அவரை நியமித்திருக்கக்கூடாது'' என்றார்.

உஸ்மான் (ரலி) இதற்குப் பதில் சொல்லும்போது, "அப்துல்லாஹ் பின் ஆமிர், முன்னெச்சரிக்கையும் ஆற்றலும் இறைப்பண்பும் நிறைந்தவர். இளமையை ஒரு குறைபாடாகக் கருதுவதற்கில்லை" என்றார்.

மற்றொருவர் எழுந்து, "உங்கள் குடும்ப உறுப்பினர்கள்மீது நீங்கள் மிகுதியான அன்பு செலுத்துகிறீர்கள். அவர்களுக்குப் பெருமளவிலான அன்பளிப்புகளை வழங்குகிறீர்கள்" என்றார்.

உஸ்மான் (ரலி) சொன்னார்: "குடும்ப உறுப்பினர்கள்மீதான அன்பு பாவச்செயல் அல்ல! நான் எனது உடைமைகளிலிருந்து அவர்களுக்கான அன்பளிப்புகளை வழங்குகிறேனே தவிர பொதுக்கருவூலத்திலிருந்து அல்ல! பொதுக்கருவூலத்திலிருந்து எனக்காக ஒரு திர்ஹம்கூட பெற்றுக்கொள்ளாத நான் அதிலிருந்து எடுத்து எப்படி மற்றவர்களுக்கு வழங்குவேன்? எனது தனிப்பட்ட உடைமையிலிருந்து எதையும் யாருக்கும் வழங்கும் உரிமை எனக்கு இருக்கிறது."

இன்னொருவர் எழுந்தார்: "கலீஃபா பதவியை நீங்கள் உங்களுக்காகப் பயன்படுத்தியிருக்கிறீர்கள். மேய்ச்சல் நிலத்தை உங்கள் ஒட்டகங்களுக்காக ஒதுக்கி வைத்திருக்கிறீர்கள்."

இதை உஸ்மான் (ரலி) மறுத்தார். "நான் கிலாஃபத் பொறுப்பை ஏற்கும்போது, என்னிடமிருந்ததை விட அதிகமான ஒட்டகங்கள் மதீனாவில் வேறு யாரிடமுமில்லை. ஆனால், எனக்கென்று இன்று இரண்டு ஒட்டகங்கள் மட்டுமே உள்ளன. அதுகூட ஹஜ் பயன்பாட்டுக்காக மட்டும். மேலும், நான் அவற்றை எந்த மேய்ச்சல் நிலத்துக்கும் அனுப்புவதில்லை. அரச ஒட்டகங்களுக்காக ஒதுக்கப்பட்ட ஒரு மேய்ச்சல் நிலமிருப்பது உண்மைதான். இதற்காக என்னை நீங்கள் குறை சொல்ல இயலாது. அது எனக்கு முன்பே இருக்கிறது."

அவர்களில் ஒருவர், "சுருக்கித் தொழும் கஸ்ர் தொழுகை இருக்கும்போது மினாவில் நீங்கள் ஏன் முழுத் தொழுகையையும் மேற்கொண்டீர்கள்?" என்று கேட்டார். இதற்கு, உஸ்மான் (ரலி), "என்னுடைய குடும்ப உறுப்பினர்கள் அப்போது மக்காவில் வாழ்ந்துகொண்டிருந்தனர். ஆகவே, முழுத் தொழுகை எனக்கு அனுமதிக்கப்பட்டதாக இருந்தது" என்றார்.

ஒவ்வொரு கேள்விக்கும் உஸ்மான் (ரலி) தெளிவாகவும் முழுமையாகவும் பதிலளித்தார். முடிவுறும் நேரத்தில் எதுவும் பேசுவதற்கில்லாமல் கூட்டம் கலைந்தது.

அம்ர் பின் அல்ஆஸ் (ரலி), உஸ்மான் (ரலி) அவர்களிடம், "தாங்கள் தேவைக்கதிகமாக அவர்களிடம் பணிவு காட்டுகிறீர்கள். இது உமரின் வழி அல்ல. அவரது அடிமைகளைவிட அதிகமாக, பலநூறு மைல்களுக்கு அப்பாலிருந்த ஆளுநர்கள் அவருக்குப் பயந்தனர். எந்தப் பிரச்சினைகளையும் உருவாக்காத ஒருவரை பண்புடன் நடத்தலாம். ஆனால், முஸ்லிம்களிடையே பிரிவினைகளையும் குழப்பங்களையும் உருவாக்குபவர்களை இனம்கண்ட நிலையில் அவர்களுக்கு மரண தண்டனைதான் பதில்" என்றார். உஸ்மான் (ரலி) அவர்கள் எந்தப் பதிலும் சொல்லாமல் அமைதியாக இருந்தார்.

ஹிஜ்ரீ 35 : ஆளுநர்கள் அனைவரும் மதீனாவிலிருந்து புறப்பட ஆரம்பித்தனர். புறப்படும் வேளையில் சிரிய ஆளுநர் முஆவியா (ரலி), உஸ்மான் (ரலி) அவர்களிடம் வந்து, "தங்கள்மீது ஒரு தாக்குதல் நிகழக்கூடுமென்று நான் கருதுகிறேன். அதனை எதிர்கொள்ள தங்களால் இயலாமல் போகலாம். ஆகவே, தாங்கள் என்னுடன் சிரியாவுக்கு வருவது நல்லது. சிரிய மக்கள் அரசின்மீது பற்றுதலுடன் நடந்துகொள்பவர்கள். தங்களது முழு ஒத்துழைப்பையும் அவர்கள் எனக்குத் தருகின்றனர்" என்றார்.

உஸ்மான் (ரலி), "எதை முன்னிட்டும் நான் இறைத்தூதரின் நெருக்கத்தையும் அண்மையையும் கைவிடமாட்டேன்" என்றார். முஆவியா (ரலி), "சதித்திட்டங்களிருந்து தங்களைப் பாதுகாக்க, சிரியாவிலிருந்து நான் ஒரு படைப்பிரிவை அனுப்பி வைக்கிறேன்" என்றார். "அயலார்களைத் தொந்தரவுக்கு உட்படுத்த நான் விரும்பவில்லை" என்றார் உஸ்மான் (ரலி). இதைச் செவியுற்ற முஆவியா (ரலி), "தாங்கள் வஞ்சிக்கப்படக்கூடும்" என்றார். இதற்குப் பதிலாக உஸ்மான் (ரலி) சொன்னார்: "மிகப் பெரிய பாதுகாவலனான அல்லாஹ் எனக்குப் போதுமானவன்."

உஸ்மான் (ரலி) அவர்களிடமிருந்து விடைபெற்று, அலீ, தல்ஹா, ஸுபைர் (ரலி) ஆகியோரிடம் வந்த முஆவியா (ரலி), உஸ்மான் (ரலி) அவர்களுக்குப் போதுமான பாதுகாப்பு ஏற்பாடுகளைச்

செய்யும்படி கேட்டுக்கொண்டார். தொடர்ந்து அவர் சிரியாவுக்குப் பயணமானார்.

அப்துல்லாஹ் பின் ஸபாவின் சூழ்ச்சி : எகிப்தில் தங்கியிருந்த ஸபா, தனது சதித்திட்டத்தை ஏற்கனவே முடிவுசெய்திருந்தான். அம்மார் பின் யாசிர், வரக்கா பின் ராஃபிஉ (ரலி) போன்ற நபித்தோழர்களையும் அவன் நண்பர்களாகப் பெற்றிருந்தான். அவனது சிறு குழுவைத் தவிர மற்றவர்கள் யாரும் அவனது சூழ்ச்சியை அறிந்திருக்கவில்லை. அலீ (ரலி) அவர்களுடனும் இறைத்தூதரின் குடும்பத்தாருடனுமான அவனது அன்பு, மக்களை கிலாஃபத்துக்கு எதிராகத் தூண்டிவிடும் ஒரு யுக்தியாக மட்டுமே இருந்தது.

குறிப்பிடும் அளவிலான முஸ்லிம் போராளிகளும் அவனுடனிருந்தனர். உஸ்மான் (ரலி) அவர்களின் ஆட்சிக்கு அறைகூவல் விடுக்கவும், அவரை கலீஃபா பொறுப்பிலிருந்து நீக்கவும், தேவையெனில் அவரைக் கொல்வதற்குமான மனநிலையைத் தனது ஆதரவாளர்களிடம் அவன் உருவாக்கி வைத்திருந்தான். ஆனால், இதில் அவனுக்குப் பக்கபலமாகச் செயல்படுபவர்கள் யார் என்பது முக்கியப் பிரச்சினையாக இருந்தது. படிப்படியாக அவனது ஆதரவாளர்கள் மூன்று குழுக்களாகப் பிரிவுபட்டனர். அலீ, தல்ஹா, ஸுபைர் (ரலி) என தனித்தனி ஆதரவுக் குழுக்கள்.

இஸ்லாத்தின் ஒற்றுமையிலோ வலிமையிலோ ஸபாவுக்கு எந்த ஆர்வமுமில்லை. ஆகவே, அலீ (ரலி) அவர்களுக்கான தனது ஆதரவை அவன் போராடுபவர்களிடமே விட்டுவிட்டான். அவனது முக்கியமான இலக்கு, உஸ்மான் (ரலி) அவர்களின் கிலாஃபத்தை ஒழித்துக் கட்டுவது மட்டும்தான்.

தீயவர்களின் பயணக்குழு : முதலாவதாக, ஹஜ் குழுவினர் எனும் பெயரில் ஆயிரம் பேர்களடங்கிய ஒரு கூட்டம் காஃபிகி பின் ஹர்ப் அக்கி என்பவன் தலைமையில் புறப்பட்டது. அப்துர் ரஹ்மான் பின் உதைஸ், கினானா பின் பிஷ்ர் லைஸி, ஸுடான் பின் ஹும்ரான் ஆகியோரும் இக்குழுவில் இடம்பெற்றனர். குழுவினர் அனைவரும் ஒரே நேரத்தில் எகிப்திலிருந்து புறப்பட வேண்டாமென்றும் நான்கு பிரிவுகளாகப் புறப்பட்டு, முடிவில் ஒன்றிணைந்துகொள்வதாகவும் அவர்கள் திட்டம் வகுத்தனர்.

ஆயிரம் பேர்களடங்கிய இன்னொரு கூட்டம், மாலிக் அஸ்தர் தலைமையில் கூஃபாவிலிருந்து புறப்பட்டது. ஸைத் பின் சுஹான் அல்அப்தி, ஸியாத் பின் நள்ர் அல்ஹாரிஸி, அப்துல்லாஹ் பின் அல்அஸம், அம்ர் பின் அல்அஸம் ஆகியோரும் இக்குழுவில் இடம்பெற்றிருந்தனர்.

இதே அளவிலான மற்றொரு கூட்டம், ஹுர்குஸ் பின் ஸுஹைர் ஸஅதியின் தலைமையில் பஸ்ராவிலிருந்து புறப்பட்டது. ஹுகைம் பின் ஜபலா, ஸரீஹ் பின் அப்பாத் அல் அப்தியான், பிஷ்ர் பின் ஷுரைஹ் கைஸி, இப்னு முஹர்ரிஷ் அல்ஹனஃபி ஆகியோரும் இக்குழுவில் இடம் பெற்றிருந்தனர்.

இம்மூன்று குழுக்களும் ஹஜ் பயணம் எனும் பெயரில், ஹிஜ்ரீ 35 ஆம் ஆண்டு ஷவ்வால் மாதம், தங்கள் நகரங்களிலிருந்து புறப்பட்டன. இவர்களது நோக்கம், கலீஃபாவைப் பதவி நீக்கம் செய்வது அல்லது கொல்வது என்பது. ஏற்கனவே திட்டமிட்டபடி வெவ்வேறு பகுதிகளிலிருந்து வந்த குழுவினர் அனைவரும் ஒன்றிணைந்து மதீனாவை நோக்கிப் புறப்பட்டனர். அங்கிருந்து, அவரவர் தலைவர்களுக்கு ஆதரவான மூன்று வெவ்வேறு குழுக்களாகப் பிரிந்துகொண்டனர். இதன்படி, தல்ஹா (ரலி) அவர்களின் ஆதரவாளர்கள் தூ குஷுப் எனுமிடத்திலும், ஸுபைர் (ரலி) அவர்களின் ஆதரவாளர்கள் அஉவஸ் எனுமிடத்திலும், அலி (ரலி) அவர்களின் ஆதரவாளர்கள் துல்மர்வாவிலும் தங்கியிருந்தனர்.

தல்ஹாவின் (ரலி) ஆதரவாளர்களில் பெரும்பகுதியினர் பஸ்ராவைச் சேர்ந்தவர்கள். ஸுபைரின் (ரலி) ஆதரவாளர்கள் கூஃபாவாசிகள். அலீயின் (ரலி) ஆதரவாளர்கள் எகிப்தைச் சேர்ந்தவர்கள்.

மதீனாவின் தற்போதைய நிலைமைகளை அறிந்துவிட்டு, தாங்கள் திரும்பி வருவது வரைக்கும் அந்த இடத்தை விட்டு நகர்ந்துவிட வேண்டாமென்று ஸியாத் பின் நள்ரும் அப்துல்லாஹ் பின் அல்அஸமும் கிளர்ச்சியாளர்களைக் கேட்டுக்கொண்டனர். மதீனாவாசிகள் தங்களை எதிர்கொள்ளும் முன்னேற்பாடுகளுடன் இருந்தால் முயற்சிகள் பலனற்றதாகி விடும். எனவே அவரவர் இடங்களில் இருந்து விட்டனர்.

இருவருமாக மதீனாவுக்குச் சென்று அலீ, தல்ஹா, ஸுபைர் (ரலி) ஆகிய மூவரையும் சந்தித்ததுடன் இறைநம்பிக்கையாளர்களின் அன்னையர்களையும் சந்தித்து, தங்களது வருகையின் நோக்கத்தைத் தெரிவித்தனர். இதிலிருக்கும் சூழ்ச்சியை அறிந்துகொண்ட அவர்கள் இதற்கு ஒத்துழைக்க மறுத்து, தங்கள் கவலையைத் தெரிவித்ததுடன் இங்கிருந்து உடனடியாகச் சென்று விட வேண்டுமென்று உத்தரவிட்டனர்.

மதீனாவிலிருந்த ஸபாவின் ஆதரவாளர்கள், அலீ, தல்ஹா, ஸுபைர் (ரலி), இறைநம்பிக்கையாளர்களின் அன்னையர் எனும் பெயர்களில் கடிதங்கள் எழுதி, கூஃபா, பஸ்ரா, எகிப்து ஆகிய பகுதிகளிலுள்ள முக்கியமானவர்களுக்கு அனுப்பி வைத்தனர். உஸ்மான் (ரலி), கிலாஃபத் சுமையைத் தாங்கும் ஆற்றலை இழந்து விட்டார். ஆகவே, துல்ஹிஜ்ஜா மாதம் இந்நிலைமையில் ஒரு மாற்றத்தை ஏற்படுத்தியாக வேண்டும் என்பதாக அக்கடிதங்கள் அமைந்திருந்தன.

அனாமதேய கடிதங்கள் மூலம் மக்களிடையே குழப்பங்களை உருவாக்கினால் மட்டுமே கொலை, கொள்ளை, கிலாஃபத்தைச் சீர்குலைத்தல் போன்றவற்றை எளிதில் நிறைவேற்ற இயலுமென்பது கிளர்ச்சியாளர்களின் எண்ணம். இறைத்தூதரின் நகரமான மதீனாவைப் பொறுத்தவரைக்கும் அதன்மீது படையெடுக்கும் துணிச்சலை அவர்களால் வேறு எந்த வகையிலும் திரட்ட இயலாது.

உயர்நிலையிலுள்ள அனைவரும் தங்கள் முயற்சிகளை முற்றிலுமாகப் புறக்கணித்துள்ளனர் என்பதையும், அதே சமயம், தங்களை எதிர்கொள்ளும் விதமான எந்த முன்னேற்பாடுகளும் மதீனாவில் இல்லை என்பதையும் அவர்கள் புரிந்துகொண்டனர். மதீனாவிலிருந்து திரும்பிச் சென்று தலைவர்களையும் பிரதிநிதிகளையும் உடனடிக் கலந்தாய்வுக்காகக் கூட்டினர்.

மதீனாவின் பாதுகாப்பின்மைகள் குறித்துத் தங்கள் திருப்தியை அவர்கள் பகிர்ந்துகொண்டனர். எகிப்தையும் பஸ்ராவையும் கூஃபாவையும் சேர்ந்தவர்கள் அலீ, தல்ஹா, ஸுபைர் (ரலி) ஆகியோரைத் தொடர்புகொள்ள வேண்டுமென்றும், தனித்தனியான இத்தொடர்புகளின்போது, எக்காரணத்தை முன்னிட்டும் உஸ்மான் (ரலி) அவர்களின் கிலாஃபத் நீடிப்பதை

நாங்கள் விரும்பவில்லை என்பதை வலியுறுத்துவதுடன் கிலாஃபத்துக்குத் தலைமையேற்பதற்கான வாக்குறுதியை உங்களுக்கு அளிக்கிறோம் என்று சொல்லி அவர்களை இதற்கு இணங்கச் செய்ய வேண்டுமென்றும் ஆலோசனைகள் முன்வைக்கப்பட்டன.

இதன்படி, தங்கள் வாக்குறுதியை அவர்கள் அலீ, தல்ஹா, ஸுபைர் (ரலி) ஆகியோரிடம் தனித்தனியாகத் தெரிவித்தனர். ஆனால், யாருமே அவர்களது ஆதரவை ஏற்கவில்லை. முடிவில், எகிப்திலிருந்து வந்தவர்கள், "எங்கள் நிலப்பகுதியின் ஆளுநர் அப்துல்லாஹ் பின் ஸஅத் கொடுங்கோல் ஆட்சியாளராக இருப்பதால், அவரைப் பதவி நீக்கம் செய்ய வேண்டும். இதனை ஒப்புக்கொள்ளும்வரைக்கும் மதீனாவை விட்டு நாங்கள் புறப்படப்போவதில்லை" என்றனர்.

அவர்களின் நிர்ப்பந்தமும் துணிச்சலும் அலீ (ரலி) அவர்களிடம் சிறு சலனத்தை உருவாக்கியது. வேறு சிலர், கலீஃபாவைச் சந்தித்து, அவர்களுடைய கோரிக்கையின்படி அப்துல்லாஹ் பின் ஸஅத் (ரலி) அவர்களை ஆளுநர் பதவியிலிருந்து நீக்குவதுடன் பிரச்சினையை முடித்துக்கொள்ள அறிவுறுத்தினார்கள். அப்படியானால் அடுத்த ஆளுநராக யாரை நியமிப்பது என்று கேட்டார் உஸ்மான் (ரலி).

அலீ (ரலி) அவர்களின் பரிந்துரை : ஸபாவின் குழுவிலுள்ளவரும் அலீயின் ஆதரவாளருமான முஹம்மத் பின் அபூபக்ர் பெயரை அலீ (ரலி) அவர்களும் பிற நபித்தோழர்களும் முன்மொழிந்தனர். இதன்படி, அப்துல்லாஹ் பின் ஸஅத் (ரலி) எகிப்தின் ஆளுநர் பொறுப்பிலிருந்து விடுவிக்கப்படுவதுடன் அடுத்த ஆளுநராக, முஹம்மத் பின் அபூபக்ர் நியமிக்கப்படுகிறார் என்று உத்தரவு பிறப்பித்தார் கலீஃபா. இதன் பிறகு அலீ (ரலி) கிளர்ச்சியாளர்களை வெளியே அனுப்பினார். ஆனால், மூன்று அல்லது நான்காவது நாள், அனைத்துப் பிரிவு கிளர்ச்சியாளர்களும் தக்பீர் முழக்கத்துடன் மதீனாவுக்குள் வந்து கலீஃபாவின் இல்லத்தைச் சுற்றி வளைத்துக்கொண்டனர்.

அலீ (ரலி) கிளர்ச்சியாளர்களிடம் வந்து, "மறுபடியும் எதற்காக வந்தீர்கள்?" என்று கேட்டார். "நாங்கள் அங்கே சென்றதும் எங்களைக் கொன்றுவிடச்சொல்லி, தனது அடிமையின் மூலம் கலீஃபா, ஆளுநருக்குக் கடிதம் அனுப்பியிருக்கிறார். கடிதத்தை

நாங்கள் கைப்பற்றி விட்டோம். கூடவே, எங்களுக்கு ஆதரவான எகிப்து மற்றும் கூஃபாவாசிகளுடன் இங்கே வந்தோம்" என்றனர். "அல்லாஹ்வின் மீதாணையாக, இது சூழ்ச்சி. நீங்கள் அனைவரும் தீய எண்ணத்துடன் இங்கே வந்திருக்கிறீர்கள்" என்றார் அலீ (ரலி). அவர்கள், "எதுவாயினும் கலீஃபாவைக் கொல்வதாக நாங்கள் முடிவு செய்திருக்கிறோம். இதில், தங்களது உதவியை எதிர்பார்க்கிறோம்" என்றனர்.

"உங்களது தீய நோக்கத்துக்கு நான் உதவுவதா?" என்று கோபத்துடன் கேட்டார் அலீ (ரலி). "எனில், இது குறித்து எதற்காக நீங்கள் கடிதம் எழுதினீர்கள்? என்று திருப்பிக் கேட்டனர் கிளர்ச்சியாளர்கள். "நான் ஒருபோதும் உங்களுக்குக் கடிதம் எழுதியதில்லை" என்று உறுதிபடக் கூறிய அலீ (ரலி) அவர்கள் அங்கிருந்து அகன்றார். உஸ்மான் (ரலி) அவர்களின் வீட்டைச் சூழ்ந்து நின்றவர்கள் இப்போது அவரது தலைமையில் தொழ வருபவர்களைத் தடுக்கும் நோக்கத்துடன் மஸ்ஜிதையும் முற்றுகையிட்டனர். இம்முற்றுகை நாற்பது நாள்கள் நீடித்தது.

தன்னைச் சூழ்ந்திருக்கும் ஆபத்தை உணர்ந்த கலீஃபா, பல்வேறு பகுதிகளுக்கும் கடிதம் அனுப்பி உதவி கேட்டார். சில இடங்களுக்குக் கடிதங்கள் தாமதமாகவே சென்றடைந்தன. எகிப்திலும் சிரியாவிலும் கூஃபாவிலும் பஸ்ராவிலும் உள்ளவர்களை கலீஃபாவுக்குத் துணையாக வேகமாகச் செல்லும்படி, நபித்தோழர்களும் நடுநிலையாளர்களும் விரைவுபடுத்தினர். முஆவியா, அப்துல்லாஹ் பின் ஸஅத் (ரலி) ஆகியோர் ஹபீப் பின் மஸ்லமா ஃபிஹ்ரியையும் முஆவியா பின் ஹுதைஜையும் அனுப்பி வைத்தனர். கூஃபாவிலிருந்து, கஅகஉ பின் அம்ர் (ரலி) ஒரு குழுவினருடன் புறப்பட்டார். பஸ்ராவிலிருந்தும் ஒரு குழுவினர் புறப்பட்டனர்.

ஆனால், உஸ்மான் (ரலி) அவர்களின் இறப்புக்கு முன், அவர்களால் மதீனாவை அடைய முடியவில்லை. மஸ்ஜித் முற்றுகையிடப்பட்டிருந்தது. கலீஃபா தமது வீட்டிலிருந்து வெளியே வர அவர்கள் அனுமதிக்கவில்லை. வீட்டுக்கு வரும் நீர்ப்பங்கீட்டைத் துண்டித்தனர். அவர்களைக் கொலை செய்யச் சொல்லி தாம் கடிதம் எழுதவில்லை என்று கிளர்ச்சியாளர்களை நம்ப வைக்க உஸ்மான் (ரலி) மேற்கொண்ட முயற்சிகள் அனைத்தும் பயனற்றுப்போயின. நான் எழுதினேன் என்பதற்கான ஆதாரங்களைக் காட்டும்படி

கலீஃபா முன்வைத்த வேண்டுகோளும் நிராகரிக்கப்பட்டது.

அபூஅய்யூப் அன்சாரி (ரலி) தலைமையில் தொழுகை: மஸ்ஜிதுக்குச் செல்வதில் ஏற்பட்ட தடையைத் தொடர்ந்து, அபூஅய்யூப் அன்சாரி (ரலி) தொழுகைக்குத் தலைமையேற்க நியமிக்கப்பட்டார். சில நாள்களுக்குப் பின், கிளர்ச்சியாளர்களின் தலைவனான காஃபிகி பின் ஹர்ப் அக்கி, தொழுகைக்குத் தலைமையேற்கத் தொடங்கினான். எகிப்தின் ஆளுநரான முஹம்மத் பின் அபூபக்ர் போல், முஹம்மத் பின் ஹுதைஃபாவும் கலீஃபாவுக்கெதிராகச் செயல்பட்டு வந்தார். எகிப்திலிருந்து அப்துர் ரஹ்மான் பின் உதைஸ் மதீனாவுக்குப் புறப்பட்டபோது கூடவே, முஹம்மத் பின் அபூபக்ரும் சென்றிருந்தார். ஆனால், முஹம்மத் பின் ஹுதைஃபா எகிப்திலேயே இருந்துவிட்டார்.

உஸ்மான் (ரலி) அவர்களின் வீட்டு வாசலில் ஆயுதங்களுடன் நின்று கிளர்ச்சியாளர்கள் வீட்டுக்குள் நுழைவதைத் தடுக்குமாறு, தமது இரண்டு மகன்களான ஹஸன், ஹுஸைன் (ரலி) ஆகியோரை அலீ (ரலி) அனுப்பி வைத்தார். தல்ஹா, ஸுபைர் (ரலி) ஆகியோரும் தங்கள் மகன்களை அனுப்பி வைத்தனர். கிளர்ச்சியாளர்களை அவர்கள் தடுத்து நிறுத்தினார்கள். இவர்களிடம் அத்துமீறி நடந்துகொண்டால் ஹாஷிம் வம்சத்தாரின் கோபத்துக்கு ஆளாக நேரிடும் என்பது கிளர்ச்சியாளர்களுக்குத் தெரியும். மேலும், காலதாமதமானால் பிற பகுதிகளிலிருந்து வந்துகொண்டிருக்கும் அரசுப் படைகள் தங்கள் திட்டத்தை முறியடித்து விடும் என்பதையும் அவர்கள் உணர்ந்திருந்தனர். எனவே, அவர்கள் வேகமாகச் செயல்பட்டனர். அடுத்திருந்த ஒரு வீட்டினுள் அத்துமீறி நுழைந்து சுவர்களில் ஏறிக்குதித்து, கலீஃபாவின் வீட்டுக்குள் புகுந்தனர்.

உஸ்மான் (ரலி) முற்றுகையிடப்பட்ட செய்தியை அறிந்த, அப்துல்லாஹ் பின் ஸஅத் (ரலி) ஒரு குழுவுடன் மதீனாவுக்குப் புறப்பட்டார். ஆனால், அவர் ரம்லாவை அடைந்ததும், எகிப்தை முஹம்மத் பின் ஹுதைஃபா கைப்பற்றியதாக அறிந்தார். உடனே திரும்பிச் சென்ற அவர், பாலஸ்தீனில் இருக்கும்போது உஸ்மான் (ரலி) அவர்களின் மரணச் செய்தியை அறிந்தார்.

உஸ்மான் (ரலி) அவர்களின் உயிர்த்தியாகம் : உஸ்மான் (ரலி) எழுதியதாகச் சொல்லப்பட்ட ஒரு கடிதத்தைக் கிளர்ச்சியாளர்கள்

அவரிடம் காண்பித்தனர். "இது போலியான கடிதம்" என்றார் உஸ்மான் (ரலி). கிளர்ச்சியாளர்களின் ஒரு தலைவரான அப்துர் ரஹ்மான் பின் உதைஸ் சொன்னார்: "நீர் ஒரு பொய்யர். ஆகவே கலீஃபாவாக இருக்கும் தகுதி உமக்கில்லை. நீர் உண்மையாளராக இருந்தால்கூட ஆட்சியைக் கட்டுப்பாட்டுக்குள் வைத்துக்கொள்ளும் ஆற்றலை இழந்து விட்டீர். கலீஃபா எழுதியதாக யாரும் எதை வேண்டுமானாலும் செய்ய இடமளிக்கும் பலவீனமான ஒருவர், கலீஃபாவாக இருப்பதை அனுமதிக்க முடியாது." இறுதியாக அப்துர் ரஹ்மான், கிலாஃபத் பொறுப்பிலிருந்து விலகும்படி உஸ்மான் (ரலி) அவர்களிடம் சொன்னார். "அல்லாஹ் என்னை அணியச் செய்த அங்கியைக் கழற்ற இயலாது" என்று மறுத்தார் உஸ்மான் (ரலி).

முற்றுகை தீவிரமடைந்து நீர் வினியோகமும் தடைபட்ட நிலையில் உஸ்மான் (ரலி) தமது வீட்டின் மேல்தளத்திற்கு வந்து, இஸ்லாத்துக்காக அவர்கள் செய்ய வேண்டிய சேவைகளையும் இஸ்லாத்தைத் தழுவிய பின் அவர்கள் அடைந்த நன்மைகளையும் நினைவுபடுத்தினார்.

கிளர்ச்சியாளர்களின் ஒரு பகுதியினர் மன்னிக்கும் மனநிலையில் காணப்பட்டனர். ஆனால், மாலிக் பின் அஸ்தர், கொண்ட நோக்கத்தில் குலைவுகளை அனுமதிக்க இயலாதென்று உறுதி படச் சொன்னார். பிற பகுதிகளிலிருந்து அரசுப் படைகள் வருவதை அறிந்த அவர்கள் கலீஃபாவைக் கொன்று விடுவதாக முடிவு செய்தனர். ஆயிஷா (ரலி), ஹஜ்ஜுக்குச் செல்வதாக இருந்த இக்காலகட்டத்தில், பயணத்துக்கு வழித்துணையாக வரும்படி, தமது சகோதரரான முஹம்மத் பின் அபூபக்ருக்குத் தகவல் அனுப்பினார். அவரோ, தாம் கிளர்ச்சியாளர்களுடன் தொடர்பிலிருப்பதால் வர இயலாதென்று மறுத்தார்.

இறைவசனங்களைத் தொகுத்த ஹன்ழலா (ரலி), முஹம்மத் (ரலி) அவர்களிடம், "நீர் இறைநம்பிக்கையாளர்களின் அன்னையின் ஹஜ் பயணத்தில் துணையாகச் செல்வதை மறுத்துவிட்டு, அரேபியாவின் மூடர்களைப் பின்தொடர்கிறீர்" என்றார். அவர் இதற்குப் பதில் சொல்லவில்லை. தல்ஹா, ஸுபைர் (ரலி) ஆகியோர் தங்களின் வீட்டு வாசல்களை அடைத்து உள்ளேயே இருந்துவிட்டனர். தங்களை யாரும் சந்திப்பதையோ எங்கும் செல்வதையோ அவர்கள் விரும்பவில்லை.

இப்னு அப்பாஸ் (ரலி), உஸ்மான் (ரலி) அவர்களின் வீட்டு வாசலில் நின்று கிளர்ச்சியாளர்களைத் தடுத்தார். ஆனால், அவர் ஹஜ் குழுவினரை வழிநடத்திச் செல்ல வேண்டுமென்று கலீஃபா எனும் நிலையில் உஸ்மான் (ரலி) வலியுறுத்தினார். இறைவழியில் போரிடுவதை, தான் ஹஜ் கடமையை விட சிறந்ததென கருதுவதாகச் சொன்னார் இப்னு அப்பாஸ் (ரலி).

ஹஸன் பின் அலீ, அப்துல்லாஹ் பின் ஸுபைர், முஹம்மத் பின் தல்ஹா, ஸயீத் பின் அல்ஆஸ் (ரலி) ஆகியோர் கிளர்ச்சியாளர்களை வாசலைத் திறக்க விடாமல் போராடினர். ஆனால், உஸ்மான் (ரலி), அவர்களை உள்ளே அனுமதிக்கச் சொன்னார். கிளர்ச்சியாளர்கள் வாசல்களுக்குத் தீ வைத்தனர். அவர்கள் மீண்டும் போராடி அவர்களை வெளியேற்றினர்.

'... மக்களில் சிலர் அவர்களிடம், திடமாகவே மக்கள் (பலர் உங்களுடன் போரிடுவதற்காக) திரண்டிருக்கிறார்கள். ஆகவே, அவர்களின் படைகளுக்கு அஞ்சிக்கொள்ளுங்கள்! என்று கூறினார்கள். ஆனால், (இது) அவர்களுக்கு இறைநம்பிக்கையை வலுப்படுத்தியது. மேலும், அல்லாஹ்வே எங்களுக்குப் போதுமானவன். அவனே மிகச்சிறந்த பாதுகாவலன் என்று அவர்கள் கூறினார்கள்.' (குர்ஆன் 3: 173).

மேற்கண்ட இறைவசனங்களை ஓதி முடித்த உஸ்மான் (ரலி), அவர்களை அழைத்துச் சொன்னார்: "இறைத்தூதர் அவர்களுக்கு நான் ஒரு வாக்குறுதியளித்துள்ளேன். அதில் நான் உறுதியாகவும் இருக்கிறேன். ஆகவே, கிளர்ச்சியாளர்களுடனான உங்கள் மோதலை நீங்கள் தவிர்த்துக் கொள்ளுங்கள்." மேலும் அவர், ஹஸன் பின் அலீ (ரலி) அவர்களிடம், "தங்கள் தந்தையிடம் சென்று விடுங்கள்" என்று கேட்டுக்கொண்டார். இதை ஏற்க மறுத்தார் ஹஸன் (ரலி).

முகீரா பின் அல்அக்னாஸ் (ரலி) அவர்களால் இதைத் தாங்கிக்கொள்ளவே இயலவில்லை. அவர் தம்முடைய தோழர்கள் சிலருடன் சேர்ந்து கிளர்ச்சியாளர்கள்மீது தாக்குதல் தொடுத்தார். இதில் அவர் உயிர் துறந்தார்.

'என்னுடைய சமூகமே! எனக்கென்ன? நான் உங்களை ஈடேற்றத்தின்பால் அழைக்கிறேன். ஆனால், நீங்களோ என்னை நரகத்தை நோக்கி அழைக்கிறீர்கள்!...' (குர்ஆன் 40: 41) எனும்

இறைவசனத்தை ஓதிய அபூஹுரைரா (ரலி) அவர்களும் கிளர்ச்சியாளர்கள்மீது தாக்குதல் நடத்தினார்.

இதையறிந்த உஸ்மான் (ரலி), மோதலைத் தவிர்க்கும்படி அவரை வற்புறுத்தி அழைத்தார். அப்போது, அப்துல்லாஹ் பின் ஸலாம் (ரலி) வந்து, கிளர்ச்சியாளர்களை அமைதிப்படுத்தும் அனைத்து முயற்சிகளையும் மேற்கொண்டார். எதுவுமே பலன் தரவில்லை. உஸ்மான் (ரலி) அவர்களுடனிருந்த சிலர், முகட்டுப் பகுதியில் நின்று கிளர்ச்சியாளர்களின் நடவடிக்கைகளைக் கவனித்துக்கொண்டிருந்தனர். மற்றவர்கள் நுழைவாயிலில் நின்று அவர்களைத் தடுத்துக் கொண்டிருந்தனர். உஸ்மான் (ரலி) அவர்களும் அவரது மனைவியும் அல் ஃபுராஃபிஸாஹின் மகளுமான நாஹிலாவும் வீட்டுக்குள்ளிருந்தனர்.

கிளர்ச்சியாளர்கள் உஸ்மான் (ரலி) அவர்களின் வீட்டுக்குள் நுழைந்து அவரைத் தாக்கினர். முஹம்மத் பின் அபூபக்ர், உஸ்மான் (ரலி) அவர்களின் தாடியைப் பற்றிப் பிடித்தபடி, "நீண்ட தாடி வைத்தவரே! அல்லாஹ் உம்மை இழிவடையச் செய்வானாக" என்றார். "என் பெயர் நீண்ட தாடி வைத்தவன் அல்ல! உஸ்மான். நான் இறைநம்பிக்கையாளர்களின் தலைவன்" என்றார் உஸ்மான் (ரலி). மிகுந்தக் கோபத்துடன் முஹம்மத் பின் அபூபக்ர் சொன்னார்: "இந்தக் கிழ வயதிலும் நீர் கிலாஃபத்தின்மீது அடங்காத ஆசை வைத்திருக்கிறீர்."

"உமது தந்தை உயிருடனிருந்தால் இந்தக் கிழ வயதை மதித்திருப்பார்" என்றார் உஸ்மான் (ரலி). இந்தப் பதிலைக் கேட்ட முஹம்மத் பின் அபூபக்ர் குற்றவுணர்ச்சியுடன் அங்கிருந்து நகர்ந்தார். இதைத் தொடர்ந்து, கலகக்காரர்களில் சிலர் சுவரேறிக் குதித்தனர். இதில், அப்துர் ரஹ்மான் பின் உதைஸ், அம்ர் பின் ஹமிக், உமைர் பின் ஜன்னாபி, ஸூடான் பின் ஹும்ரான், காஃபிகி, கினானா பின் பிஷ்ர் ஆகியோரும் இருந்தனர். கினானா, உஸ்மான் (ரலி) அவர்களை வாளால் வெட்டினான்.

இதை, அவரது மனைவி நாஹிலா முன்வந்து தடுத்தார். இதில் அவரது விரல்கள் துண்டிக்கப்பட்டன. கினானாவின் இரண்டாவது வாள் வீச்சு, உஸ்மான் (ரலி) அவர்களின் உயிர் பிரிவதற்குக் காரணமாக அமைந்தது.

அம்ர் பின் ஹமிக், தனது ஈட்டியை ஒன்பது முறை உஸ்மான் (ரலி) அவர்களின் உடலில் பாய்ச்சினான். உமைர் பின் ஜன்னாபி ஓங்கி உதைத்ததில் அவரது விலா எலும்புகள் தகர்ந்தன. "என் தந்தையைச் சிறை வைத்தவன் நீ. சிறையிலேயே அவர் உயிர் பிரியக் காரணமானவன் நீ" என்று சொல்லிக்கொண்டே உதைத்தான். வீட்டுக்குள் நடப்பதை அறியாமல் மேல்தளத்தில் நின்றுகொண்டிருந்தவர்களை நாஹிலா கூவியழைத்தார். அவர்கள் கீழிறங்கி வருவதற்குள் அனைத்தும் முடிந்துபோனது. குற்றவாளிகள் ஓடிவிட்டனர். உஸ்மான் (ரலி) அவர்களின் பணியாளர்கள், கிளர்ச்சியாளர்களில் சிலரைக் கொன்றனர்.

அத்துமீறி வீட்டுக்குள் புகுந்தவர்கள் கண்ணில்கண்ட பொருள்கள் அனைத்தையும் கொள்ளையடித்தனர். இந்தச் சோக நிகழ்வு குறித்த செய்தி மின்னல்போல் பரவியது. ஹிஜ்ரீ 35 ஆம் ஆண்டு துல்ஹிஜ்ஜா மாதம், 8 ஆம் நாள், வெள்ளிக்கிழமையன்று நடந்த நிகழ்வு இது. உஸ்மான் (ரலி) அவர்களின் உயிரற்ற உடல் போர்த்தப்படாமலும் அடக்கம் செய்யப்படாமலும் மூன்று நாள்கள் அப்படியே கிடந்தது. இறுதியில், ஹகீம் பின் ஹிஸாம், ஜுபைர் பின் முத்யிம் (ரலி) ஆகியோர் அலீ (ரலி) அவர்களைச் சந்தித்தனர். அவர், உடலை நல்லடக்கம் செய்ய ஒப்புதலளித்தார். மாலைத் தொழுகைக்கும் இரவுத் தொழுகைக்கும் இடைப்பட்ட நேரத்தில் உஸ்மான் (ரலி) அவர்களின் உடல் நல்லடக்கம் செய்யப்பட்டது. ஸுபைர், ஹஸன், அபூஜஹ்ம் பின் ஹுதைஃபா, மர்வான் ஆகியோர் அவரது உடலைச் சுமந்துசென்றனர்.

நல்லடக்கத்திற்கான ஏற்பாடுகளைக் கிளர்ச்சியாளர்கள் தடுத்து நிறுத்த முயன்றனர். அலீ (ரலி) தலையிட்டு அதை முறியடித்தார். ஜனாஸா தொழுகையை ஜுபைர் பின் முத்யிம் (ரலி) முன்நின்று நடத்தினார். உடல் நீராட்டப்படாமலேயே அடக்கம் செய்யப்பட்டது. உஸ்மான் (ரலி) அவர்களின் மரணத்தின்போது இஸ்லாமிய நாடுகளின் ஆளுநர்களாக இருந்தவர்கள்: மக்கா, அப்துல்லாஹ் பின் ஹள்ரமி; தாயிஃப், காஸிம் பின் ரபீஆ; ஸன்ஆ, யஅலா பின் முன்யா; ஜுன்த், அப்துல்லாஹ் பின் ரபீஆ; பஸ்ரா, அப்துல்லாஹ் பின் ஆமிர்; சிரியா, முஆவியா பின் அபூ சுஃப்யான்; ஹிம்ஸ், அப்துர் ரஹ்மான் பின் அபூகாலித்; கின்னஸ்ரி, ஹபீப் பின் மஸ்லமா; ஜோர்டான், அபுல் அஉவர் சுலமீ; பஹ்ரைன், அப்துல்லாஹ் பின்

கைஸ் ஃபஸாரி. முஆவியாவால் நியமிக்கப்பட்ட ஆளுநர்கள்: பாலஸ்தீன், அல்கமா பின் ஹகீம் கின்தீ; கூஃபா, அபூமூஸா அஷ்அரீ; கர்க்கீசியா, ஜரீர் பின் அப்துல்லாஹ்; அஸர்பைஜான், அஷ்அத் பின் கைஸ்; இஸ்ஃபஹான், சாயிப் பின் அக்ரஉ.

கஅகஉ பின் அம்ர் (ரலி) அனைத்துப் படைத்தலைவராகவும், ஜாபிர் முஸனீயும் சம்மாக் அன்சாரியும் வரிவசூலிக்கும் பொறுப்பிலும், உக்பா பின் அம்ர் மதீனாவின் பொதுக்கருவூலப் பொறுப்பிலும், ஸைத் பின் ஸாபித் தலைமை நடுவராகவும் பதவி வகித்தனர்.

உஸ்மான் (ரலி) பன்னிரண்டு ஆண்டுகள் கலீஃபாவாகப் பொறுப்பிலிருந்தார். தமது 82 ஆம் வயதில் உயிர்த்தியாகம் செய்தார். அவரது உடல் ஜன்னத்துல் பக்கீஹில் அடக்கம் செய்யப்பட்டது. 11 மகன்களையும் 6 மகள்களையும் அவர் வாரிசுகளாக விட்டுச் சென்றார்.

உஸ்மானிய கிலாஃபத்தின் சுருக்கம் : உஸ்மான் (ரலி) அவர்களின் ஆட்சியில், அபூபக்ர், உமர் (ரலி) ஆகியோரின் ஆட்சிகளில் இல்லாத பல்வேறு மாற்றங்கள் நிகழ்ந்தன. உமர் (ரலி) அவர்களின் கிலாஃபத்வரை, செல்வத்துக்கும் உலகியல் விஷயங்களுக்கும் மதிப்பில்லாமல் இருந்தது. கலீஃபா, குடிமக்களைவிடவும் ஏழையாக இருந்தார். ஆட்சியாளர்களோ மக்களோ உலகியல் ஆர்வங்களை மதிக்கவில்லை. அனைவரது விருப்பமும் எல்லாம் வல்ல அல்லாஹ்வின் பொருத்தத்தை நாடி தங்கள் வாழ்க்கையை அர்ப்பணிப்பதாகவே இருந்தது.

இத்தகைய எண்ணமும் இறையுணர்வும் உஸ்மான் (ரலி) அவர்களின் ஆட்சியின்போது குறைவுபட்டன. கலீஃபா பெரும் செல்வந்தராக இருந்தார். இது ஆட்சியிலும் பிரதிபலித்தது. உமர் (ரலி) அவர்களின் ஆட்சியின்போது முஸ்லிம்களுக்கு அளவற்ற செல்வங்கள் வந்து குவிந்ததுடன் பல்வேறு நாடுகளும் கீழ்ப்படிந்தன. இருந்தும் அவரிடம் உலகியல் நாட்டங்கள் தென்படவில்லை. அதே செல்வம், உஸ்மான் (ரலி) அவர்களின் ஆட்சியில் வரம்புமீறிய சுக வாழ்க்கையின்மீதான ஆர்வத்தை நோக்கி கொண்டுசென்றது. உடைமைகளையும் செல்வத்தையும் திரட்டுவதில் மக்கள் மிகுந்த ஆர்வம் காட்டினர்.

ஒரு காலத்தில் அரபு முஸ்லிம்களின் பேராற்றலாகத் திகழ்ந்த வீரமும் போர்த்திறனும் குறைந்தன. ஓலைக்குடில்கள் அரண்மனைகளாகவும் கட்டடங்களாகவும் மாற்றம் பெற்றன. வீரம், பெருந்தனப் பழக்கவழக்கங்களுக்கு வழியமைத்தது. முஸ்லிம்களுக்கு ஏற்பட்ட மாபெரும் கேடு இதுவே!

அபூபக்ர், உமர் (ரலி) காலத்தில், இறைத்தூதரின் தோழமையில் வார்க்கப்பட்ட முஸ்லிம்கள், இஸ்லாத்தைத் தங்களுடைய உடைமையாகவும் வாழ்க்கையின் ஆதாரமாகவும் கருதினர். முஸ்லிம்கள் எனும் பொதுஅடையாளத்திற்காக தங்களின் இனக்குழு அடையாளங்களைத் துறந்தனர். அந்த அளவுக்கு இஸ்லாம் அவர்களது மனங்களில் ஆழமாக ஊடுருவியது. இஸ்லாத்தைவிட உன்னதமாக அவர்களுக்கு வேறெதுவுமில்லை.

மிகவும் பரந்த அளவில் ஈட்டப்பட்ட வெற்றிகளின் காரணமாக, பெருமளவிலான மக்கள் இஸ்லாத்தை நோக்கி வெள்ளம் போல் விரைந்து வந்தனர். முஸ்லிம்களின் வளர்ச்சியையும் வளத்தையும் கணக்கில் கொண்டு தங்களுடைய வாழ்க்கையை மேம்படுத்தும் நோக்கத்துடன் இஸ்லாத்தில் இணைந்தவர்கள் தங்கள் நம்பிக்கையில் தெளிவு பெறவோ தன்னல மறுப்பை ஏற்கவோ இல்லை.

உமர் (ரலி) அவர்களின் ஆட்சிகாலத்தில் பெற்ற வெற்றிகளில் பெருமளவும், வாயில், அப்துல் கைஸ், ரபீஆ, அஸ்த், கின்தா, தமீம், குஸாஆ ஆகிய கோத்திர வம்சாவளி படைவீரர்களால் கிடைத்தவை. பாரசீகம், சிரியா, எகிப்து, பாலஸ்தீன் ஆகிய வளம்மிகுந்த, பெரும் நிலப்பகுதிகளைக் கீழ்ப்படியச் செய்தவர்கள் இவர்கள்தாம். ஒட்டுமொத்த பாரசீக, ரோமானியப் பேரரசுகளைச் சிதறடித்தவர்கள் இவர்கள். ஆனால், இந்த இனக்குழுவினரில் யாருமே முஹம்மத் நபி (ஸல்) அவர்களின் தூதுத்துவ ஒளியை நேரடியாகத் தரிசித்தவர்களில்லை. ஆகவே, குறைஷிகளுடனும் ஹிஜாஸ்களுடனும் ஒப்பிடுமளவுக்கு இவர்கள் இறைநம்பிக்கையும் இஸ்லாத்தின் மீதான ஆழ்ந்த பற்றுதலும்கொண்டவர்களாக இல்லை.

ஆனால், மக்களின் மனஆழங்களில் புதையுண்டுக் கிடந்த சிடுக்குகளை மிகநுட்பமாக ஊடுருவியறிந்து அதற்கான விடையைக் கண்டடையும் அறிவுத்திறன் உமர் (ரலி) அவர்களுக்கு வாய்த்திருந்தது.

முஹாஜிர்களுக்கும் அன்சார்களுக்குமிடையிலான உறவை மேம்படுத்தும் வழிகாட்டி மரபையும் அவர் நிறுவியிருந்தார். இதை மீறி எந்தப் புற சக்திகளும் அவர்களை அணுக இயலாதபடி அது வலுவாக இருந்தது. அரசாட்சியைப் பொறுத்தவரைக்கும் முஹாஜிர்களும் அன்சார்களும் அதன் அடிப்படையாகவும் வெற்றியாளர்களாகவும் திகழ்ந்ததையும் கடந்து நின்றது இஸ்லாமிய இறையியல் சார்ந்த அவர்களது தெளிவு.

உமர் (ரலி) அவர்களின் பாதுகாப்புணர்வும் கவனமும், முஸ்லிம் வீரர்களின் பேராற்றலையும் துணிச்சலையும் ஒழுக்கப் பண்பாடுகளையும் முக்கியமாகக்கொண்டிருந்தது. இதன் பொருட்டு சிரிய நகரங்களின் உலகியல் ஆர்வங்களிலும் வசீகரங்களிலும் அவர்கள் சிக்கிக்கொள்ளாமல் படைமுகாம்களின் கட்டுப்பாட்டுக்குள் அவர்களை வைத்திருந்தார். இன்னொருபுறம், மேன்மை மிகுந்த நபித்தோழர்களையும் உத்தரவுகளைச் செயல்படுத்தும் பணியாளர்களையும் பொதுமக்கள் மற்றும் எளிய வகுப்பினரின் அண்மையிலிருந்து விலக்கி, தனியாக இயங்கச் செய்தார்.

இச்செயல்பாடுகளைப் பிறருக்குப் புலப்படாதவாறு நுட்பமாகவும் மதியூகத்துடனும் செய்தார். தம்முடைய உத்தரவின்கீழ் பணியாற்றுபவர் மனங்களில் தம்மீதான அன்பும் பயமும் குலைந்துவிட அனுமதிக்காதபடி தமது நடவடிக்கைகளை மேற்கொண்டார். அனைத்துக்கும் மேலாக, மேன்மை மிகுந்தவர்களும் உத்தரவுகளைச் செயல்படுத்தும் அதிகாரம் பெற்றவர்களும் செல்வாக்கும் நுட்பத்திறன் பெற்றவர்களும் தம்மைச் சூழ்ந்திருக்கும்படி கவனித்துக்கொண்டார்.

உஸ்மான் (ரலி) அவர்களின் ஆட்சியின்போது, இதுபோன்ற நடைமுறைகள் படிப்படியாக இல்லாமல் போயின. முஹாஜிர்களையும் அன்சார்களையும்விட தாங்களே மேன்மையானவர்கள் என்று அரேபிய இனக்குழுக்கள் தங்களை மதிப்பிடத் தொடங்கின. மேன்மைக்குரிய நபித்தோழர்கள் பல்வேறிடங்களில் சிதறுண்டிருந்தனர். மதீனாவின் அரசாற்றல் வலுவிழந்த நிலையில் குழப்பங்களும் ஒழுங்கின்மையும் நிறைந்தன. இஸ்லாமியத் தலைநகர் அரசாட்சியின் மையப்பகுதியாக தொடர இயலாமல் போனது. இத்தகைய சிக்கலான நிலையில்தான் பழைய இனக்குழுக்களின் வன்மங்களும் கோத்திரச் சண்டைகளும் தலைதூக்கின. இஸ்லாமியச் சகோதரத்துவத்தை உட்கொள்ள

இவர்களாலும் இயலவில்லை. மக்களை ஒன்றிணைவாகப் பயணிக்கச் செய்யும் அதிகார மையம் வலுவிழந்த நிலையில் இருந்தது. முஹாஜிர்களையும் அன்சார்களையும்விட எண்ணிக்கையில் அதிகரித்தவர்களிடம் ஆணையுரிமையும் செல்வாக்கும் சென்றடைந்தன.

உஸ்மான் (ரலி) அளவுகடந்த பொறுமையாளர். இது, அரசை நடத்திச் செல்வதற்கு ஒருபோதும் துணையாக இருக்க இயலாது. அரசாற்றலின் பலவீனத்தையும் வலுவான செயல்பாடுகளின் தேவையையுமே இது உணர்த்துகிறது. உஸ்மான் (ரலி) அவர்களின் கிலாஃபத்தின்போது, முஸ்லிம்கள் அளவுக்குமீறிய வளத்துடன் உலகியல் ஆர்வமுமுள்ள வாழ்க்கையில் திளைத்தனர். கலீஃபா மீதான பயமும் பற்றுதலும் சிறிது சிறிதாகக் குறைந்தன. இந்நிலையில், உலகியல் ஆசையும் பதவி மோகமும்கொண்டவர்கள் ஆட்சியுரிமையை அடைவதற்கான வாய்ப்புகள் மிகுதியாக இருந்தன. குறைஷிகளிலும் ஹிஜாஸ்களிலும் பேராசைப் பிடித்தவர்கள், புதிய முஸ்லிம் இனக்குழுக்கள் மற்றும் படைவீரர்களின் உதவியையும் ஒத்துழைப்பையும் மிக எளிதாகப் பெற்றனர்.

இஸ்லாமிய ஒளி தங்கள்மீது படிவதற்கு முன், குறைஷிகள் கோத்திரம், உமய்யா ஹாஷிம் என இரு பெரும்பிரிவுகளாக இருந்தது. இவ்விரு பிரிவினரும் பரஸ்பரம் எதிரிகளாக இருந்ததால் இவற்றினுள் பிற இனக்குழுக்களும் இணைந்திருந்தன. இஸ்லாத்தின் வருகையின்போது, உமய்யா கிளையின் அதிகாரமும் செல்வாக்கும், ஹாஷிம் கிளையைவிட மேலோங்கி இருந்தன. முஹம்மத் (ஸல்) அவர்கள் ஹாஷிம் கிளையைச் சார்ந்தவர் என்பதால் இயல்பாகவே அவரது நபித்துவம் உமய்யா கிளையால் வன்மையாக மறுக்கப்பட்டது.

அபூசுஃப்யான் (ரலி) உமய்யா கிளையைச் சார்ந்தவர். இஸ்லாத்துக்கு எதிரான உஹுத் போர் உட்பட பல்வேறு போர்களில் இறைமறுப்பாளர்களுக்குத் தலைமையேற்ற அவர் இஸ்லாத்தை வேரறுக்கத் தன்னையே அர்ப்பணித்தவர். இறுதியில், அபூசுஃப்யான் (ரலி) உட்பட உமய்யா கிளையினர் அனைவரும் இஸ்லாத்தைத் தழுவிக்கொண்டனர். ஹாஷிம் - உமய்யா கிளையினரிடையிலான வேறுபாடுகளும் வன்மங்களும் முடிவுக்கு வந்தன. எல்லாவிதமான வேற்றுமைகளுக்கும் இனக்குழு மேன்மைகளுக்கும் இஸ்லாம் தீர்வாக அமைந்தது.

முஸ்லிம்கள் அபூபக்ர், உமர் (ரலி) ஆகியோரால் வழிநடத்தப்படும்போது அதன் அரசியல் செயல்பாடுகள் குழப்பமின்றி நடந்தேறின. ஆனால், உஸ்மான் (ரலி) அவர்களின் காலத்தில் பழைய வன்மங்கள் மீண்டும் தலைதூக்கின. அவர், உமய்யா கிளையினராக இருந்ததாலும் உறவினர்கள்மீது மிகுந்த அன்புடன் நடந்துகொண்டதாலும் தனிப்பட்ட முறையிலான பயன்களை அவர்கள் அடைந்தனர்.

வலுவிழந்த தலைமை, இஸ்லாமிய அரவணைப்புக்குள் புதியவர்களின் வருகை, முஹாஜிர்கள், அன்சார்கள், குறைஷிகளின் ஆணையுரிமை மற்றும் செல்வாக்குகளில் ஏற்பட்ட இழப்புகள் போன்றவை புதிய நிலைமைகள். கலீஃபாவின் முதன்மை எழுத்தராக இருந்த மர்வான் பின் ஹகம் மிகுந்த நன்மைகள் பெற்றார். தங்களின் தனிப்பட்ட பண்புக்கூறான அளவுகடந்த சுகபோக வாழ்க்கைமீது ஆர்வம்கொண்ட உமய்யாக்கள், பல்வேறு நாடுகளின் ஆட்சியுரிமைகள் தங்களின்கீழ் வந்ததும் இஸ்லாத்தின் வருகைக்கு முன்பிருந்த வாழ்க்கை முறைக்குத் தங்களை மாற்றிக்கொள்ள முன்வந்தனர்.

ஹாஷிம் வம்சமும் மற்றவர்களும் இந்நிலை குறித்து கவலைகொண்டனர். இருப்பினும், உமய்யா வம்சத்தின் நோக்கங்களுக்கும் திட்டங்களுக்கும் உஸ்மான் (ரலி) உடந்தையாக இருந்தார் என்பது உண்மைக்குப் புறம்பான, அடிப்படையற்ற குற்றச்சாட்டு.

உறவினர்கள்மீது அவர்கொண்ட அன்பும் உபசரிப்பும் இயல்பான அவரது மென்மையான குணங்களும் உமய்யா வம்சத்தின் மீறல்களுக்குச் சாதகமாக அமைந்தன. முந்தைய கலீஃபாக்களின் பதவிக் காலங்களின்போது நினைத்தும்பார்க்க இயலாதவற்றை அவர்கள் அடைய முடிந்தது. உறவினர்கள்மீதான கலீஃபாவின் அணுகுமுறையில் மீறல்கள் இல்லை என்றாலும் கலீஃபா எனும் நிலையில் அவர் எச்சரிக்கையுடன் இருந்திருக்க வேண்டும். இதில் அவர் கவனம் செலுத்தத் தவறிவிட்டார் என்ற உண்மையை மறுக்க இயலாது. அவரது மைத்துனரான மர்வான் பின் ஹகம், நிலைமையைச் சீரழிப்பதில் தன்னால் இயன்ற அனைத்தையும் செய்தார். இவரைத் தவிர்த்துக்கொள்ள உஸ்மான் (ரலி) அவர்கள் எதையும் செய்யவில்லை. குறிப்பாக, மிக முக்கியமான ஒரு

பதவிக்கான ஆற்றலோ பண்புகளோ மர்வானிடம் இல்லை என்பதைப் புரிந்துகொண்ட நிலையில்.

உமர் (ரலி) அவர்களின் இறப்பைத் தொடர்ந்து பாரசீகப் பகுதிகளெங்கும் கிளர்ச்சிகள் உருவாயின. உஸ்மான் (ரலி) அவர்களின் படைகள் கிளர்ச்சியாளர்களை அடக்கியதுடன் ஸெய்ஸ்தானையும் கிர்மானையும் வெற்றி கொண்டன. துருக்கி, சீனா படையெடுப்புகளின் விளைவாக ஹராத், காபூல், பல்க் உட்பட சில எல்லைப் பகுதிகள் முஸ்லிம்களின் கீழ் வந்தன. எகிப்திலும் அலெக்சான்ட்ரியாவிலும் நடைபெற்ற ரோமானியர்களின் தாக்குதல்களின் விளைவாக, சைப்ரசும் ரோட்சும் முஸ்லிம்களிடம் வந்தன. ஆப்பிரிக்காவிலும் ஆசியா மைனரிலும் நடந்த ரோமானியர்களின் போர் முஸ்தீபுகள், முஸ்லிம்களின் எல்லைப்பகுதிகளைத் திரிப்போலி மற்றும் ஆர்மேனியாவரைக்கும் பரவச் செய்தன.

உஸ்மான் (ரலி) அவர்களின் கிலாஃபத்தின்போது இப்படியான பல்வேறு வெற்றிகள் கிடைத்தன. அவரது உத்தரவின்படி சாலைகள் போடப்பட்டன. கல்வி நிலையங்கள் நிறுவப்பட்டன. வணிகம், வேளாண்மைத்துறைகள் வளர்ச்சி அடைந்தன. ஆனால், இவை அனைத்தும் அவரது கிலாஃபத்தின் முதல் பகுதியிலேயே நடந்து முடிந்து விட்டன. பிற்பகுதியில் குழப்பங்களும் சீர்குலைவுகளும்தான் மேலோங்கி நின்றன. இஸ்லாத்தைக் கற்பிப்பதிலும் சிலைவழிபாட்டை ஒழிப்பதிலும் ஈடுபட்டிருந்த முஸ்லிம்கள், ஆட்சியதிகாரங்களில் பங்கு பெறுவதிலும் இழிவான பகைமைகளிலும் கோத்திரச் சண்டைகளிலும் ஈடுபட்டனர். உமய்யாக்கள், தங்கள் வலிமையையும் செல்வாக்கையும் பெருக்கியதுடன் தங்கள் ஆட்சியதிகார எல்லைகளை விரிவுபடுத்துவதில் முனைப்புக் காட்டினர்.

இஸ்லாமிய ஒற்றுமைக்கும் தனித்துவத்துக்கும் ஊறுவிளைவிக்கும் உமய்யா வம்சத்தாரை எதிர்க்க வேண்டிய கடமை பிற முஸ்லிம்களுக்கு இருந்தது. முஹாஜிர் மற்றும் அன்சார்களின் அறிவார்ந்த மக்கள் குழுவொன்று முன்வந்து இதைத் தடுத்து நிறுத்தியிருக்கலாம். வாய்ப்புக்கேடாக, அப்படி நிகழவில்லை. அப்துல்லாஹ் பின் ஸபா எனும் ஒரு யூதன் இழிவான உள்நோக்கத்துடன் இந்த இடைவெளியைத் தனக்குச் சாதகமாகப் பயன்படுத்திக்கொண்டான். இதன் மூலம், முஸ்லிம்கள் என்றென்றும் மீள இயலாத சதி வலைக்குள் சிக்கிக்கொண்டனர்.

நபிகளார் வாழும் காலத்திலும், அப்துல்லாஹ் பின் உபை எனும் நயவஞ்சகன் முஸ்லிம் சமூகத்தை இப்படியான சதிவலைக்குள் கொண்டுசெல்ல முயன்றான். இறைத்தூதரின் அண்மை, அப்போது, அப்துல்லாஹ் பின் உபையின் செயல்பாட்டுக்குத் தடையாக இருந்தது. ஸபாவின் சதியைக் கிள்ளியெறிய இஸ்லாமிய சமூகம் தவறிவிட்டது.

அவன், உமய்யா வம்சத்தாரை எதிர்க்க அலீ (ரலி) அவர்களைப் பயன்படுத்தினான். கிட்டத்தட்ட அரேபியாவின் இனக்குழுக்கள் அனைத்தையும் உமய்யாக்கள்மீது பகைமைகொள்ளச் செய்தான். நபித்துவ ஒளியை உள்வாங்கிக்கொள்ள இயலாத, தத்தம் இனக்குழு மரபுகளில் பெருமைகொண்ட அரபிகள் மிக எளிதாக ஸபாவின் சதிக்கு ஆட்பட்டனர்.

உஸ்மான் (ரலி) அவர்களுக்கெதிரான கிளர்ச்சியைத் தூண்டுவது, ஸபாவுக்கு மிக எளிதாகவே இருந்தது. பஸ்ரா, கூஃபா, டமாஸ்கஸ் வழியாக அவன் அலைந்து திரிந்ததுடன் படைமுகாம்களுக்கும் சென்றான். டமாஸ்கஸ் தவிர பிற பகுதிகள் அனைத்தும் அவனுக்கு சாதகமாகவே இருந்தன. இடையே அபூதர் கிஃபாரி, முஆவியா (ரலி) ஆகியோரிடையே நடந்த விவாதத்தையும் தனக்குச் சாதகமாகப் பயன்படுத்திக்கொண்டான். தனது பயணங்களின் முடிவில் எகிப்தை அடைந்து அங்கிருந்தபடியே தனது திட்டங்களை வடிவமைத்தான்.

எகிப்தின் ஆளுநரான அப்துல்லாஹ் பின் ஸஅத் (ரலி), பிடிவாதமும் கட்டுப்பாடின்மையும் குணங்களாகக்கொண்டவர். தொலைநோக்குச் சிந்தனையிலோ உள்நாட்டு அமைதியிலோ மக்கள் நலனிலோ போதுமான அளவுக்கு அக்கறை காட்டாதவர். இயல்பாகவே, தனக்குச் சாதகமான இரண்டு மூன்று நபித்தோழர்கள் ஸபாவுக்குக் இங்கே கிடைத்தனர்.

தல்ஹா (ரலி) அவர்களுக்கு பஸ்ராவிலும், ஸுபைர் (ரலி) அவர்களுக்கு கூஃபாவிலும் அதிக செல்வாக்கு இருந்தாலும் முழு இஸ்லாமிய உலகமும் அலீ (ரலி) மீது அன்பு கொண்டிருப்பதை ஸபா கவனித்தான். எனவே, உமய்யாக்களுக்கும் உஸ்மான் (ரலி) அவர்களுக்கும் எதிராகக் கூஃபா மக்களையும் பஸ்ரா மக்களையும் தூண்டவும் தன்னை வலுப்படுத்திக்கொள்ளவும் வசதியாக தனது முகாமை அவன் எகிப்தில் அமைத்துக்கொண்டான்.

தன்னுடைய நோக்கத்தை நிறைவேற்றும்பொருட்டு, அனைத்து முஸ்லிம்களின் அன்புக்கும் பாத்திரமான அலீ (ரலி) அவர்களின் பெயரைப் பயன்படுத்தினான். இதற்காக அவன் முன் வைத்ததுதான் அலீ (ரலி) அவர்களின் கிலாஃபத் உரிமையும் இறைத்தூதரின் இறுதி விருப்பம் குறித்தக் கருத்தும். இவற்றை முன்வைத்து அவன் பல்வேறு அறிக்கைகள் வெளியிட்டான். மிகக் குறுகிய காலத்தில் அலீ ஆதரவாளர்கள் அமைப்பு ஒன்று உருவாகும் அளவுக்கு ஒவ்வொன்றையும் அவன் நுட்பமாகவும் திறமையாகவும் செய்தான். மிக விரைவிலேயே இஸ்லாமிய உலகம் முழுவதிலும் முரண்பாடுகளின் விதைகள் சிதறின. இதனால், உமய்யா வம்சத்தை நேர்வழிப்படுத்தும் வாய்ப்பையும் நபித்தோழர்கள் இழந்து நின்றனர்.

மதீனாவிலிருந்து அலீ (ரலி) சார்பாகக் கூஃபா, பஸ்ரா, எகிப்து ஆகிய பகுதிகளுக்கு அனுப்பி வைக்கப்பட்ட பெருமளவிலான கடிதங்கள்தான் ஸபா இஸ்லாத்திற்கு இழைத்தத் தீமைகளில் முக்கியமானவை. இதன்மூலம், மக்களை மிக எளிதாக அவனால் தன்பக்கம் இழுக்க முடிந்தது. தனது திட்டத்தை நிறைவேற்ற அவன் இரண்டு முறைகளைக் கையாண்டான். ஒன்று, உஸ்மான் (ரலி) அவர்களை கொலை செய்யவேண்டும். அடுத்தது, இதற்கான அரசியல் காரணமாக, அலீ (ரலி) அவர்கள் சுட்டிக்காட்டப்பட வேண்டும். தெளிவான வரலாறுகள் இருந்தும் பரிதாபத்துக்குரிய இந்தக் காரணம், இன்றுவரைக்கும் தொடர்வது மிகப்பெரும் ஆச்சரியம்தான். இஸ்லாத்தின் எதிரியான அப்துல்லாஹ் பின் ஸபா எனும் யூதன், உஸ்மான், அலீ (ரலி) ஆகிய இருவருக்குமே எதிரிதான். அவனது ஒரே நோக்கம் இஸ்லாத்தை அழிப்பது. இப்படியாக அவன், உஸ்மான் (ரலி) அவர்களைக் கொலை செய்ததுடன் அலீ (ரலி) அவர்களின் நற்பெயருக்கும் களங்கம் விளைவித்தான்.

உஸ்மான் (ரலி) அவர்களின் திறமைகளும் பண்புகளும் : உஸ்மான் (ரலி), எளிதில் இணங்கி விடும் குணமுள்ளவர்; பொறுமையாளர்; அறியாமைக் காலத்தில்கூட மதுவருந்துவதையும் பாலியல் பிறழ்வுகளையும் சூதாடுவதையும் வெறுத்தவர். இஸ்லாத்தைத் தழுவுவதற்கு முன்பிருந்தே அவரது கொடைத்தன்மையால் பலர் நன்மை அடைந்திருக்கிறார்கள். ஒவ்வொரு ஆண்டும் ஹஜ்

கடமையை நிறைவேற்றினார். தமது சொந்தச் செலவில் ஹஜ் பயணிகளுக்கு உணவளிப்பதைத் தவறாமல் செய்து வந்தார். இறைத்தூதரும் அவரது இல்லத்தினரும் பசியால் வாடிய பல நேரங்களில் உஸ்மான் (ரலி) தான் உணவளித்தார். இறைத்தூதர் அவர்கள், "அல்லாஹ்வே! நான் உஸ்மானைக் குறித்து மனம் மகிழ்கிறேன். நீயும் அவரைப் பொருந்திக்கொள்வாயாக!" என்று அடிக்கடி பிரார்த்தனை செய்வார்.

அபூபக்ர் (ரலி) அவர்களின் ஆட்சியின்போது ஒரு முறை பஞ்சம் ஏற்பட்டது. உணவுப் பற்றாக்குறையால் மக்கள் அவதிப்பட்டனர். அப்போது ஒருநாள், உஸ்மான் (ரலி) அவர்களின் 1,000 ஒட்டகங்கள் உணவுப்பொருள்களுடன் மதீனாவுக்கு வந்திருப்பதாகத் தகவல் வந்தது. மக்கள் உஸ்மான் (ரலி) அவர்களிடம் சென்று அதிக விலையைப் பெற்றுக்கொண்டாவது தங்களுக்கு உணவுப்பொருள்கள் தரும்படி வேண்டினார்கள். உஸ்மான் (ரலி) கூறினார்: "உணவுப்பொருள்கள் அனைத்தையும் நான் வறியவர்களுக்கும் தேவைப்படுபவர்களுக்கும் வழங்கினேன் என்பதற்கு நீங்கள் சாட்சி."

உஸ்மான் (ரலி) அவர்கள் இஸ்லாத்தை ஏற்றுக்கொண்ட அன்று முதல், ஒவ்வொரு வெள்ளிக்கிழமையும் ஓர் அடிமையை விடுதலை செய்தார். கிளர்ச்சியாளர்களால் முற்றுகைக்குள்ளான நிலையிலும் இதைச் செய்தார். எளிமையான உணவுகள் உண்பதையும் எளிமையான உடைகள் அணிவதையுமே அவர் வழக்கமாகக்கொண்டிருந்தார். ஆனால், விருந்தினர்களுக்கு சிறந்த முறையில் உணவளிப்பார். செல்வாக்கின் அடிப்படையில் தம்மை நடத்துவதை கலீஃபாவாக இருந்தபோதும் அவர் விரும்பவில்லை.

அன்பை வெளிப்படுத்தும்விதமாக மற்றவர்களுடன் நெருக்கமாக அமர்வார். அனைவரிடமும் பண்புடன் நடந்துகொள்வார். ஒருமுறை தம்முடைய அடிமையிடம், "நான் அத்துமீறி உம்மிடம் நடந்திருந்தால் அதற்குப் பழி தீர்த்துக்கொள்ளும்" என்றார். அதன்படி, அடிமை அவரது காதைப் பிடித்தார். "மறுமையில் கிடைக்கும் தண்டனையை விடவும் இம்மையில் தீர்க்கும் பழி இலகுவானதாகவே இருக்கும். ஆகவே, நீர் பலமாகப் பிடிக்கலாம்" என்றார் உஸ்மான் (ரலி). குர்ஆனைத் தொகுத்ததுடன் அதனை ஓதுகிற முறையை ஒழுங்குபடுத்தியதும் இறைத்தூதரின் மஸ்ஜிதை

விரிவாக்கம் செய்ததும் உஸ்மான் (ரலி) அவர்களின் ஆட்சிக் காலத்தில்தான். நேரம் தவறாமை என்பது உஸ்மான் (ரலி) அவர்களின் தனிச்சிறப்புகளில் ஒன்று.

குறிப்பிடத்தக்க நிகழ்வுகள் : மதீனா, கிளர்ச்சியாளர்களின் முற்றுகையில் இருக்கும்போது ஆயிஷா (ரலி) ஹஜ் கடமையை நிறைவேற்றுவதற்காகப் புறப்பட்டார். மக்காவிலிருந்து திரும்பி வரும்போது உஸ்மான் (ரலி) அவர்களின் தியாக மரணத்தைக் கேள்விப்பட்ட அவர் மக்காவுக்கே திரும்பினார்.

மதீனாவில் கிளர்ச்சியாளர்கள் திரண்டதும், அம்ர் பின் அல்ஆஸ் (ரலி) தம் மகன்கள் அப்துல்லாஹ், முஹம்மத் ஆகியோருடன் அங்கிருந்து வெளியேறி பாலஸ்தீனுக்குச் சென்றார். உஸ்மான் (ரலி) உயிர் துறந்த சோகச் செய்தியை அவர் பாலஸ்தீனில் வைத்து அறிந்தார்.

எகிப்தின் ஆளுநரான அப்துல்லாஹ் பின் ஸஅத் (ரலி), உஸ்மான் (ரலி) முற்றுகைக்குள்ளான தகவலை அறிந்து மதீனாவுக்குப் புறப்பட்டார். வழியில், கலீஃபா கொலை செய்யப்பட்டார் எனும் தகவலை அறிந்ததும் திரும்பிவிட்டார். அப்போது, முஹம்மத் பின் அபூஹுதைஃபா எகிப்தைக் கைப்பற்றியிருக்கிறார் என்று தகவல் வந்தது. இந்நிலையில் அவர் பாலஸ்தீனில் இருந்துவிட வேண்டியதாயிற்று. பிறகு, டமாஸ்கசுக்கு வந்து சேர்ந்தார்.

உஸ்மான் (ரலி) அவர்களின் இறப்பின்போது அலீ, தல்ஹா, ஸுபைர், அப்துல்லாஹ் பின் உமர், ஸஅத் பின் அபீவக்காஸ் (ரலி) ஆகியோர் மதீனாவிலிருந்தனர். தங்களின் நற்பெயருக்குக் களங்கம் ஏற்பட்டிருப்பதையும் கிளர்ச்சியாளர்கள் உள்நோக்கத்துடன் சில உரிமைக்குரல்கள் எழுப்புவதையும் உணர்ந்து, அவர்களுடனான தொடர்பைத் தவிர்த்துக்கொள்ளும் பொருட்டு, கதவுகளை மூடி வீட்டுக்குள்ளிருந்தனர்.

கிளர்ச்சியாளர்கள் பிடியில் மதீனா : உஸ்மான் (ரலி) அவர்களின் இல்லம் முற்றுகைக்குள்ளான அன்று முதல், மதீனா கிளர்ச்சியாளர்களின் கட்டுப்பாட்டிலிருந்தது. இதற்குத் தலைமையேற்ற காஃபிகீ பின் ஹர்ப் அக்கி, கலீஃபாவின் மரணத்தைத் தொடர்ந்து, ஆட்சிப்பொறுப்பை ஏழுநாள்கள் தன்கீழ் வைத்திருந்தார். தொழுகைக்குத் தலைமையேற்க ஒருவரை நியமித்தது உட்பட சில உத்தரவுகளையும் பிறப்பித்தார்.

ஆனால், அவர்களில் நியாயவான்களாகிய சிலர், சிறந்த ஒருவரைக் கலீஃபாவாக நியமிக்க விரும்பினர். கலீஃபாவாக ஒருவர் பொறுப்பேற்கும்வரை தங்களது முயற்சிகளும் வெற்றிகளும் வெறும் கலகமாகவே மதிப்பிடப்படுமென்று வாதித்தனர். ஆகவே, கலீஃபாவைத் தேர்வு செய்யாமல் மதீனாவைவிட்டு வெளியேறுவதில்லை என்று அவர்கள் முடிவு செய்தனர்.

அப்துல்லாஹ் பின் ஸபா, பிறர் அடையாளம் கண்டுகொள்ளாதபடி மதீனாவுக்கு விரைந்து வந்து தனது குழுவினருடன் இணைந்துகொண்டான். கலீஃபாவைத் தேர்வு செய்ய அவனும் இசைவு தெரிவித்தான். அவர்கள் அலீ, தல்ஹா, ஸுபைர் (ரலி) ஆகிய மூவரையும் தனித்தனியாகச் சந்தித்து, கிலாஃபத் பொறுப்பை ஏற்றுக்கொள்ளும்படி வேண்டினார்கள். அவர்களது வேண்டுகோளை மூன்று பேருமே ஏற்க மறுத்து விட்டனர்.

இறுதியில் ஸபா, ஒரு திட்டத்தின்மூலம் அவர்களை இதற்கு இணங்கச் செய்தான். இதன்படி, மதீனா முழுவதும் முரசறிவிக்கப்பட்டது: “கலீஃபாவைத் தேர்ந்தெடுக்கும் பணியில் இதுவரையிலும் மதீனா மக்கள்தான் முக்கியப் பங்காற்றி வருகிறார்கள். ஒட்டுமொத்த முஸ்லிம் சமூகமும் முழு மனதுடன் இதை அங்கீகரிக்கிறது. எனவே, இரண்டு நாள்கள் நாங்கள் காலஅவகாசம் தருகிறோம். அதற்குள் கலீஃபாவைத் தேர்வு செய்துகொள்ள வேண்டும். தவறினால், அலீயும் தல்ஹாவும் ஸுபைரும் கொல்லப்படுவார்கள்.”

இவ்வறிவிப்பு மதீனா மக்களை அச்சுறுத்தியது. அவர்கள் கிலாஃபத் பொறுப்பை ஏற்கும்படி மூவரையும் வலியுறுத்தினர். தல்ஹாவும் ஸுபைரும் உறுதியாக மறுத்துவிட்ட நிலையில் முதலில் மறுத்த அலீ (ரலி) ஒப்புதலளித்தார். இதைத் தொடர்ந்து பெருந்திரளாக வந்த மக்கள் அவரை கலீஃபாவாக ஏற்று வாக்குறுதி அளித்தனர்.

அலீ பின் அபூதாலிப் (ரலி) பெயரும் வம்சாவளியும் : அலீ (ரலி) அவர்களின் குடும்ப வம்சாவளி, அபூதாலிப், அப்துல் முத்தலிப், ஹாஷிம், அப்த் மனாஃப், குஸை, கிலாப், முர்ராஹ், கஅப், லுஅய், காலிப்.

அலீ (ரலி) அவர்களின் தாயார் ஃபாத்திமா பின்த் அசத்

பின் ஹாஷிம். இவர், ஹாஷிம் குடும்பத்தில் மணம் முடித்த முதலாவது ஹாஷிமி. இஸ்லாத்தை ஏற்று மக்காவிலிருந்து புலம்பெயர்ந்தவர். அலீ (ரலி) இறைத்தூதரின் ஒன்றுவிட்ட சகோதரரும் மருமகனுமாவார்.

சராசரி உயரமும் உடல் முழுவதும் ரோமங்களும், அடர்ந்த தாடியும் கோதுமை நிறத்திலான உடலமைப்பும்கொண்டவர் அலீ (ரலி) அவர்கள்.

இறைத்தூதர், அவரை அபுல்ஹஸன் என்றும் அபூதுராப் என்றும் சிறப்புப் பெயர்களால் குறிப்பிட்டார். அபூதுராப் எனும் தமது சிறப்புப் பெயர் அவருக்கு மிகவும் பிடித்தமானது. இப்படி அழைக்கும்போது தமது மகிழ்ச்சியை வெளிப்படுத்துவார். இப்பெயருக்கான காரணம், ஒருநாள் அலீ (ரலி) அவர்கள் மஸ்ஜிதில் தரையில் படுத்துத் தூங்கிக்கொண்டிருந்தார். அவரது உடல் முழுவதும் புழுதி படிந்திருந்தது. இறைத்தூதர் வந்து, "அபூதுராபே, எழுந்திரும்" என்று சொல்லி அவரை எழுப்பி, புழுதியைத் துடைத்து விட்டார். (துராப் என்றால் அரபுமொழியில் மண் அல்லது புழுதி.)

சிறப்புப் பண்புகள் : இஸ்லாத்தில் முதன்முதலாக இணைந்தவர்களில் அலீ (ரலி) அவர்களும் ஒருவர். குர்ஆனைத் தொகுத்து இறைத்தூதரிடம் வழங்கியவர்களில் இவரும் உட்படுவார். ஹாஷிம் வம்சத்தைச் சேர்ந்த முதல் கலீஃபாவும் அலீ (ரலி) தான். சிறு வயதிலேயே உருவ வழிபாட்டை வெறுத்தவர். மக்காவிலிருந்து புலம்பெயரும்போது தாம் பாதுகாத்து வைத்திருந்த பொருள்களை உடைமையாளர்களிடம் ஒப்படைக்க இறைத்தூதர், அலீ (ரலி) அவர்களை நியமித்தார். இறைத்தூதரின் ஆணையை நிறைவேற்றிய பிறகு அவரும் மதீனாவுக்குப் புலம்பெயர்ந்தார்.

தபூக் போரின்போது இறைத்தூதர் அவர்கள் மதீனாவில் தமது பிரதிநிதியாக அலீ (ரலி) அவர்களை நியமித்திருந்தார். ஆகவே, தபூக் போரைத் தவிர பிற அனைத்துப் போர்களிலும் அவர் கலந்துகொண்டார். உஹுத் போரின்போது அலீ (ரலி) அவர்களின் உடலில் பதினாறு இடங்களில் காயம் பட்டது. கைபர் போரின்போது பதாகை ஏந்துபவர் கைபர் வெற்றியாளர் எனும் அறிவிப்புடன், இறைத்தூதர் அவர்கள் இஸ்லாமிய பதாகையை அலீ (ரலி) அவர்களிடம் கொடுத்தார்.

மேன்மைகள் : ஸஅத் பின் அபீவக்காஸ் (ரலி) சொல்கிறார்: "தபூக் போரின்போது, மதீனாவில் இருக்குமாறு அலீயிடம் சொன்னார் இறைத்தூதர் அவர்கள். அதற்கவர், 'பெண்களுடனும் பிள்ளைகளுடனும் என்னையும் விட்டுச் செல்கிறீர்கள்' என்றார். இறைத்தூதர் அவர்கள் கேட்டார்: 'எனக்குப் பிறகு நபி இல்லை என்பதைத் தவிர, மூஸா, ஹாரூனை விட்டுச் சென்றதைப்போல் நான் உம்மை விட்டுச் செல்கிறேன். இதில் உமக்கு மகிழ்ச்சியில்லையா?"

கைபர் போரின்போது, இறைத்தூதர் அவர்கள், "நாளைக்குக் கோட்டையை வெற்றிகொண்டு, அல்லாஹ்வையும் அவனது தூதரையும் மகிழ்ச்சிப்படுத்த இருப்பவரிடம் நான் பதாகையைக் கொடுப்பேன்" என்றார். மறுநாள், நபித்தோழர்கள் அனைவரும் இந்த நற்பேறு பெறுபவர் யாரென்பதைக் காண ஆவலுடன் காத்திருந்தனர். இறைத்தூதர், அலீ (ரலி) அவர்களை அழைத்துக் கொடியைக் கொடுத்தார். கைபர் கோட்டை வெற்றிகொள்ளப்பட்டது.

முபாஹலா குறித்து இறைவசனம் அருளப்பட்டபோது, இறைத்தூதர் அலீ, ஃபாத்திமா, ஹஸன், ஹுசைன் (ரலி) ஆகியோரை அழைத்து, "அல்லாஹ்வே! இவர்கள் எனது குடும்ப உறுப்பினர்கள்" என்றார்.

இறைத்தூதர் அவர்கள், அலீ (ரலி) குறித்து, "என் நண்பருக்கு அலீயும் நண்பராவார்" என்றும், "அலீயிடம் அன்பு செலுத்துபவர்கள்மீது அல்லாஹ் அன்பு செலுத்துகிறான். அலீயின் எதிரிக்கு அல்லாஹ் துணைசெய்ய மாட்டான்" என்றும் குறிப்பிட்டுள்ளார். இறைத்தூதர் சொன்னதாக அறிவிக்கப்படுகிறது: "நான்குபேர்மீது அன்பு செலுத்த நான் கட்டளையிடப்பட்டுள்ளேன்." அவர்கள் யார் என நபித்தோழர்கள் கேட்டபோது, "அலீ, அபூதர், மிக்தாத், ஸல்மான் ஃபார்சீ ஆகியோர்" என்றார் இறைத்தூதர் அவர்கள்.

இறைத்தூதர், தம் தோழர்களிடையே சகோதரத்துவப் பிணைப்பை உருவாக்கியபோது, அலீ (ரலி) கலங்கிய கண்களுடன், "தாங்கள் அனைவரையும் சகோதரர்களாக்கினீர்கள். என்னைத் தவிர" என்றார். இறைத்தூதர் சொன்னார்: "இம்மையிலும் மறுமையிலும் நீர் என் சகோதரர்."

ஒருமுறை உமர் (ரலி) குறிப்பிட்டார்: "எங்கள் அனைவரை விடவும் அலீ செயலாற்றல் மிக்கவர்." அலீ (ரலி) அவர்களைப் பற்றி ஒருவர் பேசும்போது ஆயிஷா (ரலி) குறிப்பிட்டார்: "இன்று வாழ்ந்துகொண்டிருப்பவர்களில் நபிவழி குறித்து அதிகம் அறிந்தவர் அலீதான்."

நேர்மையும் கூற்றுகளும் : அலீ (ரலி) ஒரு முறை சொன்னார்: "இறைமறையின் பொருள் குறித்த எனது கருத்தை எதிரிகள் கூட என்னிடம் கேட்பதில் நான் அல்லாஹ்வுக்கு நன்றி செலுத்துகிறேன். ஒரு திருநங்கையின் சொத்துரிமை குறித்து எனது கருத்தை முஆவியா கேட்டார். அவர்கள் ஆணைப்போலிருந்தால் ஆணுக்குரியதும் பெண்ணைப் போலிருந்தால் பெண்ணுக்குரியதும் தீர்மானிக்கப்படும் என்றேன்."

அலீ (ரலி) பஸ்ராவுக்கு வந்தபோது, இப்னு அல்கவ்வாவும் கைஸ் பின் உபாதாவும் அவரிடம், "எனக்குப் பிறகு நீங்கள்தான் கலீஃபாவாக நியமிக்கப்படுவீர்கள் என்று இறைத்தூதர் தங்களுக்கு வாக்குறுதி அளித்திருப்பதாகச் சிலர் சொல்கிறார்கள். அது பற்றிய உண்மையைத் தெளிவுபடுத்தும் தகுதி தங்களுக்கு மட்டும்தான் இருக்கிறது" என்றனர்.

இதற்குப் பதிலளித்த அலீ (ரலி), "இறைத்தூதர் அப்படி வாக்குறுதியளித்தார் என்பது சரியல்ல! அது உண்மையாக இருந்தால், இறைத்தூதரின் உரைமேடையில் அபூபக்ரும் உமரும் நிற்பதற்கு நான் இசைவு தெரிவித்திருக்க மாட்டேன்" என்றார்

மேலும், அலீ (ரலி) குறிப்பிடுகிறார்: "இறைத்தூதர் அவர்கள் தமது உடல்நிலை மோசமான கட்டத்தை அடைந்தபோது தொழுகையை முன்நின்று நடத்துமாறு அபூபக்ரிடம் சொன்னார். இறைநம்பிக்கையாளர்களின் அன்னையான ஆயிஷா இதை ஏற்கவில்லை. உடனே இறைத்தூதர் அவர்கள், 'கோபத்துடன், நீங்கள் யூசுஃப் காலத்துப் பெண்களைப்போல் நடந்து கொள்கிறீர்கள். அபூபக்ரைத் தவிர இதற்கு வேறு யாரையும் இதற்குத் தேர்வு செய்ய வேண்டாம்' என்றார்.

இறைத்தூதர் அவர்கள் தொழுகைக்குத் தலைமையேற்க யாரைத் தேர்வு செய்தாரோ அவரையே உலகியல் சார்ந்த செயல்பாடுகளுக்கும் நான் தலைவராக ஏற்றுக்கொண்டேன்.

ஆகவே, அவரை கலீஃபாவாக நாங்கள் வாக்குறுதியளித்தோம். இதற்கு எதிராக யாருமில்லை. முழுமனதுடன் அவரிடம் நான் பணியாற்றினேன். அவரது போர்ப்படையின் ஓர் உறுப்பினராக இருந்தேன். அவர் எனக்கு அளித்தவற்றை ஏற்றுக்கொண்டேன். உமரை கலீஃபாவாக்கிவிட்டு அபூபக்ர் மறைந்தார். உமரிடமும் நான் அப்படியே நடந்துகொண்டேன். எந்தத் தயக்கமுமின்றி அவரது உத்தரவுகளை நிறைவேற்றினேன். உமரின் இறப்பின்போது, இஸ்லாத்தை முதலில் தழுவியவர்களில் ஒருவன் என்ற நிலையிலும் இறைத்தூதருடனான எனது உறவையும் பிற பண்புகளையும் கவனத்தில்கொண்டு என்னைக் கலீஃபாவாக தேர்வு செய்வாரென்று எதிர்பார்த்தேன். ஆனால், தமது சொந்த விருப்பத்தின்படி ஒருவரைத் தேர்வு செய்வதற்கு அவர் தயங்கினார். இதில், தம் உறவினர்களை அவர் கருத்தில்கொண்டிருந்தால் தம் மகனை அல்லவா தேர்வு செய்திருப்பார்?

கலீஃபாவைத் தேர்வு செய்யும் பொறுப்பு குறைஷிகளிடம் வந்தது. அவர்கள் என்னைப் புறக்கணிக்கமாட்டார்கள் என்ற எண்ணம் எனக்கிருந்தது. கலீஃபாவாகத் தேர்வு செய்யப்படுபவருக்கு ஒப்புதலளிப்போம் எனும் வாக்குறுதியை அப்துர் ரஹ்மான் பின் அவ்ஃப், நானுட்பட அனைவரிடமும் பெற்றார். இது, இன்னொருவருக்கு ஆதரவளிப்பதற்காக என்பதை நான் புரிந்துகொண்டேன். தொடர்ந்து அவர், உஸ்மானின் கையைப் பற்றினார். நானும் உஸ்மானின் கைகளில் வாக்குறுதியளித்து அபூபக்ருடனும் உமருடனும் ஆற்றிய பணிகளைத் தொடர்ந்தேன். உஸ்மான் மரணமடைந்த பிறகு, ஏற்கனவே கலீஃபாவாக இருந்தவர்கள் இமாம்களாகத் தேர்வு செய்யப்பட்டவர்களே என்ற எண்ணத்தில் ஒப்புதலளிக்க நான் தயாராகவே இருந்தேன். இந்நிலையில், மக்காவிலும் மதீனாவிலும் கூஃபாவிலும் பஸ்ராவிலுமுள்ளவர்கள் ஒப்புதலை நானே ஏற்கவேண்டுமென்று வலியுறுத்தினார்கள். இறைத்தூதருடனான நெருக்கம்; மார்க்க அறிவு; இஸ்லாத்தைத் தழுவிய காலகட்டம் சார்ந்து எனக்கு கிலாஃபத்துக்குத் தலைமையேற்கும் தகுதி உள்ளது."

ஒருவர் அலீ (ரலி) அவர்களிடம் கேட்டார்: "ஓர் உரையின்போது தாங்கள், அல்லாஹ்வே! நபிவழி கலீஃபாக்களுக்கு நீ நல்கிய ஆற்றல்களை என்மீதும் அருள்வாயாக என்று வேண்டினீர்கள்.

உங்கள் பார்வையில் நபிவழி கலீஃபாக்கள் யார்?" இதைக் கேட்ட அலீ (ரலி) கண்களில் நீர் ததும்ப பதிலளித்தார்: "நபித்தோழர்களான அபூபக்ரும் உமரும். அவர்கள் இருவரும் நல்வழி காட்டப்பட்டவர்களின் தலைவர்களும் இஸ்லாத்தின் முதன்மைக் காவலர்களுமாவர். குறைஷிகள் அவர்களைப் பின்பற்றி மீட்சி பெற்றனர்."

அலீ (ரலி) பொய்களை வெறுத்தார். ஒருமுறை குறிப்பிட்ட விஷயத்தைப் பற்றி பேசும்போது அலீயிடம் ஒருவர், "நீர் சொல்வது பொய்" என்றார். அலீ (ரலி) அவருக்கெதிராக இறைவனிடம் பிரார்த்தனை செய்துவிட்டார். இதன் விளைவாக, அம்மனிதர் பார்வையை இழந்தார்.

அலீ (ரலி) அவர்களின் தீர்ப்புகள் நுட்பமானவை. இரண்டு பேர் உணவு உண்பதற்காக அமர்ந்தனர். இதில், ஒருவரிடம் ஐந்து ரொட்டித் துண்டுகளும் இன்னொருவரிடம் மூன்று ரொட்டித் துண்டுகளும் இருந்தன. அப்போது, மூன்றாவது ஒருவர் வந்தார். தங்களுடைய ரொட்டிகளை அவர்கள் வந்தவருடன் பகிர்ந்துண்டனர். மூன்றாமவர் பிரியும்போது, தான் உண்ட ரொட்டியின் விலையாக எட்டு திர்ஹம் கொடுத்தார். இதைப் பங்கிடுவதில் இருவருக்குமிடையே சர்ச்சை உருவானது. ஐந்து ரொட்டித் துண்டுகள் வைத்திருந்தவர் தனக்கு ஐந்து திர்ஹம்கள் வேண்டுமென்றார். மூன்று ரொட்டித் துண்டுகள் வைத்திருந்தவர், சம பங்கீடாக தனக்கு நான்கு திர்ஹம்கள் வேண்டுமென்றார்.

சர்ச்சை, அலீ (ரலி) அவர்களிடம் செல்லுமளவுக்குத் தீவிரமடைந்தது. அவர், மூன்று ரொட்டி துண்டுகள் வைத்திருந்தவரிடம், "நீர் பகிர்ந்தளித்த ரொட்டி துண்டுகளின்படி மூன்று திர்ஹம்களே அதிகம்தான்" என்றார். இதை ஏற்க மறுத்த அவரிடம் அலீ (ரலி) சொன்னார்: "நீர் உமது பங்காக இப்போது ஒரு திர்ஹம் பெறுகிறீர்; உமது பங்காளி ஏழு திர்ஹம்கள் பெறுவார்."

இதைக் கேட்டதும் அவர் திணறிப்போனார். தீர்ப்பை ஏற்க மறுத்த அவர் காரணம் கேட்டார். அலீ (ரலி) சொன்னார்: "மொத்தமிருந்த எட்டு ரொட்டித் துண்டுகளை நீங்கள் மூன்றுபேர் பகிர்ந்து கொண்டீர்கள். கணக்கிடும் வசதிக்காக எட்டு ரொட்டித் துண்டுகளையும் மூன்று பங்குகள் ஆக்கி, அதிகபட்சம் இருபத்து

நான்கு துண்டுகள் என்று வைப்போம். இதில் யார் அதிகமாக உண்டார் என்று சொல்ல இயலாத நிலையில் சமஅளவு அதாவது ஆளுக்கு எட்டுத் துண்டுகள் உண்டதாகக்கொள்வோம். இப்போது, உமது மூன்று ரொட்டிகளின் ஒன்பது துண்டுகளில் எட்டையும் நீரே உண்டு விட்டீர். மூன்றாமவர் உண்ட எட்டு துண்டுகளில் ஒரு துண்டு மட்டுமே உம்முடையது. உமது பங்காளியின் பதினைந்து துண்டுகளிலிருந்து மூன்றாமவர் ஏழு துண்டுகள் உண்டார். எட்டு துண்டுகளுக்கான விலை எட்டு திர்ஹம்கள். என்றால் அதில் உமக்குச் சேர வேண்டியது உம்முடைய ஒரு துண்டுக்குக்கான விலை மட்டும்தான். ஆகவே, உமக்கு ஒரு திர்ஹமும் உமது பங்காளிக்கு ஏழு திர்ஹமும்." மொத்தத் தொகையில் அரைப் பங்கு உரிமை கோரியவர், தெளிவுற்றவராக ஒரு திர்ஹமை மட்டும் ஏற்க முன்வந்தார்.

தமது கனவில் இன்னார், தம் தாயுடன் உடலுறவுகொண்டதாக ஒருவர் அலீ (ரலி) அவர்களிடம் வந்து முறையிட்டார். அலீ (ரலி) தமது தீர்ப்பில், "கனவில் வந்த அம்மனிதரை வெயிலில் நிறுத்தி, அவரது நிழலைச் சாட்டையால் அடியும்" என்றார்.

அறிவுநிலை : அலீ (ரலி) கூறியதாக அறிவிக்கப்படுகிறது: "மனிதர்களே! சொல்லுக்கும் செயலுக்குமான உறவை நெருக்கமாக்குங்கள். மனதுக்கும் செயலுக்குமான உறவைத் தொலைவாக்குங்கள். இறுதித் தீர்ப்பு நாளில் மனிதன் தனது செயல்களுக்கேற்பவே நன்மை பெறுவான். பற்று வைத்ததையே கொண்டு செல்வான். உங்கள் செயல்களை ஏற்புடையதாக்கும் முயற்சியை மேற்கொள்ளுங்கள். ஏனெனில், இறையச்சமும் உள்ளன்புமற்ற எந்தச் செயலும் ஏற்புடையதல்ல. கல்வியாளர்களே! குர்ஆனின்படி செயலாற்றுபவர்களாக இருங்கள். கற்றதன்படி நிற்பவரும் அறிவுக்கும் செயலுக்கும் நெருக்கமளிப்பவனுமே கல்வியாளன். அறிவுக்கும் செயலுக்குமிடையே பெரிய இடைவெளி உருவாகும் ஒரு காலம் வரும். ஒருவருக்கொருவர் புகழ்வதற்காக அவர்கள் சுற்றி அமர்ந்துகொள்வார்கள். அவர்களுடன் இணைய வருபவரை விலகி அமரச் செய்வார்கள். நற்செயல்களுக்கு அங்கு இடமில்லை என்பதையும் ஆயினும் அவை எல்லாம் வல்ல அல்லாஹ்வுடன் தொடர்புடையவை என்பதையும் மனதில்கொள்ளுங்கள். மனதின் அழகே மனிதனின் சாரப்பொருளாகும்.

அறிவை வாழ்க்கைத் துணையாகவும் ஒழுங்குமுறையை வழித்துணையாகவும்கொள்ளுங்கள். நாகரிகமின்மை தற்செருக்கைவிட இழுக்கானது."

அலீ (ரலி) அவர்களிடம் ஒருவர் வந்து, விதியென்றால் என்னவென்று எனக்கு விளக்குவீராக என்று பணிவுடன் கேட்டுக்கொண்டார். "அதை விளக்குவதற்கில்லை; ஏனெனில், அது இருளடர்ந்த வழி" என்றார் அலீ (ரலி). வந்தவர் மீண்டும் அதையே வலியுறுத்திக் கேட்டார். "அதனுள் மூழ்கவேண்டாம். அது மிக ஆழமான ஒரு கடல்" என்றார். மீண்டும் அவர் வலியுறுத்தவே, அலீ (ரலி) சொன்னார்: "அது அல்லாஹ்வின் மறைபொருளாகும். உம்மிடமிருந்து அது மறைவாக்கி வைக்கப்பட்டுள்ளது. அதனை நீர் தோண்டிப் பார்க்க முயல வேண்டாம்."

மறுபடியும் அவர் அதே கேள்வியை முன்வைத்தபோது, "எல்லாம் வல்ல அல்லாஹ் உம்மை உருவாக்கியது அவனுடைய விருப்பப்படியா இல்லை உம்முடைய விருப்பப்படியா?" என்று கேட்டார். "அவனுடைய விருப்பப்படிதான்" என்றார் அவர். "எனில், அவனது விருப்பப்படிதான் நீர் நடத்தப்படுவீர். இதில் உமக்கான தேர்வுகள் கிடையாது" என்றார்.

"எல்லாத் துன்பங்களுக்குமே அதற்கான எல்லை இருக்கிறது. அதனால் பீடிக்கப்படுபவரும் அதன் வழியே செல்வார்கள். இதற்கான மாற்றைத் தேடுவதில் காலத்தைக் கழிக்க வேண்டாம். ஏனெனில், அது அவருக்கு மேலும் மனக்கவலையையே அளிக்கும்."

தமது இறுதி அறிவுரையின்போது அலீ (ரலி), ஹஸன் (ரலி) அவர்களிடம் கூறினார்: "அறிவு என்பது பெருஞ்செல்வமும் அறிவின்மை என்பது இயலாமையும் வறுமையுமாகும். செருக்கு, அநாகரிகம் ஆகும்; குணமேன்மை, மாபெரும் கொடையுமாகும். அறிவற்றவனின் தோழமையைத் தவிர்த்துக்கொள். ஏனெனில், அவன் உனது நன்மையை நாடினாலும் அது உன்னைத் துன்பத்திற்குள்ளாக்கும். பொய்யனிடமிருந்து விலகியிரு. ஏனெனில், அவன் தொலைவிலிருப்பதை உனது அருகிலும், அருகிலிருக்கும் ஒன்றிலிருந்து உன்னை அகற்றியும் விடுவான். கருமியிடருந்து விலகிக்கொள். ஏனெனில், அவனிடம் எதையும் அடைவதற்கில்லை. எல்லை மீறுபவனிடம் தோழமைகொள்ளாதே.

பாவம் செய்வதைத் தவிர எதற்கும் அஞ்சாதே. அல்லாஹ் ஒருவனைத் தவிர யாரிடமிருந்தும் எதையும் எதிர்பாராதே. தனக்குத் தெரியாத ஒன்றைத் தெரிந்துகொள்வதில் தயக்கம் கூடாது. கல்வியாளர் ஒருவர், தான் அறியாதவை குறித்த கேள்வியின்போது தயக்கமின்றி, அல்லாஹ்வே நன்கறிந்தவன் என்று சொல்வான். பொறுமையும் இறைநம்பிக்கையும் தலையும் உடலும் போன்றவை. பொறுமையைக் கைவிடும்போது இறைநம்பிக்கை விலகி விடுகிறது. தலையை இழந்த உடல்போல். ஃபக்கீஹ் (இஸ்லாமிய மார்க்க அறிஞர்) என்பவர் அல்லாஹ்வின்மீதான நம்பிக்கையை உருவாக்குவதுடன் பாவங்கள் செய்ய விடாமலும், அல்லாஹ்வின் தண்டனை குறித்த பயத்தை இழந்துவிடாமலும், குர்ஆன் விலக்கிய எதையும் செய்துவிடாமலும் பாதுகாப்பவராவார்.

அலீ (ரலி) கிலாஃபத்தின் முக்கிய நிகழ்வுகள் : உஸ்மான் (ரலி) உயிர்த் தியாகமடைந்த ஒரு வாரத்திற்குப் பிறகு, ஹிஜ்ரீ 35 ஆம் ஆண்டு துல்ஹிஜ்ஜா மாதம், 25 ஆம் நாள், மதீனாவில் அலீ (ரலி) அவர்களை கலீஃபாவாக ஏற்று வாக்குறுதி அளிக்கப்பட்டது. உஸ்மான் (ரலி) அவர்களின் மரணத்தைத் தொடர்ந்து, கொலையாளிகள் மதீனாவில் வலுப்பெற்றிருந்தனர்.

கலீஃபாவைத் தேர்ந்தெடுக்கும்படி மதீனா மக்களை வற்புறுத்திய கிளர்ச்சியாளர்களில் பெரும் பகுதியினரும் அலீ (ரலி) அவர்களுக்கு ஆதரவாக இருந்தனர். மதீனா முழுவதும் இதே நிலைதான். பொதுமக்கள் அலீ (ரலி) அவர்களுக்கு வாக்குறுதியளித்தனர். ஆனால் அவரோ, "பத்ர் நபித்தோழர்கள் என்னை ஏற்காதவரை இது முழுமை பெறாது" என்றார். பத்ர் தோழர்கள் அலீ (ரலி) அவர்களிடம் அழைத்து வரப்பட்டனர். முதலாவதாக மாலிக் அஸ்தர், உறுதிமொழி வழங்க, மற்றவர்களும் பின்பற்றினர்.

பின்னர் அலீ (ரலி), தல்ஹா, ஸுபைர் (ரலி) ஆகியோரின் கருத்துகளை அறிந்து வரச் சொன்னார். தொடர்ந்து தல்ஹா, ஸுபைர் (ரலி) ஆகிய இருவரையும் ஹுகைம் பின் ஜபலா, அலீ (ரலி) அவர்களிடம் அழைத்துவந்தார் மாலிக் அஸ்தர். கலீஃபாவாகும் விருப்பம் உங்களில் யாருக்கேனும் இருந்தால், தான் வாக்குறுதியளிக்கத் தயாராக இருப்பதாக அலீ (ரலி), அவர்களிடம் சொன்னார். அவர்கள் இல்லை என்றனர். அப்படியென்றால், அலீ (ரலி) அவர்களுக்கு உறுதிமொழியளிக்கும்படி கேட்கப்பட்டது.

அவர்கள் தயக்கத்துடன் யோசிக்கத் தொடங்கினர். உடனே மாலிக் அஸ்தர், இதை இப்போதே முடிவு செய்தாக வேண்டும் என்றார்.

தல்ஹா (ரலி), "இறைமறையின் வழியிலும் இறைத்தூதரின் நெறி வழியிலும் நின்று, உஸ்மான் அவர்களைக் கொன்றவர்களுக்கு இஸ்லாமியச் சட்டப்படி தண்டனை வழங்க தாங்கள் உத்தரவிடுவதாக இருந்தால் நான் உறுதிமொழி அளிக்கிறேன்" என்றார். அலீ (ரலி) இதனை ஏற்றுக்கொண்டார். தல்ஹா (ரலி), உஹுத் போரின்போது காயம்பட்டு, செயலிழந்திருந்த தம் கைகளை நீட்டி வாக்குறுதியளித்தார். இதை சிலர், அபசகுனம் என்று கருதினர். தல்ஹா (ரலி) முன்வைத்த நிபந்தனையின்கீழ் தாமும் வாக்குறுதி அளிக்க முன்வந்தார் ஸுபைர் (ரலி).

ஸஅத் பின் அபீவக்காஸ் (ரலி) அவர்களை அணுகியபோது, தாம் இறுதியாக உறுதிமொழி அளிப்பதாகவும் அதேநேரம், தீமை விளைவிக்கும் எதிலும் நிச்சயமாக, தாம் ஈடுபடப் போவதில்லை என்றும் சொல்லி விட்டு தமது வீட்டுக்கதவுகளை மூடிக்கொண்டார். அலீ (ரலி) அவரை வற்புறுத்தவுமில்லை.

ஸஅத் (ரலி) போலவே அப்துல்லாஹ் பின் உமர் (ரலி) அவர்களும் நடந்துகொண்டார். மாலிக் அஸ்தர் வாளை உருவியதும் அலீ (ரலி) குறுக்கிட்டுத் தடுத்தார். பின்னர் அப்துல்லாஹ் பின் உமர் (ரலி) உம்ரா கடமையை நிறைவேற்றுவதற்காக மக்காவுக்குப் புறப்பட்டார். அப்துல்லாஹ் (ரலி) அவர்களின் நடவடிக்கைகள் தொடர்பாக விழிப்புடனிருக்க வேண்டுமென்று அலீ (ரலி) எச்சரிக்கப்பட்டார். அவரைக் கைது செய்யும்படி அலீ (ரலி) உத்தரவிடும் நிலையில், உமர் (ரலி) யின் மனைவியும் அலீ (ரலி) அவர்களின் மகளுமான உம்மு குல்ஸூம் (ரலி) குறுக்கிட்டு, அப்துல்லாஹ் (ரலி) நிரபராதி என்பதைத் தெளிவுபடுத்தினார்.

முஹம்மத் பின் மஸ்லமா, உஸாமா பின் ஸைத், ஹஸ்ஸான் பின் ஸாபித், கஅப் பின் மாலிக், அபூஸயீத் குத்ரி, நுஃமான் பின் பஷீர், ஸைத் பின் ஸாபித், முகீரா பின் ஷுஅபா, அப்துல்லாஹ் பின் சலாம் (ரலி) ஆகியோரும் அலீ (ரலி) அவர்களைக் கலீஃபாவாக ஏற்க மறுப்புத் தெரிவித்தனர். மற்றும் பலர், குறிப்பாக உமய்யா குலத்தினர், இதில் விலகி நின்றதுடன் காலம் தாழ்த்தாமல் சிரியாவுக்குச் சென்றுவிட்டனர். தங்களுடைய

மறுப்புக் குறித்து விளக்கம் தெரிவிக்கும்படி மதீனாவில் தங்கியிருந்த நபித்தோழர்களிடம் அலீ (ரலி) கேட்டுக்கொண்டார். தற்போதைய குழப்பங்களின் காரணமாகத் தாங்கள் நடுநிலை வகிக்க விரும்புவதாக அவர்கள் தெரிவித்தனர்.

மர்வான் பின் அல்ஹகமைச் சந்திக்க அலீ (ரலி) விரும்பினார். அவரைப் பார்க்க முடியவில்லை. உஸ்மான் (ரலி) அவர்களின் மனைவி, நாஹிலாவிடம் கொலையாளிகளின் பெயர்களைக் கேட்டபோது, அவர்களில் இருவரது தோற்றங்களை மட்டுமே அவரால் சொல்ல முடிந்தது. முஹம்மத் பின் அபூபக்ர் (ரலி) அவர்களைக் குறித்து விசாரித்தபோது, அவர் வந்தது உண்மைதான், ஆனால், கொலை நிகழ்வதற்கு முன் சென்றுவிட்டார் என்றார்.

உமய்யா குலத்தைச் சார்ந்த சிலர், நாஹிலா (ரலி) அவர்களின் வெட்டுண்ட விரல்களையும் உஸ்மான் (ரலி) அவர்களின் இரத்தம் படிந்த உடைகளையும் சேகரித்துக்கொண்டு, முஆவியா பின் அபூ சுஃப்யான் (ரலி) அவர்களைச் சந்திக்க சிரியாவுக்குச் சென்றனர்.

கிலாஃபத்தின் இரண்டாம் நாள் : மறுநாள், தல்ஹா, ஸுபைர் (ரலி) ஆகியோர் அலீ (ரலி) அவர்களிடம் வந்து, முந்தைய கலீஃபாவைக் கொன்றவர்கள்மீது நடவடிக்கை எடுக்க வேண்டுமெனும் நிபந்தனையுடன் தாங்கள் வாக்குறுதியளித்திருப்பதை நினைவூட்டியதுடன் இதில் தவறினால் வாக்குறுதி முறிந்து விடும் என்றும் குறிப்பிட்டனர்.

அலீ (ரலி), "உஸ்மானின் கொலையாளிகள்மீது நேர்மையான முறையில் நடவடிக்கை எடுத்து நீதியை நிலைநாட்டுவேன். ஆனால், கிளர்ச்சியாளர்கள் மிகுந்த வலுவுடனிருக்கிறார்கள். கிலாஃபத் இன்னும் வலுப்படுத்தப்படவுமில்லை. இயல்பான சூழல் திரும்பிய பிறகுதான் இதில் கவனம் செலுத்த இயலும்" என்றார். அவர்கள் திரும்பிச் சென்றனர். மக்களிடையே முணுமுணுப்புகள் தொடங்கின. கிளர்ச்சியாளர்கள் தங்கள் பாதுகாப்பைப் பற்றிக் கவலைப்பட்டனர். மக்கள், அலீ (ரலி) அவர்களின் நடவடிக்கைகள் குறித்து அதிருப்தியுடனிருந்தனர். இப்படியான நிலையில் அலீ (ரலி) அவர்களின் கிலாஃபத்துக்கு எதிர்ப்பு ஆரம்பமானது. புதிய கலீஃபா ஆதரவற்ற நிலையில் இருந்தார்.

கிளர்ச்சியாளர்களின் அடங்காமை : கிலாஃபத் பொறுப்பேற்ற

மூன்று நாள்களுக்குப் பிறகு, கூஃபா, பஸ்ரா, எகிப்து போன்ற பகுதிகளைகளைச் சேர்ந்த அனைவரும் அவரவர் நாடுகளுக்குத் திரும்பிச் செல்லும்படி, அலீ (ரலி) அறிவித்தார். அப்துல்லாஹ் பின் ஸபா, இதை ஏற்க மறுத்தான். கலீஃபா அலீ (ரலி) அவர்களுக்கு ஆதரவாக இருப்பதுபோல் காட்டிக்கொண்ட அவர்களது நோக்கம் இதன்மூலம் தெரிய வந்தது.

மீண்டும், தல்ஹா, ஸுபைர் (ரலி) ஆகியோர், அலீ (ரலி) அவர்களைச் சந்தித்து, பஸ்ராவிலும் கூஃபாவிலுமுள்ள தங்களது பெருமளவிலான ஆதரவாளர்களை நெறிப்படுத்துவதற்காக, தாங்கள் அங்கே செல்வதற்கு அனுமதி கேட்டனர். அவர்களது நோக்கத்தைச் சந்தேகித்த அலீ (ரலி) அதற்கு ஒப்புதலளிக்கவில்லை.

முகீரா, இப்னு அப்பாஸ் (ரலி) ஆகியோரின் அறிவுரைகள்: கலீஃபாவாக நியமிக்கப்பட்ட மூன்று அல்லது நான்காவது நாள், உஸ்மான் (ரலி) அவர்களால் நியமிக்கப்பட்ட ஆளுநர்கள் அனைவரையும் அலீ (ரலி) பணிநீக்கம் செய்துவிட்டு தம்முடைய ஆதரவாளர்களை நியமிப்பதாக முடிவு செய்தார். இதையறிந்த, அலீ (ரலி) அவர்களின் உறவினரும் தொலைநோக்குப் பார்வைகொண்டவருமான முகீரா பின் ஷுஅபா (ரலி), அலீ (ரலி) அவர்களைச் சந்தித்து, தல்ஹாவும் ஸுபைரும் மதீனாவிலிருந்து வெளியேறுவதைத் தடை செய்வது குறைஷிகளிடையே எதிர்விளைவுகளை ஏற்படுத்தும் என்றும் இதன்மூலம், அவர்களுடைய ஆதரவை இழக்க நேரிடும் என்றும் சொன்னார். மேலும், உஸ்மான் (ரலி) நியமித்த ஆளுநர்களின் பணிநீக்கம் குறித்த முடிவுகள் அவசர கதியில் நிகழ்ந்ததாகக் குறைபட்ட அவர், பதவி நீக்கம் செய்யப்பட்ட ஆளுநர்களுக்கு மற்றவர்கள் கீழ்ப்படியச் செய்யுமாறும் அறிவுறுத்தினார். முகீராவின் (ரலி) அறிவுரைகளை அலீ (ரலி) முற்றிலுமாகப் புறக்கணித்தார்.

முகீரா (ரலி) மறுநாள், அப்துல்லாஹ் பின் அப்பாஸ் (ரலி) முன்னிலையில் அலீ (ரலி) அவர்களைச் சந்தித்துப் பேசும்போது ஆளுநர்கள் பணி நீக்கத்தை மேலும் தீவிரப்படுத்தும்படி சொன்னார். அவரது முந்தைய அறிவுரைக்கு முற்றிலும் மாறாக இது அமைந்திருந்தது. முகீரா (ரலி) அங்கிருந்து சென்றதும், அப்துல்லாஹ் (ரலி), முகீரா நேற்று கூறிய சரியான யோசனையை தாங்கள் ஏற்கவில்லை. ஆகவேதான் இன்று இப்படிச் சொல்கிறார்” என்றார்.

"இது குறித்து தங்களது கருத்தென்ன?" என்று கேட்டார் அலீ (ரலி). "உஸ்மானின் மரணத்தின்போது தாங்கள் மதீனாவிலிருந்துச் சென்றது சரிதான். தங்களுடைய கிலாஃபத் வலுப்பெறும் வரையிலாவது உஸ்மானின் ஆளுநர்களை அனுசரித்துச் செல்வது சூழ்நிலைக்கு ஏற்றதாக இருக்கும். இதை நீங்கள் விரைவுபடுத்தினால், உமய்யா குலத்தினர் இது பழி வாங்கும் நடவடிக்கை எனும் கருத்தை மக்களிடையே உருவாக்கிவிடுவார்கள்" என்றார்.

இதைக் கேட்டதும் அலீ (ரலி), "எந்த விட்டுக்கொடுத்தலுக்கும் நான் தயாராக இல்லை. முஆவியாவை எனது வாள் நெறிப்படுத்தும்" என்றார். அப்துல்லாஹ் (ரலி) சொன்னார்: "உங்கள் வீரத்தில் சந்தேகமில்லை. ஆனால், போர் கொடியது என்பது இறைத்தூதரின் வாக்கு. எனது அறிவுரையின்படி நீங்கள் செயல்பட்டால் உமய்யா குலத்தினர் மதீனாவை விட்டு வெளியேற இயலாத நிலை வரும்" என்றார்.

"உங்களுடைய அல்லது முஆவியாவினுடைய குணம் அல்ல என்னுடையது" என்றார் அலீ (ரலி). அப்துல்லாஹ் (ரலி) சொன்னார்: "உஸ்மானைக் கொன்றவர்களுக்குச் சாதகமான செயலில் ஈடுபடுவீர்களெனில் கொலைக்குத் துணை நின்றவராக நீங்கள் கருதப்படலாம்."

"உங்கள் அறிவுரைப்படி செயலாற்றுவதை நான் சரியானதெனக் கருதவில்லை. மேலும், நான் சொல்வதை நீங்கள் ஏற்க வேண்டும். சிரியா ஆளுநராக முஆவியாவுக்குப் பதில் உங்களை நியமிக்க விரும்புகிறேன்" என்றார்.

அப்துல்லாஹ் (ரலி) சொன்னார்: "முஆவியா, உஸ்மான் பின் அஃப்ஃபானின் தந்தைவழிச் சகோதரர். நானோ உங்களது உறவினன். ஆகவே, சிரியாவுக்குள் நுழைந்ததும் நான் கொலை செய்யப்படவோ சிறைப்பிடிக்கப்படவோ கூடும். எனவே, தாங்கள் முதலில் முஆவியாவிடமிருந்து எழுத்து மூலம் இதற்கான ஒப்புதலைப் பெறுவது நல்லது." அலீ (ரலி) இதை ஏற்க மறுத்தார்.

அப்துல்லாஹ் (ரலி) அவர்களின் அறிவுரைப்படியோ தமது அறிவுரைப்படியோ அலீ (ரலி) செயல்படாததில் வருத்தமுற்ற முகீரா (ரலி) மதீனாவைவிட்டு மக்காவுக்குச் சென்றார்.

ஆளுநர்களின் பணி நீக்கமும் புதிய நியமனமும் : அலீ (ரலி), உஸ்மான் பின் ஹுனைஃப் அவர்களைப் பஸ்ராவுக்கும், உமாரா பின் ஷிஹாப் அவர்களைக் கூஃபாவுக்கும், உபைதுல்லாஹ் பின் அப்பாஸ் அவர்களை யேமனுக்கும், கைஸ் பின் ஸஅத் அவர்களை எகிப்துக்கும், ஸஹ்ல் பின் ஹுனைஃப் அவர்களை சிரியாவுக்கும் ஆளுநர்களாக நியமித்தார்.

பஸ்ராவை அடைந்த உஸ்மான் பின் ஹுனைஃபை சிலர் ஏற்றுக்கொண்டனர். வேறு சிலர் மதீனா மக்களைப் பின்பற்றி அமைதியாக இருந்தனர்.

ஆளுநராக நியமிக்கப்பட்ட உமாரா, கூஃபாவுக்குச் செல்லும் வழியில் துலைஹா பின் குவைலித் எதிர்ப்பட்டார். பஸ்ரா மக்கள், அஷ்அரீயின் (ரலி) மாற்றத்தை விரும்பாததால், அவரைத் திரும்பிச் செல்லும்படி அறிவுறுத்திய அவர், இதை ஏற்க மறுத்தால் கொன்றுவிடுவதாகவும் சொன்னார். உமாரா திரும்பிச் சென்றார்.

புதிய ஆளுநர் உபைதுல்லாஹ் பின் அப்பாஸ், யேமனை அடைவதற்குள், பதவியேற்பு அமைதியான முறையில் நிகழ வசதியாக, அப்போதைய ஆளுநர் யஅலா பின் முன்யா மக்காவுக்குச் சென்றுவிட்டார். எகிப்தை அடைந்த கைஸ் பின் ஸஅதை, சிலர் ஏற்றுக்கொண்டனர். சிலர் அமைதியாக இருந்தனர். இன்னும் சிலர், மதீனாவிலிருந்து தங்கள் நண்பர்கள் திரும்பி வருவதற்குள் எதையும் முடிவு செய்ய விரும்பவில்லை என்றனர்.

ஸஹ்ல் பின் ஹுனைஃப், சிரியாவுக்குச் செல்லும் வழியில் தபூக்கில் சில குதிரை வீரர்கள் எதிர்ப்பட்டனர். ஸஹ்லைக் குறித்து விசாரித்த அவர்கள், சிரியாவின் புதிய ஆளுநராக நியமிக்கப்பட்டவர் என்பதைத் தெரிந்துகொண்டனர். அவரிடம் உறுதியான குரலில், "உஸ்மானைத் தவிர இன்னொருவரால் நியமிக்கப்பட்ட நீங்கள் உடனடியாகத் திரும்பிச் சென்று விடுவது நல்லது" என்றனர்.

ஸஹ்ல் திரும்பிச் சென்றார். அவர் மதீனாவுக்கு வந்து சேரும்போது, பிற ஆளுநர்களும் வந்து சேர்ந்தனர். உஸ்மான் (ரலி) அவர்களின் மரணத்தின்போது ஹமதான் ஆளுநராக இருந்தவர் ஜரீர் பின் அப்துல்லாஹ் அல்பஜலீ. ஹமதான் மக்களிடம் வாக்குறுதி பெற்றுக்கொண்டு, மதீனாவுக்கு வரும்படி அலீ (ரலி) அவருக்கு அறிவித்தார். அதன்படி அவரும் மதீனாவுக்கு வந்தார்.

முஆவியா (ரலி) அவர்களின் உண்மைக்கான ஒத்துழைப்பு : அபூமூஸா அஷ்அரீ (ரலி) அவர்களுக்கு அலீ (ரலி), மஅபத் அஸ்லமி மூலம் ஒரு கடிதம் அனுப்பினார். அபூமூஸா (ரலி) தமது பதில் கடிதத்தில், "கூஃபா மக்களில் பெரும்பகுதியினர் மகிழ்ச்சியுடன் வாக்குறுதியளித்தனர். மற்றவர்களுக்கு இதில் தயக்கமுமிருந்தது" என்று குறிப்பிட்டிருந்தார். இக்கடிதம் அலீ (ரலி) அவர்களுக்குச் சற்று மனநிறைவைத் தந்தது.

அதே நேரத்தில், ஜரீர் பின் அப்துல்லாஹ், ஸப்ரா அல்ஜுஹானி ஆகியோர் மூலம், முஆவியா (ரலி) அவர்களுக்கு அனுப்பி வைக்கப்பட்ட கடிதத்திற்கு மூன்று மாதங்களாகியும் பதில் வரவில்லை. கலீஃபாவின் தூதர்களை முஆவியா (ரலி) காத்திருக்க வைத்தார். பிறகு, முஆவியா (ரலி), அரசு முத்திரையிட்ட ஒரு கடிதத்தைத் தம்முடைய தூதர் காபிஸா அப்ஸியிடம் கொடுத்து ஜரீர் பின் அப்துல்லாஹ்வுடன் அவரை அனுப்பி வைத்தார். கடித உறையில் மிகத் தெளிவாகவே அலீ (ரலி) அவர்களின் முகவரி எழுதப்பட்டிருந்தது. ஹிஜ்ரீ 36 ஆம் ஆண்டு, ரபீயுல் அவ்வல் மாதம் அவர்கள் மதீனாவை அடைந்தனர்.

முஆவியாவின் கடிதத்தைப் பெற்றுக்கொண்ட அலீ (ரலி) அதன் உறையைப் பிரித்தார். அதனுள் எதுவுமில்லை. அலீ (ரலி) மிகுந்த கோபத்துடன் தூதரைப் பார்த்தார். பயந்து போன தூதர், "நான் ஒரு தூதன். எனது உயிர் பாதுகாக்கப்பட வேண்டும்" என்றார். "ஆம், நீர் பாதுகாப்பாகவே இருக்கிறீர்" என்றார் அலீ (ரலி).

அப்போது தூதர் சொன்னார்: "உங்களுக்கு யாரும் ஒத்துழைப்பு அளிக்க மாட்டார்கள். உஸ்மான் பின் அஃப்ஃபானின் இரத்தம் தோய்ந்த உடையைப் பார்த்து, 60,000 மக்கள் அழுகிறார்கள். அவர்களை எழுச்சியூட்டுவதற்காக டமாஸ்கசின் பெரிய மஸ்ஜிதில் அந்த உடை தொங்கவிடப்பட்டிருக்கிறது."

"உஸ்மானின் கொலைப்பழியிலிருந்து நான் விடுபட்ட பிறகும், என்னை அவர்கள் பழிவாங்க விரும்புகிறார்கள். உஸ்மானைக் கொன்றவர்களை அல்லாஹ் பார்த்துக் கொள்வானாக" என்று கூறிய அலீ (ரலி), தூதரைத் திருப்பி அனுப்பினார்.

இப்னு ஸபாவின் ஆதரவாளர்கள் வழிவிலகல்: கிளர்ச்சியாளர்களும் இப்னு ஸபாவின் ஆதரவாளர்களும் தூதரைக் கடிந்துகொண்டதுடன்

அவரைத் தாக்கவும் முற்பட்டனர். சிலர் அவருக்குப் பாதுகாப்பாக இருந்தனர். ஒருவழியாகத் தப்பித்த தூதர், டமாஸ்கசை அடைந்தார். முஆவியா (ரலி) அவர்களின் சூழ்ச்சிக்கு ஜரீர் பின் அப்துல்லாஹ்வும் உடந்தை என்று அவர்கள் குற்றம் சாட்டினர். டமாஸ்கசில் நீண்ட நாள்கள் தங்கியிருந்த ஜரீர், மதீனாவுக்குச் செல்வதற்குப் பதிலாக கர்கைசாவுக்குச் சென்றார். அந்த அளவுக்கு அவர் வெறுப்பும் சோர்வும் அடைந்திருந்தார். பின்னர் ஒரு தூதரை அனுப்பி முஆவியா (ரலி) அவரை டமாஸ்கசுக்கு வரவழைத்தார்.

சிரியாமீதான படையெடுப்பு ஏற்பாடுகள் : அலீ (ரலி) முஆவியா (ரலி) ஆகியோரிடையே உருவாகியிருந்த விரிசலை மதீனா மக்கள் அறிந்துகொண்டனர். இதன்மூலம் ஏற்படவிருக்கும் இழப்பு பயமூட்டுவதாக இருந்தது. அவர்கள் ஸியாத் பின் ஹன்ழலாவை அலீ (ரலி) அவர்களிடம் தூது அனுப்பினார்கள்.

அலீ (ரலி) அவரைத் தயாராகும்படி சொன்னார். “எதற்காகத் தயாராகச் சொல்கிறீர்கள்?” என்று கேட்டார் ஸியாத். “சிரியாமீது போர்த்தொடுக்க வேண்டும்” என்று உறுதிபடச் சொன்னார் அலி (ரலி). “நீங்கள் அவர்களுடன் மென்மையாக நடந்துகொள்ள வேண்டும்” என்று அவர் அறிவுறுத்தினார். “இல்லை! கிளர்ச்சியாளர்களை அடக்கியாக வேண்டும்” என்றார் அலீ (ரலி).

அலீ (ரலி) அவர்களின் முடிவை அறிந்த தல்ஹா, ஸுபைர் (ரலி) ஆகியோர், அலீ (ரலி) அவர்களைச் சந்தித்து, உம்ரா கடமையை நிறைவேற்றுவதற்காக, தாங்கள் மக்காவுக்கு செல்ல இருப்பதாக அனுமதி கேட்டனர். இனியும் மறுப்பது நேர்மையாக இருக்காது என்பதால் அவர் அனுமதியளித்தார். பிறகு, சிரியாவின்மீது படையெடுக்கத் தயாராகும்படி மதீனா முழுவதும் அறிவித்தார். மேலும், பஸ்ரா ஆளுநர் உஸ்மான் பின் ஹுனைஃபுக்கும் கூஃபா ஆளுநர் அபூமூஸாவுக்கும் எகிப்து ஆளுநர் கைஸ் பின் ஸஅதுக்கும், அவரவர் நாடுகளிலுள்ள செல்வங்களைப் பயன்படுத்தி, படைகளை ஏற்பாடு செய்து மதீனாவுக்கு அனுப்பி வைக்கவும் உத்தரவிட்டார்.

முஸ்லிம்கள்மீதான படை நடவடிக்கை : மதீனாவின் பெரும்பாலானவர்கள் போருக்குத் தயாராயினர். அலீ (ரலி), கத்தம் பின் அப்பாசை மதீனாவின் பொறுப்பில் நியமித்தார். படையின்

கொடியை, முஹம்மத் பின் ஹனஃபியாவிடம் கொடுத்தார். அப்துல்லாஹ் பின் அப்பாஸ் (ரலி) அவர்களை வலப்புற அணிக்குத் தலைவராகவும், அம்ர் பின் அபூசலமா (ரலி) அவர்களை இடப்புற அணிக்குத் தலைவராகவும், அபூஉபைதா (ரலி) அவர்களின் சகோதரரரான அபூலைலா பின் அல்ஜர்ராஹ்வை முன்னணிப் படைக்குத் தலைவராகவும் நியமித்தார்.

கிளர்ச்சியாளர்கள் யாரும் படையில் இணைந்துவிடாமல் எச்சரிக்கையுடனிருந்தார் அலீ (ரலி). மதீனாவில் படை முஸ்தீபுகள் முடிவுபெறாத நிலையில் மக்காவாசிகள், அலீ (ரலி) அவர்களுக்கெதிரான போர் ஏற்பாடுகளில் ஈடுபட்டிருக்கும் தகவல் தெரிய வந்தது. இதைத் தொடர்ந்து சிரியாமீதான தமது படையெடுப்பை அவர் நிறுத்திவைத்தார்.

ஆயிஷா (ரலி) அவர்களின் முன்னேற்பாடுகள் : உஸ்மான் (ரலி) அவர்களின் மரணச் செய்தியை அறிந்த ஆயிஷா (ரலி) மக்காவுக்குத் திரும்பியது பற்றி ஏற்கனவே குறிப்பிடப்பட்டது. அவர் மக்காவை நெருங்கும்போது அலீ (ரலி) அவர்களை கலீஃபாவாக ஏற்று மதீனா மக்கள் வாக்குறுதி அளித்திருக்கும் தகவலை அறிந்தார். மக்காவை அடைந்த ஆயிஷா (ரலி) அவர்களை மக்கள் சூழ்ந்துகொண்டனர்.

மக்களிடம் ஆயிஷா (ரலி) சொன்னார்: "அல்லாஹ்வின் மீதாணையாக, எந்தக் குற்றமும் செய்யாத உஸ்மான் கொலைசெய்யப்பட்டிருக்கிறார். இதைச் செய்தவர்களை நான் பழி வாங்குவேன். அவர், ஆளுநர்களை நியமித்ததை எதிர்த்ததும் கொலை செய்ததும் கொடுமையான நிகழ்வுகள். முந்தைய கலீஃபாக்களும் இதுபோல் ஆளுநர்களை நியமித்ததுண்டு. கிளர்ச்சியாளர்கள் தங்களது கோரிக்கையைச் சரிவர நிறுவ இயலாத நிலையில் இந்த நம்பிக்கைத் துரோகத்தைச் செய்துள்ளனர். எல்லாம் வல்ல அல்லாஹ்வினால் தடுக்கப்பட்டதை அவர்கள் செய்துள்ளனர். அல்லாஹ்வின் தூதர் புலம்பெயர்ந்த மதீனா மண்ணில் குருதி சிந்த வைத்து விட்டார்கள். அதுவும், வன்முறைகள் தடுக்கப்பட்ட புனித மாதத்தில். நேர்மையற்ற முறையில் கொள்ளையடிப்பதிலும் அவர்கள் ஈடுபட்டனர். அல்லாஹ்வின் மீதாணையாக, இந்த உலகத்தைவிட உஸ்மானின் ஒரு விரல் மேலானதாகும். அவர்கள் அவர்மீது சுமத்திய குற்றங்கள் உண்மையல்ல."

அப்துல்லாஹ் பின் ஆமிர் ஹள்ரமி, உஸ்மான் (ரலி) அவர்களால் நியமிக்கப்பட்ட மக்காவின் ஆளுநர். அவர் ஆயிஷா (ரலி) கூறியதைக் கேட்டு மிக உறுதியாக, "உஸ்மானைக் கொன்றவர்களைப் பழிவாங்கும் முதல் ஆளாக நானிருப்பேன்" என்றார்.

உஸ்மான் (ரலி) அவர்களின் மரணத்தைத் தொடர்ந்து, மக்காவுக்கு வந்த உமய்யா குலத்தினர், அனைவரும் கொலையாளிகளுக்கு எதிராகக் கிளர்ந்தெழுந்தனர். ஸயீத் பின் அல்ஆசும் வலீத் பின் உக்பாவும் அவர்களில் உட்படுவார்கள். அப்துல்லாஹ் பின் ஆமிர், பஸ்ராவின் ஆளுநர் பணியிலிருந்து நீக்கப்பட்டு, மக்காவை அடைந்திருந்தார். யேமனிலிருந்து யஅலா பின் முன்யா, 600 ஒட்டகங்களுடனும் ஆறு இலட்சம் தினார்களுடனும் மக்காவுக்கு வந்திருந்தார். அவர்கள் அனைவரும் உஸ்மான் (ரலி) அவர்களின் கொலைக்குப் பழிவாங்கும் எண்ணத்துடன் ஒன்று கூடினர்.

மதீனாவிலிருந்து தல்ஹா, ஸுபைர் (ரலி) ஆகியோரும் மக்காவை அடைந்தனர். ஆயிஷா (ரலி) இவ்விருவரையும் அழைத்து, மக்காவுக்கு வந்ததற்கான காரணத்தைக் கேட்டார். அவர்கள், "கிளர்ச்சியாளர்கள் மதீனாவைத் தங்கள் கட்டுப்பாட்டின்கீழ் வைத்திருப்பதால், மேன்மையும் அறிவும்கொண்டவர்களது வாழ்க்கைக்கு அங்கே பாதுகாப்பற்ற நிலை ஏற்பட்டுள்ளது. நாங்கள் மக்காவுக்கு வந்ததற்கான அடிப்படைக் காரணம் இதுவே" என்றனர்.

அப்போது ஆயிஷா (ரலி), "எனில் அவர்களுக்கெதிரான நடவடிக்கையில் நீங்களும் இணைந்துகொள்ள வேண்டும்" என்றார். இருவரும் தாங்கள் முழுமனதுடன் ஒத்துழைப்பதாக ஏற்றனர். மக்காவாசிகள் அனைவரும் இறைநம்பிக்கையாளர்களின் அன்னையின்கீழ் அணி திரண்டனர். நுட்பமான அறிவுத்திறனும் திடத் தீர்மானமும்கொண்ட பஸ்ரா யேமன் நாடுகளின் முன்னாள் ஆளுநர்களாக இருந்த அப்துல்லாஹ் பின் ஆமிர், யஅலா பின் முன்யா, தல்ஹா, ஸுபைர் ஆகிய நான்கு பேர்களும் ஆயிஷா (ரலி) அவர்களின் தலைமையின்கீழ் வந்தனர்.

முதலில், மதீனாவைத் தவிர்த்துவிட்டு சிரியாவை நோக்கிப் புறப்படலாம் என்ற ஒரு யோசனை முன்வைக்கப்பட்டது. சிரியாவைக் கட்டுப்பாட்டுக்குள் வைத்திருக்கும் முஆவியா (ரலி)

அவர்களது ஆற்றலையும் வலிமையையும் முன்னிட்டு இந்த யோசனை தவிர்க்கப்பட்டது. பிறகு, பஸ்ராவில் அப்துல்லாஹ் பின் ஆமிர் (ரலி) அவர்களுக்கும் தல்ஹா (ரலி) அவர்களுக்குமிருக்கும் செல்வாக்கின் காரணமாக, பெருமளவிலான ஆதரவை அங்கே பெற இயலும் என்ற யோசனை முன் வைக்கப்பட்டது.

வருபவற்றை மக்காவிலிருந்தே எதிர்கொள்ள வேண்டும் என்ற யோசனையும் முன் வைக்கப்பட்டது. மதீனா படைகளை எதிர்கொள்ள மக்காவாசிகளால் இயலாமல் போகுமென்று அப்துல்லாஹ் பின் ஆமிர் (ரலி) மறுத்தார். மக்காவும் பஸ்ராவும் இணைந்த கூட்டுப்படைகளால் எந்தப் பேரிடரையும் எதிர்த்து நிற்க இயலுமென்று முடிவு செய்யப்பட்டது.

இம்முன்மொழிவு பொது இசைவைப் பெற்றது. பஸ்ரா செல்வதற்கான முன்னேற்பாடுகள் முழு வீச்சில் ஆரம்பமாயின. ஆயிஷா (ரலி) அவர்களுடன் செல்ல, இறைநம்பிக்கையாளர்களின் அன்னையர்களும் விருப்பம் தெரிவித்தனர். அப்துல்லாஹ் பின் உமர் (ரலி) அவர்களைத் தொடர்பு கொண்டபோது, அவர் தான் மதீனாவுக்கு ஆதரவாக இருப்பதாகச் சொன்னதுடன், ஆயிஷா (ரலி) அவர்களுடன் பஸ்ராவுக்குச் செல்லவிருந்த ஹஃப்ஸா (ரலி) அவர்களைத் தடுத்து நிறுத்தினார். மக்காவுக்கு வந்திருந்த முகீரா பின் ஷுஅபா (ரலி) அவர்களும படைகளுடன் சென்றார்.

மக்காவிலிருந்து பஸ்ராவுக்குப் புறப்படுதல் : பஸ்ராவிலிருந்தும் யேமனிலிருந்தும் பெரும்பணத்துடனும் பொருள்களுடனும் மக்காவுக்கு வந்திருந்த அப்துல்லாஹ் பின் ஆமிர், யஅலா பின் முன்யா (ரலி) ஆகியோர் படையை ஒழுங்குபடுத்துவதில் முனைப்புடன் ஈடுபட்டனர். புறப்படுவதற்கு முன் ஆயிஷா, தல்ஹா, ஸுபைர் (ரலி) ஆகியோர் பஸ்ராவுக்குப் புறப்படுவதாகவும் இஸ்லாத்தின்மீது பற்றும் உஸ்மானின் கொலைக்குப் பழிவாங்கும் எண்ணமுள்ளவர்கள் தங்களுடன் இணைந்துகொள்ளலாம் என்றும் அறிவிக்கப்பட்டது.

இவ்வாறாக, 1500 பேர்களடங்கிய ஒரு படை பஸ்ராவுக்குப் புறப்பட்டது. வழியெங்கும் மக்கள் இணைந்துகொண்டிருந்தனர். படையின் எண்ணிக்கை மூவாயிரமாக உயர்ந்தது. அப்துல்லாஹ் பின் அப்பாஸ் (ரலி) அவர்களின் தாயாரான உம்மு ஃபள்ல் பின்த்

அல்ஹாரிஸூம் படையில் இருந்தார். இவர், இந்நிகழ்வுகள் குறித்து விரிவான தகவலை ஜுஹைனா இனக்குழுவைச் சேர்ந்த ஸஃபர் என்பவர் மூலம் அலி (ரலி) அவர்களுக்கு அனுப்பி வைத்தார்.

ஆயிஷா (ரலி) அவர்களுடன் சென்ற இறைநம்பிக்கையாளர்களின் பிற அன்னையர்கள், தாத் இர்க் எனுமிடத்திலிருந்து பிரிந்து மதீனாவுக்குச் சென்றனர். முகீரா பின் ஷுஅபா, ஸயீத் பின் அல்ஆஸ் ஆகியோருடன் வேறு சிலரும் சில முரண்பாடுகளின் அடிப்படையில் படையிலிருந்து விலகினர்.

பஸ்ரா ஆளுநரின் மறுப்பு : படை, பஸ்ராவின் எல்லையை அடைந்தது. ஆயிஷா (ரலி), பஸ்ராவிலுள்ள முக்கியஸ்தர்கள் சிலருக்கு எழுதிய கடிதங்களுடன் அப்துல்லாஹ் பின் ஆமிர் (ரலி) அவர்களை நகருக்குள் அனுப்பிவிட்டு, அவர்களது பதிலை எதிர்பார்த்திருந்தார். ஆயிஷா (ரலி) அவர்களின் வருகையைக் கேள்விப்பட்ட பஸ்ரா ஆளுநர் உஸ்மான் பின் ஹுனைஃப், பஸ்ராவில் செல்வாக்குள்ள சிலரை அவரிடம் தூதர்களாக அனுப்பி வைத்தார். இறைநம்பிக்கையாளர்களின் அன்னையிடம் வந்த அவர்கள், அவருடைய வருகையின் நோக்கம் குறித்துக் கேட்டனர்.

ஆயிஷா (ரலி) சொன்னார்: "கிளர்ச்சியாளர்களும் சில இனக்குழுக்களிலுள்ள தீயவர்களும் முஸ்லிம்களிடையில் குழப்பம் விளைவித்து, இஸ்லாத்திற்கு இடையூறுகளை ஏற்படுத்தும் விதமான பொய்ச்செய்திகளைப் பரப்புகிறார்கள். மக்களிடம் உண்மைகளை எடுத்துரைத்து அவர்களை நெறிவழிப்படுத்தவே நான் வந்துள்ளேன்."

அவர்கள் தல்ஹா, ஸுபைர் (ரலி) ஆகியோரிடம் சென்று இதே கேள்வியை முன்வைத்தனர். அவர்கள், "தங்களுடைய வருகைக்கான அடிப்படைக் காரணங்களுடன், உஸ்மானின் கொலைக்குப் பழிதீர்க்க வந்திருக்கிறோம்" என்றனர். அவர்கள், "நீங்கள் இருவரும் அலீக்கு வாக்குறுதி அளிக்கவில்லையா?" என்று கேட்டனர். "ஆம். உஸ்மானைக் கொலை செய்தவர்களைத் தண்டிக்க வேண்டுமென்ற நிபந்தனையின்பேரில் வாக்குறுதியளித்தோம். மேலும், அப்போது எங்கள் தலைகள் மீது வாட்கள் தொங்கிக்கிடந்தன" என்றனர்.

உஸ்மான் பின் ஹுனைஃபிடம் சென்ற தூதர்கள் விவரங்கள்

அனைத்தையும் தெரிவித்தனர். அதனை ஆச்சரியத்துடன் செவிமடுத்த அவர், இது குறித்து தூதர்களிடம் கருத்துக் கேட்டார். பொறுமையைக் கைகொள்ளும்படி அவர்கள் கேட்டுக்கொண்டனர். ஆனால், அலீ (ரலி) வரும்வரைக்கும் மக்காவினரை நகருக்குள் வராமல் தாமதப்படுத்தி வைத்துக்கொள்ளும் தனது முடிவை அவர் சொன்னார். தூதர்கள் அங்கிருந்து சென்று தங்கள் வீட்டுக் கதவுகளை மூடிவிட்டு உள்ளேயே இருந்துகொண்டனர்.

உஸ்மான் பின் ஹுனைஃப், போருக்குத் தயாராக அனைவரும் மஸ்ஜிதில் ஒன்றுகூடும்படி பஸ்ரா மக்களுக்கு அழைப்பு விடுத்தார். மக்கள் அனைவரும் மஸ்ஜிதில் கூடினர். உஸ்மான் பின் ஹுனைஃபின் உத்தரவின்படி கைஸ் என்பவர் மக்களிடையே உரையாற்றினார்: “மகாஜனங்களே! தல்ஹாவும் ஸுபைரும் மற்றவர்களும் நம்முடைய பாதுகாப்பை நாடி வந்திருப்பார்களெனில் அது தவறு. ஏனெனில், மக்காவில் பறவைகளுக்கும் பாதுகாப்பிருக்கிறது. அவற்றுக்கு யாரும் ஊறு விளைவித்துவிட இயலாது. உஸ்மானின் கொலைக்குப் பழி வாங்க அவர்கள் வந்திருப்பார்களெனில் கொலையாளிகள் நாம் அல்லவே? ஆகவே, அவர்களைச் சிறந்த முறையில் திருப்பியனுப்புவது நல்லது.”

இதைக்கேட்ட அஸ்வத் பின் ஸரீயி சஅதீ எழுந்து, “நம்மை உஸ்மானின் கொலையாளிகளாகக் கருதி அவர்கள் இங்கே வரவில்லை. கொலையாளிகளுக்கெதிராக நமது உதவியை நாடி வந்திருக்கிறார்கள்” என்றார். அப்போது வெளிப்பட்ட சில வார்த்தைகளால் சீற்றமடைந்த மக்கள் கைசை நோக்கிக் கற்களை வீசினர். கூட்டம் குழப்பத்தில் முடிவடைந்தது. இதன்மூலம், தல்ஹா, ஸுபைர் (ரலி) ஆகியோருக்கு பஸ்ராவிலுள்ள ஆதரவு வெளிப்படையாகத் தெரிய வந்தது.

போர்ப்புனைவு : படைக்குத் தலைமையேற்ற ஆயிஷா (ரலி) மிர்பத் எனுமிடத்தை அடைந்தார். அப்போது, தனது படையுடன் உஸ்மான் பின் ஹுனைஃபும் வந்து சேர்ந்தார். போருக்கான எல்லை நிச்சயிக்கப்பட்டது. தல்ஹா (ரலி) வலப்புற அணிக்கும் ஸுபைர் (ரலி) இடப்புற அணிக்கும் தலைமையேற்றனர். இரு படைகளும் எதிரெதிராக நிற்கும்போது, தல்ஹா (ரலி) முன்வந்து, எல்லாம் வல்ல அல்லாஹ்வைப் புகழ்ந்துவிட்டு, உஸ்மான் (ரலி) அவர்களின் மேன்மைகளை எடுத்துரைத்தார். பிறகு, அவரின் தியாக மரணத்திற்குப் பழிவாங்க வேண்டுகோள் விடுத்தார்.

பிறகு, ஸுபைர் (ரலி) முன்வந்து தல்ஹா (ரலி) கூறியதை ஏற்றுச்சொன்னார். தொடர்ந்து ஆயிஷா (ரலி) சில அறிவுரைகளைச் சொன்னார். இதன் தாக்கம், உஸ்மான் பின் ஹுனைஃபின் படையினரை இரு குழுக்களாகப் பிரித்தது. ஒரு பிரிவினர், போரிடுவதில் முனைப்புடனும் இன்னொரு பிரிவினர், தல்ஹா, ஸுபைர் (ரலி) ஆகியோருக்கு எதிராகப் போர் நடத்துவது நியாயமில்லை என்று சொல்லி விலகினர்.

போரில் உறுதியாக இருந்த உஸ்மான் பின் ஹுனைஃப், ஜாரியா பின் குதாமாவை ஆயிஷா (ரலி) அவர்களிடம் அனுப்பி வைத்தார். அவர், "இறைநம்பிக்கையாளர்களின் அன்னையே, இந்த மோசமான ஒட்டகத்தின்மீது தாங்கள் புறப்பட்டு வந்ததைவிடவும் உஸ்மானின் அரசியல் கொலை பரவாயில்லை. ஹிஜாபைக் கடைப்பிடிக்குமாறு எல்லாம் வல்ல அல்லாஹ் உங்களுக்குக் கட்டளையிட்டிருக்க, நீங்கள் அதை இழிவுபடுத்திவிட்டீர்கள். நீங்களாக இங்கு வந்திருப்பீர்கள் எனில், மதீனாவுக்குத் திரும்பி விடுவது நல்லது. அழைத்து வரப்பட்டீர்கள் எனில் அல்லாஹ்வின் துணையை நாடுங்கள்" என்றார். அவர் சொல்லி முடிப்பதற்குள், ஹுகைம் பின் ஜபலா, மக்கா படையைத் தாக்கினார். ஆயினும், போர் மாலையில் நிறுத்தப்பட்டது. மறுநாள், ஹுகைம் பின் ஜபலா, மீண்டும் போர் எல்லையை நிச்சயிக்க, இரு படைகளும் மோதின. இதில் ஹுகைம் பின் ஜபலா கொல்லப்பட்டார். உஸ்மான் பின் ஹுனைஃபின் படைகள் தோல்வியுற்றன.

பஸ்ரா கைப்பற்றப்பட்டது. உஸ்மான் பின் ஹுனைஃப் கைது செய்யப்பட்டார். அவரை விடுதலை செய்யும்படி ஆயிஷா (ரலி) உத்தரவிட்டார். விடுதலையான அவர், அலீ (ரலி) அவர்களிடம் சென்றார். ஆயிஷா, தல்ஹா, ஸுபைர் (ரலி) ஆகியோரின் கட்டுப்பாட்டின்கீழ் பஸ்ரா இருந்தாலும், உஸ்மான் பின் ஹுனைஃபின் ஆளுகையிலிருந்து அது இன்னமும் விடுபடவில்லை. வெற்றியாளர்களுக்கு ஆதரவும் எதிர்ப்புமிருந்ததுதான் இதற்கான காரணம்.

அலீ (ரலி) அவர்களின் அணிவகுப்பு : மக்காவிலும் பஸ்ராவிலும் உருவாகியுள்ள புதிய நிலைமைகளை அறிந்துகொண்ட அலீ (ரலி) தமது திகைப்பையும் கவலையையும் வெளிப்படுத்தியதுடன் கிளர்ச்சியாளர்கள்மீது போர்த்தொடுக்க முன்வரும்படி அழைப்பு

விடுத்தார். ஆயிஷா, தல்ஹா, ஸுபைர் (ரலி) ஆகியோர்மீது போர்த்தொடுப்பதில் மதீனா மக்களுக்கு விருப்பமில்லை. ஆனால், அபுல் ஹைத்தம் பதரி, ஸியாத் பின் ஹன்ழலா, குஸைமா பின் ஸாபித், அபூகத்தாதா (ரலி) ஆகியோர் இதற்கு இசைவு தெரிவித்ததால் பெரும்பாலானோர் இதற்கு இணங்கினார்கள். ஹிஜ்ரீ 36 ஆம் ஆண்டு, ரபீயுல் ஆகிர் மாதம் பிற்பகுதியில் மதீனாவிலிருந்து படைகள் புறப்பட்டன. சில கூஃபா குழுக்களும் எகிப்தியக் குழுக்களும் அலீ (ரலி) அவர்களின் படையில் இணைந்துகொண்டன.

நயவஞ்சக யூதன் அப்துல்லாஹ் பின் ஸபா : தன்னுடைய ஆதரவாளர்களுடன் அப்துல்லாஹ் பின் ஸபாவும் அலீ (ரலி) அவர்களின் படையில் இணைந்துகொண்டான். வழியில் அவர்களைச் சந்தித்த அப்துல்லாஹ் பின் ஸலாம் (ரலி), அலீ (ரலி) அவர்களின் குதிரைக்கடிவாளத்தைப் பிடித்தபடி, "இறைநம்பிக்கையாளர்களின் தலைவரே, தாங்கள் மதீனாவிலிருந்து புறப்பட வேண்டாம்! அல்லாஹ்வின் மீதாணையாக, தாங்கள் வெளியே சென்றால், முஸ்லிம்களின் எந்தத் தலைவரும் ஒருபோதும் மதீனாவை நோக்கி வர மாட்டார்கள்" என்றார். இதற்காக, அப்துல்லாஹ் (ரலி) அவர்களைக் கண்டித்த மக்கள் அவரை நோக்கி வந்தனர். அவர்களைத் தடுத்து நிறுத்திய அலீ (ரலி), "நபித்தோழர்களில் இவரும் ஒரு நல்ல மனிதர்" என்றார்.

தொடர்ந்து அவர்கள் முன்னேறிச் சென்றனர். அப்போது தல்ஹா, ஸுபைர் (ரலி) ஆகியோர் தலைமையிலான படைகள் ஏற்கனவே பஸ்ராவில் நுழைந்துவிட்ட செய்தியை அறிந்து திடுக்கிட்டார். ரபதாவில் தங்கி, பல்வேறு பகுதிகளுக்கும் உத்தரவுகளைப் பிறப்பித்தார். மேலும், முஹம்மத் பின் அபூபக்ர், முஹம்மத் பின் ஜஅஃபர் (ரலி) ஆகியோரிடம் மக்களைத் திரட்டி வரும்படி கூஃபாவுக்கு அனுப்பி வைத்தார்.

தல்ஹா, ஸுபைர் (ரலி) ஆகியோரை எதிர்த்துப் போரிடுவதற்கு மக்கள் விரும்பாத நிலையில் தங்கள்மீது போரைத் திணித்தால் தவிர அவர்களைத் தாக்குவதில்லை என்று அலீ (ரலி) வாக்குறுதியளித்தார். ரபதாவிலிருந்து சிறிது தொலைவில் தாய் வம்சாவளியைச் சேர்ந்த ஒரு குழுவினர் படைகளுடன் இணைந்தனர். அம்ர் பின் அல்ஜர்ராஹ், முன்னணிப் படைக்குத் தலைவராக நியமிக்கப்பட்டார்.

கூஃபாவிலிருந்து வந்த ஒருவரை ஃபாயித் எனுமிடத்தில் அவர்கள் சந்தித்தனர். அபூமூஸா அஷ்அரீ (ரலி) அவர்களைக் குறித்து அவரிடம் கேட்டபோது, அவர், "தல்ஹாவுடனும் ஸுபைருடனும் இணக்கமாகப் போனாலும் அபூமூஸா உங்களுக்கு உதவியாக இருக்க மாட்டார்" என்றார்.

அலீ (ரலி) சொன்னார்: "தல்ஹாவும் ஸுபைரும் எனக்கு வாக்குறுதியளித்து விட்டு, நம்பிக்கைத் துரோகம் செய்தனர். அபூபக்ருக்கும் உமருக்கும் உஸ்மானுக்கும் பணிந்தவர்கள் என்னை மட்டும் எதிர்க்கிறார்கள். நானும் அவர்களில் ஒருவன்தான் என்பதை அறிந்திருந்தும்." இதைச் சொல்லி விட்டு அவர், தல்ஹா, ஸுபைர் (ரலி) ஆகியோருக்கு கெடு வாக்குரைத்தார்.

கூஃபாவில் இருவர் : முஹம்மத் பின் அபூபக்ர், முஹம்மத் பின் ஜஅஃபர் (ரலி) ஆகிய இருவரும், அலீ (ரலி) அவர்களின் கடிதத்தை கூஃபாவில் அபூமூஸாவிடம் கொடுத்ததுடன் படையுடன் இணைந்து கொள்ள மக்களைத் தூண்ட முயற்சி செய்தனர். மக்களிடம் எந்த ஆர்வமுமில்லை. முஹம்மத் பின் அபூபக்ர் (ரலி) வலியுறுத்தினார். போரிடுவதென்பது உலகியல் செயல்பாடு. அமைதிதான் மறுமைக்கான வழி என்பது மக்களின் நிலைப்பாடாக இருந்தது.

கோபமடைந்த முஹம்மத் பின் அபூபக்ர், முஹம்மத் பின் ஜஅஃபர் (ரலி) ஆகியோர், அபூமூஸாவுடன் முரட்டுத்தனமாக நடந்துகொண்டபோது அவர் சொன்னார்: "உஸ்மானுக்கு அளித்த வாக்குறுதி, அலீயின் கழுத்திலும் என் கழுத்திலும் தொங்குகிறது. போரிடுவதானால், உஸ்மானின் கொலையாளிகளுக்கு எதிராகவே போரிட வேண்டும்" என்றார். அவர்கள் திகார் எனுமிடத்துக்கு வந்து அலீ (ரலி) அவர்களிடம் தகவல்களைக் கூறினார்கள்.

கூஃபாவில் அஸ்தர், இப்னு அப்பாஸ் (ரலி) : முஹம்மத் பின் அபூபக்ர், முஹம்மத் பின் ஜஅஃபர் (ரலி) ஆகியோரது முயற்சிகள் பலனளிக்காத நிலையில் இப்னு அப்பாஸ் (ரலி) அவர்களுடன் அஸ்தரை அனுப்பி வைத்தார் அலீ (ரலி). அவர்கள் கூஃபாவை அடைந்து, தங்களாலான எல்லா முயற்சிகளையும் செய்தனர். ஆனால், அபூமூஸா (ரலி) தமது முடிவில் மிகவும் உறுதியாக இருந்தார்.

கூஃபாவில் அம்மார் பின் யாசிர், ஹசன் பின் அலீ (ரலி) : அஸ்தர், இப்னு அப்பாஸ் (ரலி) ஆகியோர் திரும்பி வந்த பிறகு, தன்னுடைய மகன் ஹஸன், அம்மார் பின் யாசிர் (ரலி) ஆகியோரை கூஃபாவுக்கு அனுப்பி வைத்தார் அலீ (ரலி). அவர்களது வருகையை அறிந்த அபூமூஸா (ரலி) மஸ்ஜிதுக்கு வந்து அவர்களை ஆரத்தழுவி வரவேற்றார். பின்னர், அம்மார் பின் யாசிர் (ரலி) அவர்களிடம், "உஸ்மானுக்கு ஆதரவாக இருக்க வேண்டிய நீங்கள் எல்லை மீறுபவர்களுக்கு ஆதரவாக இருக்கிறீர்கள்" என்றார்.

அம்மார் (ரலி) இதை மறுத்தார். ஹஸன் (ரலி), மக்களுக்கும் தலைவர்களுக்குமிடையில் எந்த முரண்பாடுகளுமில்லை என்றும் நிலைமைகளைச் சீர்ப்படுத்துவதைத் தவிர தங்களுக்கு வேறெந்த நோக்கமுமில்லை என்றும் மக்களுக்கு நன்மைகளை விளைவிப்பதில் இறைநம்பிக்கையாளர்களின் தலைவர் யாருக்கும் பயப்படவில்லை என்றும் சொன்னார்.

அபூமூஸா (ரலி) மிகுந்த பணிவுடன் சொன்னார்: "என் தாயும் தந்தையும் உங்களுக்காக அர்ப்பணிக்கப்படட்டும்! நீங்கள் சொல்வது உண்மைதான். ஆனால், இறைத்தூதர் அவர்களின் அண்மையிலேயே பேரிடர் உருவாகியிருக்கிறது. இப்படியான நிலையில், 'நிற்பவர்களைவிட அமர்ந்திருப்பவர்களும் வாகனத்தின் மீதிருப்பவர்களைவிட தரையில் நிற்பவர்களும் மேலானவர்கள். முஸ்லிம்கள் அனைவரும் பரஸ்பரம் சகோதரர்கள். அவர்களது உயிர்களுக்கும் உடைமைகளுக்கும் பாதிப்பை உருவாக்குவது தடுக்கப்பட்டுள்ளது' என்று இறைத்தூதர் அவர்கள் கூறியுள்ளார்கள்."

அபூமூஸா (ரலி) அவர்களின் கூற்று, அம்மார் பின் யாசிர் (ரலி) அவர்களுக்குக் கோபமூட்டியது. அவர் கண்டித்தார். அபூமூஸா (ரலி) அமைதியாக இருந்தார். சிலர் அம்மார் (ரலி) மீது கோபத்துடன் பாய்ந்தனர். அபூமூஸா (ரலி) அவர்களைத் தடுத்தார்.

இந்நாள்களில் ஆயிஷா (ரலி) பஸ்ராவிலிருந்து யாருக்கும் ஒத்துழைப்புக் கொடுக்க வேண்டாம் என்றும், மூடிய கதவுகளினுள் இருந்துவிடவும் இல்லையெனில், உஸ்மான் (ரலி) யின் கொலைக்குப் பழிவாங்க நினைக்கும் தங்களுக்குத் துணை நிற்கவும் கேட்டு, கூஃபா மக்களுக்குக் கடிதம் எழுதினார்.

ஸைத் பின் ஸூஹான் அவையோர் முன்னிலையில் ஆயிஷா (ரலி) அவர்களின் கடிதத்தை உரத்த குரலில் வாசித்தார். இதைக் கண்டித்து, ஷபத் பின் ரிப்யி, வசைச் சொற்களைப் பேசினார். இது அவையோரைக் கோபமூட்டியது. அவர்கள் வெளிப்படையாகவே ஆயிஷா (ரலி) அவர்களுக்கு ஆதரவாகப் பேசினர். அபூமூஸா (ரலி), அவர்களை அமைதிப்படுத்தினார். வீடுகளுக்குள் இருந்து விடவும் ஆதரவற்றவர்களுக்கு அபயமளிக்கவும் தங்கள் ஈட்டி முனைகளைக் கீழ் நோக்கி வைக்கவும் வாட்களை உறையில் வைக்கவும் அவர் அறிவுறுத்தினார்.

அலி (ரலி) அவர்களுக்கு ஒத்துழைப்பளிக்கும்படி ஸைத் பின் ஸூஹான், அவையினரிடம் கோரிக்கை விடுத்தார். சிலர் இதை ஏற்றுக்கொண்டனர். பிறகு, அம்மார் (ரலி), "மகாஜனங்களே, உங்கள் கடமையைச் செய்யும்படி கேட்டு அலீ உங்களிடம் வந்திருக்கிறார். அவருக்கு நீங்கள் ஆதரவளியுங்கள்" என்றார்.

தொடர்ந்து ஹஸன் (ரலி) பேசினார்: "மகாஜனங்களே! எங்கள் அழைப்பை ஏற்றுக் கொள்ளுங்கள். எங்களுக்குப் பணியுங்கள். தற்போதைய சிக்கலில் எங்களுக்கு ஆதரவாக இருங்கள். இறைநம்பிக்கையாளர்களின் தலைவர் உங்களிடம் சொல்கிறார். இரையாக்கப்படும் நிலையில் எங்களுக்குத் துணையாக இருங்கள். நாங்கள் தவறிழைத்தால் அதற்கான தண்டனை பெறுவோம். தல்ஹாவும் ஸுபைரும் முதலில் என்னிடம் வாக்குறுதி அளித்தனர். பிறகு, அதை மற்றவர்கள் முன்னிலையில் மீறினர்."

இது, உடனடியாகவே நல்ல பலன் தந்தது. கலீஃபாவுடன் ஒத்துழைக்க அவர்கள் முன்வந்தனர். மாலிக் அஸ்தரும் அங்கு வந்திருந்தார். ஹஸன் (ரலி) மக்களிடம் உரையாற்றிக் கொண்டிருக்கும்போது அவர் வந்தார். மக்களின் ஆதரவும் மாலிக் அஸ்தரின் வருகையும் சேர்ந்தபோது மக்கள் அபூமூஸா (ரலி) அவர்களைக் கண்டுகொள்ளவில்லை.

ஹஸன், அம்மார் (ரலி) மாலிக் அஸ்தர் தலைமையில் 9,000 பேர்கொண்ட ஒரு படை கூஃபாவிலிருந்து புறப்பட்டது. திகாரில் அலீ (ரலி), அவர்களை வரவேற்றார். அவர்களைப் பாராட்டிப் பேசிய அலீ (ரலி), "கூஃபா மக்களே! பஸ்ரா மக்களுக்கு எதிராகப் போரிடும் பணியில் உங்களுக்குத் தொல்லை கொடுத்துவிட்டேன்.

அவர்கள் தங்களை மாற்றிக்கொள்வார்கள் எனில் பெரிதும் வரவேற்கத்தக்கது. தங்களது நோக்கத்திலேயே அவர்கள் குறியாக இருப்பார்கள் எனில் நாம் அவர்களைப் பண்புடன் நடத்துவோம். கொடுமைகளை முன்நின்று செய்ததாகக் குற்றம் சாட்டப்படும்படி ஒருபோதுமே நாம் நடந்துகொள்ள மாட்டோம்'' என்றார்.

கூஃபா மக்கள் அலீ (ரலி) அவர்களின் படையில் இணைந்தனர். மறுநாள், கஅகஉ பின் அம்ர் (ரலி) அவர்களை பஸ்ராவுக்கு அனுப்பி வைத்தார் அலீ (ரலி). இங்கேதான் அலி (ரலி) அவர்களின் கைகளில் உவைஸ் அல்கர்னீ வாக்குறுதியளித்தார்.

நடுநிலை முயற்சி : ஆயிஷா, தல்ஹா, ஸுபைர் (ரலி) ஆகியோரைச் சந்தித்துப்பேசி, அவர்களிடம் வாக்குறுதி பெற்றோ அல்லது புதுப்பித்தோ அவர்களையும் அமைதியான பாதைக்கு அழைத்து வருமாறு கஅகஉ (ரலி) அவர்களை பஸ்ராவுக்கு அனுப்பியிருந்தார் அலீ (ரலி). கஅகஉ (ரலி) பேச்சாற்றலும் அறிவுத்திறனுமுள்ளவர். அவர் முதலில், ஆயிஷா (ரலி) அவர்களிடம் "இத்தகைய ஒரு நடவடிக்கைக்கு உங்களைத் தூண்டிய காரணம் எது? உங்களது தேவை என்ன?'' என பணிவன்புடன் கேட்டார். "என்னுடைய ஒரே தேவை, மக்களிடையே நல்லெண்ணங்களை உருவாக்கி, குர்ஆன்படி அவர்களை வழிநடத்துவது'' என்றார் ஆயிஷா (ரலி).

இதே கேள்வியை அவர், தல்ஹா, ஸுபைர் (ரலி) ஆகியோரிடமும் கேட்டார். அவர்களது பதிலும் இதுவாகவே இருந்தது. கஅகஉ (ரலி) கேட்டார்: "மக்கள் குர்ஆனைப் பின்பற்ற வேண்டும் என்பதே உங்களின் குறிக்கோள் எனில், நீங்கள் தேர்வு செய்திருக்கும் வழி அதை நோக்கியது அல்லவே?'' அவர்கள், "குர்ஆன் தண்டனை வழங்குவதை வலியுறுத்துகிறது. அதை நாங்கள் செய்தாக வேண்டும்'' என்றனர்.

"கிலாஃபத்தின் நிலையும் அதன் உறுதிப்பாடும் மிக உயர்வானவை. முதலில், அமைதியும் தனித்துவமும் அடையப்பெறுவோம். உஸ்மான் கொலையாளிகளுக்கான தண்டனையை இதன் மூலம் உறுதிப்படுத்த இயலும். அமைதியின்மையும் ஒழுங்கீனங்களும்கொண்ட நிலையில் இது இயலாமல் போய்விடும். உஸ்மானைக் கொலை செய்ததன்பேரில் பஸ்ராவில் நீங்கள் பலரைக் கொலை செய்திருக்கிறீர்கள். ஆனால், ஹுர்க்குஸ் பின் ஸுஹைர் இன்னும்

பிடிபடவில்லை. அதற்கான முயற்சியில் ஈடுபடும்போது அவனது பின்னால், 6,000 பேர்கள் நின்றிருந்தனர். நீங்கள் அவனைப் பிடிப்பதில் கவனம் செலுத்தவில்லை. வன்முறைகளை அடக்கி அரசை வலுப்படுத்தப் போதிய காலஅவகாசம் இல்லாத நிலையில் அலீயால் அதை நிறைவேற்ற இயலவில்லை. ஆகவே, நீங்கள் பொறுமையைக் கடைப்பிடித்திருக்க வேண்டும். நிலைமையை மேலும் சீர்குலைப்பதில் நீங்களும் ஈடுபடுவது முறையல்ல. இது, வன்முறைகள் அதிகரிக்கவும் உஸ்மானின் கொலையாளிகள் தப்பித்துக்கொள்ளவுமே உதவியாக இருக்கும்."

கஅகஉ (ரலி) நெஞ்சைத் தொடும் தொனியில் மேலும் சொன்னார்: "முஸ்லிம்கள் அனைவரும் அமைதியுடனும் பாதுகாப்புடனும் வாழ நீங்கள் ஒத்துழைப்பது மட்டுமே இப்போதைய மாபெரும் சீர்திருத்தமாக அமையும். நன்மைகளை விளைவிக்கும் தலைவர்களும் வழிகாட்டியாக இருக்கும் விண்மீன்களும் நீங்கள்தான். அல்லாஹ்வின் மீதாணையாக! நீங்கள் பாதுகாப்பாக இருக்கவும் முஸ்லிம் சமூகம் பெரும் சோதனைக்கு ஆட்படாமலிருக்கவும் எங்களுக்குத் துன்பம் விளைவிக்காமல் ஒதுங்கியிருங்கள்."

கஅகஉ (ரலி) அவர்களின் உரையில் மனம்நெகிழ்ந்த ஆயிஷா, தல்ஹா, ஸுபைர் (ரலி) ஆகியோர் ஒரே குரலில், "உண்மையில் அலீயின் எண்ணம் இதுவாக இருந்தால் விவாதங்கள் தேவையில்லை. அலியின் படையில் இணைந்து அவருடைய உத்தரவுகளை கொலையாளிகள் செயல்படுத்துவதாகவும் அலீ, அவர்களை வாஞ்சையுடன் மென்மையாக அணுகுகிறார் என்றுமே இதுவரை நாங்கள் நினைத்து வந்தோம்" என்றனர். நான் சொன்னவை அனைத்தும் அலீயின் மனவோட்டங்கள் மட்டுமே என்றார் கஅகஉ (ரலி). "எனில், அலீக்கு எதிராகச் செயல்பட நாங்கள் விரும்பவில்லை" என்றனர் அவர்கள்.

பின்னர், பஸ்ராவின் செல்வாக்குமிக்க சிலருடன், அலீ (ரலி) யின் படைகளைச் சந்தித்தார் கஅகஉ (ரலி). அலீ (ரலி) அவர்களும் கூஃபா மக்களும் அமைதியை நாடுபவர்களா இல்லையா என்பதை அவர்கள் அறிய விரும்பினர். பஸ்ராவை வெற்றிகொண்டு, அதன் இளைஞர்களைக் கொன்று, பெண்களையும் பிள்ளைகளையும் அடிமைகளாக்க அலீ (ரலி) விரும்புவதாக மக்கள் பேசிக்கொள்கிறார்கள் என்றனர் அவர்கள்.

அலீ (ரலி) அவர்களின் படையில் ஒரு பிரிவினராக இருந்த அப்துல்லாஹ் பின் ஸபாவின் ஆதரவாளர்களால் பஸ்ராவில் பரப்பப்பட்ட பொய் செய்தி இது. கஅகஉ (ரலி), அலீ (ரலி) யிடம் வந்து அமைதிக்கான தமது முயற்சிகள் வெற்றி பெற்றதைச் சொன்னார். அவர் பெரு மகிழ்ச்சியடைந்தார். அலீ (ரலி) அவர்களின் படையின் ஒரு பிரிவினரான கூஃபா மக்களின் கருத்தை பஸ்ரா மக்கள் அறிந்துகொள்ள விரும்பினர். அவர்களும் அமைதியின்மீதான தங்களது ஆர்வத்தை வெளிப்படுத்தினர். தொடர்ந்து, அலீ (ரலி) மக்களை அழைத்து, தாம் அமைதிக்காக மேற்கொண்டுள்ள முயற்சிகளைக் குறிப்பிட்டார். அவர்கள் மனநிறைவுடன் சென்றனர்.

தீய செயலுக்கான கலந்துரையாடல் : அமைதிக்கான தொடக்க முயற்சியின் பிறகு, அலீ (ரலி) தமது படைகளை முன்னிறுத்தி ஆற்றல் மிக்க ஓர் உரை நிகழ்த்தினார். பிறகு, பஸ்ராவை நோக்கி அணிவகுக்கும்படி உத்தரவிட்டார். இது, போருக்கான அணிவகுப்பு அல்ல என்றும் அமைதியை அறிவிப்பதற்காக என்றும் தெளிவு படுத்தினார். மேலும், உஸ்மான் பின் அஃப்ஃபான் (ரலி) அவர்களின் வீட்டை முற்றுகையிட்டவர்கள் அனைவரும் படையிலிருந்து விலகிக்கொள்ளும்படி கேட்டுக்கொண்டார். அப்துல்லாஹ் பின் ஸபாவையும் எகிப்தியர்களையும் இது கவலைக்குள்ளாக்கியது.

அலீ (ரலி) யின் படையிலிருந்து தனிமைப்படுத்தப்பட்ட இவர்களது எண்ணிக்கை, இரண்டாயிரத்திலிருந்து இரண்டாயிரத்து ஐந்நூறுவரை இருந்தது. இவர்களில் சிலர் மிகுந்த திறமைபெற்றவர்களாகவும் செல்வாக்குப் படைத்தவர்களாகவும் இருந்தனர். இவர்களில், இப்னு முல்ஜிம், அஸ்தர், அஸ்தரின் குழுவைச் சேர்ந்த இல்பா பின் அல்ஹைறத்தம் சதூஷீ, ஸாலிம் பின் ஸஅலபா, ஷுரைஹ் பின் அவ்ஃபா போன்றவர்களின் வெவ்வேறு குழுக்களுடன் அப்துல்லாஹ் பின் ஸபா கலந்தாலோசனைகள் மேற்கொண்டான்.

அவர்கள் தங்கள் உணர்வுகளை வெளிப்படையாகத் தெரிவித்தனர்: “தல்ஹாவும் ஸுபைரும் பழிவாங்கச் சொல்லி அலீயை வற்புறுத்துகிறார்கள். அவரும் அதை ஏற்றுக்கொண்டு விட்டார் என்று தெரிகிறது. இன்று நம்மைப் படையிலிருந்து விலகச் சொன்னவர் நாளை அவர்களுடன் சேர்ந்து நம்மைத் தண்டிப்பார்.”

“நம்மைக் குறித்து, தல்ஹாவும் ஸுபைரும் அலீயும் ஒன்றுபட்ட கருத்தையே கொண்டுள்ளனர். அமைதித் தூணை நம்முடைய குருதியின்மீதுதான் அவர்கள் கட்டியெழுப்ப இயலும். ஆகவே, இது குறித்த என்னுடைய கருத்து, தல்ஹாவையும் ஸுபைரையும் அலீயையும் உஸ்மானிடமே அனுப்ப வேண்டும் என்பதுதான். நம்முடைய பிரச்சினைகளுக்கான தீர்வு இதுவாகவே இருக்க முடியும்” என்றார் அஸ்தர்.

கூட்டத்துக்குத் தலைமை வகித்த அப்துல்லாஹ் பின் ஸபா சொன்னான்: “நீங்கள் எண்ணிக்கையில் குறைவாக இருக்கிறீர்கள். அலீயின் பின்னால் 20,000 வீரர்கள் இருக்கிறார்கள். தல்ஹா மற்றும் ஸுபைரின் பின்னால் 30,000 வீரர்கள். எனவே, நமது பணி மிகவும் கடினமானது.”

“பிரச்சினைகள் ஓய்வதுவரைக்கும் நாம் வேறெங்காவது சென்றுவிடலாம்” என்ற ஸாலிம் பின் ஸஅலபாவின் யோசனையை ஷுரைஹ் ஆமோதித்தான். ஆனால், அதைப் பயனற்ற யோசனை என்று மறுத்தான் அப்துல்லாஹ் பின் ஸபா. ஒவ்வொருவரும் அவரவர் கருத்துக்களைச் சொன்னார்கள். இறுதியில், அப்துல்லாஹ் பின் ஸபாவின் கருத்தைப் பின்பற்றுவது என்ற முடிவுக்கு வந்து அவனது யோசனையைக் கேட்டனர்.

“சகோதரர்களே, நாம் அனைவரும் அலீயின் படையிலிருந்து நம்மைத் துண்டித்துக்கொள்ளாமல் இருப்பது ஒன்றுதான் தற்போதைய தேவை. நாம் வெளியேற்றப்பட்டால், அலீயின் படைத் தளத்திலிருந்து நெருக்கமான ஒரு தொலைவில் தனியொரு படையாக இயங்க வேண்டும். போர் மூண்டால் அலீயின் படைக்குத் துணை நிற்போம் எனும் அடிப்படையில். போருக்கான அனைத்து முயற்சிகளிலும் நாம் ஈடுபட வேண்டும். போர் மூண்டுவிட்டால் நமது பிரச்சினைகள் அனைத்துக்கும் தீர்வு கிடைத்து விடும்” என்றான் ஸபா.

ஜமல் போர் : மறுநாள் காலையில் அலீ (ரலி) தமது படைகளை அணிவகுக்கும்படி உத்தரவிட்டார். கிளர்ச்சியாளர்களின் ஒரு பகுதியினர் படையுடன் வர, ஏனையோர் சற்றுத் தொலைவில் வந்து கொண்டிருந்தனர். வழியில் பக்ர் பின் வாயில் வம்சத்தினரும் அப்துல் கைஸ் வம்சத்தினரும் படையில் இணைந்துகொண்டனர்.

அலீ (ரலி) பஸ்ராவில் தமது கூடாரங்களை உபைதுல்லாஹ் அரண்மனையின் திறந்த வெளியில் அமைத்தார். எதிர்ப் பகுதியிலிருந்து ஆயிஷா, தல்ஹா, ஸுபைர் (ரலி) ஆகியோரது படைகளும் அதே இடத்திற்கு வந்தன. நடந்துகொண்டிருந்த அமைதிப் பேச்சு வார்த்தையின் முடிவை எதிர்பார்த்து இரு பிரிவினரும் மூன்று நாள்கள் அமைதி காத்தனர்.

ஒருவர் அலீ (ரலி) அவர்களிடம் வந்து, "தங்களது வருகைக்கான காரணமென்ன?" என்று கேட்டார். "குழப்பங்களைக் கட்டுப்படுத்தவும் முஸ்லிம்கள் அமைதியுடன் வாழ்வதற்கான வழியமைக்கும் நோக்கத்துடனும் வந்திருக்கிறேன்" என்றார் அலீ (ரலி). அவர் கேட்டார்: "உங்கள் அமைதி முயற்சிகளை பஸ்ரா மக்கள் விரும்பவில்லை என்றால்?" அலீ (ரலி) சொன்னார்: "அவர்களது அரசியல் நடவடிக்கைகளை அவர்களிடமே விட்டுவிடுவோம்.".

"நீங்கள் விட்டுவிடலாம். அவர்கள் உங்களை அதற்கு அனுமதிக்க மறுத்தால்?" அலீ (ரலி) சொன்னார்: "அத்தகைய நிலையில் எங்களை நாங்கள் தற்காத்துக்கொள்வோம்."

அப்போது இன்னொருவர் கேட்டார்: "அல்லாஹ்வின் திருப்தியை நாடி, தல்ஹாவும் ஸுபைரும் தங்களை நெறிப்படுத்துவதாக சொல்கிறார்கள். உங்களுடைய கருத்துப்படி, உஸ்மானின் கொலைக்குப் பழி வாங்க நினைப்பதில் அவர்களுக்கு உரிமை இருக்கிறதா?" "ஆம்! அதற்கான உரிமை அவர்களுக்குமுண்டு" என்றார் அலீ (ரலி). "எனில், அதை தாமதப்படுத்துவதற்கான காரணமென்ன?" என்று கேட்டார் அவர். "குறிப்பிட்ட நிகழ்வுகளில் சந்தேகங்கள் நிலவும்போது, செயல்படுவதற்கான அடிகளைக் கவனமாகவே எடுத்து வைக்க வேண்டியதிருக்கிறது" என்றார் அலீ (ரலி). அதே மனிதர் தொடர்ந்து, "போர் மூண்டால் அவர்களையும் எங்களையும் பின்தொடர்வது எது?" என்று கேட்டார். "இரு பிரிவிலும் உயிரிழப்பவர்கள் சொர்க்கத்தை அடைவார்கள்" என்றார் அலீ (ரலி).

பிறகு, தல்ஹா, ஸுபைர், கஅகஉ (ரலி) ஆகியோரிடையே நடந்த அமைதிப் பேச்சு வார்த்தைகளின்போது, அவர்கள் இன்னும் அதில் உறுதியுடன் இருக்கிறார்களா என்பதை அறியவும், ஆம் என்றால் போரிலிருந்து விலகியிருக்க வேண்டும் என்று அறிவிக்கவும் தல்ஹா

ஸுபைர் (ரலி) ஆகியோரிடம் ஹகீம் பின் சலமாவையும் மாலிக் பின் ஹபீபையும் அலீ (ரலி) அனுப்பி வைத்தார்.

தல்ஹா, ஸுபைர் (ரலி) ஆகியோர் தங்கள் வாக்குறுதியைக் காப்பதாக அறிவித்தனர். தொடர்ந்து அவர்கள் இருவரும் தங்கள் இடங்களிலிருந்து வெளியே வர, அலீ (ரலி) அவர்களுடம் தம்முடைய இடத்திலிருந்து முன்வந்தார்.

தல்ஹா (ரலி) அவர்களைப் பார்த்து அலீ (ரலி) கேட்டார்: "நீர் இந்தப் படையை எனக்கு எதிராகத் திரட்டியிருக்கிறீர். இதற்கான நியாயத்தை உம்மால் சொல்ல இயலுமா? நம்முடைய உயிர்கள்மீது நமக்கு பொறுப்பு எதுவும் இல்லையா?" இதற்குப் பதிலாக தல்ஹா (ரலி) கேட்டார்: "உஸ்மானைக் கொல்வதற்கு நீங்கள் சூழ்ச்சி செய்யவில்லையா?"

"அதை எல்லாம் வல்ல அல்லாஹ் அறிவான். உஸ்மானைக் கொன்றவர்கள்மீது அவனது சாபம் இறங்கட்டுமாக! தல்ஹாவே, நீர் என் கைகளில் வாக்குறுதியளித்தீர்" என்றார் அலீ (ரலி). "ஆம். நான் வாக்குறுதியளித்தேன். என் தலையின்மீது வாள் தொங்கிக்கொண்டிருந்த நிலையில், உஸ்மானின் கொலையாளிகளுக்குத் தண்டனையளிக்க வேண்டுமென்ற நிபந்தனையின்பேரில்" என்றார் தல்ஹா (ரலி).

தொடர்ந்து அலீ (ரலி), ஸுபைர் (ரலி) அவர்களிடம் திரும்பி, "நீர் ஒருவருக்கெதிராகப் போரிடுவீர் என்றும் அதன்மூலம் நீர் ஒரு தவறான செயலைச் செய்தவராவீர் என்றும் இறைத்தூதர் அவர்கள் ஒரு முறை உம்மிடம் சொன்னதை நீர் நினைவு வைத்திருக்கிறீரா?" என்று கேட்டார். இதைக் கேட்ட ஸுபைர் (ரலி), "ஆம்! எனக்கு நினைவுக்கு வருகிறது. இதை நான் மதீனாவிலிருந்து புறப்படுவதற்கு முன் ஏன் எனக்கு நினைவுபடுத்தவில்லை? அது நினைவில் இருந்திருந்தால் நான் நகரைவிட்டுப் புறப்பட்டிருக்கமாட்டேன். இனிமேல் நான் உமக்கெதிராகப் போரிடமாட்டேன்" என்றார். (இதுபோன்ற சில உரையாடல்களின் உண்மைத் தன்மை உறுதி செய்யப்படவில்லை.)

இதைத் தொடர்ந்து, அங்கிருந்து புறப்பட்ட ஸுபைர் (ரலி), ஆயிஷா (ரலி) அவர்களைச் சந்தித்தார். "அலீ இன்று எனக்கு நினைவுபடுத்தியதைத் தொடர்ந்து எதை முன்னிட்டும் நான் இனி, அவருக்கெதிராகச் செயல்படமாட்டேன். நான் இப்போது திரும்பிச் சென்று விடுவதாக முடிவு செய்து விட்டேன்" என்றார்.

ஆயிஷா (ரலி) அவர்களின் மனதிலும் இறைத்தூதர் குறிப்பிட்ட இதுபோன்ற ஓர் எண்ணம் இருந்து வந்தது. ஸுபைர் (ரலி) பதில் சொல்வதற்குள் அப்துல்லாஹ் பின் ஸுபைர் (ரலி) உள்ளே வந்து தன் தந்தையிடம் சொன்னார்: "இரு பிரிவினரையும் களத்துக்கு அழைத்து வந்து பரஸ்பரம் போரிடத் தூண்டி விட்டு நீங்கள் இப்போது திரும்பிச் செல்வதாக முடிவு செய்திருக்கிறீர்கள். அலீயின் பெரும்படையைக் கண்டதும் பயந்து விட்டீர்கள்."

இதைக்கேட்ட ஸுபைர் (ரலி) எழுந்து தமது ஆயுதங்களுடன் அலீ (ரலி) யின் படையினுள் புகுந்து அதைச் சுற்றி நடந்து விட்டுத் திரும்பினார். ஸுபைர் தன்னை நோக்கி வருவதைக் கண்ட அலீ (ரலி), யாரும் அவரைத் தடுக்கவேண்டாம் என்று கேட்டுக்கொண்டார்.

பின்னர் ஸுபைர் (ரலி) தம் மகனிடம், "அலீயின் படைக்கு நான் பயப்படவில்லை. உண்மை என்னவெனில், நான் அவருக்கு எதிராகப் போரிடமாட்டேன் என்று வாக்குறுதியளித்திருக்கிறேன்" என்றார். வாக்குறுதியின் ஈடாக ஓர் அடிமையை விடுதலை செய்துவிடுமாறு அப்துல்லாஹ் (ரலி) கேட்டுக்கொண்டார்.

ஸுபைர் (ரலி) சொன்னார்: "அலீயின் படையில் அம்மார் இருப்பதைக் காணும் இப்போதுகூட 'ஒரு புரளியின் காரணமாக அம்மார் உயிரிழப்பார்' என்று இறைத்தூதர் சொன்னது என் நினைவுக்கு வருகிறது. என் மனதில் போரிடும் எண்ணமே இல்லை."

இத்தகைய அமைதியான ஒரு சூழலில் அப்துல்லாஹ் பின் அப்பாஸ் (ரலி), அலீ (ரலி) அவர்களின் தரப்பிலிருந்து தல்ஹா, ஸுபைர் (ரலி) ஆகியோரிடம் சென்றார். தல்ஹா, ஸுபைர் (ரலி) ஆகியோர் தரப்பிலிருந்து அலீ (ரலி) யிடம் முஹம்மத் பின் தல்ஹா (ரலி) சென்றார். மூன்றாம் நாள் மாலையில் அமைதிக்கான ஒப்பந்தங்கள் முடிவுபெற்றன. மறுநாள் காலையில் உடன்படிக்கையில் கையெழுத்திடுவதாக முடிவு செய்யப்பட்டது.

இம்மூன்று நாள்களின்போதும் அப்துல்லாஹ் பின் ஸபாவுக்கும் ஆதரவாளர்களுக்கும் எந்தக் கேட்டையும் விளைவிப்பதற்கான வாய்ப்புகள் கிடைக்கவில்லை. இரு பிரிவினருக்குமிடையே மறுநாள் உடன்படிக்கை கையெழுத்தாக இருப்பதை அறிந்த

அவர்கள், மிகுந்த கவலைக்குள்ளாயினர். இரவு முழுவதும் கலந்தாலோசனை செய்து முடிவில் தல்ஹா, ஸுபைர் (ரலி) ஆகியோரது படைகளின் ஒரு பகுதியை மட்டும் இலக்காக வைத்து தாக்குதலில் ஈடுபட்டனர். அவர்களும் எதிர்த்துத் தாக்கினர். முழுமையான ஒரு போர் மூண்டது.

போரின் பேரோசைகளைக் கேட்டதும் தல்ஹா, ஸுபைர் (ரலி) ஆகியோர் கூடாரங்களை விட்டு வெளியே வந்து விசாரித்தனர். அலீ (ரலி) யின் படைகள் தாக்குதலில் ஈடுபட்டதாக அவர்களுக்குத் தகவல் சொல்லப்பட்டது. தல்ஹா (ரலி), "குருதி சிந்தாமல் அலீ ஓயமாட்டார்" என்றார்.

ஆரவாரமும் கூச்சலும் கூடாரத்திலிருந்த அலீ (ரலி) அவர்களையும் வெளியே இழுத்து வந்தன. அப்துல்லாஹ் பின் ஸபாவின் ஆட்கள், தல்ஹாவும் ஸுபைரும் தங்கள்மீது தாக்குதல் தொடுத்ததாகவும் ஆகவே, தாங்களும் திருப்பித் தாக்க வேண்டிய கட்டாயம் நேர்ந்துவிட்டதாகவும் அலீ (ரலி) அவர்களிடம் சொன்னார்கள்.

அலீ (ரலி) அவர்களும் அதையே சொன்னார்: "தல்ஹாவும் ஸுபைரும் குருதி சிந்தாமல் ஓய மாட்டார்கள்." தொடர்ந்து, தனது படைகளுக்கான உத்தரவுகளை அவர் பிறப்பித்தார். போர் மிகக் கடுமையான நடந்தது. போருக்கான காரணங்களை இரு பிரிவு படைத்தலைவர்களாலும் புரிந்துகொள்ள முடியவில்லை.

கடுமையான போரிலும் புறமுதுகுக்காட்டி ஓடுபவர்களைப் பரஸ்பரம் துரத்துவது; காயமுற்றவர்களைத் தாக்குவது; உடைமைகளைப் பறிப்பது என்று எதுவும் நிகழவில்லை. எதிரிகளிடையே பகையுணர்வுகளில்லை என்பதை இந்நிகழ்வுகள் உறுதிப்படுத்தின. இரு பிரிவினரிடையிலும் நிகழ்வுகள் குறித்த வெறுப்புதான் இழையோடியது.

கஅப் பின் ஸூர், ஆயிஷா (ரலி) அவர்களிடம் சென்று, போர் தொடங்கிவிட்டது. இந்நிலையில் நீங்கள் போர்க்களத்துக்குச் செல்வது நல்லது. உங்களது வருகை அவர்களைப் போரிடுவதிலிருந்து தடுப்பதுடன் அமைதி முயற்சிகள் தொடங்கவும் வழிவகுக்கக்கூடும் என்றார். ஒட்டகத்தின்மீது ஆயிஷா (ரலி) அவர்களின் இருக்கையைச் சுற்றி முன்னெச்சரிக்கை நடவடிக்கையாக பாதுகாப்பு அணி பொருத்தப்பட்டது. போர்க்களம் முழுமையாகவும் தெளிவாகவும்

தெரியும்விதமாக ஒரு மேட்டுப்பகுதியில் ஒட்டகம் நிறுத்தப்பட்டது. ஆனால், எதிர்பார்ப்புக்கு மாறாகவே அனைத்தும் நடந்தன. போர்த் தீச்சுடர்கள் இன்னும் மேலெழுந்தன.

தங்களை உற்சாகப்படுத்தவே ஆயிஷா (ரலி) போர்க்களத்துக்கு வந்திருக்கிறார் என்பதாக அவர்கள் புரிந்துகொண்டனர். போர் தொடங்கிய சிறிது நேரத்தில் தல்ஹா (ரலி) அவர்களின் காலில் ஒரு அம்பு பாய்ந்து இரத்தம் பீறிட்டு வடிந்துகொண்டிருந்தது. காலுறை நனைந்தது.

அலீ (ரலி) அவர்களின் படையிலிருந்த, கஅகஉ (ரலி), தல்ஹா (ரலி) அவர்களின் துயரமான இந்நிலையில் அவரை நெருங்கி, "அபூமுஹம்மதே, காலில் பலத்த காயம்பட்டிருக்கிறது. நீர் உடனே பஸ்ராவுக்குச் செல்வது நல்லது" என்றார். பஸ்ராவுக்குச் சென்ற தல்ஹா (ரலி) உணர்விழந்த நிலையில் விழுந்து இறந்துபோனார். அங்கேயே அவரது உடல் அடக்கம் செய்யப்பட்டது. தல்ஹா, ஸுபைர் (ரலி) ஆகியோருக்குப் பதிலாக மர்வான் பின் அல்ஹகம் போரிட்டார்.

அலீ (ரலி) அவர்களுக்கெதிராகப் போரிட தல்ஹா (ரலி) விரும்பவில்லை. எனவே, படையிலிருந்து அவர் விலகியிருந்தார். அலீ ஸுபைர் (ரலி) ஆகியோரிடையில் நிகழ்ந்த உரையாடலின்போது அலீ (ரலி) சொன்னதையும் அம்மார் (ரலி) குறித்த இறைத்தூதரின் முன்மொழிவு பற்றியும் ஆழ்ந்து சிந்தித்த அவர் நடுநிலை வகிக்க விரும்பினார். போரைக் குறித்து அவர் எவ்வளவு அதிகமாகச் சிந்தித்தாரோ, அதே அளவுக்கு அவரது மனம் தளர்வுற்றிருந்தது.

போரில் அவர் காட்டிய அக்கறையின்மையைக் கண்ட மர்வான் பின் ஹகம், மிகப் பெரிதாய்க் குழம்பினார். அவர் தமது அடிமைக்கு ஏதோ சமிக்ஞை காட்ட, அவன், மர்வானின் முகத்தை ஒரு துணியால் மூடினான். இவ்வாறு மாறு வேடத்திலிருந்த மர்வான் அம்பை உருவி, அதில் நஞ்சு தடவி தல்ஹா (ரலி) அவர்களைக் குறிவைத்தார்.

அம்பு, தல்ஹா (ரலி) அவர்களின் காலில் தைத்து, அவர் அமர்ந்திருந்த குதிரையின் வயிற்றையும் கிழித்தது. குதிரை கீழே விழுந்தது. தல்ஹா (ரலி), அங்கே வந்த அலீ (ரலி) அவர்களின் அடிமையிடமோ, அல்லது கஅகஉ (ரலி) அவர்களிடமோ அலீ (ரலி)

அவர்களுக்களித்த வாக்குறுதியைப் புதுப்பித்துக்கொண்டார். பிறகு, பஸ்ராவுக்குச் சென்றவர் அங்கேயே மரணமடைந்தார். இதையறிந்த அலீ (ரலி) அல்லாஹ்வின் பேரன்புக்காக மன்றாடியதுடன் தனது கவலையைத் தெரிவித்தார். தல்ஹா (ரலி) அவர்களின் செயல் அவருக்கு வியப்பூட்டியது.

ஸுபைர் (ரலி) அவர்களின் அமைதி முயற்சிகள் : போரிடுவதில்லை என்று ஏற்கனவே முடிவுசெய்த ஸுபைர் (ரலி) ஒதுங்கியே இருந்தார். அவரைக் கூர்ந்து கவனித்த அம்மார் (ரலி) போருக்கு அறைகூவல் விடுத்தார். அதை அவர் ஏற்க மறுத்தார். பிரச்சினைகளுக்கு மூல காரணம் ஸுபைர்தான் என்று கருதிய அம்மார் (ரலி), அவரைத் தாக்கினார். ஆனால், அவர் திருப்பித் தாக்காமல் தற்காப்புப் போரில் ஈடுபட்டார் பின்னர், தப்பித்துக்கொள்ளக் கிடைத்த ஒரு வாய்ப்பைப் பயன்படுத்திக்கொண்டார்.

பஸ்ராவிலிருந்து வந்திருந்த அஹ்னஃப் பின் கைஸ், பெருமளவிலான வீரர்களுடன் தனியாக முகாம் அமைத்து நடுநிலை வகித்தார். அவரது முகாமின் அருகினூடே ஸுபைர் (ரலி) கடந்து செல்லும்போது அஹ்னஃப் பின் கைசின் படையைச் சேர்ந்த அம்ர் பின் அல்ஜுர்முஸ் என்பவன் அவரைப் பின்தொடர்ந்தான்.

அஸ்ஸபா வெளிக்கு வந்த ஸுபைர் (ரலி) தொழுகைக்காக நின்றார். அவரது நெற்றி நிலத்தில் பதிந்தபோது, அம்ர் பின் அல்ஜுர்முஸ் தனது ஆயுதத்தால் அவரைத் தாக்கி விட்டு நேராக அலி (ரலி) அவர்களிடம் வந்தான். “ஸுபைர் (ரலி) அவர்களைக் கொலை செய்த ஒருவன் தங்களைக் காண வந்திருக்கிறான்” என்று அலீ (ரலி) யிடம் தெரிவிக்கப்பட்டது. “அவன் நரகத்துக்குச் செல்வான் என்ற அறிவிப்புடன் அவனை உள்ளே அனுமதிப்பீர்” என்றார் அலீ (ரலி).

அவனது கையில், ஸுபைர் (ரலி) அவர்களின் வாளிருப்பதைக் கண்டதும் அலீ (ரலி) யின் கண்களில் நீர் வடிந்தது. “கொடியவனே! இறைத்தூதருக்கு நீண்ட காலம் காவலாக இருந்த வாள் அல்லவா இது?” என்றார். இச்சொற்கள், கொலையாளியினுள் பெரும் தாக்கத்தை உருவாக்கியது. அவன், அலீ (ரலி) அவர்களுக்கெதிராகச் சில கடுமையான சொற்களை உதிர்த்தபடியே வாளைத் தனது வயிற்றில் பாய்ச்சி தற்கொலை செய்துகொண்டான்.

தல்ஹா (ரலி) அவர்களின் பிரிவு : போரின் தொடக்கம் முதல் தல்ஹா, ஸுபைர் (ரலி) இருவரும் விலகியே இருந்தனர். ஆனால், பல்வேறு வம்சாவளிகளின் தலைவர்கள், ஆயிஷா (ரலி) அவர்களுக்கு ஆதரவாகப் போரிடுவதில் உறுதியாக இருந்தனர். போரை நடத்திச் செல்லவும் வழிகாட்டவும் அவர்கள் தரப்பில் யாருமில்லை. யார் தலைமையில் அவர்கள் போரிடுகிறார்களோ அந்த ஆயிஷா (ரலி) அமைதியின்மீது நாட்டம்கொண்டிருந்தார். அவரது நோக்கத்தைக்கூட அவர்கள் அறிந்திருக்கவில்லை. படையைப் போரிலிருந்து தடுத்து நிறுத்த ஆயிஷா (ரலி) அவர்களாலும் இயலவில்லை. அமைதியை முன்னிறுத்தி உருவான சூழலை அலீ (ரலி) வஞ்சமாகப் பயன்படுத்திக்கொண்டார் என்று அவர்களும் தங்கள் ஆண்களைக் கொன்று பெண்களையும் பிள்ளைகளையும் அடிமைகளாக்கும் நோக்கத்துடன் அலீ (ரலி) செயல்படுகிறார் என்று பஸ்ரா மக்களும் எதிரிகளால் பரப்புரை செய்யப்பட்ட கருத்தை நம்பியிருந்தனர்.

பத்தாயிரத்துக்கு மேற்பட்ட முஸ்லிம்களின் உயிர்கள் சூழ்ச்சிக்கும் அடிப்படையற்ற பொய்களுக்கும் பலியாயின. இதன் பின்னணியில் செயல்பட்ட சூழ்ச்சிகளை யாருமே அறிந்திருக்கவில்லை. ஒவ்வொருவரும் பரஸ்பரம் குற்றம் சாட்டிக்கொண்டிருந்தனர்.

தமது படைக்கு அலீ (ரலி) தலைமை வகித்தார். அவரது போர் வியூகம், எதிரிகளைப் புறமுதுகிட்டு ஓட வைத்தது. ஆயிஷா (ரலி), அலீ (ரலி) யின் தாக்குதல் வட்டத்துக்குள் வந்தார். அவரது ஒட்டகக் கயிற்றை கஅப் பிடித்துக்கொண்டிருந்தார். அமைதி நோக்கத்துடன் ஆயிஷா (ரலி) அவர்களைப் போர்க்களத்துக்கு அழைத்து வந்தவர் கஅப்தான். போர் மிகத் தீவிரமான கட்டத்தை அடைந்தது. பஸ்ராவின் வாள் வீரர்கள் தங்கள் உயிர்களைக் குறித்துக் கவலைப்படாமல் ஆயிஷா (ரலி) அவர்களின் ஒட்டகத்தைச் சூழ்ந்து நின்றனர்.

ஆயிஷா (ரலி), கஅபிடம் ஒட்டகத்தின் கயிற்றை விட்டுவிட்டு குர்ஆனை உயர்த்தியவாறே முன்னேறி திருமறையின் கட்டளைகளுக்குக் கீழ்ப்படியும்படி மக்களுக்கு அழைப்பு விடுக்கச் சொன்னார். கஅப் அவ்வாறே செய்தார். ஆனால், அப்துல்லாஹ் பின் ஸபாவின் ஆதரவாளர்கள் கஅப்மீது அம்புகளைப் பொழிந்தனர். அவர் தியாக மரணமடைந்தார்.

இத்துன்ப நிகழ்ச்சியால் பஸ்ரா மக்கள் ஆவேசம் பூண்டனர். சிறிது நேரத்தில் ஆயிஷா (ரலி) அவர்களின் ஒட்டகத்தைச் சுற்றி இறந்த உடல்களின் குவியல் உருவானது. அவரைப் பாதுகாக்கும் பொருட்டு, தங்கள் உயிர்களை இழந்துகொண்டிருந்தனர் பஸ்ரா மக்கள். ஆயிஷா (ரலி) அவர்களின் ஒட்டகத்தை மையமாகக்கொண்டு போர் தீவிரமடைந்துகொண்டிருந்தது. இந்த நிலையில் போர்க்களத்தில் ஆயிஷா (ரலி) இருப்பது போரின் வேகத்தைத் தணிக்க உதவாது என்பதைப் புரிந்து கொண்டார் அலீ (ரலி). உஸ்மானைக் கொன்றவர்களைச் சாபமிட்டுக்கொண்டிருந்த இறைநம்பிக்கையாளர்களின் அன்னையை இலக்காகக்கொண்டு அம்புகள் பாய்ந்தன. இது, சூழ்ச்சியாளர்களின் நுழைவை வெளிப்படையாகக் காட்டியது.

அதில் ஒரு அம்பு ஆயிஷா (ரலி) அமர்ந்திருந்த ஒட்டகத்தின் காலில் பதிந்தது. அது அலறலுடன் கீழே விழுந்தது. அவரைச் சூழ்ந்து நின்ற பாதுகாவலர்கள் சிதறினர். அலீ (ரலி), உம்முல் முஃமினீனுக்கு எந்த இடரும் நேர்ந்துவிடாமல் பாதுகாப்பளிக்கும்படி முஹம்மத் பின் அபூபக்ர் (ரலி) அவர்களிடம் கேட்டுக்கொண்டார்.

ஒட்டகத்தின்மீதிருந்த அவரது பாதுகாப்பு இருக்கை, இறந்த உடல் குவியல்களின் இடையிலிருந்து எடுத்து சிறிது தொலைவில் வைக்கப்பட்டது. அங்கு சென்ற அலீ (ரலி) வாழ்த்துக் கூறி, "அன்புமிக்க அன்னையே நலமாக இருக்கிறீர்களா? உங்களுடைய பாவங்கள் அனைத்தையும் அல்லாஹ் மன்னிப்பானாக" என்றார். "உங்களுடைய பாவங்களையும் அல்லாஹ் மன்னிப்பானாக" என்று பதில் சொன்னார் ஆயிஷா (ரலி).

தொடர்ந்து, படைத்தலைவர்கள் அனைவரும் இறைநம்பிக்கையாளர்களின் அன்னைக்கு வாழ்த்துக் கூற வந்தனர். ஆயிஷா (ரலி), கஅகஉ (ரலி) அவர்களிடம் இருபது ஆண்டுகளுக்கு முன் இறந்திருக்கமாட்டோமா என்று இப்போது நினைக்கிறேன் என்றார். கஅகஉ (ரலி) இதை அலீ (ரலி) அவர்களிடம் சொன்னதும், என்னுடைய எண்ணமும் அதுதான் என்றார் அலீ (ரலி).

போர் தீவிரமடைவதற்கு ஆயிஷா (ரலி) அவர்களின் ஒட்டகமும் ஒரு காரணம் என்பதால், இது ஒட்டகப் போர் என்று அறியப்பட்டது. ஆயிஷா (ரலி) அவர்களின் 30,000 ஆதரவாளர்களில், 9,000 பேர்களும்

அலீ (ரலி) அவர்களது 20,000 ஆதரவாளர்களில் 1070 பேர்களும் உயிரிழந்தனர். இந்த எண்ணிக்கை சார்ந்து பல்வேறு முரண்பட்ட கருத்துக்கள் உள்ளன.

கொலையுண்ட அனைவருக்கும் ஜனாஸா தொழுகை நடத்தி உடல்களை அடக்கம் செய்தார் அலீ (ரலி). அவர்களது உடைமைகளை உறவினர்கள் எடுத்துக்கொள்ளலாம் என்று அறிவித்தார். மாலை நேரம், முஹம்மத் பின் அபூபக்ர் (ரலி), இறைநம்பிக்கையாளர்களின் அன்னையும் தமது சகோதரியுமான ஆயிஷா (ரலி) அவர்களை பஸ்ராவுக்கு அழைத்துச் சென்று, அப்துல்லாஹ் பின் கலஃப் குஸாயீயின் வீட்டிலிருந்த ஸஃபியா பின்த் அல்ஹாரிஸ் பின் அபூதல்ஹாவிடம் ஒப்படைத்தார்.

மறுநாள், பஸ்ராவுக்கு வருகை தந்த அலீ (ரலி) அவர்களிடம் மக்கள் வாக்குறுதியளித்தனர். தொடர்ந்து, அலீ (ரலி), ஆயிஷா (ரலி) அவர்களிடம் வந்தார். போரில் உயிரிழந்த அப்துல்லாஹ் பின் கலஃபின் தாயார் அவரை உரத்த குரலில் வசை பேசினார். அலீ (ரலி) பதில் சொல்லவில்லை. கூட நின்றிருந்தவர்களுக்கு இது பிடிக்கவில்லை. அலீ (ரலி) சொன்னார்: "இயற்கையாகவே பெண்கள் பலவீனமானவர்கள். ஆகவேதான், இறைவனுக்கு இணைவைக்கிற பெண்களைக்கூட நாம் மன்னிக்கிறோம். இவர்களும் முஸ்லிம் பெண்களல்லவா?" என்றார். பிறகு, அலீ (ரலி) மிகுந்த பணிவன்புடன், "தங்களுக்கு ஏதாவது தொல்லைகள் நேர்ந்ததா?" என்று ஆயிஷா (ரலி) அவர்களிடம் கேட்டார்.

அமைதியும் நம்பிக்கையும் முற்றிலுமாக இயல்பு நிலைக்குத் திரும்பின. நிகழ்ந்தவை குறித்து பரஸ்பரம் மனம்வருந்தியதுடன் மன்னிப்புக் கேட்டனர். அப்துல்லாஹ் பின் அப்பாஸ் (ரலி), பஸ்ரா ஆளுநராக நியமிக்கப்பட்டார். பிறகு, பயணத்துக்கான ஏற்பாடுகளைச் செய்யும்படி முஹம்மத் பின் அபூபக்ர் (ரலி) அவர்களிடம் சொன்னார். ஹிஜ்ரீ 36 ஆம் ஆண்டு, ரஜப் மாதம், முஹம்மத் பின் அபூபக்ர் (ரலி) தலைமையில், பஸ்ராவிலுள்ள நாற்பது பெண்மணிகளின் துணையுடன் ஆயிஷா (ரலி) புறப்பட்டார். அலீ (ரலி) நீண்ட தூரம் சென்று இறைநம்பிக்கையாளர்களின் அன்னையை வழியனுப்பி வைத்தார். இதற்கான பொறுப்பை, ஹஸன் (ரலி) அவர்களிடம் ஒப்படைத்தார். அவர் மக்காவுக்கு வந்து துல்ஹிஜ்ஜா மாதம் வரை தங்கிவிட்டு, ஹிஜ்ரீ 37 ஆம் ஆண்டு ஹஜ்

கடமையை நிறைவேற்றிய பின் மதீனாவுக்குப் புறப்பட்டார்.

உமய்யா குலத்தைச் சார்ந்தவர்களும் அலீ (ரலி) அவர்களுக்கெதிராகப் போரில் பங்கேற்றிருந்தனர். போர் முடிவடைந்த பிறகு, முஆவியா (ரலி) அவர்களைக் காண்பதற்காக அவர்கள் டமாஸ்கசுக்குச் சென்றனர். போரில் காயமடைந்த அப்துல்லாஹ் பின் ஸுபைர் (ரலி) பஸ்ராவில் அஸ்த் இனக்குழுவைச் சேர்ந்த ஒருவர் வீட்டில் தஞ்சமடைந்திருந்தார். தம்முடைய சகோதரர் முஹம்மத் பின் அபூபக்ர் (ரலி) மூலம் அவருக்கு அழைப்பு விடுத்த ஆயிஷா (ரலி), அவரை மக்காவுக்குக் கூட்டிச் சென்றார்.

ஸபா குழுவினரின் மற்றொரு தீயசெயல் : ஆயிஷா (ரலி) அவர்களை பஸ்ராவிலிருந்து அனுப்பிய பிறகு, அலீ (ரலி) போரில் கலந்துகொண்ட தம் படைவீரர்களுக்கு, பஸ்ரா கருவூலத்திலிருந்து பணம் பகிர்ந்தளித்தார். ஒவ்வொருவருக்கும் 500 திர்ஹம்கள் கிடைத்தன. தொடர்ந்து படைவீரர்களிடம் சிரியாவை வெற்றிகொள்ளும்போது இத்தொகை அதிகரிக்கும் என்றும், இதே அளவிலான போர்ப் பொருள்கள் கிடைக்கும் என்றும் தெரிவித்தார்.

போர் முடிவைத் தொடர்ந்து, அப்துல்லாஹ் பின் ஸபாவின் ஆதரவாளர்கள், அலீ (ரலி) அவர்களை வெளிப்படையாகவே குறை சொல்லத் தொடங்கினார்கள். கொள்ளையிடுவதை மிகவும் வன்மையாக அலீ (ரலி) தடை செய்திருந்த நிலையில் அவர்களது வன்மம் மேலும் அதிகரித்தது. அலீ (ரலி) அவர்களின் மென்மையான அணுகுமுறைகளோ அறிவுரைகளோ அமைதி முயற்சிகளோ எதுவுமே இவர்களிடம் செல்லுபடியாகவில்லை. இறுதியில் ஒரு நாள் பஸ்ராவிலிருந்து அவர்கள் காணாமல் போகும்வரை இந்நிலை நீடித்தது.

ஸபாவின் ஆதரவு சக்திகள் குறித்து எச்சரிக்கையுடனிருந்த அலீ (ரலி), அவர்களைத் துரத்தியடிக்க ஒரு சிறு படையை நியமித்தார். ஸபா, அலீ (ரலி) அவர்களின் ஆதரவாளனாகத் தன்னைக் காட்டிக் கொள்பவன் என்பதை இங்கு நினைவுகூர வேண்டும். முஸ்லிம்களுக்கும் இஸ்லாமுக்கும் இழப்பை ஏற்படுத்தும் ஒரு வாய்ப்பாக கருதிய பஸ்ரா வெற்றி, அவனுக்கு சாதகமாக அமையவில்லை. இந்நிலையில் அலீ (ரலி) அவர்களுக்கெதிராக

அவன் திரும்பினான். முஸ்லிம்களெனும் பெயரில் யூதர்களும் இஸ்லாமிய எதிர்ப்பு சக்திகளும் கவாரிஜ்கள் எனும் முகமூடியில் தோற்றம் காட்டிய குழுவினர் இவர்கள்தாம்.

உமர் (ரலி) அவர்களின் தியாக மரணத்திற்குப் பிறகு, இஸ்லாத்துக்கெதிரான சூழ்ச்சிகளும் தலைமறைவுக் குழுக்களும் இயக்கங்களும் தோற்றம் பெற்றன. அவை இன்னும் தொடர்கின்றன. இவர்களை எதிர்கொண்டவாறே இஸ்லாமும் வளர்ந்தது. தொடக்க கால இஸ்லாமிய வரலாறுகளில் இது, அபூலூலூவாகவும் அப்துல்லாஹ் பின் ஸபாவாகவும் கவாரிஜ்களாகவும் தோற்றம் காட்டின. அப்பாசிகள், அலவிகள், உமய்யாக்களினூடே செயல்பட்டதும் இதே சக்திகள்தான். இடையிடையே, ஃபிதாய் இஸ்மாயீலிக்குகளாகவும் ஃப்ரீமேஸன்களாகவும் நிஹிலிஸ்ட்டுகளாகவும் அனார்க்கிஸ்ட்டுகளாகவும் தோற்றம் காட்டின. அவ்வப்போது இவை வெளிநாட்டுச் செயலகங்களில் அரசியல் அங்கிகளும் அணிந்துகொண்டன.

நபித்துவத்தின் தொடக்க காலங்களிலும் இம்மறைமுக சக்திகள் செயல்பட்டன. இருபது அல்லது இருபத்தைந்து ஆண்டு காலகட்டம் மட்டுமே இதிலிருந்து விடுபட்டிருந்தது. நபித்துவத்தின் இறுதிக் காலகட்டத்திலும் அபூபக்ர், உமர் (ரலி) ஆகியோரின் கிலாஃபத்தின்போதும். ஆகவே, இஸ்லாமிய ஆற்றல்கள்மீதான சூழ்ச்சி என்பது புதியதோ வியப்புக்குரியதோ அல்ல.

வெளிப்படையாக அலீ (ரலி) அவர்களை எதிர்த்த பின், பஸ்ராவிலிருந்து காணாமல் போய்விட்ட ஸபாவும் குழுவினரும் அரேபியா, இராக்போன்ற பெருநிலப்பகுதிகளில் பரந்து கிடந்தனர். தங்கள் நோக்கங்களுக்கேற்ற ஆதரவாளர்களையும் ஆங்காங்கே திரட்டிக்கொண்டனர். முதலில், பாரசீகப் பகுதிகளை அலீ (ரலி) அவர்களுக்கெதிராகத் திருப்பும் நோக்கத்துடன் சஜஸ்தானுக்குச் சென்றனர். இதன்மூலம், அரசுச் செயல்பாடுகளைச் சரிவர மேற்கொள்ள இயலாமல் செய்வதுடன் சிரியாமீது படையெடுக்கும் வாய்ப்பையும் இல்லாமல் செய்ய முடியுமென்று கருதினார்கள்.

அவர்களது செயல் திட்டங்களை அறிந்துகொண்ட அலீ (ரலி), அப்துர் ரஹ்மான் பின் ஜுர்வ்தாய் தலைமையில் ஒரு படையை அனுப்பி வைத்தார். போரில் இவர் மரணமடையவே, ரிப்யி பின்

காஸ், 4000 வீரர்களைக்கொண்ட ஒரு படைப் பிரிவுடன் சென்று எதிரிகளைத் தோற்கடித்தார்.

அதேவேளை, ஸிஃப்ஃபீன் போருக்கான முன்னேற்பாடுகள் தொடக்கம் பெற்றன. வாய்ப்பைப் பயன்படுத்திக்கொண்ட ஸபா, தன்னைப் பாதுகாத்துக்கொள்ளும் நோக்கத்துடன், மறைமுகமாக அலீ (ரலி) அவர்களின் படையின் ஒரு பகுதியாக, தன்னுடைய ஆதரவாளர்களைப் புகுத்தினான்.

கூஃபா தலைநகராகிறது : ஜமல் போரைத் தொடர்ந்து அலீ (ரலி), சிரியாவை அடக்கி முஆவியா (ரலி) அவர்களை கலீஃபாவுக்கு வாக்குறுதி அளிக்க வைப்பதைத் தலையாய நோக்கமாகக்கொண்டார். எனவே, கூஃபாவைத் தமது தலைநகராக்குவதாக முடிவு செய்தார். கூஃபா மக்கள், அலீ (ரலி) அவர்களின் படையில் பலம் வாய்ந்த சக்தியாக இருந்தனர். மதீனாவைவிட கூஃபா டமாஸ்கசுக்கு அருகிலிருந்ததும் இதற்கான மிக முக்கியக் காரணம். கூஃபாவின் செல்வாக்கு பாரசீகப் பகுதிகள்வரை பரவியிருந்தது.

உமர் (ரலி), மதீனாவை இஸ்லாத்தின் பலம்வாய்ந்த மையமாக நிறுவியிருந்தார். அக்கால கட்டத்தில் அது தேவையாகவும் இருந்தது. ஆனால், அலீ (ரலி) அவர்களின் காலத்தில், நடைமுறைகளுக்கேற்ப தீர்க்கமான சில முடிவுகளை எடுக்க வேண்டிய கட்டாயம் ஏற்பட்டது. அதுவரையிலான இஸ்லாமியக் கலீஃபாக்கள், மதீனாவைத் தலைநகராகக்கொண்டு ஆட்சி செய்தனர். படைத்தலைவராகவும் பணியாற்றும் தேவை அவர்களுக்கு ஏற்படவில்லை. சூழ்நிலைகளின் காரணமாக அலீ (ரலி) தமது தலைமையில் படையை நடத்திச் செல்ல வேண்டியதிருந்தது. இது அவரது அரசியல் நடவடிக்கையில் மோசமான சில விளைவுகளை ஏற்படுத்தியது என்பதே உண்மையாகும்.

அப்துல்லாஹ் பின் ஸபாவின் முயற்சிகளின் விளைவாக அவனுடன் சேர்ந்து செயல்பட்ட ஆதரவாளர்கள் குறைந்த எண்ணிக்கையினர்தான். அவர்களது குயுக்திகளும் பிரச்சாரங்களும், கிளர்ச்சியாளர்கள் மற்றும் உஸ்மான் (ரலி) அவர்களின் கொலையாளிகளில் ஒரு பகுதியினரை ஸபாவுக்கு ஆதரவாக மாற்றின. இஸ்லாம் குறித்த போதிய தெளிவுகள் வாய்க்கப் பெறாதவர்களையும் இதன்காரணமாக, எளிதில் நம்பிக்கைக் குலைவுக்கு உள்ளாகும் தன்மை கொண்ட

முஸ்லிம்களையும் அவனால் ஈர்க்க முடிந்தது. சூழ்நிலைகளுக்கும் தங்கள் தேவைகளுக்குமேற்ப தனது நடவடிக்கைகளை அவன் மாற்றி அமைத்து வந்தான். உஸ்மான் (ரலி) அவர்களைக் கொலைசெய்யவும் அவரது கிலாஃபத்தைச் சீர்குலைக்கவும் கிளர்ச்சியாளர்கள் துணிந்ததற்கும், உடன்படிக்கை நிறைவேறும் நிலையில் தொடங்கிய ஜமல் போரில் ஸபாவின் பெருமளவிலான ஆதரவாளர்கள் பங்கெடுக்க முடிந்ததற்கும் அடிப்படைக் காரணம் இதுதான்.

ஆனால், அலீ (ரலி) அவர்களுக்கெதிரான ஸபாவின் செயல்பாடுகள் வெளிப்படையாகத் தெரியவந்ததும், கிளர்ச்சியாளர்களில் பலர், அவனுடனான தங்கள் தொடர்புகளைவிட்டு விலகிக் கொண்டனர். மேலும், இவர்கள் அலீ (ரலி) அவர்களின் ஆட்சியை வலுப்படுத்துவதில் முக்கியப் பங்காற்றியதுடன் அவரது அரசவையில் செல்வாக்குள்ளவர்களாகவும் மாறினர்.

கூஃபாவிலிருந்த அலீ (ரலி) அவர்களுடனான இவர்களது நெருக்கம், முஆவியா (ரலி) அவர்களுக்கு மேலும் சாதகமாக அமைந்தது. அலீ (ரலி) அவர்களின் மேன்மையை நன்கறிந்திருந்தும் உஸ்மான் (ரலி) அவர்களின் கொலைக்குப் பழி வாங்கும் எண்ணத்திலிருந்தவர்கள் முஆவியாவுடன் இணைந்துகொண்டனர்.

எகிப்தும் முஹம்மத் பின் அபூபக்ர் (ரலி) அவர்களும் : உஸ்மான் (ரலி) அவர்களின் இறப்பின்போது, எகிப்தின் ஆளுநராக இருந்த அப்துல்லாஹ் பின் ஸஅத் (ரலி) பணி நீக்கம் செய்யப்பட்டு, முஹம்மத் பின் அபூஹுதைஃபா (ரலி) நியமிக்கப்பட்டார். கலீஃபாவாக பொறுப்பேற்ற அலீ (ரலி), கைஸ் பின் ஸஅத் (ரலி) அவர்களை ஆளுநராக நியமித்தார். ஏழு பேர்களுடன் மட்டுமே எகிப்தை அடைந்த கைஸ் ஆளுநராகப் பொறுப்பேற்றார். பழி வாங்கும் எண்ணத்தை மனதில்கொண்டு கலீஃபாவுக்கு வாக்குறுதியளிக்க மறுத்த யஸீத் பின் அல்ஹாரிஸ், மஸ்லமா பின் முகல்லாத் போன்றவர்களும் அப்போது எகிப்தில் இருந்தனர். ஒரு நல்ல வாய்ப்பு வரும் வரைக்கும் தாங்கள் அமைதி காப்பதாக அவர்கள் உறுதியளித்தனர். தனது ஒழுக்கப் பண்புகளாலும் ஆற்றலாலும் எகிப்தில் செல்வாக்கையும் நன்மதிப்பையும் பெற்றார் கைஸ் பின் ஸஅத் (ரலி).

ஜமல் போர் முடிவடைந்து அலீ (ரலி) கூஃபாவில் தங்கியிருந்த நிலையில் கிழக்கிலிருந்து இராக்கும் தெற்கிலிருந்து எகிப்தும் சிரியாமீது தாக்குதல் நிகழ்த்தக்கூடுமென்று முஆவியா (ரலி) எதிர்பார்த்தார். எளிதில் வீழுமளவுக்கு பலவீனமானவரும் அல்ல முஆவியா (ரலி). கலீஃபா எதிர்கொண்ட பிரச்சினைகளும் கால இடைவெளியும் தனது பலத்தை அதிகரித்துக்கொள்ள அவருக்கு வாய்ப்பாக அமைந்தன. சூழ்நிலையை அவர் அமைதியாகவும் ஒழுங்குடனும் வைத்திருந்தார். எந்த அறைகூவலையும் எதிர்கொள்ளும் வலிமையுடன்.

உஸ்மான் (ரலி) அவர்களின் இரத்தம் தோய்ந்த உடைகளையும் உஸ்மான் (ரலி) அவர்களின் மனைவியின் கைவிரல்களையும், டமாஸ்கஸ் பெரிய மஸ்ஜிதின் சொற்பொழிவு மேடையில் நாள் தோறும் காட்சிப்படுத்தும் ஏற்பாடுகளைச் செய்தார். இதைப் பார்த்த மக்கள் வாய்விட்டு அழுதனர். இந்தப் படுகொலைக்குப் பழி வாங்குவதாக உறுதியேற்றனர்.

மேலும், ரோமானியர்கள் குறித்த பயமும் இருந்து வந்ததால் சிரியாவின் பாதுகாப்பு மிக முக்கியத் தேவையாக இருந்தது. நாட்டின் அனைத்துப் பகுதிகளிலிருந்து வரும் கல்வியாளர்களையும் வீரர்களையும் வரவேற்பதிலும் அவர்களுக்குச் சிறப்புச் செய்வதிலும் முஆவியா (ரலி) கவனம் செலுத்தினார். உஸ்மான் (ரலி) அவர்களின் மரணத்திற்குப் பழி வாங்கும் நோக்கத்துடன் கிடைத்த ஒவ்வொரு வாய்ப்பையும் அவர் பயன்படுத்திக்கொண்டார்.

அரசியல் கொலையைத் தொடர்ந்து ஆண்டு முழுவதும், தான் எதிர்பார்க்கும் ஆபத்துக்களை நேரிடுவதற்கான முன்னேற்பாடுகளில் அவர் கவனம் செலுத்தினார். இதே காலகட்டத்தில் அலீ (ரலி) அவர்களை அச்சுறுத்தல்களும் அறைகூவல்களும் குழப்பங்களும் போர்களும் சூழ்ந்திருந்தன.

சிரியாவைத் தவிர இஸ்லாமிய உலகம் முழுவதும் அலீ (ரலி) அவர்களின் ஆளுகையின்கீழ் இருந்தன. ஆனால், உமர் (ரலி) அவர்களுக்கு இருந்த முழுமையான ஆதரவு, அலீ (ரலி) அவர்களுக்குக் கிடைக்கவில்லை. ஹிஜாஸிலும் யேமனிலும் இராக்கிலும் எகிப்திலும் பாரசீகத்திலும் ஆதரவாளர்களுக்கு நிகராக எதிரிகளும் வலிமையுடன் இருந்தனர். அவரது ஆளுகையின்

கீழிருந்த எந்த நிலப்பகுதியிலுமே முழுமையான ஆதரவில்லை. படைகளுக்குள்ளும் இதே நிலைதான்.

முஆவியா (ரலி) அவர்களின் நிலை முற்றிலும் வேறாக இருந்தது. அவருக்கு சிரியர்களிடம் முழுமையான ஆதரவிருந்தது. எகிப்து ஆளுநரான கைஸ் பின் ஸஅத் (ரலி) ஆற்றலும் வலிமையும் கொண்ட ஆட்சியாளராக இருந்தார். இவர்மீதான பயத்திலிருந்து விடுபடுவதற்கான ஒரு வாய்ப்பும் முஆவியாவுக்குக் கிடைத்தது. உஸ்மான் (ரலி) அவர்களின் கொலைக்குப் பழிவாங்க நினைக்கும் தனக்கு உதவி செய்யும்படி முஆவியா, கைஸ் பின் ஸஅதுக்குக் கடிதமெழுதினார். உஸ்மான் கொலையில் அலீக்குப் பங்கில்லை என்றும் எனவே, அவரை எதிர்ப்பதைக் கைவிட்டு, அலீயைக் கலீஃபாவாக ஏற்று வாக்குறுதியளிக்க வேண்டும் என்றும் பதிலெழுதினார் கைஸ்.

கூடவே, வாக்குறுதி அளிக்காதவர்களை வற்புறுத்த வேண்டாம் என்று அறிவுறுத்தி அலீ (ரலி) அவர்களுக்கும் கடிதமெழுதினார் கைஸ் (ரலி). ஆனால், அப்துல்லாஹ் பின் ஜஅஃபர் (ரலி), அவ்வப்போதைய நிகழ்வுகளைக் கண்டுகொள்ளாமல் இருக்கக்கூடாது, வாக்குறுதியளிக்க மறுப்பவர்கள்மீது நடவடிக்கை எடுக்கவேண்டும் என்று பதிலெழுதும்படி அலீ (ரலி) யிடம் சொன்னார்.

ஆனால், கலீஃபாவின் உத்தரவுக்குக் கீழ்ப்படிவதற்கு மாறாக, கைஸ் (ரலி) மீண்டுமொரு கடிதம் எழுதினார்: "வாக்குறுதி அளிக்க நிர்ப்பந்தம் செய்வது கிலாஃபத்துக்கெதிராக அவர்களைத் தூண்டி விடுவதாகவும் அவர்கள் எதிரிகளுடன் சேர்ந்துகொள்ள காரணமாகவும் அமையும். ஆகவே, வற்புறுத்த வேண்டாம்" என்று அதில் தெரிவித்தார்.

அலீ (ரலி) அவர்களின் ஆலோசகர்கள் சிலர் கைஸ், முஆவியாவின் பக்கம் சேர்ந்து விட்டார் என்று தெரிவித்தனர். இதை அவர் நம்ப மறுத்தார். கைஸ் (ரலி) அவர்களின் திறமையும் தகுதியும் எகிப்துக்குத் தேவை என்று கருதினார்.

இதையறிந்த முஆவியா (ரலி), கைஸ் (ரலி) அவர்களைப் புகழ்ந்து பேசத் தொடங்கினார். கைஸ் தன் பக்கம் சேர்ந்துவிட்டதாகவும் கொலையாளிகளைத் தண்டிக்க அவரும் விரும்புவதாகவும் சொல்லத் தொடங்கினார். சூழ்நிலையின் இம்மாற்றத்தை ஒற்றர்கள்மூலம்

அறிந்துகொண்ட அலீ (ரலி), கைஸ் (ரலி) அவர்களைப் பணி நீக்கம் செய்து, முஹம்மத் பின் அபூபக்ர் (ரலி) அவர்களை எகிப்தின் ஆளுநராக நியமித்தார். கைஸ் மனச்சோர்வுடன் மதீனாவுக்கு வந்து சேர்ந்தார்.

கூஃபா தலைநகராக மாறிய பின், மதீனாவுக்கு ஆட்சியாளர் இல்லாமலிருந்தது. அலி (ரலி) அவர்களுக்கு ஆதரவும் அதே நேரம் சிறு அளவிலான எதிர்ப்புகளும் அங்கே இருந்து வந்தன. மதீனாவுக்கு வந்த கைஸ் (ரலி) அவர்களை டமாஸ்கசுக்குச் செல்லும்படி கேட்டு முஆவியா (ரலி), மர்வான் பின் அல்ஹகமை அனுப்பினார். இதை ஏற்க மறுத்த கைஸ், வன்முறைக்குள்ளான நிலையில் கூஃபாவுக்குச் சென்றார்.

நிகழ்ந்ததை அவர் அலீ (ரலி) அவர்களிடம் சொன்னார். அலீ (ரலி) மனத்திருப்தியுடன் அவரைத் தம்முடன் வைத்துக்கொண்டார். இதையறிந்த முஆவியா (ரலி), மர்வானுக்கு எழுதினார்: "கைஸை நீர் அலீயுடன் இணைய அனுமதிப்பதை விடவும் ஒரு இலட்சம் போராளிகளை அலீக்குப் பரிசளித்திருக்கலாம்."

முஹம்மத் பின் அபூபக்ர் (ரலி) பொறுப்பேற்றதுடன் வாக்குறுதியளிக்க மறுப்பவர்கள் நாட்டை விட்டு வெளியேறலாம் என்று அறிவித்தார். தங்களுக்குச் சில நாள்கள் யோசிப்பதற்கான கால அவகாசம் தரும்படி மக்கள் கேட்டுக்கொண்டனர். இதை அவர் உறுதியாக மறுத்தார். தங்களை அடக்க முயற்சி செய்வதில் ஏற்படும் பின்விளைவுகளைக் கருத்தில்கொண்டு தற்காத்துக் கொள்ளும் முயற்சியில் அவர்கள் ஈடுபட்டனர். இதன் பலனாக, ஸிஃப்ஃபீன் போர் முடிந்த பிறகும்கூட முஹம்மத் பின் அபூபக்ர் (ரலி) அவர்களுக்குமான முரண்பாடுகள் நீடித்தன.

முஆவியா (ரலி) அவர்களுடன் அம்ர் பின் அல்ஆஸ் (ரலி): அம்ர் பின் அல்ஆஸ் (ரலி) எகிப்தை வெற்றிகொண்டிருந்தார். கிளர்ச்சியாளர்கள் மதீனாவுக்குள் நுழைந்து உஸ்மான் (ரலி) அவர்களின் வீட்டைச் சூழ்ந்த நிலையில் அம்ர் (ரலி) தன் மகன்கள், அப்துல்லாஹ், முஹம்மத் ஆகியோருடன் மதீனாவிலிருந்து புறப்பட்டுச் சென்று பைத்துல் முகத்தசில் தங்கியிருந்தார்.

அங்கிருந்தவாறே, உஸ்மான் (ரலி) அவர்களின் மரணத்தைத் தொடர்ந்த நிகழ்வுகள் ஒவ்வொன்றையும் அவர் அறிந்துவந்தார்.

முஸ்லிம்கள்மீது மிகப்பெரிய போர் ஆபத்து ஒன்று நிகழப் போகிறது எனும் தகவலையும் அறிந்துகொண்டார். இதில், அமைதி ஏற்படுத்துவதற்கான தனது பங்கு குறித்து மகன்களுடன் கலந்துரையாடினார்.

கிலாஃபத்துக்கு நான்குபேர்கள் உரிமை கோரியிருந்தனர். அலீ (ரலி) கலீஃபாவாகத் தேர்வு செய்யப்பட்டு, பெரும்பாலான மக்கள் அவருக்கு வாக்குறுதியளித்திருந்தனர். இரண்டு மற்றும் மூன்றாவது ஆட்கள், தல்ஹா, ஸுபைர் (ரலி) ஆகியோர். இவர்கள் இருவரும் ஜமல் போரில் கொலையுண்டனர்.

நான்காமவரான முஆவியா (ரலி), கிளர்ச்சியாளர்களின் ஆதரவில் கலீஃபாவாகத் தேர்வு செய்யப்பட்டவர் என்ற எண்ணத்தில் அலீ (ரலி) அவர்களுக்கு வாக்குறுதியளிக்க மறுத்தார்.

இன்னொரு புறம், இஸ்லாத்தைத் தழுவிய காலகட்டம், ஆற்றிய பணிகள், இறைத்தூதருடனான நெருக்கம், இறைமறை குறித்த அறிவுபோன்ற காரணங்களால், கலீஃபா பதவிக்கு முஆவியா (ரலி) தமக்கு நிகராக இல்லை என்றார் அலீ (ரலி). இவர்கள் இருவருக்குமே இதற்கானக் காரணங்களும் இருந்தன. இக்குழப்பமான சூழலில் தான் தொலைவில் விலகியிருப்பதை விரும்பாத அம்ர் (ரலி), இந்த இரண்டுபேருக்குமிடையே இணக்கத்தை உருவாக்குகிற முயற்சியில் ஈடுபட்டார்.

இதை முன்னிட்டு, டமாஸ்கசுக்கு வந்த அம்ர் (ரலி) அவர்களை முஆவியா (ரலி) வரவேற்றார். உஸ்மான் (ரலி) அவர்களின் கொலைக்குப் பழி வாங்கும் அவரது உரிமையை அம்ர் ஏற்றுக்கொண்டார். முதலில் முஆவியா (ரலி) எச்சரிக்கையுடன் அவரை அணுகினாலும் பின்னர் புரிந்துகொண்டு, தமது அரசவையில் சேர்த்துக்கொண்டார். இரத்தம் தோய்ந்த உடைகளையும் துண்டிக்கப்பட்ட விரல்களையும் தொடர்ந்து காட்சிப்படுத்துவது வழக்கமானதொரு நிகழ்வாக மக்கள் மனங்களில் பதிந்து, அதன் உள்ளார்ந்தப் பொருளை இழக்கச் செய்து விடும். ஆகவே, சிறப்பு நாள்களின்போது மட்டும் அதைக் காட்சிப்படுத்தலாம் என்றார் அம்ர் (ரலி). இதை, முஆவியா (ரலி) ஏற்றுக்கொண்டார். உண்மையில், முஆவியா (ரலி) அவர்களுக்கும் இந்தக் கருத்து விருப்பமானதாகவே இருந்தது. நாள்தோறும் நடந்துவந்த அழுகையும், வேதனைக் குரல்களும் முடிவுக்கு வந்தன.

“ஜமல் போரின் காரணமாக அலீ (ரலி) அவர்களின் ஆற்றல் பெருமளவு குறைந்து விட்டது. போரில் பஸ்ராவின் அறிவார்ந்த, செல்வாக்குமிக்க பலர் உட்பட ஏராளமான வீரர்கள் மடிந்துவிட்டனர். அலீ (ரலி) அவர்களுக்கு வாக்குறுதியளித்தவர்களில் பொதுமக்கள் மட்டுமே அவருடனிருக்கிறார்கள். அவர்களால் பெரிய அளவுக்குப் போரில் உதவியாக இருக்க இயலாது” என்றார் அம்ர் (ரலி). “போரில் பெருமளவிலான முஸ்லிம்கள் கொலையுண்டது இரு பிரிவினரின் மனங்களையும் வேதனைக்குள்ளாக்கி விட்டது” என்றும் குறிப்பிட்டார். அம்ர் (ரலி) சொன்னது உண்மையும்தான். ஸபாவின் ஆதரவாளர்களும் இதனை உணர்ந்திருந்தனர்.

ஸிஃப்ஃபீன் போருக்கான முன்னேற்பாடுகள் : அலீ (ரலி) கூஃபாவுக்கு வருகை தந்ததுடன், சிரியாவின்மீது போர் தொடுப்பதற்கான முன்னேற்பாடுகளில் ஈடுபட்டார். அப்துல்லாஹ் பின் அப்பாஸ் (ரலி) அவர்களும் தமது படையுடன் பஸ்ராவிலிருந்து புறப்பட்டார். இதையறிந்த அலீ (ரலி) தன்னுடைய பொறுப்புக்கு அபூமஸ்ஊத் அன்சாரி (ரலி) அவர்களை நியமித்துவிட்டு, நுகைலாவை நோக்கி அணி வகுத்தார். அங்கே, அப்துல்லாஹ் (ரலி), அலீ (ரலி) அவர்களுடன் இணைந்துகொண்டார்.

அலீ (ரலி), ஸியாத் பின் நள்ர் தலைமையில் எட்டாயிரம் வீரர்கள்கொண்ட பலம்வாய்ந்த ஒரு படையை அனுப்பி வைத்தார். ஸியாதுக்குப் பின்னால் ஷுரைஹ் பின் ஹானி தலைமையில் 4000 வீரர்கள்கொண்ட ஒரு படையையும் அனுப்பினார். பின்னர், மதாயினுக்கு வந்து, ஸஅத் பின் மஸ்ஊத் ஸகஃபியைப் பொறுப்பில் நியமித்துவிட்டு, மஅகல் பின் கைஸ் தலைமையில் மூவாயிரம் வீரர்கள்கொண்ட ஒரு படையை அனுப்பினார். அங்கிருந்து, ரக்காஹ்வுக்குச் சென்று, ஷுரைஹ், மஅகல் ஆகியோரின் படைகளையும் மற்ற படைகளைப் பார்வையிடுவதற்காக யூப்ரட்டீசைக் கடந்தார்.

அலீ (ரலி) சிரியாவை நோக்கி அணிவகுத்து வருவதை அறிந்த முஆவியா (ரலி), அபுல்அஉவர் சுலமீயின் தலைமையில் ஒரு விரைவுப் படையை அனுப்பினார். அலீ (ரலி), ஸியாத், ஷுரைஹ் தலைமையிலான படைகளை முதலில் அனுப்பி வைத்தார். இவர்கள் சிரிய எல்லைகளுக்குள் நுழையும்போது, அபுல் அஉவர் படையுடன் வருவதாக அறிந்து அலீ (ரலி) அவர்களுக்குத் தெரிவித்தனர். அவர்,

ஸியாதையும் ஷுரைஹையும் முறையே வலது, இடது அணிகளுக்கு நியமித்துவிட்டு முழுப்படைகளின் தலைமைப்பொறுப்பை ஏற்பதற்காக அஸ்தரையும் அனுப்பி வைத்தார். சிரியப் படைகள் முதலில் தாக்கினால் தவிர, முன்சென்று தாக்க வேண்டாமென்றும் உத்தரவிட்டார்.

முதலில், அபுல் அஉவர் முகாம் அமைத்தார். இரு முகாம்களும் ஒரு நாள் அமைதியாக இருந்தன. மாலையில், அபுல் அஉவர் தாக்குதலைத் தொடங்கினார். ஒரு சிறு கைகலப்புக்குப் பிறகு இரு அணிகளும் பிரிந்தன.

மறுநாள், அபுல் அஉவர் முன்வந்தார். ஹாஷிம் பின் உத்பா அவரை எதிர்கொண்டார். நண்பகல்வரை அவர்கள் போரிட்டனர். பிறகு, அவர்கள் முகாம்களை நோக்கிச் செல்லும்போது, அஸ்தர், எதிர்பாராத விதமாக ஒரு தாக்குதலை மேற்கொண்டார். அபுல் அஉவர் படைகள் தாக்குதலை எதிர்கொண்டனர். இருட்டுவது வரைக்கும் போர் தொடர்ந்தது.

தொடர்ந்து இரண்டு நாள்கள் அமைதியாகக் கழிந்தன. ஹிஜாஸ், யேமன், ஹமதான்போன்ற பல்வேறு அரேபிய, பாரசீகப் பகுதிகளிலிருந்து வந்த படைகளும் இணைந்துகொள்ள அலீ (ரலி) அவர்களின் படைவீரர்களின் எண்ணிக்கை 90,000 ஆனது. முஆவியா (ரலி) அவர்களின் வீரர்களின் எண்ணிக்கை 80,000. இந்த எண்ணிக்கையில் வரலாற்றாசிரியர்களிடையே முரண்பாடுகள் உள்ளன.

கூஃபாவின் குதிரைப் படைக்கு அஸ்தரையும் காலாட்படைக்கு அம்மார் (ரலி) அவர்களையும், பஸ்ராவின் குதிரைப் படைக்கு சஹ்ல் பின் ஹுனைஃபையும் காலாட்படைக்கு கைஸ் பின் ஸஅத் (ரலி) அவர்களையும் தலைவர்களாக நியமித்தார் அலீ (ரலி). ஹாஷிம் பின் உத்பா பதாகை ஏந்துபவராக நியமிக்கப்பட்டார். பல்வேறு பகுதிகளிலிருந்து வந்த இனக்குழுவினர் அவரவர் தலைவர்களின்கீழ் அணிவகுத்தனர்.

முஆவியா (ரலி) அவர்களின் படையில், வலப்புற அணிக்கு துல்கலஅ ஹிம்யரியும், இடப்புற அணிக்கு ஹபீப் பின் மஸ்லமாவும், முன்னணிப் படைக்கு அபுல் அஉவர் சுலமீயும் தலைமையேற்றனர். டமாஸ்கசின் காலாட்படைக்கு அம்ர் (ரலி) அவர்களும் முஸ்லிம்

பின் உக்பாவும் தலைமையேற்றனர். பிற சிறு படைப்பிரிவுகள், அப்துர் ரஹ்மான் பின் காலித், உபைதுல்லாஹ் பின் உமர், பஷீர் பின் மாலிக் கின்தி போன்றவர்கள் தலைமையேற்றனர்.

மூன்றாவது நாள் அலீ (ரலி), முஆவியா (ரலி) அவர்களைக் கீழ்ப்படியவும், கலீஃபாவுக்கான வாக்குறுதியளிக்கவும் கேட்டு பஷீர் பின் அம்ர், ஸயீத் பின் கைஸ், ஷபத் பின் ரிப்யி தமீம் ஆகியோரை அனுப்பி வைத்தார். பஷீர் பின் அம்ர் (ரலி), முஆவியா (ரலி) அவர்களிடம், "முஆவியாவே! முஸ்லிம்களினுள் பிரிவினைகளையும் உயிரிழப்புகளையும் தடுங்கள்" என்றார்.

"இதை நீர் உமது நண்பர் அலீயிடம் கூறலாமே?" என்றார் முஆவியா (ரலி). "அலீ, இறைநம்பிக்கையாளர்களில் முதன்மையானவர்; இறைத்தூதரிடம் நெருக்கமானவர் எனும் நிலையில் மற்றவர்களைவிடவும் கிலாஃபத்துக்கு உரித்தானவர்" என்றார் பஷீர் (ரலி). முஆவியா (ரலி), "உஸ்மானின் கொலைக்குப் பழிவாங்கும் உரிமையை நாங்கள் கைவிடுவது இயலாத காரியம்" என்றார்.

ஷபத் பின் ரிப்யி, "முஆவியாவே! உமது உரிமையின் பின்னால் செயல்படும் நோக்கத்தை நாங்கள் நன்கறிவோம். உஸ்மானின் கொலைக்குப் பழி வாங்கும் போர்வையில் நீர் கிலாஃபத்தை அடைய விரும்புகிறீர். உஸ்மான் இறந்துவிடுவார் என்பதை முன்னுணர்ந்த நீர் இந்த வாய்ப்புக்காகவே அவருக்கு ஆதரவளிப்பதைத் தாமதம் செய்தீர். அலீயுடனான பிணக்குகளைக் களைந்துவிட்டு உண்மையாக இருங்கள்" என்றார். இது, சூடான விவாதங்களை உருவாக்கவே பேச்சுவார்த்தை முறிந்தது.

போரின் முதற்கட்டம் : அமைதிக்கான முயற்சிகள் தோல்வியடைந்த நிலையில் சண்டை ஆரம்பமானது. ஆனால், இறை மறுப்பாளர்களுக்கு எதிரான போரில் காட்டிய வீரமும் மன உறுதியும் இதில் செயல்படவில்லை. இரு பிரிவினருக்கும் இடையிலான நட்பும் உறவுகளும் இதற்குத் தடையாக நின்றன. அனைவரும் போரைத் தவிர்த்துக்கொள்ளவே விரும்பினர்.

பரஸ்பரம் ஏற்க இயலாத நிபந்தனைகளை இரு பிரிவினருமே முன்வைத்தனர். இது, அவர்களது விருப்பம் நிறைவேறுவதற்குத் தடையாக இருந்தது. போர் தவிர்க்க இயலாமலானது. எனினும்,

மனதிற்குள் அவர்கள் தவிர்க்கவே முயற்சி செய்தனர். ஆகவே, போர் நேரடிச் சண்டைகளாகவே நிகழ்ந்துகொண்டிருந்தன. இது, தொடர்ந்து சில நாள்கள் நீடித்தது.

பிறகு, போருக்கான உணர்வு தலை தூக்கியது. சிறு சிறு குழுக்களின் தலைவர்கள் பரஸ்பரம் மோதிக்கொண்டனர். தொடர்ந்து, குழுக்களுக்கிடையிலான சண்டையாக இது மாறியது. இரு பிரிவுப் படைகளும் இதில் பார்வையாளர்களாக மட்டுமே இருந்தன. இந்நிலையே, ஏறத்தாழ ஒரு மாத காலம் தொடர்ந்தது. ஸிஃப்ஃபீன் போரின் முதற்கட்டமாக இதைக் குறிப்பிடலாம்.

முஹர்ரம் மாதம், போர் முற்றிலுமாக நிறுத்தப்பட்டது. பரஸ்பரம் தொடர்புகளும் அமைதிப் பேச்சு வார்த்தைகளும் மீண்டும் தொடங்கின. அதிகாரத்தைக் கைப்பற்றும் நோக்கத்துடனிருந்த ஸபாவின் ஆதரவாளர்களைத் தவிர அனைவரும் அமைதிப் பேச்சு வார்த்தை வெற்றிபெற வேண்டுமென்றே விரும்பினர். தங்களுடைய திட்டங்களுக்கு இது பாதகமாக அமையும் என்பதால் ஸபாவின் ஆட்கள் முரண்பாடுகளை அதிகரிக்க வைக்கும் குயுக்திகளில் ஈடுபட்டனர்.

அலீ (ரலி) அவர்களால் சிக்கலிலிருந்து விடுபடவோ கிலாஃபத்தைத் துறக்கவோ இயலவில்லை. உஸ்மான் (ரலி) அவர்களின் கொலையாளிகளைத் தண்டிக்கவும் இயலவில்லை. கிளர்ச்சியாளர்களுக்கு ஆதரவாக இருந்த மாலிக் அஸ்தரைப்போன்ற ஆற்றல்மிக்க தளபதியையோ முஹம்மத் பின் அபூபக்ர் (ரலி) போன்றவர்களையோ அம்மார் (ரலி) போன்ற மதிப்புமிக்க நபித்தோழரையோ தண்டிப்பது என்பது எகிப்திய, கூஃபா படைகளை எதிர்ப்பதுபோலாகும். மேலும், அரசியல் கொலையில் ஈடுபட்டவர்களைத் தண்டிக்கப் போதுமான சாட்சியங்களுமில்லை.

கலீஃபா பொறுப்பில் அலீ (ரலி) அவர்களுக்கு நிகரான தகுதிகள் பெற்றவராக தன்னைக் கருதினார் முஆவியா (ரலி). மக்காவின் மேன்மைமிக்க மனிதரும், உஹுத், அகழிப் போர்களில் மக்கா படைகளின் தலைவராக இருந்த அபூசுஃப்யான் (ரலி) அவர்களின் மகனும், கிலாஃபத்தின் தொடக்கத்திலிருந்து ரோமானியர்களுக்கு எதிராக மாபெரும் வெற்றிகளை ஈட்டிய படைத் தலைவரும்,

சிரியாவின் மிகத்திறமையான ஆளுநரும், இறைத்தூதரின் மனைவியரில் ஒருவரின் சகோதரரும், இறைவசனங்களை எழுதியவரும், உஸ்மான் (ரலி) அவர்களின் தந்தை வழியில் மிக நெருங்கிய உறவினருமான முஆவியா (ரலி) அவர்களுக்கு உஸ்மான் கொலைக்குப் பழிவாங்கும் உரிமையிருந்தது. கொலையாளிகளை சந்தேகத்தின் அடிப்படையில் தண்டிக்காமல் விடுவது நேர்மையற்ற செயலென்று அவர் கருதினார்.

அலீ (ரலி) அவர்களின் விளக்கத்தில் அவருக்குத் திருப்தியில்லை. தல்ஹா, ஸுபைர் (ரலி) ஆகியோரின் நிலைப்பாடும், மதீனாவிலுள்ள நபித்தோழர்கள் பலர் வாக்குறுதியளிக்க மறுத்ததும், அம்ர் பின் அல்ஆஸ் (ரலி) அவர்களின் ஆதரவும் அவரது கருத்தை மேலும் வலுப்படுத்துவதாக அமைந்தன. ஆலோசகர்களும் சார்பாளர்களும் ஆட்சியாளர்களும் தங்கள் பொறுப்புகளைச் சார்பற்ற நிலையில் மேற்கொண்டிருந்தால், வேறுபாடுகளும் பிரிவுகளும் களையப்பட்டிருக்கும். இந்நிலையில், அமைதி முயற்சிகளை முன்னெடுத்துச் செல்வதற்கு முஹர்ரம் மாதத்தின் ஓய்வு நாள்கள் நல்லதொரு வாய்ப்பாக அமைந்தன.

ஆனால், ஸபாவின் ஆதரவாளர்கள் இம்முயற்சிகளைக் குலைப்பதற்கான வேலைகளைத் தொடர்ந்தனர். இதில் அவர்கள் வெற்றியும் பெற்றனர்.

மேலுமொரு அமைதி முயற்சி : அலீ (ரலி), ஹிஜ்ரீ 37 ஆம் ஆண்டு, முஹர்ரம் மாதம், அமைதிப் பேச்சு வார்த்தைக்கு, அதீ பின் ஹாத்திம், ஸைத் பின் கைஸ், ஸியாத் பின் கஸஃபா, ஷபத் பின் ரிப்யி ஆகியோர் அடங்கிய ஒரு தூதுக்குழுவை முஆவியா (ரலி) அவர்களிடம் அனுப்பி வைத்தார். பேச்சு வார்த்தையைத் தொடங்குவதற்கு முன், எல்லாம் வல்ல அல்லாஹ்வைப் புகழ்ந்துவிட்டு, அதீ (ரலி) சொன்னார்: “முஆவியாவே! அலீயைத் தாங்கள் ஏற்பதும் புரிந்துகொள்வதும் முஸ்லிம்களின் அமைதிக்கு வழிவகுக்கும். தங்களையும் தங்கள் நண்பர்களையும் தவிர வேறு யாருமே அவருக்கு வாக்குறுதி அளிப்பதைப் புறக்கணிக்கவில்லை. நல்வழியிலிருந்து விலகுவதில் இன்னும் தாங்கள் உறுதியாகவே இருப்பீர்கள் எனில் ஜமல் போரில் ஏற்பட்டதுபோன்ற ஒரு துன்பத்தைத் தாங்களும் எதிர்கொள்ள நேரிடுமென்று நான் அஞ்சுகிறேன்.”

அதீ (ரலி) அவர்களின் பேச்சில் குறுக்கிட்ட முஆவியா (ரலி), "அதீயே! நீர் அமைதிப் பேச்சு வார்த்தைக்கு வந்தீரா அல்லது போரைத் தொடங்குவது பற்றி பேச வந்தீரா? ஹர்பின் பேரன், போரைக்கண்டு பயப்படுபவனில்லை என்பது உமக்குத் தெரியாதா? உஸ்மானின் கொலையாளிகளில் நீரும் ஒருவர் என்பதால் எல்லாம் வல்ல அல்லாஹ் உமக்குத் தண்டனையளிப்பான்" என்றார்.

தொடர்ந்து ஸைத் பின் கைஸ் சொன்னார்: "உங்களுக்கு அறிவுரை சொல்வது எங்கள் நோக்கமல்ல. நாங்கள் தூதுவர்களாக வந்திருக்கிறோம். ஆனால், முஸ்லிம்கள் அமைதியாகவும் ஒற்றுமையுடனும் வாழவும் வேறுபாடுகளை அகற்றவும் முழுமையான ஒரு முயற்சியை நாம் மேற்கொள்ள வேண்டும்" என்று சொல்லிவிட்டு, அலீ (ரலி) அவர்களின் மேன்மைகளையும் இஸ்லாமியக் கலீஃபாவாக அவர் இருப்பதன் சிறப்புகளையும் சொல்லத் தொடங்கினார்.

இதற்கு, முஆவியா (ரலி), "நானும் முஸ்லிம்களின் ஒரு பிரிவைத்தானே பிரதிநிதித்துவம் செய்கிறேன்? இந்நிலையில் என்னை இன்னொரு பிரிவில் இணையும்படி நீங்கள் எப்படி அழைக்க முடியும்? எங்கள் கலீஃபாவைக் கொன்ற கொலையாளிகளுக்குப் பாதுகாப்பளிக்கும் உங்கள் நண்பர் கிலாஃபத்துக்குத் தகுதியானவரல்ல. உஸ்மானின் கொலையாளிகளை எங்களிடம் ஒப்படைத்தால் மட்டுமே அமைதி ஏற்படும்" என்றார்.

இதில் குறுக்கிட்ட ஷபத் பின் ரிப்யி, "முஆவியாவே! உங்களால் அம்மார் பின் யாசிரைக் கொல்ல முடியுமா?" என்று கேட்டார். "உஸ்மானின் அடிமையின் கொலைக்குத் தண்டனையாக அவரை ஏன் நான் கொல்லக் கூடாது?" என்று கேட்டார் முஆவியா (ரலி)

ஷபத் பின் ரிப்யி உறுதிபடச் சொன்னார்: "நீங்கள் உயிருடனிருந்து அம்மாரைக் கொல்ல இயலாது." முஆவியா (ரலி) சொன்னார்: "முதலில், நீர்தான் இறக்க வேண்டியதாகும்." சொற்கள் தடித்ததுடன் பேச்சுவார்த்தை முடிவுக்கு வந்தது..

அலீ (ரலி) அவர்களின் உரை : பின்னர், முஆவியா (ரலி), ஹபீப் பின் மஸ்லமா, ஷுரஹ்பிள் பின் அஸ்ஸம்த், மஅன் பின் யஸீத் ஆகியோர் அடங்கிய ஒரு தூதுக்குழுவை அலீ (ரலி)

அவர்களிடம் அனுப்பி வைத்தார். பேச்சைத் தொடங்கிய ஹபீப் பின் மஸ்லமா சொன்னார்: "கலீஃபா உஸ்மான், குர்ஆன் மற்றும் இறைத்தூதர் அவர்களால் முன்வைக்கப்பட்ட நெறிமுறைகளின்படி கிலாஃபத்தை வழிநடத்திச் சென்றார். அதில், வெறுப்புற்ற நீங்கள் அவரைக் கொன்றீர்கள். இதை நீங்கள் மறுப்பதாக இருந்தால், கொலையாளிகளை எங்களிடம் ஒப்படைத்துவிட்டு கலீஃபாவை மக்கள் தேர்வு செய்வதற்கு வசதியாக பொறுப்பிலிருந்து விலகவேண்டும்."

அலீ (ரலி) கோபத்துடன் சொன்னார்: "கிலாஃபத் குறித்துப் பேச உமக்கு உரிமையில்லை."

இதற்கான தீர்வு வாள்முனையில்தான் கிடைக்கும் என்ற பொருளில் ஹபீப் பின் மஸ்லமா சொன்னார்: "உங்களை வேதனைப்படுத்தும் நிலையில் என்னைப் பார்க்க இருக்கிறீர்கள்." அலீ (ரலி) கோபத்துடன், "உங்களுக்கு எது விருப்பமோ அதைச் செய்யுங்கள்" என்றார்.

இதைச் சொல்லிவிட்டு எழுந்த அலீ (ரலி), எல்லாம் வல்ல அல்லாஹ்வைப் புகழ்ந்து இறைத்தூதரின் வருகையின் நோக்கங்களையும் முந்தைய நபிவழி கலீஃபாக்களின் கிலாஃபத்தையும் சிறப்பித்துச் சொல்லிவிட்டு தொடர்ந்தார்: "தங்கள் கடமைகளை அவர்கள் சரிவர நிறைவேற்றினார்கள். பிறகு, உஸ்மான் கலீஃபாவாகத் தேர்வு செய்யப்பட்டார். அவரது செயல்கள் மக்களிடையே அதிருப்தியை உருவாக்கின. இதன்காரணமாக அவர் கொலை செய்யப்பட்டார். தொடர்ந்து, தங்கள் வாக்குறுதியை ஏற்கும்படி மக்கள் என்னிடம் கேட்டுக் கொண்டனர். நானும் ஏற்றுக்கொண்டேன். தல்ஹாவும் ஸுபைரும் கொடுத்த வாக்குறுதியை மீறினார்கள். இஸ்லாத்தைத் தழுவிய காலகட்டம் சார்ந்து, என் பின்னாலுள்ள முஆவியாவும் என்னை எதிர்த்தார். நான் உங்களைக் குர்ஆனை நோக்கியும் நபிவழியை நோக்கியும் இறைவனுக்கு மட்டுமே கீழ்ப்படியவும் அழைக்கிறேன். நீங்கள் முஆவியாவுக்குக் கீழ்ப்படிவதைக் காணும்போது வியப்பாக இருக்கிறது."

ஷுரஹ்பில் பின் அஸ்ஸம்த் கேட்டார்: "உஸ்மான் சூழ்ச்சிகளின் காரணமாகக் கொலையுண்டார் என்பதை நீங்கள்

ஒப்புக்கொள்ளவில்லையா?" அலீ (ரலி) சொன்னார்: "உஸ்மான் சூழ்ச்சிக்கு இரையானார் என்றோ சூழ்ச்சி செய்தார் என்றோ நான் கருதவில்லை." "உஸ்மான் சூழ்ச்சிக்கு இரையானார் என்பதை ஏற்க மறுப்பவர்களை நாங்கள் வெறுக்கிறோம். இப்படியான சூழலில் குற்றவாளிகள் பிடிபடுவதும் பிடிபடாமலிருப்பதும் ஒன்றுதான்" என்றவாறே அவர்கள் எழுந்தனர். தூதுக்குழுவின் இத்தோல்விக்குப் பிறகு முக்கியமான எந்த சமரச முயற்சிகளும் மேற்கொள்ளப்படவில்லை.

ஏழு நாள்கள் நடந்த போர் : ஹிஜ்ரீ 37ஆம் ஆண்டு, முஹர்ரம் மாதம் இறுதியில், ஸஃபர் மாதம் முதல் நாளிலிருந்து, முடிவு காணுமளவிலான போர் தொடங்குமென்று அலீ (ரலி) தமது படைகளுக்கு உத்தரவு பிறப்பித்தார். கூடவே, தப்பித்தோடும் எதிரிகளைத் துரத்தவோ கொலை செய்யவோ கூடாது; காயமடைந்தவர்களின் பொருள்களைக் கைப்பற்றக்கூடாது; எதிரிகளின் உயிரற்ற உடல்களைச் சிதைக்கக்கூடாது; பெண்கள் என்னதான் வசை பேசினாலும் வரம்புமீறி நடந்து கொள்ளக் கூடாது என்று அறிவித்தார்.

இதுபோன்ற உத்தரவுகளை முஆவியா (ரலி) அவர்களும் பிறப்பித்தார். ஸஃபர் மாதம், முதல் நாள் காலையில் போர் மூண்டது. கூஃபாவினர் அஸ்தரின் தலைமையிலும் சிரியர்கள் ஹபீப் பின் மஸ்லமாவின் தலைமையிலும் முன்னேறினர். மாலைவரைக்கும் போர் தொடர்ந்தது. வெற்றி தோல்விகள் நிர்ணயிக்கப்படவில்லை.

மறுநாள், அலீ (ரலி) தரப்பில் ஹாஷிம் பின் உத்பா தலைமையிலான குதிரைப் படையும் காலாட்படையும் வெளிவர, முஆவியா (ரலி) தரப்பில் அபுல் அஉவர் சுலமீ வந்தார். அன்று முழுவதும் நடந்த போரிலும் வெற்றி தோல்விகள் முடிவாகவில்லை. மூன்றாம் நாள், அலீ (ரலி) அவர்களின் முகாமிலிருந்து வந்த அம்மார் பின் யாசிர் (ரலி) அவர்களும் முஆவியா (ரலி) அவர்களின் முகாமிலிருந்து வந்த அம்ர் பின் அல்ஆஸ் (ரலி) அவர்களும் மோதினர். கடந்த இரண்டு நாள் நடந்த போருடன் ஒப்பிடும்போது இது மிகக்கடுமையான போராகவே இருந்தது.

அம்ர் பின் அல்ஆஸ் (ரலி) மீது மிகக் கடுமையான ஒரு

தாக்குதலை மேற்கொண்டார் அம்மார் பின் யாசிர் (ரலி). அன்றைய தினமும் முடிவு தெரியவில்லை.

நான்காம் நாள், முஆவியா (ரலி) தரப்பிலிருந்து உபைதுல்லாஹ் பின் உமர் (ரலி) முன்வர, அலீ (ரலி) தரப்பிலிருந்து அவரது மகன் முஹம்மத் பின் அல் ஹனஃபியா வந்தார். அன்றைய போரும் முடிவற்றதாகவே இருந்தது. மாலையில், உபைதுல்லாஹ் பின் உமர் (ரலி), முஹம்மத் பின் அல் ஹனஃபியாவை நேரடிச் சண்டைக்கு அழைப்பு விடுத்தார். அவர் அதை ஏற்றார். ஆனால், அலீ (ரலி) அங்கே விரைந்து வந்து, முஹம்மதை அழைத்துக்கொண்டார். உபைதுல்லாஹ் (ரலி) தன் முகாமுக்குத் திரும்பினார்.

ஐந்தாம் நாள், அலீ (ரலி) அவர்களின் முகாமிலிருந்து வலீத் பின் உக்பாவும், முஆவியா (ரலி) முகாமிலிருந்து, அப்துல்லாஹ் பின் அப்பாஸ் (ரலி) அவர்களும் வெளிவந்தனர். நாள் முழுவதும் போர் நடந்தது. ஆறாம் நாள், மாலிக் அஸ்தரும் ஹபீப் பின் மஸ்லமாவும் மோதிக்கொண்ட போரிலும் முடிவு தெரியவில்லை. ஏழாம் நாள், அலீ, முஆவியா (ரலி) ஆகியோர் படைகளை நடத்தி வந்தும் வெற்றி தோல்விகள் முடிவு செய்யப்படவில்லை.

ஏழு நாள்களாகப் போர் நடந்தும் முடிவு தெரியவில்லை. இதற்கான காரணம், எண்ணிக்கையிலும் போர்த் திறனிலும் வீரத்திலும் இரு பிரிவினரும் ஏறத்தாழ சமமாகவே இருந்தனர். ஆனால், முஸ்லிம்களுக்குள் நிகழ்ந்த உயிரிழப்புகள் ஸபாவின் ஆதரவாளர்களுக்கு மகிழ்ச்சியூட்டின. இந்தத் துயரங்கள் ஏழு நாள்கள் நீடித்திருந்தாலும் பிறகு, நல்ல நாள்கள் திரும்பின.

போரின் கடைசி இரண்டு நாள்கள் : ஏழு நாள்கள் நடந்த மோதலுக்குப் பிறகு, இரு படைகளும் முடிவு தெரியும் ஒரு போருக்குத் தங்களைத் தயார்ப்படுத்திக்கொண்டன. ஹிஜ்ரீ 37 ஆம் ஆண்டு, ஸஃபர் மாதம், 8 ஆம் நாள், சிரிய படைகள்மீது அலீ (ரலி) தாக்குதல் மேற்கொண்டார். கூஃபா, பஸ்ரா, மதீனா ஆகிய பகுதிகளிலுள்ள முக்கியமான வீரர்களில் சிலரும் குஸாஆ, கினானா வம்சாவளியினரும் அடங்கிய ஒரு நடுப்பகுதிக்கு அலீ (ரலி) தலைமையேற்றிருந்தார்.

வலப்புற அணிக்கு அப்துல்லாஹ் பின் புதைலும், இடப்புற அணிக்கு அப்துல்லாஹ்வும் தலைமையேற்றனர். ஒவ்வொரு

பிரிவினரும் அவரவர்களுக்கான இடத்தில் பதாகையுடனும் உத்தரவு பிறப்பிப்பவர்களுடனும் நின்றிருந்தனர். போர்ப் பாடல்கள் பாடுபவர்களும் குர்ஆன் ஓதுபவர்களும், அம்மார் பின் யாசிர் (ரலி) அவர்களின் பொறுப்பிலிருந்தனர். கைஸ் பின் ஸஅதும் அப்துல்லாஹ் பின் யஸீதும் இதே பணியில் ஈடுபட்டனர்.

முஆவியா (ரலி), தமது வீரர்களிடம் போரில் மரணத்தைத் தழுவுவதற்கான உறுதிமொழியைப் பெறுவதில் ஈடுபட்டார். வலப்புற அணிக்கு உபைதுல்லாஹ் பின் உமரும் இடப்புற அணிக்கு ஹபீப் பின் மஸ்லமாவும் தலைமையேற்றனர்.

அலீ (ரலி) அவர்களின் அணி முதலில் முன்னேறியது. ஹபீப் பின் மஸ்லமாவின் தலைமையிலான இடப் புற அணியை, அப்துல்லாஹ் பின் புதைல் கடுமையாகத் தாக்கினார். இதில், ஹபீபின் குதிரைப்படைகள், மரண வாக்குறுதியளித்த இடம்வரைக்கும் பின்வாங்கிச் செல்ல வேண்டியதாயிற்று.

இடப்புற அணி பின்வாங்கிச் செல்வதைக் கவனித்த முஆவியா (ரலி) எதிர்த்துத் தாக்கும்படி உத்தரவிட்டார். அவர்கள் பலம்வாய்ந்த ஒரு தாக்குதலை மேற்கொண்டனர். அப்துல்லாஹ் பின் புதைலும் அவருடனிருந்த வீரர்களில் 250 பேர்கள் மட்டும் தனித்து நிற்க ஏனைய வீரர்கள் அனைவரும் அலீ (ரலி) அவர்களின் பின்னால் ஓடி ஒளிந்துகொண்டனர்.

தனது வலப்புற அணிக்கு நேர்ந்த நெருக்கடியை உணர்ந்த அலீ (ரலி), அப்துல்லாஹ் பின் புதைலைக் காப்பாற்றும் நோக்கத்துடன் சஹ்ல் பின் ஹுனைஃப் தலைமையில் ஒரு துணைப் படையை நியமித்தார். இருந்தும், சிறிது நேரத்தில் தன்னுடைய வீரர்களுடன் அப்துல்லாஹ் பின் புதைல் மரணத்தைத் தழுவினார்.

இடப்புற அணியும் சிரிய படையால் தோல்விக்குள்ளானது. ரபீஆ இனக்குழுவினரைத் தவிர மற்றவர்கள் யாரும் துணிச்சலுடன் போரிடவில்லை. அனைவரும் களத்திலிருந்து ஓடிவிட்டனர். பிறகு, அலீ (ரலி), ரபீஆ இனக்குழுவினருக்கு உதவியாகத் தம்முடைய மகன்களான ஹஸன், ஹுஸைன், முஹம்மத் ஆகியோரை அனுப்பி வைத்தார்.

வலப் புற அணியினர், தப்பித்து ஓடிவிடாமலிருக்கவும்

அவர்களை ஊக்குவிக்கவும் அஸ்தரை அனுப்பி வைத்த அலீ (ரலி), இடப்புற அணியுடன் சேர்ந்து எதிரிகளுடன் மோதினார். அலி (ரலி) அவர்களின் அண்மை, ரபீஆ இனக்குழுவினரிடம் மேலும் துணிச்சலை உருவாக்கியது. அவர்களது தாக்குதல் ஆற்றல் மிகுந்ததாக மாறியது.

அபூசுஃப்யானின் அடிமையான அஹ்மர், அலீ (ரலி) அவர்களைக் கொல்ல முயன்றான். அவனை எதிர்கொண்ட அலீ (ரலி) அவர்களின் அடிமை கைஸான் எதிர்பாராத தாக்குதலில் உயிரிழந்தார். அடிமை உயிரிழந்ததைக் கண்ட அலீ (ரலி), அஹ்மர்மீது தாக்குதல் தொடுத்தார். மிகுந்த கோபத்துடன் அவனைத் தூக்கி பலமாகத் தரையில் வீசியதில் அவனது கைகள் செயலிழந்தன. அலீ (ரலி) மீது சிரிய படைகள் தொடுக்க முன்வந்த ஒரு தாக்குதலை ரபீஆ வீரர்கள் முறியடித்தனர்.

இன்னொரு புறம், அஸ்தர் வலப்புற அணியை வலுப்படுத்தினார். முதலில், அலீ (ரலி) தரப்பில் கை நழுவிய வெற்றி வாய்ப்பு இப்போது சமநிலைக்கு வந்தது. இரு பிரிவினரும் வீரத்துடனும் உறுதியுடனும் போரிட்டனர்.

பிற்பகலில், முஆவியா (ரலி) அவர்களின் இடப்புற அணியை மாலிக் அஸ்தர் பின்னால் தள்ளினார். ஆனால், மரணவுறுதி மேற்கொண்ட முஆவியாவின் குதிரைப் படைகள் முன்வந்து அவர்களைத் தற்காத்ததுடன், அலி (ரலி) யின் வலப்புற அணியை மிகவும் பின்னால் தள்ளியது. அப்போது அம்மார் பின் யாசிரின் தோழரான அப்துல்லாஹ் பின் ஹுசைன், போர்ப் பாடலை பாடியவாறே முன்வந்தார். எதிர்முகாமிலிருந்து வந்த உக்பா பின் ஹதீத் நுமைரீன் அவரால் கொல்லப்பட்டார்.

உக்பாவின் இறப்பைத் தொடர்ந்து சிரிய படை பலம் வாய்ந்ததொரு தாக்குதலைத் தொடுத்தது. முதலில் சற்றுப் பின்னடைந்த அலீ (ரலி) அவர்களின் படையினர் உறுதியுடன் நின்று எதிர்கொண்டனர். அலி (ரலி) இடப்புற அணியின் ஒரு பிரிவுடன் வலப்புற அணிக்குத் துணையாக வரவே, மிகவும் நெருக்கமாக சண்டை நடந்தது. துல்கலஉ ஹிம்யரியும் உபைதுல்லாஹ் பின் உமர் (ரலி) அவர்களும் இணைந்து அலீ (ரலி) அவர்களின் இடப்புறப் படைமீது பெரும் தாக்குதல் நடத்தினர். இதை,

ரபீஆ இனக்குழுவினரால் எதிர்கொள்ள இயலாமலாயிற்று. இதில் பெருமளவிலான வீரர்கள் உயிரிழந்தனர்.

இடப்புற அணியின் தோல்வியைத் தொடர்ந்து, அப்துல் கைஸ் முன்வந்து ரபீஆ இனக்குழுவுக்கு உதவியாக நின்று சிரிய வீரர்களின் முன்னேற்றத்தைத் தடுத்தார். தகுந்த நேரத்தில் கிடைத்த ஆதரவு இடப்புற அணிக்குப் புத்துயிர்ப்பை அளித்தது. துல்கலஉ ஹிம்யரியும் உபைதுல்லாஹ் பின் உமரும் கொலையுண்டனர்.

இரு பிரிவு, வலப்புற, இடப்புற அணிகளும் காலை முதல் மாலைவரை போரிட்டுக்கொண்டே இருந்தன. இறுதியில், அம்மார் பின் யாசிர் (ரலி), அலீ (ரலி) அவர்களின் படைகளினூடே நடந்தவாறு "தனது உடைமைகளையும் குடும்பத்தையும் நாடி திரும்பிச் செல்லும் ஆர்வமில்லாத, அல்லாஹ்வின் திருப்தியை மட்டுமே நாடுபவர் என்னுடன் சேர்ந்துகொள்ளுங்கள்" என்றார். பெரும்பாலான வீரர்களும் அவரது அழைப்புக்கிணங்கி இறுதிவரைக்கும் போரிடுவதாக உறுதியேற்றனர்.

தொடர்ந்து அவர், அலீ (ரலி) அவர்களின் படையின் பதாகையை ஏந்திய, ஹாஷிம் பின் உத்பாவிடம் வந்து அவரது வீரர்களையும் சேர்த்துக்கொண்டு பெரும் தாக்குதல் ஒன்றை நடத்தினார். இதை மிகுந்த சிரமத்துடன்தான் அம்ர் பின் அல்ஆஸ் (ரலி) அவர்களால் எதிர்கொள்ள முடிந்தது. இறுதியில், அம்மார் (ரலி) கொலையுண்டார். அவரது மரணம், அலீ (ரலி) அவர்களை மிகுந்த வேதனைக்குள்ளாக்கியது.

சிரிய படைகளுக்கும் எழுச்சியூட்டப்பட்டன. போர்ப் பாடல்களின், வாள்களின், ஈட்டிகளின் பெரும் ஓசைகள் போர்க்களமெங்கும் நிரம்பி நின்றன. அன்று வெள்ளிக்கிழமை இரவு. லைலத்துல் ஹரீர் என்று இவ்விரவு குறிப்பிடப்பட்டது. அன்றிரவுதான் உவைஸ் கர்னீ அவர்களும் தியாக மரணமடைந்தார்.

வலப்புற அணியை செலுத்தியபடி, இடப்புற அணிக்கு வழிகாட்டியபடி, அவ்வப்போது சிரிய வீரர்களுடன் வாள்போர் செய்தவாறும் அலீ (ரலி) மின்னல்போல் போர்க்களமெங்கும் பரவி நின்றார். அப்துல்லாஹ் பின் அப்பாஸ் (ரலி) இடப்புற அணிக்கும், அஸ்தர் வலப்புற அணிக்கும் தலைமையேற்றிருந்தனர். முஆவியா (ரலி), அம்ர் பின் அல்ஆஸ் (ரலி) ஆகியோரும் பிற தலைவர்களும்

போரிட்டுக்கொண்டிருந்தனர். கொடிய போரினூடே அன்றிரவும் கடந்தது.

ஒரு முறை அலீ (ரலி), 12,000 வீரர்களுடன் சிரிய படையை ஊடுருவி முஆவியா (ரலி) அவர்களை நெருங்கி, அவரை நேரடிச் சண்டைக்கு அழைத்தார். இதன்மூலம், பெருமளவிலான உயிரிழப்புகளைத் தவிர்க்க இயலுமென்று அவர் கருதினார். இதை நேர்மையானதென்று குறிப்பிட்ட அம்ர் பின் அல்ஆஸ் (ரலி), அழைப்பை ஏற்கும்படி முஆவியா (ரலி) அவர்களிடம் சொன்னார்.

"அலீயுடன் மோதினால் உயிருடன் மீள இயலாதென்பதை அறிந்த நீரே இதை ஏற்கலாமே?" என்று கசப்புடன் சொன்ன முஆவியா (ரலி), மேலும், "நேரடிச் சண்டையில் நான் கொல்லப்பட்டால் நீர் சிரியாவின் ஆட்சியாளராகலாம் என்று விரும்புகிறீர் போலும்" என்றார். இதைக் கேட்ட அலீ (ரலி), திரும்பி வந்தார்.

அரை மணி நேரம் விடாது நடந்த பெரும்போரில் இரு பிரிவிலுமாக 70,000 முஸ்லிம்கள் உயிரிழந்தனர். இது முஸ்லிம்கள் எதிர்கொண்ட ஒட்டுமொத்த பேரிழப்பு. இந்த 70,000 வீரர்களும் ஒன்று திரண்டால் உலகம் முழுவதையுமே வெற்றிகொண்டிருக்க முடியும்.

நண்பகல் முடிவுற்றதும், மாலிக் அஸ்தர் தனது தற்காலிகப் படைப் பொறுப்பை ஹய்யான் பின் ஹவ்தாவிடம் ஒப்படைத்துவிட்டு, குதிரைப் படை ஒன்றுடன் போரை முடிவுக்குக் கொண்டுவர ஆயத்தமானார். வெற்றி தோல்விகள் சமமாக இருந்தாலும், சிரிய படையில் பகுதிக்கு மேலானோர் உயிரிழந்திருந்தனர். 80,000 வீரர்களில் 35,000 வீரர்கள் மட்டுமே முஆவியாவுடன் இருந்தனர்.

அலீ (ரலி), கிட்டத்தட்ட இருபத்தைந்தாயிரம் வீரர்களை இழந்ததுடன் ஏறத்தாழ 60,000 வீரர்களுடன் களத்திலிருந்தார். இது, முஆவியா (ரலி) அவர்களின் வீரர்கள் எண்ணிக்கையைவிட இரு மடங்கு அதிகம். (இக்கணிப்பின் தலைகீழ் விகிதமான சில முரண்பட்ட கருத்துக்களும் வரலாற்றுக் குறிப்புகளில் காணக்கிடைக்கின்றன.)

இந்நிலையில், அலீ (ரலி) அவர்களுக்குத் தன்னுடைய ஒரு

படைப்பிரிவுடன் சென்று சிரியர்கள் மீது தாக்குதல் தொடுக்கும் வாய்ப்புக் கிடைத்தது. தமது குதிரைப்படையுடன் வந்த மாலிக் அஸ்தர் பலம் வாய்ந்த ஒரு தாக்குதலினூடே சிரியர்களைச் சிதறடித்தும் பின்னால் தள்ளியும் அதன் மையப்பகுதியை அடைந்தார். இதனால் ஏற்பட்ட மாற்றங்களைக்கண்ட அலீ (ரலி), படைகளை ஒவ்வொரு பிரிவாகத் தொடர்ந்து அனுப்பி வைத்து, தாக்குதலைத் தீவிரப்படுத்தினார். சிரியப் படையின் கொடி வீரர் அஸ்தரால் கொலையுண்டார்.

இது, முஆவியா, அம்ர் பின் அல்ஆஸ் (ரலி) ஆகியோரது முகாம்களின் அருகில் நிகழ்ந்தது. அஸ்தரின் பெரும் தாக்குதலால் வல, இடப்புற அணிகள் சிதைவுற்று, சிறு சிறு குழுக்களாகச் சுருங்கின. எதிரி தனது ஆற்றலைத் திரட்டிக்கொள்ள வாய்ப்பளிக்காமல் தாக்கினார் அஸ்தர். கொடி வீரர் உட்பட நிகழ்ந்த மரணங்களின் தொடர்ச்சி, முஆவியா (ரலி) அவர்களின் முகாமைக் கடுமையாக அச்சுறுத்தியது. தோல்வி கைக்கெட்டும் தூரத்தில் வந்து நின்றது. இப்படியான சூழ்நிலையில், அம்ர் பின் அல்ஆஸ் (ரலி) மேற்கொண்ட புதியதொரு உபாயம் அவர்களுக்கு மிகப் பெரிய பாதுகாப்பாக அமைந்தது.

போரின் முடிவு : அம்ர் பின் அல்ஆஸ் (ரலி), முஆவியா (ரலி) யிடம், “அலீயிடம் குர்ஆனை அனுப்பி வைத்து இதை நோக்கி வருமாறு அழைப்பு விடுங்கள். அதை அவர் மறுக்க மாட்டார்” என்றார்.

இதன்படி, அலீ (ரலி) அவர்களிடம் குர்ஆனுடன் சென்ற ஒருவர், “எங்களுக்கும் உமக்குமிடையே இறைமறையான குர்ஆன் இருக்கிறது” என்று சொல்லி, முன்னர் வேதம் அருளப்பட்டவர்களைக் குறித்த இறைவசனத்தை ஓதினார்: ‘வேதத்தின் ஒரு பகுதி அளிக்கப்பட்டவர் (யூதர்) களை நீர் பார்க்கவில்லையா? அவர்களிடையே (பிணக்குகளை) அல்லாஹ்வின் வேதத்தைக்கொண்டு தீர்ப்பளிக்க அவர்களில் ஒரு பிரிவினர் (இதை) புறக்கணித்து வழி விலகினர்.’ (குர்ஆன் 3:23)

போர் புதியதொரு திருப்பத்தை அடைந்ததும் அப்துல்லாஹ் பின் அப்பாஸ் (ரலி) சொன்னார்: “இதுவரை நடந்தது போர். இனிமேல் நடக்க இருப்பது நம்பிக்கைத் துரோகம்.” தோல்வி நிச்சயம்

என்பதைப் புரிந்துகொண்ட நிலையில் இதை ஒரு தந்திரமாகவே அவர்கள் மேற்கொண்டுள்ளனர் என்பதை அலீ (ரலி) அவர்களும் புரிந்துகொண்டார். தனது வெற்றியில் அஸ்தரும் உறுதியாகவே இருந்தார். போர்க்களம் அவரது கட்டுப்பாட்டின்கீழிருந்தது. இந்நிலையில் அவரைத் திருப்பியழைப்பது நேர்மையோ சூழ்நிலைக்கு உகந்ததாகவோ இல்லை. அஸ்தரின் பெரு முயற்சிகளையும் அர்ப்பணிப்பு உணர்வையும் இழிவுப்படுத்துவதுபோன்ற செயல் அது. ஸபா ஆதரவாளர்கள் உட்பட போரில் களைத்துப்போயிருந்தவர்களும் வெற்றி வாய்ப்பு குறித்து அறியாதவர்களுமான வீரர்கள் பலரும் அஸ்தரைத் திரும்ப அழைக்கச் சொல்லி அலீ (ரலி) அவர்களைச் சூழ்ந்துகொண்டனர்.

குர்ஆனுடன் வந்தவரிடம் அலீ (ரலி) சொன்னார்: "குர்ஆனை முன்னிறுத்தி முடிவு காண்பதில் உங்களைவிடவும் நாங்கள் தகுதியானவர்கள்." பின்னர் கவாரிஜ்களாக மாறிய மேன்மைமிக்க பலர், "இறைநம்பிக்கையாளர்களின் தலைவரே! நமக்கிடையிலான முடிவை அல்லாஹ் தீர்மானிக்கும்வரை வாட்களுடன் முன்னேற எங்களை அனுமதியுங்கள்" என்று கேட்டனர். இதற்கு ஸஹ்ல் பின் ஹுனைஃப் பதில் சொன்னார்: "இறைத்தூதரின் கட்டளையை மறுக்கலாம் என்றாலோ இறைமறை போருக்கு ஆதரவாக இருந்தாலோ தொடர்ந்து நாம் போரிட்டிருப்போம். ஹுதைபியா உடன்படிக்கையை இந்நேரம் நான் நினைவூட்டுகிறேன். குர்ஆனை முன்வைத்த பிறகு, வேறு கருத்துக்கள் எதையும் நாம் ஆய்வு செய்வதற்கில்லை" என்றார். குர்ஆனை முன்னிறுத்தி இணக்கம் ஏற்படுத்திக்கொள்ள அலீ (ரலி) அவர்களும் ஒப்புதலளித்தார்.

போர் நிறுத்தம் குறித்து அலீ (ரலி), அஸ்தருக்கு அறிவித்து அவரைத் திரும்ப அழைத்தார். இதில் தன்னுடைய வருத்தத்தை வெளிப்படுத்தும் முகமாக வீரர்களை நோக்கி அஸ்தர் சொன்னார்: இராக் வீரர்களே! தோல்விமுனையிலிருக்கும் சிரியர்களால் நீங்கள் வஞ்சிக்கப்படுகிறீர்கள்." அமைதிமீது உள்ளூர விருப்பம்கொண்டிருந்த வீரர்கள் அஸ்தரைத் தாக்க முயன்றனர். அவர்களை அலீ (ரலி) தடுத்து நிறுத்தினார். அம்ர் (ரலி) யின் சமரச யோசனை, இராக் மக்களை வஞ்சிப்பதல்ல. மாறாக, முஸ்லிம்களின் உயிரிழப்புகளைத் தவிர்ப்பதுவும் தங்களை அழிவிலிருந்து பாதுகாப்பதுமாகும்.

தொடர்ந்து, அஷ்அஸ் பின் கைஸ் முன்வந்து, அலீ (ரலி)

அவர்களிடம் பணிவுடன் கேட்டுக்கொண்டார்: "போர் நிறுத்தம் ஏற்பட்டிருப்பதாலும் மக்கள் குர்ஆனை நடுநிலையாக ஏற்றிருப்பதாலும் முஆவியாவின் மனதை அறிந்து வர என்னை அனுமதிக்க வேண்டுகிறேன்."

அவரது வேண்டுகோளுக்கு அலீ (ரலி) இணக்கம் தெரிவித்தார். அவர், முஆவியா (ரலி) அவர்களிடம் சென்று, "குர்ஆனை நடுநிலையாகக்கொண்டதைத் தொடர்ந்து உங்கள் நோக்கமென்ன?" என்று கேட்டார். "நாம் இரு பிரிவினரும் அல்லாஹ் மற்றும் அவனது தூதரின் கட்டளைகளுக்குக் கீழ்ப்படிந்து, இருபிரிவிலுமுள்ள தற்போதைய நிலைமைகளை ஆராய்ந்து முடிவு செய்ய இரண்டு பேரைத் தேர்வு செய்ய வேண்டும். அவர்களது முடிவை இரு பிரிவினரும் ஏற்க வேண்டும்" என்றார் முஆவியா (ரலி).

அஷ்அஸ் திரும்பி வந்து, அலீ (ரலி) அவர்களிடம் இதைச் சொன்னார். அலீ (ரலி) அவர்களைச் சுற்றியிருந்தவர்கள் இந்த யோசனையை உடனடியாக ஏற்றுக்கொண்டனர். முஆவியாவின் பிரதிநிதி யாரென்று கேட்டபோது அவர், அம்ர் பின் அல்ஆஸ் என்றார். தனது பிரதிநிதியாக அப்துல்லாஹ் பின் அப்பாஸ் (ரலி) அவர்களைக் குறிப்பிட்டார் அலீ (ரலி). "அப்துல்லாஹ்வும் அம்ருவும் உறவினர்கள்" என்ற தகவலின்பேரில், இந்த முன்மொழிவு நிராகரிக்கப்பட்டது. நடுநிலையான மற்றொருவரை நியமிக்கும்படி அவர்கள் கேட்டுக்கொண்டனர். தேர்வை, அவர்களிடமே விட்டுவிட்டார் அலீ (ரலி). முடிவில், அபூமூஸா அஷ்அரீ (ரலி) தேர்வு செய்யப்பட்டார்.

கலந்தாய்வுகள் நடந்துகொண்டிருக்கும்போது அம்ர் பின் அல்ஆஸ் (ரலி) தீர்ப்பை வெளிப்படுத்தத் தயாரானார்.

கூட்டறிக்கை : கூட்டறிக்கையை எழுத அனுமதிக்கும்படி அலீ (ரலி) அவர்களிடம் அம்ர் பின் அல்ஆஸ் (ரலி) கேட்டுக்கொண்டார். தன்னுடைய ஒப்புதல்படி எழுத அலீ (ரலி) உடன்பட்டார்: "அலி பின் அபூதாலிப், முஆவியா பின் அபூசுஃப்யான் ஆகியோரின் இந்தக் கூட்டறிக்கையானது, கூஃபா மக்கள் மற்றும் அலீயின் ஆதரவாளர்கள் சார்பிலும், முஆவியாவின் ஆதரவாளர்கள் சார்பிலும் நடுவர் ஒருவரை நியமிப்பதாகும். எல்லாம் வல்ல அல்லாஹ்வின் வேதத்தையும் அவனது ஆணைகளையும் கொண்டுள்ள நாம், அதற்கு மாறாக

எதையும் பின்பற்றமாட்டோம் என்று அறிவித்துக்கொள்கிறோம். இது தொடர்பாக, நாங்கள் குர்ஆனில் அல்ஹம்து அத்தியாயம் முதல் அந்நாஸ் அத்தியாயம் வரையிலான அனைத்து விதிமுறைகளுக்கும் கட்டுப்படுகிறோம் என்றும், அனுமதிக்கப்பட்டவற்றைப் பின்பற்றுவதுடன் தடுக்கப்பட்டவற்றைத் தவிர்த்துக்கொள்வோம் என்றும் அறிவித்துக்கொள்கிறோம். இதற்கென நியமிக்கப்பட்ட நடுவர்கள், அபூமூஸா அப்துல்லாஹ் பின் கைஸ் அஷ்அரீயும் அம்ர் பின் அல்ஆஸூம் ஆவார்கள். குர்ஆனின் விதிப்படி அவர்கள் ஒரு முடிவுக்கு வருவார்கள். இது தொடர்பாக, குர்ஆனிலிருந்து முடிவுக்கு வர இயலாத நிலையில் இறைத்தூதரின் வழிகாட்டுதலின்படி முடிவுக்கு வருவார்கள்.”

தொடர்ந்து, இறைமறையின் அடிப்படையிலும் இறைத்தூதரின் வழிகாட்டுதலின் அடிப்படையிலும் தாங்கள் முடிவுக்கு வருவதாகவும் வேற்றுமைக்கும் போருக்கும் அழிவுக்கும் முஸ்லிம் சமூகம் இரையாக அனுமதிக்கமாட்டோம் என்றும் நடுவர்களான அபூமூஸா அஷ்அரீ, அம்ர் பின் அல்ஆஸ் (ரலி) ஆகிய இருவரும் உறுதிமொழி ஏற்குமாறு கேட்டுக்கொள்ளப்பட்டனர்.

நடுவர்கள் தூமத்துல் ஜன்தலின் அருகில், கூஃபாவுக்கும் டமாஸ்கசுக்குமிடையிலுள்ள அத்ரூஹ் எனுமிடத்தில் கூடி, நிலைமைகளை நன்கு ஆராய்ந்து, ஆறு மாத காலஅவகாசத்தினுள் தங்கள் தீர்ப்பை வழங்குமாறு கேட்டுக்கொள்ளப்பட்டனர்.

அலீ (ரலி) தரப்பில் கூஃபாவிலிருந்து வரும் அபூமூஸா அஷ்அரீ (ரலி) அவர்களுடன் 400 பேர்களும், முஆவியா (ரலி) தரப்பில் டமாஸ்கசிலிருந்து வரும் அம்ர் பின் அல்ஆஸ் (ரலி) அவர்களுடன் 400 பேர்களும் அனைத்து முஸ்லிம்களின் பிரதிநிதிகளாகச் செயல்படுவார்கள் என்றும் முடிவு செய்யப்பட்டது.

தொடர்ந்து அலீ, முஆவியா (ரலி) ஆகிய இருவரும் நடுவர்களின் உயிருக்கும் உடைமைக்கும் சேதம் விளைவிக்க மாட்டோம் என்று ஆணையிட்டு அறிவிக்கும்படி கேட்டுக்கொண்டனர். இந்த உடன்படிக்கையில், அலீ (ரலி) தரப்பு சாட்சிகளாகவும் பிணையாளர்களாகவும் அஷ் அஸ் பின் கைஸ், ஸஅத் பின் கைஸ் ஹமதானி, வரக்கா பின் ஸூமயீ அல்பஜலீ, அப்துல்லாஹ் பின் ஃபஹ்ள் அல்இஜ்லீ, ஹூஜ்ர் பின் அதீ கின்தீ, அப்துல்லாஹ் பின்

அத்துஃபைல் அல் ஆமிரீ, உக்பா பின் ஸியாத் ஹள்ரமீ, யஸீத் பின் தஜ்ஹஃபா தமீமி, மாலிக் பின் கஅப் ஹமதானி ஆகியோர் கையெழுத்திட்டனர்.

முஆவியா (ரலி) தரப்பில், அபுல் அஉவர், ஹபீப் பின் மஸ்லமா, ஸமீல் பின் அம்ர் அல்உத்ரீ, ஹம்ஸா பின் மாலிக் ஹமதானி, அப்துர் ரஹ்மான் பின் காலித் மக்ஸூமீ, ஸுபய்யீ பின் யஸீத் அன்சாரி, உத்பா பின் அபூசுஃப்யான், யஸீத் பின் அல்ஹுர் அப்சீ ஆகியோர் கையெழுத்திட்டனர். மாலிக் அஸ்தர் கையெழுத்திட மறுத்தார். அறிக்கைக்கு இறுதி வடிவம் அளிப்பதில் நான்கு நாள்கள் கடந்தன. அனைத்தும் முடிவுசெய்யப்பட்ட பிறகு, அறிக்கையின் பிரதிகள், ஸஃபர் மாதம் 13 ஆம் நாள் நடுவர்களான, அபூமூஸா அஷ்அரீ, அம்ர் பின் அல்ஆஸ் (ரலி) ஆகியோரிடம் ஒப்படைக்கப்பட்டன. தொடர்ந்து, இரு படைகளும் கூஃபாவுக்கும் டமாஸ்கசுக்கும் திரும்பின. முஆவியா (ரலி) டமாஸ்கசை அடைந்தார். ஆனால், அலீ (ரலி), அவர்களுக்கு புதியதொரு பிரச்சினையை எதிர்கொள்ள வேண்டியதாயிற்று.

கவாரிஜ்கள் உருவாக்கிய பிரச்சினை : ஹிஜ்ரீ 37 ஆம் ஆண்டு, ஸஃபர் மாதம், 13 ஆம் நாள் அலீ (ரலி), ஸிஃப்ஃபீன் போர்க்களத்திலிருந்து கூஃபாவுக்குப் புறப்படத் தீர்மானித்தபோது, சிலர் அவரை நோக்கி வந்து, சிரியாமீதான போரைத் தொடர வேண்டுமென்று வலியுறுத்தினர். உடன்படிக்கை கையெழுத்தான பிறகு மீற இயலாது. ஆகவே, போரைப் பற்றிச் சிந்திக்காமல் ரமளான் மாதம்வரைக்கும் பொறுமையாகவே இருக்க வேண்டும் என்று அலீ (ரலி) உறுதிபடத் தெரிவித்தார்.

அப்போதைக்குத் திரும்பிச் சென்ற அவர்கள், அலீ (ரலி) அவர்களுக்கு எதிராக மக்களிடம் ஆதரவு கோரவும், குழுக்களை உருவாக்கும் முயற்சிகளையும் தொடங்கினர். கைகலப்பும் சச்சரவுகளும் உருவாயின. நிலைமையைக் கட்டுப்பாட்டுக்குள் கொண்டுவர அலீ (ரலி) மேற்கொண்ட முயற்சிகள் அனைத்தும் வீணாயின. பிரச்சினைகளை அதிகரிக்கச் செய்வதையே நோக்கமாகக் கொண்டு ஒரு பிரிவினர் செயல்பட்டு வந்தனர். அலீ (ரலி) அவர்களின் ஒற்றுமைக் குழுவில் கருத்து வேறுபாடுகளையும் குழப்பங்களையும் ஒழுங்கின்மையையும் தூண்டும் பல குழுக்கள் உருவாயின. சிறு வாக்குவாதங்கள்கூட வசைகளிலும் கைகலப்பிலும் முடிவுற்றன.

இதில், கவாரிஜ், ஷியா எனும் இரு குழுக்கள் வலுவுள்ளவையாக இருந்தன. ஒன்று முற்றிலுமாக, அலீ (ரலி) அவர்களை எதிர்த்தது. இதற்கு மாறான இன்னொன்று, கவாரிஜ் எதிர்ப்பும், அலீ (ரலி) அவர்களை அளவுக்கு மீறிப் புகழ்வதுமாக செயல்பட்டது.

இதிலுள்ள முரண்பாடான அம்சம், அலீ (ரலி) அவர்களை வற்புறுத்தி அஸ்தரைத் திரும்ப அழைக்கச் சொன்ன தலைமையின் கீழ் கவாரிஜ் குழு செயல்பட்டது என்பது. போரை நிறுத்தி மக்கள் அமைதியுடன் வாழ அவர்கள் விருப்பம் தெரிவித்ததை அலீ (ரலி) மீண்டும் மீண்டும் நினைவூட்டியும் அவர்கள் கவனத்தில்கொள்ளவில்லை. இறுதியில், 12,000 வீரர்கள் அவரது படையிலிருந்து விலகி ஹரூராவை நோக்கிச் சென்றனர்.

வரலாற்றில் கவாரிஜ் என அறியப்படுபவர்கள் இவர்களே! ஹரூராவில் தங்கியிருந்த கவாரிஜ்கள் தங்களின் இமாமாக அப்துல்லாஹ் பின் அல்கலஉவையும், படைத்தலைவராக, ஷபத் பின் ரிப்யியையும் நியமித்தனர். இரண்டுமுறை, அலீ (ரலி) சார்பில் அமைதித் தூதுவர் குழுவின் அங்கமாக முஆவியா (ரலி) அவர்களிடம் சென்றவர் இதே ஷபத் பின் ரிப்யி ஆவார். இரண்டு முறையும் அவரது கோபமூட்டும் சொற்கள்தான் அமைதிப் பேச்சு வார்த்தைகள் தோல்வியடைவதற்குக் காரணமாக அமைந்தன.

ஹரூராவில் தங்கள் ஆட்சியை நிறுவிய கவாரிஜ்கள் அறிவித்தனர்: “வாக்குறுதி என்பது எல்லாம் வல்ல அல்லாஹ்வுக்கு மட்டுமே உரித்தானது. மக்களுக்கு நல்லவற்றை எடுத்துச் செல்வதும் தீயவற்றைத் தடுத்து நிறுத்துவதும் எங்கள் கடமை. இஸ்லாத்தில் ஆட்சியாளர் என்று யாருமில்லை. ஒவ்வொன்றும் பெரும்பான்மையான முஸ்லிம் மக்களின் கலந்தாய்வுகள் மூலம் மட்டுமே தீர்வு காணப்பட வேண்டும். அலீயும் முஆவியாவும் தவறான வழியில் செல்பவர்கள்.”

கவாரிஜ்களின் கிளர்ச்சியைக் குறித்து அறிந்த அலீ (ரலி) அமைதி காத்தார். கூஃபாவை அடைந்ததும் ஸிஃப்ஃபீன் போரில் உயிரிழந்தவர்களைத் தியாகிகளாக அறிவித்ததுடன் அவர்களது உறவினர்களுக்கு ஆறுதல் சொன்னார். பின்னர், கவாரிஜ்களை நேர்வழிக்கு அழைத்து வருமாறு அப்துல்லாஹ் பின் அப்பாஸ் (ரலி) அவர்களை அனுப்பி வைத்தார். ஆனால், அவர்களோ

அனைத்து விஷயங்களிலுமே முரண்படுகிறவர்களாக இருந்தனர். அப்துல்லாஹ் பின் அப்பாஸ் (ரலி) அவர்களின் வேண்டுகோளை அவர்கள் நிராகரித்தனர்.

பின்னர் அலீ (ரலி) நேரில் அவர்களிடம் சென்றார். முதலில் யஸீத் பின் கைஸின் படை முகாமுக்குச் சென்றார். இவர் கவாரிஜ்களிடையே மிகுந்த செல்வாக்கு பெற்றவர். அலீ (ரலி) இவரை, இஸ்ஃபஹானுக்கும் ரேக்கும் ஆளுநராக நியமித்தார். பிறகு அப்துல்லாஹ் பின் அப்பாஸ் (ரலி) அவர்களுடன் வாக்குவாதம் நடந்துகொண்டிருந்த அவைக்கு வந்து, "உங்களில் மிகுந்த அறிவுள்ளவரும் குழுவின் தலைவரும் யார் யார்?" என்று கேட்டார். அவர்கள், அப்துல்லாஹ் பின் அல்கவா என்றனர்.

அப்துல்லாஹ்வை நோக்கித் திரும்பிய அலீ (ரலி), "எனக்கு வாக்குறுதி அளித்த தாங்கள், இப்போது மாறுபடுவதற்கான காரணமென்ன?" என்று கேட்டார். அவர், "தங்களுடைய செயல்பாடும் தகுதியின்மையும்தான் காரணங்கள்" என்றார்.

அலீ (ரலி) சொன்னார்: "அல்லாஹ்வின் மீதாணையாக! போர் நிறுத்தம் செய்ததற்கான காரணம் நானல்ல. உங்கள் அனைவரது வற்புறுத்தலின் காரணமாகவே போர் நிறுத்தப்பட்டது. இப்போது, குர்ஆன் விதிப்படி முடிவுக்கு வருவதற்காக இரண்டு நடுவர்கள் நியமிக்கப்பட்டிருக்கிறார்கள். அவர்களது முடிவை ஏற்பதில் எனக்குத் தடையேதுமில்லை. அம்முடிவு, குர்ஆனுக்கு மாறுபாடாக அமையுமென்றால் முழுமையாகவே நான் அதை நிராகரிப்பேன்."

கவாரிஜ்கள் சொன்னார்கள்: "கிளர்ச்சியைத் தூண்டிவிட்டு, முஸ்லிம்களைக் கொன்ற குற்றவாளியான முஆவியாவின் தரப்பில் நடுவரை நியமித்தது நேர்மையான செயல் அல்ல. குர்ஆன் விதிப்படி, மரண தண்டனைக்குள்ளாக வேண்டியவர் அவர்." அலி (ரலி) சொன்னார்: நடுவராக யாரையும் அதில் நியமிக்கவில்லை. குர்ஆன்தான் நடுவர். அதன்படி தீர்ப்பைச் சொல்ல மட்டுமே அவர்கள் நியமிக்கப்பட்டிருக்கிறார்கள்."

"இதற்கு ஆறு மாத கால அவகாசம் அளிப்பதற்கான தேவை என்ன? என்று கேட்டனர் கவாரிஜ்கள். "இக்காலகட்டத்தினுள் முஸ்லிம்களிடையிலான முரண்பாடுகள் குறைவதற்கான வாய்ப்பை உருவாக்குவதுதான் நோக்கம்" என்றார் அலீ (ரலி). கவாரிஜ்கள்

அமைதியானார்கள். அப்போது, அலீ (ரலி) அவர்களிடம் அன்போடும் அடக்கத்தோடும் கேட்டுக்கொண்டார்: "வாருங்கள்! கூஃபாவுக்குப்போய் நாம் இந்த ஆறு மாதங்கள் தங்குவோம். உங்கள் குதிரைகளும் ஒட்டகங்களும் கொழுத்து வளரட்டும். நாமும் நம் பகைவர்களுக்கெதிராகப் போரிடும் ஆற்றலைப் பெறுவோம்."

இதற்கு இணக்கம் தெரிவித்து, அலீ (ரலி) அவர்களுடன் கூஃபாவுக்கு வந்த கவாரிஜ்கள், நடுவர்களின் தீர்ப்பை எதிர்பார்த்திருந்தனர். அலீ (ரலி), அப்துல்லாஹ் பின் அப்பாஸ் (ரலி) அவர்களை பஸ்ரா ஆளுநராக நியமித்தார்.

அத்ரூஹ்வில் நடுவர்களின் முடிவு : ஆறுமாத கால அவகாசம் முடிவுபெறும் நிலையில், அலீ (ரலி) அவர்களின் அழைப்பின்பேரில் பஸ்ரா ஆளுநரான அப்துல்லாஹ் பின் அப்பாஸ் (ரலி) கூஃபாவுக்கு வந்தார். 400 பேர்களின் பொறுப்பை, ஷுரைஹ் பின் ஹானி அல் ஹாரிஸீயிடம் ஒப்படைத்த அலீ (ரலி), அப்துல்லாஹ் பின் அப்பாஸ் (ரலி) அவர்களைத் தொழுகைக்குத் தலைமையேற்க நியமித்தார். பின்னர் அவர்கள், அபூமூஸா அஷ்அரீ (ரலி) அவர்களுடன் அத்ரூஹ்வுக்கு அனுப்பி வைக்கப்பட்டனர்.

முஆவியா (ரலி) தமது தரப்பிலுள்ள 400 பேர்களின் பொறுப்பை, அம்ர் பின் அல்ஆஸ் (ரலி) அவர்களிடம் ஒப்படைத்து அனுப்பி வைத்தார்.

மக்காவிலிருந்தும் மதீனாவிலிருந்தும் செல்வாக்கு பெற்ற சிலரும் அமைதி முயற்சிகளில் ஈடுபட்டிருந்தனர். தங்களுக்குள் மோதி உயிரிழந்துகொண்டிருக்கும் முஸ்லிம்களை ஒற்றுமைப்படுத்துவதற்கான வாய்ப்பை அவர்களும் மறுக்கவில்லை. அப்துல்லாஹ் பின் உமர், அப்துல்லாஹ் பின் ஸுபைர், ஸஅத் பின் அபீவக்காஸ் (ரலி) உட்பட பலர் அத்ரூஹ்வுக்கு வந்தனர். முடிவை அறிந்துகொள்வதில் மக்கள் மிகுந்த எதிர்பார்ப்புடன் இருந்தனர். தங்களுக்குள் சில புரிதல்களை ஏற்படுத்திக்கொள்வதற்காக முடிவை அறிவிப்பதில் நடுவர்கள் காலதாமதம் செய்தனர்.

அபூமூஸா அஷ்அரீ (ரலி), கூஃபாவிலிருந்து அத்ரூஹ்வுக்குப் புறப்படுவதற்கு முன், கவாரிஜ்களின் சார்பில் அலீ (ரலி) அவர்களைச் சந்தித்த ஹுர்க்குஸ் பின் ஸுஹைர், "நடுவர்களை ஏற்பதன் மூலம் நீங்கள் தவறு செய்திருக்கிறீர்கள். வாக்குறுதியை மீறி எதிரியைத்

தாக்குவதற்கான காலஅவகாசத்தைப் பயன்படுத்திக்கொள்ளுங்கள். நாங்கள் உங்கள் பக்கமிருக்கிறோம்" என்று பணிவுடன் சொன்னான். உஸ்மான் (ரலி) அவர்களுக்கெதிராகக் கிளர்ச்சியாளர்களுக்குத் தலைமையேற்ற ஹுர்க்குஸ், இப்போது கவாரிஜ்களுடன் கைகோர்த்திருக்கிறான். அலீ (ரலி) சொன்னார்: "நான் நம்பிக்கைக்குத் துரோகமிழைக்க மாட்டேன்."

அலீ (ரலி), அப்துல்லாஹ் பின் அப்பாஸுக்கு நாள் தவறாமல் கடிதம் எழுதினார். முஆவியா (ரலி), அம்ர் பின் அல்ஆஸுக்கும் கடிதம் எழுதி வந்தார். தொடர்புகள் விடுபடாமலிருக்க இது மிகவும் தேவையாக இருந்தது. ஆனால், இதன் விளைவுகளில் வேறுபாடுகளிருந்தன. முஆவியா (ரலி) அவர்களின் ஆட்கள், கடிதங்கள் குறித்து எந்தக் கேள்விகளையும் எழுப்புவதில்லை. ஆனால், அப்துல்லாஹ் பின் அப்பாஸ் (ரலி) அவர்களின் வெளிப்படைத் தன்மையின் காரணமாக அவரைச் சார்ந்தவர்கள், கடிதங்கள் குறித்து பல்வேறு கேள்விகளை எழுப்பினர். அவர் எதையாவது மறைக்க முயன்றால் கோபப்பட்டனர். படிப்படியாக அவர்கள் அவருக்கு எதிராக மாறி, வெளிப்படையாகவே குறை சொல்லத் தொடங்கினர்.

அப்துல்லாஹ் பின் உமர், அப்துர் ரஹ்மான் பின் அபூபக்ர், அப்துல்லாஹ் பின் ஸுபைர், அப்துர் ரஹ்மான் பின் அல்ஹாரிஸ், அப்துர் ரஹ்மான் பின் அப்த் யாகூத் ஸுஹ்ரீ, அபூஜஹ்ம் பின் ஹுதைஃபா, முகீரா பின் ஷுஅபா, ஸஅத் பின் அபீவக்காஸ் (ரலி) ஆகியோர் உட்பட மற்றவர்களும் அத்ருஹ்வை அடைந்தனர். சூழ்நிலைகளைக் கலந்தாலோசிப்பதற்காக சிறப்பு வாய்ந்த பலர் ஒன்று கூடினர்.

அநீதியான முறையில் உஸ்மான் (ரலி) அவர்களின் கொலை நிகழ்ந்தது என்பதையும், இனக்குழு மரபு சார்ந்து, இதற்குப் பழி வாங்கும் உரிமை, முஆவியா (ரலி) அவர்களுக்கு உண்டு என்பதையும் அபூமூஸா (ரலி) வெளிப்படையாக ஒப்புக்கொள்ள வேண்டிய சூழல், அம்ர் பின் அல்ஆஸ் (ரலி) அவர்களால் உருவாகியிருந்தது. இவற்றை, அபூமூஸா மறுக்கவுமில்லை.

தொடர்ந்து, கிலாஃபத் தகுதிகள் குறித்த அம்சங்கள் மேலெழுந்தன. அம்ர் பின் அல்ஆஸ் (ரலி) சொன்னார்:

“முஆவியா அவர்கள் மேன்மையான, புகழ்வாய்ந்த குடும்பத்தைச் சேர்ந்தவர். இறைத்தூதரின் மனைவி உம்மு ஹபீபாவின் சகோதரர். இறைத்தூதருக்கு அருளப்பட்ட இறைவசனங்களை எழுதியவர்.”

அபூமூஸா (ரலி) சொன்னார்: “முஆவியாவின் மேன்மைகளையும் அலீயும் அவரைப் போன்றவர்கள் இருக்க முஸ்லிம்களை ஆளும் பொறுப்பு அவருக்கு எவ்வாறு அளிக்கப்பட்டது என்பதையும் இப்பண்புகளுக்கேற்ப அவர் மேன்மையான முறையில் ஆட்சி நடத்துகிறார் என்பதையும் நான் மறுக்கவில்லை. ஆனால், இவை அனைத்தையும்விட மாபெரும் உரிமை அலீயிடம் உள்ளது. இறைத்தூதருக்கு மிக நெருக்கமான உறவினர். மிக மேன்மையான குடும்பத்தைச் சார்ந்தவர். மேலும், குறைஷி தலைவர்களிடையே தனித்துவமாக அறியப்பட்டவர். கல்வி, வீரம், இறையன்பு போன்ற குணங்களிலும் உயர்ந்த இடத்தை வகிப்பவர்.”

“ஆட்சித்திறனிலும் அரசியல் பார்வையிலும் முஆவியா மிக உயர்வானவர்” என்றார் அம்ர் பின் அல்ஆஸ் (ரலி). இதற்கு அபூமூஸா (ரலி) பதில் சொல்லும்போது, “இறையன்பையும் நேர்மையையும் ஒப்பிடும்போது இவை பெறுமதியற்றவை” என்றார். விவாதங்களின் முடிவில், “அலீயும் முஆவியாவும் பதவி நீக்கம் செய்யப்பட்டு அப்துல்லாஹ் பின் உமர் (ரலி) கலீஃபாவாகத் தேர்வு செய்யப்பட வேண்டும்” என்றார் அபூமூஸா (ரலி).

கூட்டத்திலிருந்த அப்துல்லாஹ் பின் உமர் (ரலி) உரத்த குரலில், “இந்த முன்மொழிவை நான் ஏற்பதற்கில்லை” என்றார். அபூமூஸாவிடம் அம்ர் பின் அல் ஆஸ் (ரலி), “என் மகன் அப்துல்லாஹ்வை நீங்கள் ஏன் தேர்வு செய்யக்கூடாது?” என்று கேட்டார். அபூமூஸா (ரலி) சொன்னார்: “உங்கள் மகன் இறையச்சம் மிகுந்தவர் என்பது உண்மைதான். ஆனால், அவரைப் போரில் மூழ்கடித்ததன் மூலம் நீங்கள் கேள்விக்குள்ளாக்கி விட்டீர்கள்.”

தொடர்ந்துகொண்டிருந்த விவாதங்களின் முடிவில், அம்ர் (ரலி) தமது கருத்தை முன்வைத்துப் பேசினார்: “அலீக்கும் முஆவியாவுக்குமிடையிலான பகைமையால், முஸ்லிம்கள் பல்வேறு இன்னல்களுக்கும் துன்ப துயரங்களுக்கும் ஆளாயினர். இந்நிலையில் அவர்கள் இருவரும் பதவி நீக்கம் செய்யப்படுவதுதான் சரியாக இருக்க முடியும். பிறகு, முஸ்லிம்கள் முழுமனதாக அல்லது

பெரும்பான்மைக் கருத்தின்படி கலீஃபாவைத் தேர்வு செய்ய வேண்டும்."

இதில், இருவருக்குமிடையே கருத்தொற்றுமை இருந்தது. தொடர்ந்து, பொதுக் கூட்டமொன்றில் இதை அறிவிப்பதாக முடிவு செய்யப்பட்டது. அலீ, முஆவியா (ரலி) இருவரும் இம்முடிவை ஏற்க மறுப்பார்கள் என்றும் அவர்கள் எதிர்பார்த்தனர். மக்கள் ஒன்றுகூடுவதற்கான அழைப்பு விடுக்கப்பட்டது. மிகுந்த ஆர்வத்துடன் அவர்கள் ஒன்று திரண்டனர். நடுவர்கள் இருவரும் மக்கள்முன் வந்தனர்.

தீர்ப்பு : அம்ர் பின் அல்ஆஸ் (ரலி), தாங்கள் முடிவு செய்திருக்கும் தீர்ப்பை அறிவிக்குமாறு அபூ மூஸா அஷ்அரீ (ரலி) அவர்களிடம் கேட்டுக்கொண்டார். அபூமூஸா (ரலி) மேடையேறி மக்களிடம் சொன்னார்: "மகாஜனங்களே! பல்வேறு கலந்தாய்வுகளுக்குப் பின், ஒரே ஒரு முடிவுக்குத்தான் எங்களால் வர இயன்றது. இம்முடிவு, முஸ்லிம்கள் அனைவருக்கும் அமைதியையும் ஒற்றுமையையும் ஏற்படுத்தும் என்று நான் உறுதியாக நம்புகிறேன். நீங்கள் விரும்புபவரை கலீஃபாவாகத் தேர்வு செய்யும் உரிமையை அனுமதித்து, அலீயையும் முஆவியாவையும் பணி நீக்கம் செய்வதாக அம்ர் பின் அல்ஆஸூம் நானும் முடிவு செய்திருக்கிறோம்."

உரை முடிந்ததும், அபூமூஸா (ரலி) மேடையிலிருந்து இறங்கினார். பின்னால், அம்ர் பின் அல்ஆஸ் (ரலி) மேடையேறி மக்களிடம் சொன்னார்: "அபூமூஸா அவரது நண்பரான அலீயைப் பதவிநீக்கம் செய்ய ஒப்புதல் அளித்ததற்கு நீங்கள் அனைவரும் சாட்சிகளாவீர்கள். ஆனால், முஆவியாவைப் பணி நீக்கம் செய்ய நான் ஒப்புதல் அளிக்கவில்லை. அவர் பொறுப்பில் நீடிக்கிறார். ஏனெனில், கொடூரமாகக் கொலை செய்யப்பட்ட கலீஃபாவுக்கு அடுத்தவர் அவர்தான். உஸ்மானின் பிரதிநிதியாக அமர்வதற்கான உரிமை முஆவியாவுக்கு உண்டு."

அலீ (ரலி) அவர்களைப் பணி நீக்கம் செய்யவும் முஆவியா(ரலி) பொறுப்பில் நீடிக்கவும் ஆதரவு தெரிவிப்பதாக அமைந்த அம்ர் பின் அல்ஆஸ் (ரலி) அவர்களின் உரை, நடுவர் தீர்ப்பை இழிவுபடுத்துவதாக அமைந்தது. அபூமூஸா (ரலி) அவர்களின் கருத்தில் பலவீனங்கள் இருக்கலாம். புதிய கலீஃபாவைத் தேர்வு

செய்யும் உரிமையை மக்களுக்கு வழங்கினாலும் புதிய கலீஃபா, அலீ (ரலி) முஆவியா (ரலி) ஆகிய இருவரையும்விட சிறந்தவராக இருக்க வாய்ப்பில்லை. இது ஏற்கனவே நிலவும் கசப்புணர்வுகளும் வெறுப்புகளும் மேலும் அதிகரிக்கவே உதவியாக இருந்திருக்கும். ஆனால், அம்ர் (ரலி) அவர்களின் கருத்து அநீதியானது. ஆய்வுக்கு உதவியாக இருந்த 800 முஸ்லிம்களின் நோக்கத்தையும் அதற்கு எதிராக மாற்றியிருக்கிறது.

அலீ (ரலி) அவர்களுடன் இணங்கிப்போவதில் முஆவியா (ரலி) அவர்களுக்கு உண்மையான விருப்பமிருந்தால், ஸிஃப்ஃபீன் போர் மூள்வதற்கு முன்பே, தீர்வுக்கான ஆலோசனை அவரிடமிருந்து வந்திருக்கும். ஆனால், தோல்வி உறுதியென்று தெரிந்த பிறகுதான் குர்ஆனை முன்வைத்து தீர்வு காண்பதற்கு ஒப்புதலளித்தார். இது தோல்வியிலிருந்து விடுபடுவதற்கு அவர் மேற்கொண்ட தந்திரம் மட்டுமே! இதில், அலீ (ரலி) அவர்களைப் பொறுத்தவரைக்கும், பின்னடைவுக்கும் கட்டாயத்துக்கும் உட்படுத்தப்பட்ட நிலையில் அமைதி உடன்பாட்டை ஏற்க முன்வந்தார்.

அப்துல்லாஹ் பின் அப்பாஸ் (ரலி) அவர்களும் இன்னும் பலரும், தீர்ப்பின்மூலம் வஞ்சனைக்கு இடமளித்ததாக அபூமூஸா அஷ்அரீ (ரலி) அவர்களைக் குறைபட்டுக்கொண்டனர். அம்ர் (ரலி) அவர்களின் சூழ்ச்சிக்கு எதிராக அபூமூஸா (ரலி) வெகுண்டெழுந்தார். இது, பெருங்குழப்பத்திற்கும் ஒழுங்கின்மைக்கும் காரணமாக அமைந்தது.

ஷுரைஹ் பின் ஹானி, அம்ர் (ரலி) அவர்களைத் தமது வாளால் தாக்கினார். பதிலுக்கு அவரும் தாக்கினார். மக்கள் குறுக்கிட்டு அமைதிப்படுத்தினார்கள். பிரச்சினைகளின் தீவிரம், முஆவியா (ரலி) அவர்களுக்கு மேலும் சாதகமாக அமைந்தது. ஏனெனில், சிரியர்களும் இராக்கியர்களும் இனி சேர்ந்து வாழ இயலாத நிலை உருவாக்கப்பட்டு விட்டது. இணக்கத்துடன் பிரிவதற்கான முடிவுக்கு அவர்கள் வந்திருந்தனர். அபூமூஸா, அம்ர் (ரலி) ஆகியோர் டமாஸ்கசுக்குப் புறப்பட, ஷுரைஹ், அப்துல்லாஹ் பின் அப்பாஸ் (ரலி) ஆகியோர் கூஃபாவுக்குப் புறப்பட்டனர். மக்கா, மதீனாவிலிருந்து வந்திருந்தவர்கள் மனச்சோர்வுடனும் கனத்த மனதுடனும் புறப்பட்டனர்.

தொகுப்பாசிரியர்களும் பிற வரலாற்றாய்வாளர்களும் நடுவர்களின் தேர்வு குறித்தும் அவர்களது தீர்ப்புகள் குறித்தும் சொல்லும் விளக்கங்களில் பெருமளவும் ஒரு பிரிவினரின் அறிவிப்புகளின் அடிப்படையிலானவை. இதில், சந்தேகங்களும் தவறுகளும் உள்ளன. மிக முக்கியமான ஓர் ஆய்வில் ஈடுபட்டிருந்த நடுவர்கள் ஆறு மாதங்களாக எந்த முடிவுக்கும் வராமலும் கடைசி நாள் வரைக்கும் எதையும் கண்டுகொள்ளாமலும் இருந்துவிட்டு தீர்ப்பை அறிவிக்கும் நேரத்தில் வெகு சில அம்சங்களை மட்டுமே ஆய்வு செய்து ஒரு முடிவுக்கு வந்து அறிவிக்கிறார்கள். இது ஏற்புடையதாக இருந்தால், ஒரு நடுவர் மக்களில் ஒரு பிரிவினரை முழுமையாகவே வஞ்சிப்பதாக அமைகிறது. இதன்மூலம் ஸிஃப்ஃபீன் போரைவிடவும் கடுமையான ஒரு போர் இரு பிரிவினருக்குமிடையே உருவாக்கியிருக்கும்.

உண்மையில், இரு நடுவர்களும் ஆறு மாதங்களாகத் தொடர்ந்த, தங்களின் நேர்மையான ஆய்வுகளின் அடிப்படையிலும் மக்களின் கருத்துகளையும் ஆராய்ந்து நல்ல ஒரு முடிவுக்கு வருகிறார்கள். அம்முடிவே அறிவிக்கப்பட்டது. வரலாற்றிலிருந்து அழிக்கப்பட்ட இந்த இடத்தில் சார்பு நிலையிலான இன்னொரு வரலாறு புனையப்படுகிறது. இந்நிலையில், சிரியர்களையும் நடுவர்களாக இருந்தவர்களையும் குறைகூறும் பார்வைகள் இயல்பாகவே புனைவுக்குள் வந்து விடுகின்றன. சம்பவங்களின் ஒட்டு மொத்தக் கோர்வையையும் ஆய்வு செய்தால்தான் தீர்ப்பு குறித்து ஒரு முடிவுக்கு வர இயலும்.

உஸ்மான் (ரலி) அவர்களின் இறப்பு குறித்து சந்தேகங்களுள்ள நிலையில் அலீ (ரலி) கலீஃபாவாக பொறுப்பேற்றார். இதை ஏற்க மறுத்தவர்களுடன் போரிட்டார். கலீஃபா எனும் நிலையில் கொலையாளிகளைத் தண்டிப்பது எனும் பொறுப்பை அவரால் நிறைவேற்ற இயலவில்லை. ஆகவே, அவரைப் பொறுப்பிலிருந்து நீக்கம் செய்து புதிய கலீஃபாவாக இன்னொருவரை நியமிக்கும்வரை அவரது ஆட்சிப்பகுதிகளுக்கு அவர் ஆளுநராகச் செயல்பட வேண்டும்.

முஆவியா கலீஃபா அல்ல. கிலாஃபத்துக்கு அவர் உரிமை கோரவுமில்லை. தன்கீழிருந்த பகுதிகளுக்கு அவர் ஆளுநராக மட்டுமே பொறுப்பு வகித்தார். புதிய கலீஃபா தேர்வு செய்யப்படும் வரைக்கும் இதில் மாற்றங்கள் நிகழாது.

இயல்பு நிலை திரும்பிய பின் அலீ, முஆவியா (ரலி) ஆகியோரைக்கொண்ட மேன்மை மிக்க ஒரு முஸ்லிம் குழுவினர், சார்புநிலை பாராமல் பொருத்தமான ஒருவரை கலீஃபாவாகத் தேர்வு செய்ய வேண்டும்.

உஸ்மானைக் கொலைசெய்தவர்களைக் கண்டுபிடிக்கவும் தண்டனை வழங்கவும் புதிய கலீஃபா பொறுப்புடையவராவார். எனவே, புதிய கலீஃபா தமது பொறுப்புகளைத் தொடங்கும்வரை கொலையாளிகளுக்குத் தண்டனை வழங்கும் தமது உரிமையில் காலஅவகாசத்தை முஆவியா அனுமதிக்க வேண்டும்.

இப்படியான சில அம்சங்கள்தான் சிற்சில மாற்றங்களுடன் வரலாற்று நூல்கள் அனைத்திலும் உள்ளன. ஸிஃப்ஃபீன் போரின்போது குர்ஆனை முன்வைத்து தீர்வுகாணும் யோசனையை, அலீ (ரலி) அவர்களை வஞ்சிக்கும் நோக்கத்துடன் ஈட்டிகளின் முனையில் குர்ஆனைக் கட்டி, உயர்த்திக் காட்டியதாக சொல்லப்படுவதுபோல்தான் நடுவர்களைப் பற்றிய முடிவுகளும்.

உஸ்மான் (ரலி) கொலை செய்யப்பட்டதற்குப் பழி வாங்கும் தமது கோரிக்கையில் முஆவியா (ரலி) அவசரம் காட்டவில்லை என்பதையும் வரலாற்றின் பிற குறிப்புகளிலிருந்து புரிந்துகொள்ள முடிகிறது.

ஸஹீஹுல் புகாரீ (4108) இல் குறிப்பிட்டுள்ள இப்னு உமர் (ரலி) அவர்களின் ஒரு அறிவிப்பிலிருந்தும் ஓர் உண்மை தெளிவாகிறது: ‘ஹஃப்ஸா (ரலி) கேட்டுக் கொண்டதன்படி நடுவர்களின் தீர்ப்பைக் கேட்க நானும் சென்றேன். அங்கே ஒருமித்தக் கருத்து உருவாகாத நிலையில் முஆவியா (ரலி) உரை நிகழ்த்தினார். அதில் அவர், இப்னு உமர் (ரலி) அவர்களையும் அவரது தந்தை உமர் (ரலி) அவர்களையும் மனதில்கொண்டு ஆட்சிப் பொறுப்புத் தொடர்பாக கருத்துத் தெரிவிக்க விரும்புபவர் தனது தலையைக் காட்டட்டும். ஏனெனில், அவரை விடவும் அவரது தந்தையை விடவும் நாமே அதற்குத் தகுதியானவர்’ என்றார்.

பிரச்சினைக்குரிய இரு தலைவர்களை விடுத்து மற்றொருவரை கலீஃபாவாகத் தேர்வு செய்யும் முடிவுக்கு நடுவர்கள் வந்திருந்தனர் என்பதையே இது காட்டுகிறது. தீர்ப்புக்குப் பிறகு முன்மொழிய இருப்பவரை நோக்கியே முஆவியா (ரலி) அவர்களின் உரை

அமைகிறது. இது, இரு பிரிவினரும் கூடியிருக்கும் ஒரு பொது அவையல்ல. போரில் நடுநிலை வகித்த மேன்மைமிக்க நபித்தோழர்களைக்கொண்ட அவை. முஆவியா (ரலி) அவர்களுக்கு மிகவும் நெருக்கமான ஹபீப் பின் மஸ்லமாகூட அதில் இல்லை.

மேலும், வரலாற்றுக் குறிப்புகளை உண்மையாகக்கொண்டால், நடுவர்கள் தீர்ப்பு குறித்து, அலீ (ரலி) அறிந்ததும், இது இறைமறைக்கு ஏற்புடையதல்ல என்றும், நடுவர்கள் தங்களுக்கான விதிமுறைகளை மீறிவிட்டார்கள் என்றும் அதை அவர் ஏற்க மறுக்கிறார்.

தீர்ப்பின் அம்சங்களில் எதுவும் குர்ஆனை மீறவில்லை. தங்கள் விதிமுறைகளை மீறி நடுவர்களும் எதையும் முடிவு செய்யவில்லை. எனினும், அலீ, முஆவியா (ரலி) ஆகியோரது மனநிலையில் நடுவர்களின் தீர்ப்பு ஏற்கப்படவில்லை என்பதுதான் உண்மை. இருவருமே தங்கள் நிலைகளில் உறுதியாக இருந்ததுடன் மற்றவர்களைப் பொறுப்பிலிருந்து நீக்கம் செய்யவே முயன்றனர்.

தீர்ப்புகளின் பின், அம்ர் (ரலி) அவர்களும் சிரியர்களும் வெற்றியுடன் திரும்பும்போது, அப்துல்லாஹ் பின் அப்பாஸ் (ரலி), ஷுரைஹ் பின் ஹானி ஆகியோருடன் சென்றவர்கள் தங்களது தோல்வி குறித்த அவநம்பிக்கையுடன் பரஸ்பரம் குற்றம் சாட்டியபடி குழப்பத்துடன் சென்றுகொண்டிருந்தனர். அலீ (ரலி) தமது படையுடன் கூஃபாவுக்குத் திரும்பும்போது காணப்பட்ட அதே ஒற்றுமையின்மையும் ஒழுங்கீனங்களும் அப்போதும் இருந்தன.

கூஃபாவை அடைந்த அப்துல்லாஹ் பின் அப்பாஸ், அலீ (ரலி) அவர்களிடம் நிகழ்வுகளை விளக்கமாகச் சொன்னார். அபூமூஸா, அம்ர் (ரலி) ஆகியோரின் தீர்ப்பை அல்லாஹ்வுக்கும் புனிதக் குர்ஆனுக்கும் புறம்பானதென்று அறிவித்து அதை நிராகரித்தார் அலீ (ரலி). முஆவியா, அம்ர் பின் அல்ஆஸ் (ரலி), ஹபீப் பின் மஸ்லமா, அப்துர் ரஹ்மான் பின் முகல்லாத், ளஹ்ஹாக் பின் கைஸ், வலீத், அபுல் அஉவர் ஆகியோரை சாபமிடவும் செய்தார்.

இதையறிந்த முஆவியா (ரலி) அவர்களும் அலீ (ரலி) அவர்களை சாபமிட்டார். தங்கள் ஆதரவாளர்களால் பரஸ்பரம் அவர்கள் சாபமிட்டுக் கொள்ளவும் கடிந்துகொள்ளவும் ஆரம்பித்தது இதிலிருந்துதான்.

தவறான சொற்பிரயோகங்களால், அத்ரூஹ்வின் சூழ்நிலையைப் பாதித்த ஒழுங்கீனமும் குழப்பங்களும், முஆவியா (ரலி) அவர்களை இறைநம்பிக்கையாளர்களின் தலைவர் என்றும் கலீஃபா என்றும் குறிப்பிட வழியமைத்தன. இருந்தும், அத்ரூஹ் நிகழ்வுகளை முன்வைத்து புதிய குழுக்கள் எதுவும் அவருடன் சேரவில்லை.

அலீ (ரலி) ஏற்கனவே பல்வேறு இன்னல்களை எதிர்கொண்டிருந்தார். இப்போதைய நிலையில் மேலும் அது அதிகரித்தது. புதிய சிக்கலைப் பொறுத்தவரைக்கும், "நடுவர்கள் தங்களுக்குள் முரண்பட்டுவிட்ட அத்ரூஹ் தீர்ப்பை ஏற்க இயலாது. இதற்கான அனுமதியை குர்ஆனின் விதிகள் அவர்களுக்கு வழங்கவில்லை" என்பதை தன்னுடைய மக்களுக்கு விளங்கச் செய்ய வேண்டிய பொறுப்பும் சேர்ந்துகொண்டது.

இதைத் தொடர்ந்து சில நாள்களாக, அலீ (ரலி), நடுவர்களின் தீர்ப்பு ஏற்றுக்கொள்ள இயலாததாக இருப்பதால், காலதாமதமின்றி சிரியாவின்மீது படையெடுக்க வேண்டும் என்று மக்களிடம் பிரச்சாரம் செய்வதில் ஈடுபட்டார். மக்களும் இதற்கு இணக்கம் தெரிவித்தனர்.

கவாரிஜ்களின் தகர்ப்பு நடவடிக்கைகள் : இதையறிந்த கவாரிஜ்கள், புதியதொரு திருப்பத்தை ஏற்படுத்தினார்கள். பிரச்சினையை நடுவர் குழுவிடம் ஒப்படைக்க மறுத்து, சிரியாவின்மீது போர்த்தொடுக்க வேண்டுமென்று அலி (ரலி) அவர்களிடம் ஹுர்க்குஸ் பின் ஸுஹைர் ஏற்கனவே கோரிக்கை விடுத்திருந்தான். இந்நிலையில், கவாரிஜ் தலைவர்களான, ஸுர்ஆ பின் அல்புர்ஜுூம், ஹுர்க்குசும் அலீ (ரலி) அவர்களிடம் வந்து, "நாங்கள் ஏற்கனவே முன்வைத்த கோரிக்கையை ஏற்க மறுத்துவிட்டு, நடுவர் அறிக்கை வெளிவந்த பிறகு ஏற்பதை நாங்கள் அனுமதிக்க மாட்டோம். நீங்கள் வழி தவறி விட்டீர்கள். அதற்கான தீர்வை நீங்களே முன்வைத்தாக வேண்டும்" என்றனர்.

அலீ (ரலி), இதில், என்னுடைய குற்றமெதுவுமில்லை என்று எடுத்துச் சொன்னார். இதை ஏற்க மறுத்த கவாரிஜ்கள், "எதுவும் ஏற்புடையதல்ல, அல்லாஹ்வைத் தவிர" என்று சொல்லிவிட்டு அங்கிருந்து புறப்பட்டனர்.

ஒரு நாள் அலீ (ரலி) தொழுகை இல்லத்தில் உரையாற்றுவதற்காக

மேடையில் ஏறியதும் கவாரிஜ் ஒருவன் மூலையிலிருந்து, “எதுவும் ஏற்புடையதல்ல, அல்லாஹ்வைத் தவிர” என்று உரத்த குரலில் சொன்னான். அப்போது அலீ (ரலி), “எச்சரிக்கையுடனிருங்கள்! இவர்கள் மெய்யான இறைவசனத்திலிருந்து பொய்யை வடித்தெடுக்கப் பார்க்கிறார்கள்” என்றார். அவர் தமது உரையைத் தொடங்கும்போது மீண்டும் அதே குரல் குறுக்கிட்டது. “எதுவும் ஏற்புடையதல்ல, அல்லாஹ்வைத் தவிர.”

இதைத் தொடர்ந்து அலீ (ரலி) சொன்னார்: “நீங்கள் என்னை முறையற்ற வகையில் நடத்துகிறீர்கள். நீங்கள் மஸ்ஜிதுக்குள் நுழைவதை நாங்கள் தடுக்கவில்லை. நீங்கள் எங்களுடன் இருக்கும்போது போர்ப்பொருள்களிலிருந்து உங்களுக்கான பங்கினை அளித்திருக்கிறோம். நீங்கள் முன்வராதவரைக்கும் உங்களை எதிர்த்துப் போரிட மாட்டோம். உங்களைப் பொறுத்தவரைக்கும் அல்லாஹ்வின் முடிவுக்காக நாங்கள் காத்திருப்போம்” என்று சொல்லிவிட்டு மேடையிலிருந்து இறங்கினார். மஸ்ஜிதிலிருந்து புறப்பட்ட கவாரிஜ்கள், அப்துல்லாஹ் பின் வஹபின் வீட்டுக்குச் சென்று கலந்துரையாடலில் ஈடுபட்டனர்.

அப்துல்லாஹ் பின் வஹப், ஹுர்க்குஸ் பின் ஸுஹைர், ஹம்ஸா பின் சினான், ஸைத் பின் ஹுஸைன் அத்தாயீ, ஷுரைஹ் பின் அவ்ஃபா அப்சீ ஆகியோர் நீண்ட ஆலோசனைகளுக்குப் பிறகு, பஸ்ராவிலிருந்து சென்று அலீ (ரலி) அவர்களின் நேரடி ஆட்சியின்கீழிருந்து விலகி, குன்றுப் பகுதிகளைத் தங்கள் இருப்பிடமாக்கிக்கொள்வதாக முடிவு செய்தனர். மேலும், ஒரு தலைவரைத் தேர்வு செய்து அவரிடம் கொடியைக் கொடுக்க வேண்டுமென்று ஹம்ஸா பின் சினான் அசதீ முன்மொழிந்தான்.

மறுநாள் மீண்டும் ஷுஹைரின் வீட்டில் அவர்கள் ஒன்றுகூடினர். அப்துல்லாஹ் பின் வஹப், கவாரிஜ் தலைவனாகத் தேர்வு செய்யப்பட்டான். அவனது கைகளில் வாக்குறுதியளித்தனர். இறைவனின் ஆணையை நடைமுறைப்படுத்த வாய்ப்புள்ள ஒரு நகரை நோக்கிச் செல்வது எனும் கருத்தை அப்துல்லாஹ் பின் வஹப் முன்வைத்தான். இதன்படி, தங்களைப் பொறுத்தவரைக்கும், எளிதாகக் கைப்பற்ற முடிந்த மதாயின் நகரை அவர்கள் இலக்காகக்கொண்டனர்.

“கூட்டமாகச் செல்லாமல் சிறு சிறு குழுக்களாகப் பிரிந்து செல்லுங்கள்” என்று ஸைத் பின் ஹுஸைன் சொன்னான். மதாயினை அடைவதற்குள், நஹர்வானில் நின்று, பஸ்ராவிலுள்ள நண்பர்களையும் ஆதரவாளர்களையும் தங்களுடன் சேர்ந்துகொள்வதாகவும் முடிவு செய்தனர். பிறகு, மிஸ்அர் பின் ஃபதக்கி தைமியின் தலைமையில் 500 கவாரிஜ்கள் புறப்பட்டனர்.

இதையறிந்த அலீ (ரலி), மதாயினில் தங்கியிருக்கும் கவாரிஜ்களைக் கண்டுபிடிக்கச் சொல்லி, ஆளுநர் ஸஅத் பின் மஸ்ஊதுக்கு அவசரச் செய்தி அனுப்பினார். அவர், தமது மருமகனைப் பிரதிநிதியாகப் பொறுப்பில் நியமித்துவிட்டு, தற்காலிகப் படைப் பிரிவுக்குத் தலைமையேற்றுப் புறப்பட்டார். கர்க் என்னுமிடத்தில் கவாரிஜ்களின் ஒரு குழுவை எதிர்பாராமல் சந்திக்க நேர்ந்தது. அப்போது உருவான மோதல் மாலைவரை நீடித்தது. ஆனால், இருளின் மறைவில் கவாரிஜ்கள் டைக்ரீஸைக் கடந்தனர். பஸ்ராவிலிருந்து வந்த கவாரிஜ்களுடனும் ஸஅதின் படைகள் எதிர்பாராத ஒரு தாக்குதலை மேற்கொண்டன. அவர்களும் டைக்ரீஸைக் கடந்து, நஹர்வானிலுள்ள தங்கள் நண்பர்களுடன் சேர்ந்துகொண்டனர். குறுகிய காலத்தில் அவர்களது எண்ணிக்கை இருபத்தையாயிரமாக உயர்ந்தது.

நஹர்வான் போர் : கூஃபாவிலிருந்து கவாரிஜ்கள் வெளியேறியதும், சிரியப் படையெடுப்புக்கான முன்னேற்பாடுகளில் ஈடுபடுமாறு அலீ (ரலி) கூஃபா மக்களைத் தூண்டினார். கவாரிஜ்களை அடக்குவதை விடவும், முஆவியா (ரலி) அவர்களை வெளியேற்றுவதையே அவர் முக்கியமாகக் கருதினார். சிரியாவின்மீது போர்த்தொடுக்க, பெருமளவிலான வீரர்களை அனுப்பச் சொல்லி பஸ்ராவிலிருந்த அப்துல்லாஹ் பின் அப்பாஸ் (ரலி) அவர்களுக்குத் தகவல் அனுப்பினார்.

பஸ்ராவில் 60,000 க்கும் அதிகமான வீரர்களிருந்தும் மூவாயிரம் பேரை மட்டுமே ஒன்று திரட்ட முடிந்தது. கூஃபாவிலும் போதுமான வீரர்களைத் திரட்ட இயலவில்லை. ஜாரியா பின் குதாமா (ரலி) தலைமையில் மூவாயிரம் வீரர்கள் கூஃபாவை அடைந்ததும், கூஃபா மக்களின் கவனத்தைப் போர்மீது திருப்புவதற்கு அலீ (ரலி) மேற்கொண்ட முயற்சிகளின் விளைவாக 40,000 படைவீரர்கள் ஒன்றுதிரண்டனர்.

சிரியாவின்மீதான போரில் தங்களுக்கு ஆதரவளிக்கும்படி அலீ (ரலி) கவாரிஜ்களுக்குக் கடிதமெழுதினார். இதை, தன் மக்களிடம் படித்துக் காட்டிய அப்துல்லாஹ் பின் வஹப் பொதுவாக இசைவு தெரிவித்துப் பதிலெழுதினான்: "அல்லாஹ்வின் அவனது தூதரின் கட்டளைகளுக்கு மாறாக நீங்கள் நடுவர்களை நியமித்தீர்கள். இப்போது உங்களது தனிப்பட்ட இடையூறுகளை முன்னிறுத்தி சிரியாவின்மீது போர்த்தொடுக்க இருக்கிறீர்கள். உங்களை வழி தவறியராக நாங்கள் அறிவித்திருக்கிறோம். செய்த தவறை ஒப்புக்கொண்டு நீங்கள் மனம் திரும்புவீர்களெனில் உதவுவோம். இல்லையெனில் உங்கள்மீதே போர்த்தொடுப்போம்."

கவாரிஜ்களின் கடிதம் அலீ (ரலி) அவர்களை வேதனைக்குள்ளாக்கினாலும் சிரியாமீது போர்த்தொடுக்கும் தமது முடிவை அவர் கைவிடவில்லை. கவாரிஜ்களை நேர்வழியில் கொண்டு வர தம்மால் இயன்ற முயற்சிகளைத் தொடர்ந்து மேற்கொண்டார். எதுவுமே பலனளிக்கவில்லை. ஸிஃப்ஃபீன் போரில் சிரிய படைகள் மீதான தாக்குதலை நிறுத்தச் சொல்லி நிர்ப்பந்தம் செய்ததை அவர்களுக்கு நினைவூட்டியபோது, நாங்கள் அதை ஒப்புக்கொண்டதுபோல் செய்த தவறை அலீயும் ஒப்புக்கொண்டு மீண்டும் இஸ்லாத்திற்குத் திரும்ப வேண்டும் என்றனர்.

அலீ (ரலி) வழிதவறியவர் என்று பிறப்பித்த தங்கள் தீர்ப்பைத் திரும்பப் பெறுவதற்கான ஒரே வழி இதுதான் என்றனர். மறுத்தால், இறைமறுப்பாளராகக் கருதி அலீ (ரலி) அவர்களுக்கெதிராகத் தாங்கள் ஜிஹாத் செய்யப் போவதாகச் சொன்னார்கள். எனினும் அலீ (ரலி) சிரியாமீதான நடவடிக்கையைத் தொடரவும் கவாரிஜ்களின் கோரிக்கையை நிராகரிக்கவும் முடிவு செய்தார். இந்நிலையில் அப்துல்லாஹ் பின் கப்பாப் (ரலி) அவர்களின் உயிர்த்தியாகம் குறித்துத் தகவல் வந்தது.

அப்துல்லாஹ் பின் கப்பாப் (ரலி) நஹர்வான் வழியாகச் சென்று கொண்டிருந்தார். இவர் ஒரு நபித்தோழர் என்பதை அறிந்திருந்த கவாரிஜ்களின் ஒரு குழுவினர் அவரிடம் வந்து அபூபக்ர், உமர் (ரலி) ஆகியோர் குறித்து அவரது கருத்தைக் கேட்டனர். அவர்கள் இருவரும் மிகுந்த இறையச்சம்கொண்டவர்கள் அல்லாஹ்வின் உண்மை அடியார்கள் என்றார் அப்துல்லாஹ் பின் கப்பாப் (ரலி).

தொடர்ந்து அவர்கள், உஸ்மான் (ரலி) அவர்களின் கிலாஃபத்தின் தொடக்கம் முதல், இறுதிவரையிலான ஆட்சியைக் குறித்துக் கேட்டனர். தொடக்கம் முதல் இறுதிவரை அவர் உண்மையாளராகவே விளங்கினார் என்று அவர் பதில் சொன்னார்.

பின்பு அவர்கள், நடுவர்களை நியமிப்பதற்கு முன்பும் அதற்குப் பின்புமான அலீ (ரலி) அவர்களின் செயல்பாடுகள் குறித்து அவரது கருத்தைக் கேட்டனர். அவர் சொன்னார்: "அலீ, அல்லாஹ்வின் அவனது தூதரின் கட்டளைகளை உங்கள் அனைவரையும்விட நன்கறிந்தவர்." இதைக் கேட்டதும் கோபம் மேலிட்ட கவாரிஜ்கள், அப்துல்லா பின் கப்பாப் (ரலி) அவர்களையும் அவரது மனைவியையும் பயண உதவியாளர்களையும் கொலை செய்தனர்.

அலீ (ரலி) அவர்களின் உத்தரவின்படி இது குறித்து விசாரணை மேற்கொண்டிருந்த ஹாரிஸ் பின் முர்ராவையும் கவாரிஜ்கள் கொலை செய்தனர். இதன்மூலம், தங்களுடன் முரண்படுகிறவர்கள் யாராக இருப்பினும் அவர்களுக்கு மரணதண்டனைதான் என்று அலீ (ரலி) அவர்களுக்கு எச்சரிக்கை விடுத்தனர். இந்நிலையில், தாங்கள் சிரியாவை நோக்கிச் செல்லும்போது, கவாரிஜ்கள் கூஃபாவையும் பஸ்ராவையும் கைப்பற்றித் தங்கள் மனைவி மக்களைக் கொன்று விடுவார்களோ என்று அலீ (ரலி) அவர்களின் வீரர்கள் கவலைப்பட்டனர்.

எனவே, சிரியாவை நோக்கிச் செல்ல வேண்டிய வீரர்கள், கவாரிஜ்களைத் தேடிச் சென்றனர். குறிப்பிட்ட இடத்தில் தங்கியிருந்து கவாரிஜ்களுக்கு தகவல் அனுப்பினார்கள்: "எங்கள் சகோதரர்களைக் கொன்றவர்களை உடனடியாக எங்களிடம் ஒப்படையுங்கள். பழி வாங்கும் நெறிமுறைகள்படி அவர்கள் தண்டிக்கப்பட வேண்டும். நாங்கள் சிரியர்களுடனான நடவடிக்கையை முடித்துவிட்டு வருவதற்குள் எல்லாம் வல்ல அல்லாஹ் உங்களை நல்வழிக்குத் திருப்புவானாக."

இதைத் தொடர்ந்து, கவாரிஜ்களுக்கு நேர்வழியையும் சத்தியத்தையும் போதிக்கும் நோக்கத்துடன் நபித்தோழர்கள் சிலரை ஒவ்வொருவராக அவர்களிடம் அனுப்பி வைத்தார் அலி (ரலி). நடுவர்களை நியமித்ததற்கு அவர்களே முழுப்பொறுப்பு

என்பதையும் நடந்ததை மறந்து தங்களுடன் இணைய வேண்டும் என்பதையும் விளக்கிச்சொல்ல ஒரு தூதுக்குழுவைத் தங்களிடம் அனுப்பி வைக்க வேண்டுமென்றும் அவர்கள் தெரிவித்தனர். ஆனால், கவாரிஜ்களிடமிருந்து ஒவ்வொரு முறையும் முன்சொன்ன அதே பதில்தான் வந்தது.

அலீ (ரலி) சொன்னார்: "அல்லாஹ்மீது நம்பிக்கைகொண்டு அவனது வழியில் புலம்பெயர்ந்த நான் இறைமறுப்பாளனா?" கடைசியாக, அலீ (ரலி) கவாரிஜ்களின் முகாமுக்கு நேரில் சென்று, அறிவார்ந்த முறையிலும் நேர்மையாகவும் நடந்து கொள்ளும்படி கேட்டுக்கொண்டார். அலீ (ரலி) அவர்களது உரையின் தாக்கத்தால் தங்களைச் சார்ந்தவர்கள் மனம் மாறி விடக்கூடுமென்ற பயத்தில், அலீயின் கூற்றுக்குச் செவி சாய்க்க வேண்டாமென்றும் போருக்குத் தயாராகுங்கள் என்றும் கவாரிஜ் தலைவர்கள் கேட்டுக்கொண்டனர்.

அவர்களது மனோபாவத்தைப் புரிந்துகொண்ட அலீ (ரலி), திரும்பி வந்து, தமது படைகளை ஒழுங்குபடுத்துவதிலும் உத்தரவுகளைப் பிறப்பிப்பதிலும் ஈடுபட்டார். பிறகு, அபூஅய்யூப் அன்சாரி (ரலி) அவர்களிடம் அமைதிக்கான கொடியை ஏந்தியபடி, உயரமான ஒரு இடத்தில் நின்று பொது அழைப்பு விடுக்கும்படி கேட்டுக்கொண்டார். "சண்டைகளுக்கான வாய்ப்புகளைத் தவிர்த்து, எங்களிடம் வருபவர்களும் கூஃபாவுக்கும் மதாயினுக்கும் செல்பவர்களும் அமைதி பெறுவார்கள்." இந்த அறிவிப்பைக் கேட்டு, 500 குதிரை வீரர்களுடன் ஃபர்வா பின் நவ்ஃபல் அஷ்ஜயீ விலகிக்கொள்ள, சிலர் கூஃபாவுக்கும், இன்னும் சிலர் மதாயினுக்கும் சென்றனர். சிலர், அலீ (ரலி) அவர்களின் படையில் இணைந்துகொண்டனர். மூன்றில் ஒரு பகுதிக்கும் குறைவானவர்களே கவாரிஜ்களுடன் நின்றனர். தொடர்ந்து அலீ (ரலி), அவர்கள்மீது பெரும் தாக்குதல் நடத்தி மிச்சமிருந்தவர்களைக் கொன்றொழித்தார்.

இதில், அப்துல்லாஹ் பின் வஹப், ஸைத் பின் ஹுசைன், ஹுர்க்குஸ் பின் ஸுஹைர், அப்துல்லாஹ் பின் ஷஜரா, ஷுரைஹ் பின் அவ்ஃபா போன்ற கவாரிஜ் தலைவர்கள் பலர் உயிரிழந்தனர். தப்பித்தோடிய ஒன்பது பேர் மட்டுமே தங்களைக் காப்பாற்றிக்கொண்டனர். அவர்களது உடல்களை அடக்கம் செய்யாமலேயே அலீ (ரலி) திரும்பினார்.

கவாரிஜ்களின் கிளர்ச்சியை ஒடுக்கிய அலீ (ரலி), சிரியாமீது படையெடுப்பதாக முடிவு செய்தார். வீரர்களை சில நாள்கள் ஓய்வெடுக்க அனுமதிக்கும்படி அஷ்அஸ் பின் கைஸ் வற்புறுத்தினார். ஆயினும், சிரியப் போர் முடியும்வரை யாரும் கூஃபாவுக்குச் செல்ல வேண்டாமென்று உத்தரவிட்டார். ஆனால், அவர்கள் தங்கள் வீடுகளுக்குச் சென்றுவிட்டனர். வீரர்களில்லாத முகாம்களைக் கண்ட அலீ (ரலி) அவர்களும் கூஃபாவுக்கே திரும்பினார். கூஃபாவில், சிரியப் படையெடுப்புக்கான முன்னேற்பாடுகளைச் செய்யுமாறு அவர்களைத் தூண்டினார். யாரும் அதில் அக்கறை செலுத்தியதாகத் தெரியவில்லை. இந்தச் சூழ்நிலையில் சிரியாமீது போர் தொடுக்கும் எண்ணத்தையே அலீ (ரலி) கைவிட வேண்டியதாயிற்று.

எகிப்தின் நிலை : அலீ (ரலி) அவர்களுக்கு ஆதரவளிக்க இயலாத நிலையிலிருந்தார் எகிப்து ஆளுநரான முஹம்மத் பின் அபூபக்ர் (ரலி). உஸ்மான் (ரலி) அவர்களைக் கொலை செய்தவர்கள் தண்டிக்கப்பட வேண்டும் என்பவர்கள்தான் இதற்கான காரணம். ஸிஃப்ஃபீன் போர் முடிவடைந்ததும் ஜஸீராவின் ஆளுநராக மாலிக் அஸ்தர் நகாயீயை நியமித்த அலீ (ரலி) மிகக் குறுகிய காலத்தில் அவ்வரை எகிப்தின் ஆளுநராக நியமித்தார்.

இதையறிந்த முஹம்மத் பின் அபூபக்ர் (ரலி) மனச்சோர்வடைந்தார். அஸ்தரின் சிந்தனைத் திறனும் செயல்பாடுகளும் முஆவியா (ரலி) அவர்களைக் கவலையில் ஆழ்த்தின. ஆனால், மாலிக் அஸ்தர் எகிப்துக்குச் செல்லும்போது திடீரென மரணமடைந்தார். முஹம்மத் பின் அபூபக்ர் (ரலி) தொடர்ந்து ஆளுநராகப் பணியாற்றினார்.

அஸ்தரின் இறப்பைத் தொடர்ந்து அவரைத் தாம் எகிப்து ஆளுநராக நியமிப்பதற்கான காரணம், முஹம்மத் பின் அபூபக்ர் (ரலி) உடனான மனக்கசப்பல்ல; சில அரசியல் நடவடிக்கைகளை அவர் மிக நுட்பமாகக் கையாள்வார் என்பதுதான் என்று அலீ (ரலி), முஹம்மத் பின் அபூபக்ர் (ரலி) அவர்களுக்கு எழுதினார். அஸ்தர் இறந்ததால், நிர்வாகத்தைத் தொடர்ந்து நடத்திச்செல்ல ஒப்புதல் அளித்ததுடன் பகைவர்களைத் துணிவுடன் எதிர்கொள்ளவும் திடமான முடிவுகளை மேற்கொள்ளவும் அவர் கோரப்பட்டிருந்தார்.

இதற்கான பதிலில் முஹம்மத் (ரலி), அலீ (ரலி) மீது நம்பிக்கையுடன் அவரது பகைவர்களை எதிர்த்துப் போரிடத்

தயாராக இருப்பதாக எழுதினார். இந்நிகழ்வுகள் நடுவர் தீர்ப்புக்கு முன்பு நடந்தவை.

சிரியர்கள் முஆவியா (ரலி) அவர்களை கலீஃபாவாக ஏற்றுக்கொண்டனர். இது, அவரது ஆட்சியதிகாரத்தையும் தற்செருக்கையும் மேலும் உயர்த்தியது. பிறகு அவர் முஆவியா பின் ஹுதைஜியையும் முஹம்மத் பின் அபூபக்ர் (ரலி) அவர்களின் எதிரிகளையும் ஊக்கப்படுத்தி அவர்களுடன் தகவல் பரிமாற்றம் செய்து வந்தார். அவர்களது கோரிக்கையின்படி, முஹம்மத் பின் அபூபக்ர் (ரலி) அவர்களுக்கு ஒரு கடிதத்துடன், அம்ர் (ரலி) தலைமையில் 6000 படை வீரர்களை உடனடியாக அனுப்பி வைத்தார்.

எகிப்தை நெருங்கிய அம்ர் (ரலி), முஆவியா (ரலி) அவர்களின் கடிதத்துடன் தன்னுடைய ஒரு கடிதத்தையும் சேர்த்து முஹம்மத் (ரலி) அவர்களுக்கு அனுப்பி வைத்தார். இந்த இரண்டு கடிதங்களையும் அவர், கூஃபாவிலிருந்த அலீ (ரலி) அவர்களுக்கு அனுப்பினார்.

அலீ (ரலி) மக்களை ஒன்றுதிரட்டி எகிப்தில், முஆவியா (ரலி) அவர்களின் சிரிய படையை எதிர்கொள்ள ஊக்கமளித்தார். இரண்டாயிரம் வீரர்கள் மட்டுமே திரண்டனர். முடிவில், இவர்களை மாலிக் பின் கஅபின் தலைமையில் எகிப்துக்கு அனுப்பினார்.

முஹம்மத் (ரலி) ஏற்கனவே அம்ர் (ரலி) அவர்களது படைகளை எதிர்கொள்ள இரண்டாயிரம் பேர்களை கினானா பின் பிஷ்ரின் தலைமையில் அனுப்பி வைத்தார். இப்போரில் கினானா உயிரிழந்தார். அவரது வீரர்களில் பலரும் போர்க்களத்தை விட்டே ஓடினர். சிலர் போரிட்டு மாண்டனர்.

இதையறிந்த முஹம்மத் (ரலி) தாமே நேரடியாகப் படைநடத்திச் செல்வதாக முடிவு செய்தார். இறையச்சம் மிகுந்த அவரது படைவீரர்கள், சிரியர்களை எதிர்க்கத் துணிவின்றித் தங்கள் தலைவரைப் போர்க்களத்தில் தனியாக விட்டுவிட்டு ஓடிவிட்டனர். களத்திலிருந்து தப்பித்து வந்த முஹம்மத் (ரலி) ஜபலா பின் மஸ்ரூக்கின் வீட்டில் தஞ்சமடைந்தார்.

சிரியர்களும் முஆவியா பின் ஹுதைஜின் ஆதரவாளர்களும்

அவ்வீட்டைச் சூழ்ந்துகொண்டனர். வீட்டிலிருந்து வெளியே வந்த எதிரிகளுடன் மோத முயற்சி செய்த முஹம்மத் (ரலி) கைது செய்யப்பட்டார். பின்னர், அவரைக் கொலை செய்த முஆவியா பின் ஹுதைஜி, கழுதைத் தோலுக்குள் அவரது உடலைப் பொதிந்து வைத்து எரித்தான்.

இந்தத் தகவலை தம்முடைய உளவாளியான அப்துர் ரஹ்மான் பின் ஷபீப் ஃபஸாரீ மூலம் அலீ (ரலி) அறிந்தார். அவர் உடனடியாக மாலிக் பின் கஅபைத் திருப்பி அழைத்து வருமாறு ஆளனுப்பினார்.

மாலிக் பின் கஅப் கிட்டத்தட்ட பகுதி தொலைவைக் கடந்த வேளையில், ஹஜ்ஜாஜ் பின் அம்ர் பின் காஸியா அன்சாரி, எதிர்பாராமல் அவரைக் கண்டு, முஹம்மத் பின் அபூபக்ர் (ரலி) அவர்களின் அரசியல் கொலையையும் அம்ர் (ரலி) அவர்களின் எகிப்து வெற்றியையும் அவருக்கு அறிவித்தார்.

அதேவேளை அலீ (ரலி) கூஃபா மக்களை ஒன்றுதிரட்டி, அவர்களின் உற்சாகமின்மையையும் உதாசீன மனோபாவத்தையும் கடிந்து எழுச்சியுரையாற்றினார். மக்களிடம் இது எந்த அசைவையும் ஏற்படுத்தவில்லை. எகிப்தின்மீதும் சிரியாவின்மீதுமான போர் நடவடிக்கைகளை அலீ (ரலி) அவர்களுக்குக் கைவிட வேண்டிய நிர்ப்பந்தம் உருவானது.

பிற பகுதிகளைக் கைப்பற்றும் முயற்சிகள் : எகிப்து வெற்றி முஆவியா (ரலி) அவர்களுக்கு மிகுந்தத் துணிச்சலை அளித்தது. அவருடைய அடுத்த திட்டம் அலீ (ரலி) அவர்களிடமிருந்து பஸ்ராவைக் கைப்பற்றுவது. பஸ்ரா சூழலும் எகிப்துக்கு நிகராகவே இருந்தது. ஜமல் போர் குறித்து அலீ (ரலி) அவர்கள்மீது பஸ்ராவினருக்குக் கோபமிருந்தது. உஸ்மான் (ரலி) அவர்களின் கொலையாளிகளைத் தண்டித்தாக வேண்டுமென்ற எண்ணம் பொதுவாகவே மக்களிடம் அதிகரித்திருந்தது.

முஆவியா (ரலி), இச்சூழ்நிலைகளைக் கவனத்தில்கொண்டு மக்களை அணுக வேண்டும் எனும் அறிவுரையுடன் அப்துல்லாஹ் பின் ஹள்ரமீயை பஸ்ராவுக்கு அனுப்பி வைத்தார். பஸ்ராவை அடைந்த அவர், சூழல் தனக்கு சாதகமாக இருப்பதைக் கண்டார். குறிப்பாக, ஆளுநர் அப்துல்லாஹ் பின் அப்பாஸ் (ரலி)

அப்போது பஸ்ராவில் இல்லை. அவர், அலீ (ரலி) அவர்களைக் காண்பதற்காகச் சென்றிருந்தார். மக்களில் ஒரு பெரும் பகுதியினர் அப்துல்லாஹ்வுடன் சேர்ந்துகொண்டனர்.

பஸ்ராவின் புதிய நிலைமைகள் குறித்து அறிந்துகொண்ட அலீ (ரலி), உடனடியாக இப்னு அல்ஹள்ரமீயுடன் சேர்ந்தவர்களிடையே பிரிவை உருவாக்கும் உத்தரவுடன் அய்ன் பின் துபைஆவை அனுப்பி வைத்தார். இதை அவர் சரியாகவே செய்து முடித்தார். ஹிஜ்ரீ 38 ஆம் ஆண்டு இறுதியில், அப்துல்லாஹ் பின் ஹள்ரமீயின் அரசியல் கொலையுடன் பஸ்ராவில் அவரது செயல்பாடுகள் முடிவுக்கு வந்தன.

அலீ மற்றும் முஆவியா (ரலி) ஆதரவாளர்கள் என்று பஸ்ரா பிளவுபட்டிருப்பதைக் கண்ட பாரசீகர்கள் உந்துதல் அடைந்து, ஹிஜ்ரீ 39 ஆம் ஆண்டு ஒரு கிளர்ச்சியின்மூலம், தங்கள் எல்லைப் பகுதியிலிருந்த ஆளுநர் சஹ்ல் பின் ஹுனைஃபை வெளியேற்றினர். அலீ (ரலி), பஸ்ராவின் ஆளுநரான இப்னு அப்பாஸ் (ரலி) அவர்களுக்கு, ஸியாதைப் பாரசீகத்துக்கு அனுப்புமாறு எழுதினார். அதன்படி பாரசீகத்துக்குச் சென்ற ஸியாத், கிளர்ச்சியாளர்களை அடக்கினார்.

அலீ (ரலி) அவர்களுக்கு எதிரான அதிருப்தியும் கலகங்களும் நிறைந்திருந்த இச்சூழ்நிலையை, பெருந்தன்மை, மன்னிப்பு, நிர்வாகம், போர்த்திறன், அரவணைத்துச் செல்லும் பாங்கு போன்றவை மூலம் முஆவியா (ரலி) தமக்கு சாதகமாக்கிக்கொண்டார். மதீனா, தாயிஃப், யேமன் ஆகிய பகுதிகளிலிருந்து பெருமளவிலான மக்கள் அவரை நெருங்கி வந்தனர். மேலும் அவர், நுஃமான் பின் பஷீரை, அய்னுத் தம்ரு எனுமிடத்துக்கு அனுப்பினார். அங்கே ஆளுநராக இருந்த மாலிக் பின் கஅபுக்கு, அலீ (ரலி) அவர்களிடமிருந்து துணைப்படை வராத நிலையில் அவர், அந்த எல்லைப் பகுதியை சிரியாவுக்கு விட்டுக்கொடுத்தார்.

இதுபோலவே, மதாயினும் அன்பாரும் வீழ்ந்தன. சுஃப்யான் பின் அவ்ஃப், இந்த எல்லைப் பகுதிகளிலிருந்து கிடைத்த பெருமளவு உடைமைகளுடன் டமாஸ்கசுக்குத் திரும்பினார். அவரைத் தடுத்து நிறுத்த அலீ (ரலி) மேற்கொண்ட முயற்சிகள் பலனளிக்கவில்லை.

அலீ (ரலி) அவர்களின் கிலாஃபத்: இரான் இராக்:

ஹிஜாஸுக்கும் யேமனுக்குமாக புஸ்ர் பின் அபூஅர்த்தா அனுப்பப்பட்டார். அதேநேரம், மதீனா, மக்கா, யேமன் மக்கள் முஆவியா (ரலி) அவர்களுக்கு வாக்குறுதியளித்தனர். யேமனின் தலைநகரான ஸன்ஆவிலிருந்து உபைதுல்லாஹ் பின் அப்பாஸ் (ரலி) வெளியேற்றப்பட்டார். சுருக்கமாகச் சொல்வதானால், யேமன், ஹிஜாஸ், சிரியா, பாலஸ்தீன், எகிப்து ஆகிய பெரும் நிலப்பகுதிகள் அனைத்தும் முஆவியா (ரலி) அவர்களின் கட்டுப்பாட்டின்கீழ் வந்தன. அதிருப்தி, கிளர்ச்சி, உள்நாட்டுப் பிரச்சினைகள்போன்ற குழப்பங்களிலிருந்து இந்தப் பகுதிகள் விடுதலை அடைந்தன.

அலீ, முஆவியா (ரலி) இருவருமே மக்காவையும் மதீனாவையும் தங்கள் ஆளுகைக்கு வெளியே வைத்துக்கொள்வதான ஒரு பொது இசைவுக்கு வந்திருந்தனர். இரானும் இராக்கும் அலீ (ரலி) அவர்களின் கிலாஃபத் பகுதிகளாக நிர்ணயிக்கப்பட்டிருந்தன. ஆனால், பெருமளவு அரபு இனக்குழுவினரான இராக் மக்கள் அலீ (ரலி) அவர்களின் கிலாஃபத்துடன் குறைவான அளவே தொடர்பு வைத்திருந்தனர். பாரசீகர்களும் தங்களது ஆட்சியைக் கனவு கண்டுகொண்டிருந்தனர்.

கூஃபா, பஸ்ரா ஆகிய இரண்டு முக்கிய நகரங்கள்கூட, அலீ (ரலி) அவர்களைவிடவும் முஆவியா (ரலி) அவர்கள்மீதுதான் பற்று வைத்திருந்தன. துணிச்சலும் வீரமும்கொண்ட அலீ (ரலி), ஒன்றிணைந்த இஸ்லாமிய ஆட்சியை நிறுவுவதில் ஆர்வம்கொண்டிருந்தாலும் அவரைச் சார்ந்தவர்கள் இதில் பெருமளவு ஆர்வம் காட்டவில்லை.

அலீ (ரலி) அவர்களின் படையில் பெரும்பகுதியும் அரேபியர் அல்லாதவர்கள். முஆவியா (ரலி) அவர்களின் வீரர்களில் பெரும்பகுதியும் அரேபியர். ஹிஜாஸும் யேமனும் இணைந்ததுடன் முஆவியாவின் படைகள், பலமும் புகழும் வாய்ந்ததாக மாறின. முஆவியா தனிப்பட்ட நிலையில், பெருமையிலும் புகழிலும் அலீக்கு நிகராக இல்லை என்பதால், இஸ்லாமிய உலகில் அலீயின் அளவுக்கு அவரால் உரிமை கோர இயலவில்லை. ஆகவே, தொடர்ந்து அவருக்கு அலீமீதான பயம் இருந்தே வந்தது.

அப்துல்லாஹ் பின் அப்பாஸ் (ரலி) அவர்களின் பிரிவு : ஹிஜ்ரீ

40 ஆம் ஆண்டின் தொடக்கத்தில், விரும்பத்தகாத இன்னொன்றும் நடைபெற்றது. பஸ்ரா ஆளுநரான அப்துல்லாஹ் பின் அப்பாஸ் (ரலி), அலீ (ரலி) அவர்களுடன் முரண்பட்டு பஸ்ராவிலிருந்து வெளியேறினார். கலீஃபாவின் அனுமதியின்றி தம்முடைய சொந்தத் தேவைக்காக கருவூலப் பணத்தைச் செலவு செய்தார் என்று பஸ்ராவைச் சேர்ந்த அபுல் அஸ்வத் குற்றம் சாட்டினார். இதன் காரணமாக பஸ்ராவை விட்டு அவர் வெளியேறினார். ஆளுநரின் ஒழுங்கீனத்தை கலீஃபாவின் கவனத்திற்குக் கொண்டுவந்ததற்காக அபுல் அஸ்வத் அலீயின் பாராட்டையும் பெற்றார்.

தங்களைப் பற்றிய ஒரு முறையீடு வந்துள்ளது; இதில் தங்கள் தரப்பிலான விளக்கத்தை எதிர்பார்க்கிறேன் என்று அப்துல்லாஹ் பின் அப்பாஸ் (ரலி) அவர்களுக்குக் கடிதமெழுதினார் அலீ (ரலி). கடிதத்தில் அவர் அபுல் அஸ்வதின் பெயரைக் குறிப்பிடவில்லை. முறையீடு முற்றிலும் தவறானது; அடிப்படையற்றது. தாம் செலவு செய்தது கருவூலப் பணமில்லை; தம்முடைய சொந்தப் பணம் என்று அப்துல்லாஹ் பின் அப்பாஸ் பதிலெழுதினார்.

அலீ (ரலி) மீண்டும், “தாங்கள் செலவு செய்தது சொந்தப் பணமென்றால் தாங்கள் அதனை எங்கிருந்து பெற்றீர்? எங்கே சேர்த்து வைத்திருந்தீர்?” என்று கேட்டார். இதற்கான பதிலில் அப்துல்லாஹ் பின் அப்பாஸ் எழுதினார்: “இதுபோன்ற மேலாண்மையை நான் முற்றிலுமாக வெறுக்கிறேன்; பஸ்ராவின் ஆளுநராக தாங்கள் வேறு யாரையேனும் தேர்வு செய்யலாம்; நான் செலவு செய்தது என்னுடைய சொந்தப்பணம். அதற்கான முழு உரிமையும் எனக்கிருக்கிறது.” கடிதத்தை அலீக்கு அனுப்பிவிட்டு, தமது பதவியைத் துறந்து அவர் மக்காவுக்குப் புறப்பட்டார்.

அலீ (ரலி) அவர்களின் உயிர்த் தியாகம் : இதே காலகட்டத்தில், அலீ (ரலி) அவர்களின் சகோதரரான அகீல் பின் அபூ தாலிப் (ரலி), அலீயுடன் முரண்பட்டு முஆவியா (ரலி) அவர்களுடன் சேர்ந்தார். அவர் அகிலை வரவேற்று, கருவூலப் பொறுப்பை ஒப்படைத்தார். அகீலின் பிரிவும் அவர் முஆவியாவின் முகாமில் இணைந்துகொண்டதும் அலீயை மிகுந்த வேதனைக்குள்ளாக்கியது.

அலீ (ரலி), முஆவியா (ரலி) மீதான போர் நடவடிக்கையை இப்போது தவிர்க்க இயலாததாகக் கருதினார். 60,000 கூஃபா

மக்கள் அலீக்கு ஆதரவளிப்பதாகவும் உயிருள்ளவரை அவருக்காகப் போராடுவதாகவும் வாக்குறுதியளித்த காலகட்டம் அது. ஆகவே, அறுபதாயிரத்துக்கும் மேற்பட்ட மக்களை ஒன்று திரட்டுவதிலும் மேலும் அதிகமான ஆயுதங்களைச் சேகரிப்பதிலும் தம்மால் இயன்ற அனைத்தையும் அவர் செய்தார்.

கவாரிஜ்களின் திட்டம் : நஹ்ர்வான் போரில் உயிர் பிழைத்த ஒன்பது கவாரிஜ்களும் தலைமைப் பொறுப்பில் இருந்தவர்கள். பாரசீகத்தின் பல்வேறு பகுதிகளிலுமாக ஊடுருவிய அவர்கள், அலீ (ரலி) அவர்களுக்கெதிரான வன்முறை சார்ந்த கொள்கைகளைப் பரப்பியதுடன் சூழ்ச்சித் திட்டங்களிலும் ஈடுபட்டனர்.

தங்கள் முயற்சிகள் பலனளிக்காதென்று தெரிந்ததும், இராக்குக்கும் ஹிஜாசுக்கும் வந்து ஆதரவாளர்களைத் தேடினார்கள். இறுதியில், அப்துர் ரஹ்மான் பின் முல்ஜிம் முராதீ, புரக் பின் அப்துல்லாஹ் தமீமீ, அம்ர் பின் பக்ர் தமீமீ ஆகிய மூவரும் மக்காவில் ஒன்று சேர்ந்து முதலில், நஹ்ர்வானில் கொலையுண்டவர்களுக்காக தங்களது வேதனையைத் தெரிவித்துக்கொண்டனர்.

இறுதியில், அவர்கள் ஒட்டுமொத்த இஸ்லாமிய உலகுக்கும் பேரிழப்பை ஏற்படுத்துகிற அழிவுத் திட்டம் ஒன்றை முன் வைத்தனர். இஸ்லாமிய உலகின் உயர்நிலை ஆட்சிப்பொறுப்பிலுள்ள மூன்று பேரையும் அழித்தொழிப்பது. இந்த முன்மொழிவு ஏற்றுக்கொள்ளப்பட்டது. இதன்படி, எகிப்தைச் சார்ந்த அப்துர் ரஹ்மான் பின் முல்ஜிம் முராத், அலீ (ரலி) அவர்களையும் புரக் பின் அப்துல்லாஹ் தமீமீ, முஆவியா (ரலி) அவர்களையும் அம்ர் பின் பக்ர் தமீமீ, அம்ர் (ரலி) அவர்களையும் கொல்வதாக முடிவு செய்தனர்.

ரமளான் மாதம், 16 ஆம் நாள் காலையில் தங்கள் திட்டங்களை நிறைவேற்றுவதாக அவர்கள் முடிவு செய்தனர். இதை முன்னிட்டு அவர்கள், கூஃபாவுக்கும் டமாஸ்கசுக்கும் எகிப்துக்கும் புறப்பட்டனர்.

குறிப்பிட்ட நாளில், புரக் பின் அப்துல்லாஹ் டமாஸ்கஸ் மஸ்ஜிதில் நுழைந்து, காலைத் தொழுகையில் ஈடுபட்டிருந்த முஆவியா (ரலி) அவர்களை வாளால் வெட்டி விட்டுத் தப்பித்தோடும் முயற்சியில் பிடிபட்டான். பெரிய அளவில் காயமேற்படாததால்

முஆவியாவின் உயிருக்கு ஆபத்து ஏற்படவில்லை. பிடிபட்ட புரக், அந்த இடத்திலேயே கொல்லப்பட்டான். பல ஆண்டுகள் சிறையிலிருந்த பின் கொல்லப்பட்டதாக மற்றொரு வரலாற்றுக் குறிப்பு சொல்கிறது. இதன் பிறகு, முஆவியா தமது பாதுகாப்பில் எச்சரிக்கையுடனிருந்தார். மஸ்ஜிதினுள் பாதுகாவலர்கள் நியமிக்கப்பட்டனர்.

அதே வேளையில், அம்ர் பின் பக்ர், எகிப்து மஸ்ஜிதில் நுழைந்து காலைத் தொழுகையில் ஈடுபட்டிருந்த காரிஜா பின் அபூஹபீபாவை, அம்ர் (ரலி) என்று நினைத்து வாளால் வெட்டிக் கொன்றான். அம்ர் (ரலி) அன்று காலை உடல்நிலை காரணமாக மஸ்ஜிதுக்கு வரவில்லை. படைத்தலைவர்களில் ஒருவரான காரிஜா, தொழுகையை நடத்திக்கொண்டிருந்தார்.

அதே நாள், அப்துர் ரஹ்மான் பின் முல்ஜிம், கூஃபா மஸ்ஜிதில் காலைத் தொழுகையை நடத்திக் கொண்டிருந்த அலீ (ரலி) அவர்களை வாளால் வெட்டினான். இதில் படுகாயமடைந்த அலீ இரண்டு நாள்களுக்குப் பிறகு உயிரிழந்தார்.

அப்துர் ரஹ்மான் பின் முல்ஜிம் தொடர்பான தகவல்களில், கூஃபாவுக்கு வந்த அப்துர் ரஹ்மான், தனது நண்பர்களைச் சந்தித்தான். ஆனால், யாரிடமும் அவன் தன்னுடைய வருகையின் நோக்கத்தைத் தெரிவிக்கவில்லை. பல்வேறு யோசனைகளின் முடிவில், ஷபீப் பின் பஜ்ரா அஷ்ஜயீ எனும் நண்பனிடம் நஹ்ர்வானில் நடந்த கொலைகளுக்குப் பழி வாங்கும் தனது திட்டத்துக்கு உதவியாக இருக்கும்படி கேட்டுக்கொண்டான்.

சிறு தயக்கத்துடன் இதற்கு இணக்கம் தெரிவித்த ஷபீப், நஹர்வானில் கொலையுண்ட தமீம் இனக்குழுவினர் பத்துப்பேர்களின் உறவினர்களைத் தொடர்புகொண்டு அவர்களிடம் பேசினான்.

அங்குள்ள மக்களிடம் நெருங்கிப் பழகிய அப்துர் ரஹ்மான் பின் முல்ஜிம், அவர்களிடையே இருந்த கத்தாம் எனும் மிக அழகான ஒரு பெண்ணை விரும்பினான். அவளது தந்தையும் சகோதரனும் நஹர்வான் போரில் கொல்லப்பட்டனர். அவளை மணம் புரிந்துகொள்ள அவன் வேண்டினான். இதற்கு இணக்கம் தெரிவித்த கத்தாமா, பெண்ணுக்கு அளிக்க வேண்டிய கொடையாக, அலீ (ரலி) அவர்களின் தலையைக் கேட்டாள். இதே நோக்கத்துடன்

வந்திருந்த அப்துர் ரஹ்மான் பின் முல்ஜிம் மகிழ்ச்சியுடன் ஏற்றுக்கொண்டான்.

பின்னர் அவள், அப்துர் ரஹ்மான் பின் முல்ஜிமுக்கு உதவும்படி, தன் உறவினர்களில் ஒருவனான வர்தான் என்பவனிடம் கேட்டுக்கொண்டாள். ஷபீபும் வர்தானும் குறிப்பிட்ட அன்றைய முதல் நாளிரவு மஸ்ஜிதுக்கு வந்து வாசலருகில் ஒளிந்திருந்தனர். வழக்கம்போல் மக்களைத் தொழுகைக்கு அழைத்தபடியே அலீ (ரலி) மஸ்ஜிதில் நுழைந்தார். முதலில் வெளிவந்த வர்தான் வாளால் தாக்கினான். அது குறி தவறவே, அலீ விலகிக்கொண்டார். அடுத்து, அப்துர் ரஹ்மான் பின் முல்ஜிம், அலீமீது பாய்ந்து வாளை வீசினான். அது அவரது நெற்றியில் மிகவும் ஆழமான காயத்தை ஏற்படுத்தியது.

அவர்களைப் பிடியுங்கள் எனும் அலீ (ரலி) அவர்களின் உரத்தக் குரலைக் கேட்டதும் மஸ்ஜிதில் கூடியிருந்தவர்கள் அவர்களைப் பிடிக்க முயன்றனர். வர்தானும் ஷபீபும் தப்பித்து விட்டனர். அப்துர் ரஹ்மான் பின் முல்ஜிம் மஸ்ஜிதுக்குள்ளேயே பிடிபட்டான். ஒருவரிடம் பிடிபட்ட ஷபீப் அவரிடமிருந்து தப்பித்து மறைந்துவிட்டான். தனது வீட்டில் வைத்துப் பிடிபட்டவர்தான் கொல்லப்பட்டான்.

அப்துர் ரஹ்மான் பின் முல்ஜிமைப் பிடித்து, அலீ (ரலி) அவர்களிடம் கொண்டுவந்தனர். அலீ சொன்னார்: "இதில் நான் இறந்து விட்டால் இவனுக்கு மரணதண்டனையளிக்க வேண்டும். உயிர் பிழைத்து வந்தால் நானே முடிவு செய்கிறேன்." பின்னர் அவர், அப்துல் முத்தலிப் வம்சத்தாரிடம் சொன்னார்: "இந்த அரசியல்கொலை முஸ்லிம்களின் உயிரிழப்புக்குக் காரணமாகி விடக்கூடாது. கொலைக்குப் பழியாக என்னைக் கொன்றவனை மட்டுமே நீங்கள் கொல்ல வேண்டும்."

பிறகு அவர் தமது மூத்த புதல்வராகிய ஹஸன் (ரலி) அவர்களிடம் சொன்னார்: "ஹஸனே! நான் இறந்து விட்டால் நீர் உமது வாளின் ஒரே வீச்சால் அவனைக் கொல்ல வேண்டும். அவனது உடல் சிதைவுபடுவதைத் தவிர்த்துக்கொள்ளும். ஏனெனில், இறைத்தூதர் அவர்கள் மிகக் கடுமையாக இதைத் தடுத்திருக்கிறார்."

அப்துர் ரஹ்மான் பின் முல்ஜிமின் வாள், அலீ (ரலி) அவர்களின்

மூளைக்குள் பாய்ந்திருந்த நிலையிலும், அன்று முழுவதும் உயிருடனிருந்து, ரமளான் 17 ஆம் நாள் சனிக்கிழமையன்று மரணமடைந்தார். அவரது உயிர்பிரிவதற்குச் சற்று முன், ஜுன்துப் பின் அப்துல்லாஹ் கேட்டார்: "தங்களுக்குப் பிறகு, ஹஸனை நாங்கள் கலீஃபாவாகத் தேர்வு செய்யலாமா?" அலீ சொன்னார்: "இதில் நான் எதுவும் சொல்வதற்கில்லை; உங்கள் செயல்பாடுகள் சூழ்நிலைக்கேற்ப அமையட்டும்."

தொடர்ந்து அலீ (ரலி) தமது புதல்வர்களாகிய ஹஸன், ஹுஸைன் (ரலி) ஆகியோரை அழைத்துச் சொன்னார்: "அல்லாஹ்வுக்குப் பயந்து நடந்துகொள்ளுங்கள்; உலகியல் ஆசைகளில் மூழ்கிவிட வேண்டாம்; உங்களால் அடைய இயலாதது குறித்த கவலைகளை வெளிப்படுத்தாதீர்கள்; உண்மையை மட்டுமே பேசுங்கள்; அநாதைகள்மீது இரக்கம் காட்டுங்கள்; ஆதரவற்றவர்களுக்கு உதவியாக இருங்கள். ஒடுக்கப்படுவோருக்கு ஆதரவாக இருங்கள்; ஒடுக்குவோரை எதிர்த்துப் போரிடுங்கள்; அல்லாஹ்வின் கட்டளைகளைச் செயல்படுத்துவதில் ஏற்படும் அவச்சொற்களுக்கு அஞ்சாமல் குர்ஆனைப் பின்பற்றி வாழுங்கள்."

பிறகு, முஹம்மத் பின் அல்ஹனஃபியாவை அழைத்து, "நான் கூறியவற்றைப் பின்பற்றுவீராக. உம் சகோதரர்களுக்கு மதிப்பளிப்பீராக. அவர்கள் உம்மீது உரிமையுள்ளவர்கள். அவர்களது விருப்பத்துக்கு மாறாக எதையும் செய்யாதீர்" என்று அறிவுறுத்தி விட்டு, ஹஸன், ஹுஸைன் (ரலி) இருவரையும் பார்த்து, "நீங்கள் முஹம்மத் பின் அல்ஹனஃபியாவை மிக நன்றாகக் கவனித்துக் கொள்ளுங்கள்; அவருக்குத் தேவையானவற்றைச் செய்யுங்கள்" என்றார். பிறகு, தமது இறுதி அறிவிப்பைச் சொன்னார். நேரம் நெருங்கியதும், அலீ (ரலி) அவர்களின் வாயிதழ்களினூடே 'லாஇலாஹா இல்லல்லாஹ்' எனும் வசனம் தவழ்ந்து வந்தது.

அலீ (ரலி) அவர்களின் உடல் அடக்கம் : அலீ (ரலி) அவர்களின் இறப்பைத் தொடர்ந்து, ஹஸன் (ரலி) அவர்களின் முன்னிலையில் அப்துர் ரஹ்மான் பின் முல்ஜிம் கொண்டுவரப்பட்டான். அவர் தமது வாளால் அவனைக் கொன்றார். அலீ (ரலி) 63 வது வயதில் தன்னுயிரைத் தியாகம் செய்தார். ஐந்தாண்டு காலம் கலீஃபாவாக இருந்தார். ஹஸன், ஹுஸைன், அப்துல்லாஹ் பின் ஜஅஃபர் (ரலி) ஆகியோர் அவரது உடலைத் தூய்மை செய்தனர். மேலுடையின்றி

அவரது உடல் மூன்று துண்டு ஆடைகளால் சுற்றப்பட்டது.

ஹஸன் (ரலி) ஜனாஸா தொழுகையை நடத்தினார். அலீ (ரலி) அவர்களின் உடல் அடக்கம் செய்யப்பட்டது கூஃபா மஸ்ஜிதில் என்றும் அவரது வீட்டில் என்றும் கூஃபாவிலிருந்து பத்து மைல் தொலைவிலுள்ள ஓர் இடத்தில் என்றும் முரண்பட்ட சில குறிப்புகள் உள்ளன.

சில அறிவிப்புகளில், அலீ (ரலி) அவர்களின் உடலை கவாரிஜ்கள் இழிவுபடுத்தக்கூடும் என்ற எண்ணத்தில் ஹஸன் (ரலி), அடக்கம் செய்யப்பட்ட இடத்திலிருந்து உடலை அகற்றி வேறோரிடத்தில் அடக்கம் செய்தார் என்று சொல்லப்படுகிறது. இன்னொரு அறிவிப்பு, அவரது உடல் இறைத்தூதர் அவர்களின் அருகில் அடக்கம் செய்யப்படுவதற்காக மதீனாவுக்கு எடுத்துச் செல்லப்பட்டதாகவும் உடலைச் சுமந்துசென்ற ஒட்டகம் ஓடி மறைந்துவிட்டதாகவும் அதைக் கண்டுபிடிக்க இயலவில்லை என்றும் சொல்கிறது. மற்றொரு அறிவிப்பு, அந்த ஒட்டகம் தாய் எனுமிடத்தில் கண்டு பிடிக்கப்பட்டு அவரது உடல் அங்கேயே அடக்கம் செய்யப்பட்டது என்று சொல்கிறது.

மனைவியரும் மக்களும் : வெவ்வேறு காலங்களில் அலீ (ரலி) ஒன்பது பெண்களை மணமுடித்தார். இதில், 14 மகன்களும் 17 மகள்களும் பிறந்தனர். அலீ (ரலி) முதலில் இறைத்தூதரின் மகள் ஃபாத்திமா (ரலி) அவர்களை மணமுடித்தார். இவருக்கு, ஹஸன், ஹுஸைன் (ரலி) எனும் இரு மகன்களும் ஸைனப், உம்முகுல்ஸூம் (ரலி) எனும் இரு மகள்களும் பிறந்தனர். ஃபாத்திமா (ரலி) அவர்களின் மரணத்துக்குப் பின், உம்முந் நபிய்யின் பின்த் ஹராம் கலாபியா என்பவரை மணமுடித்தார். இவருக்கு அப்பாஸ், ஜஅஃபர், அப்துல்லாஹ், உஸ்மான் (ரலி) எனும் நான்கு மகன்கள் பிறந்தனர்.

மூன்றாவது மனைவி லைலா பின்த் மஸ்ஊத். இவருக்கு, உபைதுல்லாஹ், அபூபக்ர் எனும் இரண்டு மகன்கள். நான்காவது மனைவி அஸ்மஉ பின்த் உமைஸ். இவருக்கு முஹம்மத் அல்அஸ்கர், யஹ்யா எனும் இரண்டு மகன்கள். இந்த எட்டு சகோதரர்களும் பிறகு கர்பலா போரில் ஹுஸைன் (ரலி) அவர்களுடன் சேர்ந்து உயிர்த்தியாகம் செய்தனர்.

ஐந்தாவது மனைவி உமாமா பின்த் அபுல்ஆஸ். இவர், இறைத்தூதரின் மகளான ஸைனப் (ரலி) அவர்களின் மகள். இவருக்கு முஹம்மத் அல்அவ்ஸத் எனும் ஒரே மகன். ஆறாவது மனைவி ஹனீஃபா குலத்தைச் சேர்ந்த கவ்லா பின்த் ஜஅஃபர்.

ஏழாவது மனைவி ஸஹ்பா பின்த் ரபீஆ தக்லபியா. இவருக்கு உமர், ருகய்யா எனும் மகனும் மகளும் பிறந்தனர். எட்டாவது மனைவி, உம்முசயீத் பின்த் உர்வா. இவருக்கு உம்முஹஸன், ரம்லத்துல் குப்ரா, உம்மு ஸுஹ்ரா எனும் மூன்று பிள்ளைகள். ஒன்பதாவது மனைவி, முக்பிஆ பின்த் இம்ரவுல் கைஸ். இவர் பெற்ற ஒரு மகள் சிறு வயதில் இறந்துவிட்டார். இவருக்கு வேறு பிள்ளைகளுமிருந்தனர். ஆனால், பெயர்கள் அறியப்படவில்லை. எனினும், அலீ (ரலி) அவர்களின் வம்சாவளி, ஹசன், ஹுசைன், முஹம்மத், அப்பாஸ், ஜஅஃபர் ஆகியோர் வழியாகவே துலக்கமடைந்தது.

அலீ (ரலி) அவர்களின் கிலாஃபத் ஒரு பார்வை : இஸ்லாமிய உலகம் முழுவதையும் மேன்மையுடன் அரசாட்சி செய்தவர்கள் வரிசையில் இறுதி கலீஃபா அலீ (ரலி) அவர்கள். அலீக்குப் பிறகு தீமையை எதிர்த்துப் போரிட்ட, நன்மையை நோக்கமாகக்கொண்ட கலீஃபாக்கள் யாருமில்லை. அலீ (ரலி) கொலையுண்டதை அறிந்த ஆயிஷா (ரலி) சொன்னார்: "இப்போது தாங்கள் விரும்பியதைச் செய்கிற மனோபாவம் மக்களிடம் உருவாகியிருக்கிறது. அவர்கள் தவறு செய்ய முனைந்தால் தடுத்து நிறுத்த இனி யாருமில்லை."

அலீ (ரலி) சூழ்ச்சியை விரும்பாதவர். எல்லையைக் கடந்தும் உண்மையின் பக்கம் நிற்பவர். இறைத்தூதருடனுள்ள நெருக்கமான உறவை முன்வைத்து கிலாஃபத் உரிமையைப் பெற முனைவதிலுள்ள நேர்மை குறித்தும் அவர் சிந்தித்தார். அதை மறைத்து வைக்க அவர் விரும்பவுமில்லை. குறிப்பிட்ட நாள்கள்வரை அபூபக்ர் (ரலி) அவர்களுக்கு வாக்குறுதி அளிப்பதை தாமதம் செய்தார். அப்போது, அபூபக்ர் (ரலி) அவர்களுக்கெதிராக அலீயைத் தூண்டி விட்டவர் அபூசுஃப்யான் (ரலி). இத்தகைய ஒரு செயலை அடியோடு வெறுத்த அலீ, அபூசுஃப்யானைக் கடுமையாகக் கண்டித்தார்.

உறவு முறையைவிடவும், பிற பண்புத் திறன்கள்தான் கலீஃபா பதவிக்குத் தேவை என்பதையும் அதற்கான தகுதிகள் அனைத்தும்

அபூபக்ர் (ரலி) அவர்களிடம் உள்ளன என்பதையும் அலீ (ரலி) உணர்ந்துகொண்டார். பிறகு, சுயவிருப்பத்துடன் வாக்குறுதி அளித்து அவரது கிலாஃபத் காலம் முழுவதும் அவர்கீழ் தன்னலம் பாராமல் பணியாற்றினார்.

தம்முடைய கிலாஃபத்தின்போது உமர் (ரலி) அவர்களும் அலீ (ரலி) அவர்களின் அறிவுரைகளை மதித்து நடந்துகொண்டார். நேர்மையான தமது அறிவுரைகளை உஸ்மான் (ரலி) அவர்களுக்கும் அலீ வழங்கி வந்தார். அதன்படி, உஸ்மான் செயல்படுகிறாரா இல்லையா என்பது குறித்தெல்லாம் அவர் சிந்திப்பதில்லை. உஸ்மானின் செயல்பாடுகளில் ஏதேனும் ஏற்புடையதல்ல எனக் கண்டால் அதை மறுத்துப்பேசவும் அவர் தயங்கியதில்லை.

உஸ்மான் (ரலி) மீது மக்களுக்கு எதிர்ப்புகள் தோன்றிய நிலையில் சில வரையறைகளுக்குட்பட்டு அலீ (ரலி) மக்களுக்கு ஆதரவாக இருந்தார். கிளர்ச்சியாளர்கள் வரம்புகளை மீறிய நிலையில், எந்த சூழ்ச்சிக்கும் இடமளிக்காமல் நேர்மையாகச் செயல்பட்டார். தமது மனசாட்சிக்கு ஒருபோதும் அவர் குந்தகம் விளைவித்ததில்லை. உஸ்மானின் அரசியல் கொலையைத் தொடர்ந்து, மக்கள் அலீக்கு வாக்குறுதி அளிக்க முன்வந்தனர். அதை அவர் ஏற்றுக்கொண்டார். அப்பதவிக்கு மற்றவர்களைவிடவும் தமக்கு அதிகத் தகுதியிருப்பதாகக் கருதினார்.

சுருங்கச் சொல்வதானால், விளைவுகளைப் பற்றிய கவலையின்றி நேர்மையின்பக்கம் நிற்பதற்கு அலீ (ரலி) தயங்கியதே இல்லை என்பதை அவரது செயல்பாடுகள் சந்தேகத்துக்கு இடமின்றி உணர்த்தும். மனவுணர்வுகளை அவரது முகமே பிரதிபலித்து விடும். உள்ளும் புறமும் வேறுபாடில்லாத ஒரு மனிதர் அலீ (ரலி) அவர்கள். உருவிய வாளின் வெளிப்படையான தோற்றம்.

ஒரு கலீஃபா எனும் நிலையில் உஸ்மான் (ரலி) அவர்களைக் கொன்றவர்கள் என்று முஹம்மத் பின் அபூபக்ரையும் மாலிக் அஸ்தரையும் ஒப்படைத்துவிட்டு கிலாஃபத்தின் பாதுகாப்பையும் அமைதியையும் பாதுகாப்பையும் அவர் பெற்றிருக்கலாம். ஆனால், கொலையாளிகள் குறித்துச் சரியான ஆதாரமில்லாமல் தண்டிக்க இயலாது என்று மறுத்துவிட்டார். இதன் விளைவாக ஏற்பட்ட சிக்கல்களை நேர்மையுடன் எதிர்கொண்டார்.

அலீ (ரலி) அவர்களுடன் தொடர்புவைத்திருந்த பெரும்பாலானோரும் சூழ்ச்சித்திறனும் கூரறிவுமுள்ள சந்தர்ப்பவாதிகளாக இருந்தனர். உமர் (ரலி) காலத்தில் பாரசீக, எகிப்து மக்கள் அலைகடல்போல் இஸ்லாத்துக்குள் பிரவாகித்த பிறகு இறைத்தூதரால் உருவாக்கப்பட்ட இஸ்லாமியச் சூழல் பழுதுபட்டது. இன, வம்ச பெருமிதங்களும் உலகியல் இச்சைகளும் இஸ்லாத்தின் தோற்றத்தைத் திசை திருப்பின.

உஸ்மான் (ரலி) அவர்களின் கிலாஃபத்தின்போது நபித்தோழர்கள் குறிப்பிடத்தக்க அளவுக்குக் குறைந்தனர். மேன்மைமிகுந்த நபித்தோழர்கள் பலர், ஏற்கனவே இறந்துவிட்டனர். எஞ்சியிருந்தோர் கூஃபா, பஸ்ரா, டமாஸ்கஸ், எகிப்து, யேமன், மக்கா போன்ற இடங்களுக்கு இடம்பெயர்ந்திருந்தனர். உமர் (ரலி) அவர்களின் காலம்வரை பெரும்பாலான எல்லா நபித்தோழர்களும் மதீனாவிலேயே வாழ்ந்தனர்.

இஸ்லாமியத் தலைநகரை மதீனாவிலிருந்து கூஃபாவுக்கு மாற்றியதில் அலீ (ரலி) பெரிதாக எந்த நன்மையையும் அடையவில்லை. மதீனாவிலிருந்தால் கிடைத்திருக்கக்கூடிய நற்பலன்களும் இல்லாமல் போயின. ஹிஜாஸ் ஆதரவும் குறைந்தது. ஏனெனில், தலைநகரை மாற்றியதுடன் ஹிஜாஸின் முக்கியத்துவம் குறைந்தது.

இறைத்தூதர் வாழும் காலத்தில்கூட நயவஞ்சகர்களும், சூழ்ச்சியாளர்களும் முஸ்லிம்களுக்குத் தொல்லைகளையும் இழப்புகளையும் ஏற்படுத்தத் தங்களால் இயன்றளவு முயற்சி செய்தனர். அவர்களது திட்டங்கள் எதுவும் பலனளிக்கவில்லை. அபூபக்ர், உமர் காலங்களிலும் அதிகார மோகங்களை மனதில்கொண்டு இஸ்லாத்துக்குத் தீங்கு விளைவிக்கும் சக்திகள் அதற்கான முயற்சிகளில் ஈடுபட்டனர். மிகக்கடுமையான எதிர்வினைகளையும் அவர்கள் சந்தித்தனர்.

மீண்டும் அவர்கள் தலைதூக்குவதற்கான ஒரு வாய்ப்பு உஸ்மான் (ரலி) அவர்களின் கிலாஃபத்தின்போது கிடைத்தது. இதன் முழுப் பளுவையும் உஸ்மானுக்குப் பின் வந்த, அலீ (ரலி) சுமக்க வேண்டியதாயிற்று. கலீஃபாவாக மேலும் சில ஆண்டுகள் அலீ நீடித்திருப்பாரெனில் தீவினைகள் மற்றும் அதிகார வேட்கையின்

322 இஸ்லாமிய வரலாறு இரண்டாம் பாகம்

அடிப்படைக் கூறுகளை அடியோடு வேரறுத்திருக்க முடியும். சூழ்ந்து நின்ற பல்வேறு பிரச்சினைகளையும் அலீ, மிகுந்த துணிவுடன் எதிர்கொண்டார். அதற்கான ஆற்றலும் மனவுறுதியும் அவரிடமிருந்தன. அவநம்பிக்கையும் பயமும் அவரை ஒருபோதும் அணுகியதில்லை.

உமய்யா வம்சத்தினருக்கானப் பாதையை அகலத் திறந்துவிட்டு அவர் பிரிய வேண்டும் என்பது அல்லாஹ்வின் விருப்பமாக இருந்தது. உமய்யா வம்சம், அரேபியாவின் அரசாற்றல் தகுதிகள் தங்களுக்கே உரியது எனும் நினைப்பில் ஹாஷிம் வம்சத்தினரை எதிரியாகப் பாவித்தது. தீமைகளையும் இனம், வம்சம்போன்ற போலித் தோற்றங்களையும் இஸ்லாம் வேரோடு களைந்திருந்தபோதும், உஸ்மான் (ரலி) அவர்களின் கிலாஃபத்தின்போது தங்களை அவை மீண்டும் உயிர்ப்பித்துக்கொண்டன. இழந்துவிட்ட தங்கள் அதிகார உரிமையை மீண்டும் நிறுவும் ஒரு வாய்ப்பாக உஸ்மானின் அரசாட்சியை உமய்யா வம்சம் பயன்படுத்திக்கொண்டது. நயவஞ் சகர்களுக்கு ஆதரவும் குற்றச் செயல்பாடுகளுக்கு ஒத்துழைப்பும் கிடைத்தது. அலீ (ரலி) தம்முடைய இறுதி காலம்வரைக்கும் அவற்றுக்கு ஈடுகொடுக்க இயலாமல்போனது இஸ்லாத்துக்கு நேர்ந்த பேரிழப்பாகும்.

அலீ, முஆவியா (ரலி) ஆகியோரின் படை நடவடிக்கைகளையும் ஸுபைர், தல்ஹா (ரலி) ஆகியோரது எதிர்ப்பையும், தற்கால நிலைமைகளுடன் பொருத்திப் பார்த்தால், அதை நாம் தவறாகப் புரிந்துகொள்வதாகி விடும். அக்காலகட்டம் சார்ந்த இனக்குழு மரபுகள், நன்மைகள், தீமைகள், ஒழுக்க நெறிகள்போன்ற அம்சங்களை தற்கால அளவுகோல்களால் மதிப்பிட இயலாது.

தல்ஹா, ஸுபைர் (ரலி) ஆகியோர் அலீ (ரலி) அவர்களுக்கெதிராக பெரிய அளவிலான முன்னேற்பாடுகளுடன் போர்க்களத்துக்கு வந்தவர்கள் என்பதும், இறைத்தூதரின் ஒரு சொல், அவர்களைத் தடுத்து நிறுத்தியது என்பதும் இதில் நுட்பமாகக் கவனிக்க வேண்டிய விஷயங்கள்.

அரபிகள் போர் மரபினர் என்பது மறுக்கவியலாத உண்மை. ஆனால், இறைத்தூதரின் ஒரு சொல், அவர்களது இனக்குழு மரபையே மாற்றி விட்டது. இன்று இறையியலாளர்களும்

கல்வியாளர்களும் பயனற்றதும் வெட்கப்பட வைப்பதுமான சொற்போர்களில் ஈடுபடுகிறார்கள். இறைமறையில் உலகியல் சார்ந்த தீர்வுகளை வேண்டி நடுவர் மன்றங்களுக்கும் செல்கிறார்கள். இறைமறையோ இறைத்தூதரின் பொன்மொழிகளோ அவர்களுக்குப் போதுமானவையாகத் தெரியவில்லை. ஸிஃப்ஃபீன் போருக்குப் பிறகும்கூட, முஆவியா (ரலி) ஒரு திருநங்கையின் சொத்துரிமைச் சட்டம் தொடர்பாக, அலீ (ரலி) அவர்களிடம் ஆலோசனை கேட்டார் எனும் தகவலை இந்த இடத்தில் மிக முக்கியமாகக் குறிப்பிட வேண்டும்.

பஸ்ராவில் வைத்து ஒருமுறை அலீ (ரலி) அவர்களிடம் கைஸ் பின் உபாதா கேட்டார்: “எனக்குப் பிறகு நீங்கள் கலீஃபாவாக நியமிக்கப்படுவீர்கள் என்று இறைத்தூதர் உங்களிடம் சொன்னதாக மக்கள் பேசிக்கொள்கிறார்களே உண்மையா?” இதற்கான பதில் அலீயிடமிருந்து மிகத்தீர்க்கமாக வந்தது: “முற்றிலும் தவறு. இறைத்தூதர் தொடர்பான ஒரு பொய்யை அனுமதிக்க இயலாது. இறைத்தூதர் அப்படிச் சொல்லியிருந்தால் அபூபக்ரையும் உமரையும் உஸ்மானையும் கலீஃபாவாக நான் அனுமதிக்கவோ வாக்குறுதி அளிக்கவோ முன்வந்திருக்க மாட்டேன்.”

இஸ்லாம் சத்தியத்தைப் போதிக்கிறது. மக்களில் ஒரு பிரிவினர், அலீ (ரலி) அவர்களை உண்மைக்கு மாறாக மதிப்பிட்டிருக்கும் நிலையில் இன்னொரு பிரிவினர், இதற்கு முற்றிலும் மாறாக மிக உன்னதமான நிலைக்கு உயர்த்தியிருக்கிறார்கள். யூதர்கள், ஈஸா (அலை) அவர்களை எதிர்த்து வழிகெட்டதுபோலவும், கிறிஸ்தவர்கள் அவரைத் தேவனாக வழிபட்டதுபோலவும். உண்மை நிலையறிந்த முஸ்லிம்கள் இதில் தடுமாறுவதில்லை.

இறையச்சமும் இறைவன்பால் நாட்டமுமுள்ள முஸ்லிம்களுக்கு ஒப்பாகவோ நாம் வாழும் காலத்து இறைநேசர்களுக்கு ஒப்பாகவோ நபித்தோழர்களைப் பார்க்க இயலாது. அதேபோல், நபித்தோழர்களும் மனித குணங்களுக்கு அப்பாற்பட்டவர்களல்லர். மனிதனுக்கான தேவைகள் அனைத்தும் அவர்களிடமும் இருந்தன. இறைத்தூதரும் தம்மை மனிதராகக் கருதியவர்தாம். அல்லாஹ்வின் அடிமையாக இருப்பதைப் பெருமையாகக் கருதியவர். தமது மாசற்ற தன்மையாலும் மனிதப் பண்புகள் அனைத்திலும் மேன்மையானவர் என்பதாலும் வழி காட்டும் ஒளியாகத் திகழ்கிறார்.

நபி (ஸல்) அவர்களது நடைமுறைகளை முழு ஈடுபாட்டுடன் நேரடியாக அணுகி, அதையே தங்களது வாழ்க்கை நெறியாகக்கொண்ட நபித்தோழர்கள் நற்பேறு பெற்றவர்களாகத் திகழ்ந்தனர். ஆனால், அவர்களிடமும் குறைபாடுகளிருந்தன. பரஸ்பரம் மாறுபாடுகளிருந்தன. ஆற்றல்களிலும் தோற்றங்களிலும் மனிதப் பண்புகளிலும் நோக்கங்களிலும் ஒவ்வொருவரும் மாறுபட்டிருந்தனர்.

செயல்பாடுகளின் அடிப்படையிலான இம்மாறுபாட்டுத் தன்மைகளை அபூபக்ர், உமர் (ரலி) ஆகியோர், முஆவியா, முகீரா, (ரலி) போன்றவர்கள், அலீ, ஆயிஷா (ரலி) போன்றவர்கள், அபூஹுரைரா, இப்னு மஸ்ஊத் (ரலி) போன்றவர்கள், அம்ர் அல்ஆஸ், அப்துல்லாஹ் பின் உமர், அபூதர் (ரலி) போன்றவர்கள் என வகைப்படுத்த இயலும்.

எண்ணங்களின், கருத்துகளின், செயல்பாடுகளின் அடிப்படையிலான இவர்களது மாறுபாடுகளை அல்லாஹ்வின் அருட்கொடைகளாகக் கருதுவதுதான் முஸ்லிம்களின் கடமையே தவிர, உடனடி முடிவுகளுக்கும் முன்யோசனையற்ற எண்ணங்களுக்கும் செயல்பாடுகளுக்கும் இரையாகி விடுவதல்ல.

இறைத்தூதர் அவர்களின் இறப்புக்குப்பின், ஹிஜ்ரீ 30ஆம் ஆண்டுவரைக்கும், முஸ்லிம்களின் வெற்றி தொடர்ந்துகொண்டே இருந்தது. இவ்வெற்றிகள்மூலம், நாகரிகமடைந்திருந்த உலகின் மாபெரும் சாம்ராஜ்யங்கள் இஸ்லாமிய அரவணைப்புக்குள் வந்தன.

ஹிஜ்ரீ 30இலிருந்து 40 வரையிலான பத்தாண்டு காலத்தில் பெரிய அளவிலான எந்த வெற்றிகளையும் பெற இயலவில்லை. உள்நாட்டுப் பிரச்சினைகளும் சண்டைகளும் சச்சரவுகளும் குடும்பப் போர்களும் படைப்போர்களும் தொடர்ந்து நிகழ்ந்துகொண்டிருந்தன. பத்தாண்டு காலம் நீடித்த இக்குழப்பங்கள் வெளித்தோற்றத்தில், இஸ்லாத்துக்கு ஊறுவிளைவிப்பதாக மட்டுமே இருந்தாலும், முஸ்லிம் சமுதாயத்திற்குத் தேவையான சில நன்மைகளும் அதிலிருந்தன.

இருபதாண்டுகளாகத் தொடர்ந்த வெற்றிகள், இறையியல் மற்றும் குர்ஆனிய சிந்தனைகளைப் பலன்களாகப் பெற, பிறகு வந்த

இடர்பாடுகள் மிகுந்த பத்தாண்டுகள் வாழ்க்கையையும் உலகியல் அணுகுமுறையையும் பற்றிய தெளிவுகளாக அமைந்தன.

தோல்விகளின் அழிவுகளின் முரண்பாடுகளினூடே வாழக் கற்றுக்கொண்டனர். நன்மை - தீமை, சரி - தவறு, ஒளி - இருள் என முரண்களுக்கிடையிலான போர்கள் தவிர்க்க இயலாதவை என்பதைப் புரிந்துகொண்டனர். இழப்புகளினுள் தேங்கி நின்றுவிடாமல் அமைதியையும் வளர்ச்சியையும் மீட்டெடுக்கக் கற்றுக்கொண்டனர்.

இறையியல் நோக்கமும் உலகியல் இச்சையும் ஒன்றோடொன்று முரண்பட்டுச் சேர்ந்து வளர்பவை. மூஸா, ஹாரூன் (அலை) அவர்களின் தாடியைப் பிடித்திழுக்க நேர்ந்தது; யூசுஃப் (அலை) தம் சகோதரர்களால் கிணற்றுக்குள் வீசப்பட்டார்; சில பொற்காசுகளுக்காக விற்கப்பட்டார். இந்நிலையில், மனிதர்களான நபித்தோழர்களின் தனித்துவ அம்சங்களினூடே உருவான மாறுபாடுகளில் ஆச்சரியங்கள் ஏதுமில்லை.

அலீ, முஆவியா (ரலி) ஆகியோரிடையே ஏற்பட்ட முரண்கள், இஸ்லாத்தின்மீது ஒரு வடுவை உருவாக்கின. இதுவே, பிற்பாடு, முஸ்லிம்களின் படிப்பினைக்கும் எச்சரிக்கைக்கும் காரணமாக அமைந்தது.

வரலாறு முழுவதும், உமய்யா - அப்பாஸ் வம்சங்களிடையில் உருவான பிளவும், பரஸ்பரப் போர்களும் முஸ்லிம் ஆட்சியாளர்களிடையிலான அரசியல் இழுபறிகளும் மக்களுக்கு மாபெரும் இன்னல்களை விளைவித்தன. தன்மீது கவிந்த மேகப் படலங்கள் அனைத்தையும் தாண்டி, புத்தொளி வீசி மீண்டும் பிரகாசித்தது இஸ்லாம்.

முஸ்லிம்களின் வாழ்விலும் ஆற்றலிலும் குணநலன்களிலும் ஏற்பட்ட உயர்வு தாழ்வுகள் அனைத்துமே வரலாற்று ஆச்சரியங்களாகவே இருந்து வருகின்றன. பாக்தாதை அழித்த செங்கிஸ்கானின் புதல்வன் ஹலாக்கின் செயல், அவனது வம்சாவளியினர் இஸ்லாத்தைத் தழுவுவதில் முடிந்தது. ஒருங்கிணைந்த கிறிஸ்தவப் படைகள் பாலஸ்தீனை முஸ்லிம்களிடமிருந்து பறித்தபோது ஒரு ஸலாஹுத்தீன் அய்யூபி முஸ்லிம் சமூகத்துக்கு அதை மீட்டுக் கொடுத்தார்.

உலகின் அனைத்துத் துறைகளிலும் ஒப்பீட்டளவில் இன்னும் அதிகமான முரண்பாடுகள் காணக் கிடைக்கின்றன. வீழ்ச்சிகளுக்கும் கடுந்தாக்குதல்களுக்கும் உள்ளானாலும் இஸ்லாமியக் கிலாஃபத் என்பது, எக்காலங்களிலும் எல்லா வகையிலும் மனித இனத்துக்கான ஓர் அருட்கொடையாகவே விளங்கும்.

உஸ்மான் (ரலி) அவர்களின் கிலாஃபத்தின்போது தலைதூக்கிய வஞ்சகர்களின் எழுச்சிக்கு இஸ்லாத்தைப் பொறுப்பாக்கும் வரலாற்று உருவாக்க முயற்சிகளை அதன் உள்ளார்ந்தப் படிப்பினைகள் மூலம் புரிந்துகொள்ள இயலும். இம்முயற்சிகள் உமர் (ரலி) அவர்களின் இறப்பைத் தொடர்ந்து இஸ்லாத்துக்கு எதிராகச் சீற்றங்கொண்டு மேலெழுந்தன. ஒளியை இருளால் மூட முற்படும் சக்திகளைப் புரிந்துகொள்ளவும் வரலாறே பாடமாக அமைகிறது.

ஹஸன் (ரலி) : ஹஸன் பின் அலீ பின் அபூதாலிப் (ரலி) அவர்கள் நபிவழி கலீஃபாக்களில் இறுதியானவர். ஹிஜ்ரீ 3 ஆம் ஆண்டு, ஷஅபான் மாதம் பிறந்தார். இவர் இறைத்தூதரைப்போன்ற தோற்றமுடையவர். இவருக்கு ஹஸன் என்று பெயர் சூட்டியதும் இறைத்தூதர் அவர்களே. அறியாமைக் காலத்தில் யாரும் இப்படிப் பெயர் சூட்டுவதில்லை.

அபூபக்ர் (ரலி) கூறியதாக இமாம் புகாரீ, ஒரு அவையில், ஹஸனைத் தம்மருகில் வைத்து, ஒரு விரிப்பின்மீது உட்கார்ந்திருந்த நபி (ஸல்) அவர்களது பார்வை அவைமீதும் தம் பேரன்மீது பதிந்துகொண்டிருந்தது. அப்போது நபிகளார், 'என் மகன் ஒருநாள் மக்களின் தலைவராவார். முஸ்லிம்களின் இரு பிரிவுகளிடையே இவர் ஒற்றுமையை ஏற்படுத்துவார்' என்றார்.

ஒரு முறை நபி (ஸல்) அவர்கள் ஹஸன் (ரலி) அவர்களைத் தமது தோளில் சுமந்தபடி நடந்துகொண்டிருந்தார். வழியில் ஒருவர், ஹஸன் (ரலி) அவர்களைப் பார்த்து, 'அபூர்வமான வாகனம் உமக்குக் கிடைத்திருக்கிறதே" என்றார். இதற்கு நபிகளார், 'பயணியும்கூட அபூர்வமானவர்தான்" என்றார்.

அப்துல்லாஹ் பின் ஸுபைர் (ரலி) கூறியதாகச் சொல்லப்படுகிறது: "தோற்றத்தில் ஹஸன் இறைத்தூதர்போலவே இருப்பார். அவர்மீது நபிகளார் மிகுந்த அன்புகொண்டிருந்தார்."

பண்புகள் : ஹஸன் (ரலி) அவர்கள் மிகுந்த நற்பண்புகளும் பெருந்தன்மையும் தலைமைத்துவ குணங்களும் பொருந்தியவர். குழப்பங்களையும் உயிரிழப்புகளையும் அவர் முற்றிலுமாக வெறுத்தார். தம்மிடம் ஒட்டகம் இருந்தும் 25 முறை நடந்தே சென்று ஹஜ் கடமையை நிறைவேற்றினார்.

உமைர் பின் இஷாக் சொல்கிறார்: "உரையாடலின்போது ஹஸன் தவறான மொழியைப் பயன்படுத்தி நான் கேட்டதில்லை."

மர்வான் பின் ஹகம் மதீனா ஆளுநராக இருந்தபோது, ஹசன் (ரலி) தமது கிலாஃபத்தைத் துறந்துவிட்டு அங்கே வந்திருந்தார். ஹஸன் (ரலி) அவர்களிடம் ஒருவரை அனுப்பி வைத்த மர்வான், "அவரிடம் சென்று, நீர் தந்தையைப் பற்றிக் கேட்டால் என் தாய் ஒரு பெண் குதிரை என்று சொல்லும் கோவேறு கழுதையைப் போன்றவர் என்று சொல்லும்" என்றார். அவரும் அப்படியே சொன்னார். ஹஸன் (ரலி), "காரணமில்லாமல் நீர் என்னை வசை பேசியதை நான் ஒரு போதும் மறக்கமாட்டேன். நாம் அனைவரும் ஒருநாள் எல்லாம் வல்ல அல்லாஹ்விடம் செல்வோம். நீர் கூறியது சரியென்றால், அல்லாஹ் உம்மை மன்னிப்பான். நீர் சொன்னது தவறாக இருந்தால், மற்றவர்களை விடவும் அல்லாஹ் உமக்கு கடும் தண்டனையளிப்பான்" என்று பதில் சொன்னார்.

ஜரீர் பின் அஸ்மஉ சொல்கிறார்: "ஹஸன் இறந்தபோது, மர்வான் அவரது ஸந்தூக்கின் அருகிலிருந்து கண்ணீர் விட்டு அழுதார். ஹுஸைன் கேட்டார்: "அவர் உயிருடனிருக்கும்போது அவருக்கு இன்னல் விளைவிப்பதையே வழக்கமாகக்கொண்டிருந்த நீர் இப்போது அழுகிறீரே?" மர்வான் சொன்னார்: "அவர் மலையைவிடவும் பொறுமை காப்பவர் என்பதால் அப்படி நடந்து கொண்டேன்."

ஒருவர், ஹஸன் (ரலி) அவர்களிடம், "அபூதர் 'நான் செல்வத்தைவிட ஏழ்மைமீதும் உடல் நலனை விட நோய்மீதும் அன்பு கொள்கிறேன்' என்று சொல்கிறார்" என்றார். அப்போது ஹஸன் (ரலி) சொன்னார்: "அல்லாஹ் அவருக்கு அருள் புரிவானாக. என்னைப் பொறுத்தவரை நான், எதன் மீதும் எந்த விருப்புமின்றி என்னை அல்லாஹ்விடம் கையளித்து விட்டேன். அல்லாஹ்வின் முடிவுகளில் தலையிடும் துணிவு எனக்கில்லை."

ஹிஜ்ரீ 41 ஆம் ஆண்டு, ரபீயுல் அவ்வல் மாதம், ஹஸன் (ரலி), தம்முடைய கிலாஃபத்தை முஆவியா (ரலி) அவர்களிடம் ஒப்படைத்தார். ஹசனை அவரது நண்பர்கள் 'ஆருல் முஸ்லிமீன்' என்றனர். ஹஸன் சொன்னார்: "நார் என்பதைவிடவும் ஆர் சிறந்தது." (ஆர் = வெட்கக்கேடு, நார் = நரகம்)

ஒருவர் ஹஸன் (அலீ) அவர்களைப் பார்த்து, "முஸ்லிம்களை இகழ்ந்தவரே, உமக்கு முகமன் சொல்கிறேன்" என்றபோது, ஹஸன் சொன்னார்: "நான் முஸ்லிம்களை இகழவில்லை. நாட்டின் பேரைச் சொல்லி தேவையில்லாமல் நீர் உயிரிழக்க வேண்டாமென்று கருதினேன்."

ஜுபைர் பின் நுஃபைர் சொல்கிறார்: "ஒருமுறை ஹஸன் (ரலி) யிடம் கிலாஃபத்தை மீண்டும் நீங்கள் விரும்புவதாக மக்கள் பேசிக்கொள்கிறார்களே?" என்று ஒருவர் கேட்டார். அதற்கு ஹஸன் அளித்த பதில், 'அரபிகளின் தலைவர்கள் ஒன்றுகூடி கிலாஃபத்தை எனது கைகளில் ஒப்படைத்து அவர்கள் விருப்பப்படியே நான் நடந்துகொள்ளவும் செய்த நிலையில் அல்லாஹ்வின் திருப்தியை நாடி அதைக் கைவிட்டேன். ஹிஜாஸ் மக்களின் திருப்திக்காக அதை நான் மீறுவேன் என்று நினைக்கிறார்களா?"

ஹிஜ்ரீ 50 ஆம் ஆண்டு, ரபீயுல் அவ்வல் மாதம் ஹஸன் (ரலி) மரணமடைந்தார். மக்கள், அவர் விஷம் வைத்துக் கொல்லப்பட்டார் என்று சந்தேகப்பட்டனர். ஹுசைன் (ரலி), விஷமூட்டியவரின் பெயரைச் சொல்லும்படி கேட்டபோது அவர், சந்தேகப்படும் ஆள் அதைச் செய்திருப்பாரெனில் அல்லாஹ் பார்த்துக்கொள்வான். அது உண்மையல்ல என்றால், நேர்மையற்ற வகையில் ஒருவர் கொலையுண்டதாகி விடும்" என்றார்.

ஹஸன் (ரலி) அவர்களின் கிலாஃபத் நிகழ்வுகள் : அலீ (ரலி) அவர்களின் இறப்பின்போது ஹஸன் (ரலி) அவர்களுக்கு வாக்குறுதியளிப்பது குறித்த கேள்விக்கு எளிமையான சொற்களில் அவர் பதில் சொன்னார்: "இதில் நான் எதுவும் சொல்வதற்கில்லை; உங்கள் செயல்பாடுகள் சூழ்நிலைக்கேற்ப அமையட்டும்."

அலீ (ரலி) அவர்களின் பதிலை ஹஸன் (ரலி) அவர்களுக்குச் சாதகமாக எடுத்துக்கொண்டு அவரையே கலீஃபா பொறுப்புக்குத் தேர்வு செய்தனர். முதன் முதலில் வாக்குறுதி அளித்தவர்

கைஸ் பின் ஸஅத் (ரலி) ஆவார். அவரைத் தொடர்ந்து மற்றவர்கள் வாக்குறுதி அளித்தனர். வாக்குறுதியை ஏற்றுக்கொண்ட ஹஸன் (ரலி), “என் உத்தரவுக்கேற்ப செயலாற்றுங்கள். நான் எதிர்த்துப் போரிடுவோரை எதிர்த்தும் நான் அமைதியை விரும்பும்போது அதற்கிணங்கவும் செயல்படுங்கள்” என்று மக்களிடம் கேட்டுக்கொண்டு பதவியேற்றார்.

அலீ (ரலி) அவர்கள் இறப்பெய்திய நிலையில், முஆவியா (ரலி) அமீருல் முஃமினீன் எனும் இறைநம்பிக்கையாளர்களின் தலைவர் என்ற சிறப்புப் பெயர் பெற்றார். தமது கிலாஃபத்துக்காக சிரியர்களிடமிருந்து ஏற்கனவே வாக்குறுதி பெற்றிருந்தபோதும் நடுவர்களின் முடிவைத் தொடர்ந்து மீண்டும் அதைப் புதுப்பித்தார்.

ஹஸன் (ரலி) அவர்களுக்கு, வாக்குறுதி அளித்த கைஸ் (ரலி), “இறைமறையின்படி இறைத்தூதரின் வழி நின்று ஜிஹாதில் ஈடுபட நான் உங்களுக்கு வாக்குறுதியளிக்கிறேன்” என்று சொன்னார். அதற்கு ஹஸன் (ரலி), “இறைமறையின் இறைத்தூதரின் வழியின் ஒரு பகுதியே ஜிஹாதும் போரும். ஆகவே, அவற்றை வெவ்வேறாகக் குறிப்பிடத் தேவையில்லை” என்றார். இது, ஹஸன் (ரலி) போரில் விருப்பமற்றவர் எனும் எண்ணத்தை கூஃபா மக்களிடம் உருவாக்கியது.

60,000 வீரர்களுக்குத் தலைமையேற்று கூஃபாவை நோக்கிப் புறப்பட்ட முஆவியா (ரலி), ஹஸன் (ரலி) அவர்களுக்கு, “போரைவிட அமைதியே சிறந்தது. என்னை கலீஃபாவாக ஏற்று நீர் வாக்குறுதி அளிக்க வேண்டும்” என்று செய்தி அனுப்பினார். முஆவியா (ரலி) கூஃபாவை இலக்கு வைத்திருப்பதை அறிந்த ஹஸன் (ரலி), 40,000 வீரர்களுக்குத் தலைமையேற்று கூஃபாவிலிருந்து புறப்பட்டார். 12,000 வீரர்களை கைஸ் (ரலி) தலைமையில் முன்னணிப் படையாக அனுப்பி வைத்தார்.

அவர் மதாயினை அடைந்தபோது, கைஸ் (ரலி) கொல்லப்பட்டதாக யாரோ பொய்த் தகவலைப் பரப்பினார்கள். கால்நடைகளின் ஓய்வுக்காக ஒரு நாள் அங்கே தங்கியிருந்த அவர், மக்களை ஒன்று திரட்டி, எல்லாம் வல்ல அல்லாஹ்வைப் புகழ்ந்து விட்டுச் சொன்னார்: “மகாஜனங்களே! போரிலும் அமைதியிலும் எனக்குக்

கட்டுப்படுவதாக நீங்கள் வாக்குறுதியளித்தீர்கள். அல்லாஹ்வின் மீதாணையாக யார்மீதும் நான் பகைமைப் பேணுவதில்லை. கிழக்கு முதல் மேற்குவரையிலும் நான் முற்றிலுமாக வெறுப்பவரென்று யாருமில்லை. ஒற்றுமையின்மைக்கும் முரண்பாட்டுக்கும் பகைமைக்கும் மாறாக நான் ஒற்றுமையையும் பொது இணக்கத்தையும் அமைதியையும் முன் நிறுத்த விரும்புகிறேன்."

ஹஸன் (ரலி) அவர்களுக்கெதிரான தீர்ப்பு : இதைக்கேட்ட கவாரிஜ்களும் நயவஞ்சகர்களும், முஆவியாவுடன் ஹஸன் சமரசம் செய்துகொள்ள நினைக்கிறார் எனும் தகவலை முகாமெங்கும் பரப்பினார்கள். அவர்கள், ஹஸன் (ரலி) மீது இகழ்வுத் தீர்மானமொன்றைப் பிறப்பித்தனர். இது, முகாமுக்குள் குழப்பத்தை உருவாக்கியது. இறைநம்பிக்கையாளர் - இறைமறுப்பாளர் எனும் முரண்களுடன் உருவாக்கப்பட்ட பிரச்சினையில் ஒரு தரப்பினரின் கை மேலோங்கியது. இன்னொரு தரப்பினர் தொந்தரவுக்குள்ளாயினர்.

இவர்களில் பலர் முகாமுக்குள் நுழைந்து, ஹஸன் (ரலி) அவர்களை இறைமறுப்பாளரே என்றழைத்து சூழ்ந்துகொண்டனர். அவரது உடைகள் பல துண்டுகளாகச் சிதறுமளவுக்குப் பிடித்திழுத்தனர். தோளில் கிடந்த போர்வை உட்பட முகாமைக் கொள்ளையடித்தனர்.

இதைத் தொடர்ந்து, ஹஸன் (ரலி) தம்முடைய ஆதரவாளர்களான ரபீஆ, ஹமதான் கோத்திரத்தாரைத் துணைக்கு அழைத்தார். அவர்களும் காலம் தாழ்த்தாமல் உதவிக்கு வந்தனர். குழப்பம் விளைவித்தவர்கள் முகாமிலிருந்து அப்புறப்படுத்தப்பட்டனர். அதன் பிறகு அவர் மதாயினுக்குச் சென்றார். கவாரிஜ்களைச் சேர்ந்த ஜர்ராஹ் பின் கபீஸா என்பவன் ஈட்டியால் ஹஸன் (ரலி) யின் தொண்டையில் காயமேற்படுத்தினான். மதாயினின் வெள்ளை அரண்மனைக்குக் கொண்டுவரப்பட்ட ஹஸன் (ரலி) அவர்களின் காயம் குணமானது.

12,000 வீரர்களுடனிருந்த கைஸ் (ரலி) அவர்களை அன்பாரில் முஆவியா (ரலி) சுற்றி வளைத்துக் கொண்டார். தொடர்ந்து, அப்துல்லாஹ் பின் ஆமிர் தலைமையில் ஒரு படைப்பிரிவை அமைதித் தூதுவராக ஹஸன் (ரலி) அவர்களிடம் அனுப்பி வைத்தார். முகாமில் ஏற்பட்ட பிரச்சினையைத் தொடர்ந்து, ஹஸன்

(ரலி), அப்துல்லாஹ் பின் ஹாரிஸ் பின் நவ்ஃபலை அமைதிப் பேச்சுக்காக முஆவியா (ரலி) அவர்களிடம் அனுப்பியிருந்தார்.

மதாயினுக்குச் சற்றுத் தொலைவில் அப்துல்லாஹ் பின் ஆமிர் வந்திருப்பதையறிந்த ஹஸன் (ரலி), தமது படையுடன் மதாயினிலிருந்து புறப்பட்டார். எதிர்த்திசையிலிருந்து படைவீரர்கள் வருவதைக் கண்ட அப்துல்லாஹ் பின் ஆமிர், உரத்தக் குரலில், "நான் போருக்கு வரவில்லை. முஆவியா, அன்பாரில் தமது பெரும் படையுடன் நிற்கிறார். நீங்கள் எனது முகமனை ஹஸன் அவர்களுக்கு அறிவியுங்கள்! அல்லாஹ்வின் மீதாணையாக, போரை நிறுத்தி அழிவிலிருந்தும் உயிரிழப்பிலிருந்தும் மக்களைக் காப்பாற்றுமாறு அப்துல்லாஹ் வேண்டிக்கொண்டதாக அவரிடம் சொல்லுங்கள்" என்றார்.

இதையறிந்த ஹஸன் (ரலி) மதாயினுக்குத் திரும்பி, அப்துல்லாஹ்வுக்குத் தகவல் அனுப்பினார். அதில், முஆவியாவுடன் உடன்பாடு செய்துகொள்ள, தாம் தயாராக இருப்பதாகவும், இறைமறைக்கும் நபிவழிக்கும் ஏற்ப நடந்தவற்றை மறந்து மக்களின் வாழ்க்கைக்கும் உடைமைகளுக்கும் பாதுகாப்பளிக்க வேண்டும் எனும் நிபந்தனையுடன் அவர்களது நன்மையைக் கருத்தில்கொண்டு பொறுப்பிலிருந்து விலகுகிறேன் என்றுக் குறிப்பிட்டிருந்தார்.

ஹஸன் (ரலி) அவர்களின் நிபந்தனைகளுடன் முஆவியா (ரலி) அவர்களிடம் சென்ற அப்துல்லாஹ் பின் ஆமிர், சில நிபந்தனைகளின்பேரில் ஹஸன் (ரலி) பொறுப்பிலிருந்து விலகத் தயாராக இருப்பதாகச் சொன்னார்.

"முதல் நிபந்தனை, முஆவியா (ரலி) அவர்களுக்குப் பிறகு கிலாஃபத்தை மீண்டும் ஹஸன் (ரலி) அவர்களிடம் ஒப்படைக்க வேண்டும். அடுத்த நிபந்தனை, பொதுக் கருவூலத்திலிருந்து ஆண்டுக்கு ஐந்து இலட்சம் தினார் வழங்க வேண்டும். மூன்றாவதாக, அஹ்வாஸ், பாரசீக எல்லைகளில் ஸகாத் வரி திரட்டிக்கொள்ளும் உரிமையை வழங்க வேண்டும்."

இம்மூன்றும் அப்துல்லாஹ்வின் கற்பனையில் உதித்த நிபந்தனைகள். தொடர்ந்து அவர், ஹஸன் (ரலி) முன் வைத்த நிபந்தனைகளையும் சொன்னார். முஆவியா (ரலி) மிகுந்த மகிழ்ச்சியுடன் அதற்கு இணக்கம் தெரிவித்ததுடன் மிகுதியாக

அளிக்கவும் விரும்பினார். முஆவியா (ரலி) குறிப்பிட்டதாகச் சொல்லப்படுவது: "ஹஸனின் நோக்கங்கள் நேர்மையானவை. முஸ்லிம்களிடையே பிரிவுகளை அகற்றி அமைதி நிலைநாட்டுவதில் அவர் ஆர்வமாக உள்ளார்."

இதையறிந்த ஹுஸைன், அப்துல்லாஹ் பின் ஜஅஃபர் (ரலி) ஆகியோர், ஹஸன் (ரலி) அவர்களை அணுகி, இதிலிருந்துப் பின்வாங்க வைக்க பெரும் முயற்சி செய்தனர். ஹஸன் (ரலி), அதை ஏற்க மறுத்தார். இராக் மற்றும் கூஃபா மக்களின் நடவடிக்கைகளை, அலீ (ரலி) அவர்களின் காலத்திலிருந்து அவர் நுட்பமாக கவனித்து வருபவர். எல்லைப் பகுதிகளைத் தன் கட்டுப்பாட்டுக்குள் வைத்து ஆட்சி செய்வதில் முஆவியா (ரலி) அவர்களின் ஆற்றலையும் திறனையும் அவர் நன்கு உணர்ந்திருந்தார். ஆகவே, அமைதி முயற்சிகளில் அவர் உறுதியாக இருந்தார்.

அமைதி உடன்படிக்கை : முஆவியா (ரலி) அவர்களின் கையெழுத்துடனும் அரசு முத்திரையுடனும் அப்துல்லாஹ் பின் ஆமிர் கொண்டுவந்த ஓலையைக் கண்ட ஹஸன் (ரலி), முஆவியா (ரலி) அவர்களின் மறைவுக்குப் பிறகு கிலாஃபத் தன்னிடம் மீண்டும் ஒப்படைக்கப்படும் என்ற நிபந்தனையை ஏற்க மறுத்தார். "முஆவியாவுக்குப் பிறகு, என்னை கலீஃபாவாகத் தேர்வு செய்வதை நான் விரும்பவில்லை. அப்படியான ஒரு ஆர்வம் எனக்கிருந்தால் இன்று நான் ஏன் அதைத் துறக்க வேண்டும்?"

இதனைத் தொடர்ந்து அவர் எழுத்தரை அழைத்து அமைதி உடன்படிக்கை எழுதச் சொன்னார்: 'ஹஸன் பின் அலி பின் அபூதாலிபுக்கும் முஆவியா பின் அபூ சுஃப்யானுக்குமிடையே இந்த அமைதி உடன்படிக்கை எழுதப்படுகிறது. இதன்படி, கீழ்வரும் நிபந்தனைகளுக்கு இருவரும் ஒப்புதல் அளிக்கிறார்கள். கிலாஃபத் பதவி, முஆவியா பின் அபூசுஃப்யானுக்குக் கைமாறப்படுகிறது. முஆவியாவுக்குப் பிறகு, தங்களுக்கான கலீஃபாவைத் தேர்ந்தெடுக்கும் உரிமை முஸ்லிம்களுக்கானது. முஆவியாவின் கைகளிலிருந்தும் நாவிலிருந்தும் விடுபட்டு, அனைத்து முஸ்லிம்களும் பாதுகாப்பாக இருப்பார்கள். அனைவரையும் அவர் மதிப்புடன் நடத்துவார். அலீயின் உறவினர்களின் வழியில் அவர் குறுக்கிடமாட்டார். ஹஸன், ஹுஸைன் பின் அலீயின் ஆதரவாளர்களுக்கு அவரால் துன்பங்கள் நேராது. இந்த இரு சகோதரர்களுக்கும் அவர்களது

உறவினர்களுக்கும் எங்கு போகவும் எங்கு தங்கிக்கொள்ளவும் உரிமையுண்டு. முஆவியாவுக்கும் அவரது ஆளுநர்களுக்கும், இவர்களைத் தங்கள் கட்டுப்பாட்டுக்குள் வைக்கவோ அதற்கான உரிமையைக் கோரவோ இடமில்லை. அஹ்வாஸின் ஸகாத் வரியை ஹஸனுக்கு அனுப்பி வைக்க முஆவியா கடமைப்பட்டவராவார். கூஃபா பொதுக்கருவூலத்தில் இப்போதுள்ள உடைமைகள் அனைத்தும் ஹஸன் பின் அலீயின் கீழிருக்கும். தன் விருப்பப்படி இதைச் செலவிட அவருக்கு உரிமையுண்டு. ஹாஷிம் கிளையினர் நன்கொடைகளையும் பரிசுகளையும் அளிப்பதை முஆவியா அனுமதிக்க வேண்டும்.'

உடன்படிக்கையின் சாட்சிகளாக, அப்துல்லாஹ் பின் அல்ஹாரிஸ் பின் நவ்ஃபல், அம்ர் பின் அபூசலமா போன்ற முக்கியமானவர்கள் உட்பட வேறு சிலரும் கையெழுத்திட்டனர். உடன்படிக்கை ஆவணத்தைப் பார்த்த முஆவியா (ரலி) மிகுந்த மகிழ்ச்சியடைந்தார். உடன்படிக்கையைத் தொடர்ந்து, கைஸ் பின் ஸஅத் (ரலி) மீதான தமது முற்றுகையை முஆவியா (ரலி) விலக்கிக்கொண்டார்.

தொடர்ந்து, முஆவியா (ரலி) கூஃபாவின் பெரிய மஸ்ஜிதை அடைந்து, ஹஸன் (ரலி) அவர்களிடமும் கூஃபா மக்களிடமும் வாக்குறுதி பெற்றார். ஆனால், கைஸ் (ரலி) மஸ்ஜிதுக்கு வரவில்லை. முஆவியா (ரலி) வாக்குறுதியின்மீதான நிபந்தனைகளை எழுதுமாறும் அவை முற்றிலுமாக ஏற்றுக்கொள்ளப்படுமென்றும் எழுதி, தன்னுடைய கையெழுத்துடன் அரச முத்திரையுமிடப்பட்ட ஓலையை அவருக்கு அனுப்பிவைத்தார். அவர் தமக்கும் தம்முடைய ஆதரவாளர்களுக்கும் பாதுகாப்பளிக்க வேண்டும் என்பதை மட்டும் நிபந்தனையாக வைத்து, தமது ஆதரவாளர்களுடன் வந்து வாக்குறுதியளித்தார்.

ஹுஸைன் (ரலி) வாக்குறுதியளிக்க மறுத்தார். முஆவியா (ரலி) அதை வற்புறுத்திய நிலையில் ஹஸன் (ரலி), "வற்புறுத்த வேண்டாம்; ஏனெனில், அவரது மேன்மைக்குணம் வாக்குறுதியை விடவும் மகத்தானது" என்றார். முஆவியா (ரலி) அமைதியாக இருந்தார். ஆயினும், ஹுஸைன் (ரலி) பின்னர் வாக்குறுதி அளித்தார்.

பிறகு, அம்ர் பின் அல்ஆஸ் (ரலி), ஹஸன் (ரலி) அவர்களை

மக்கள் முன் உரையாற்ற அழைக்கும்படி முஆவியா (ரலி) அவர்களிடம் கேட்டுக்கொண்டார். அதன்படி ஹஸன் (ரலி) உரையாற்றினார்: "முஸ்லிம்களே! நான் தீமைகளை அடியோடு வெறுக்கிறேன். பெரும் துன்ப துயரங்களிலிருந்து என் பாட்டனாரின் சமூகத்தைப் பாதுகாப்பதற்காகவே நான் முஆவியாவுடன் அமைதி உடன்படிக்கை செய்து, படைத்தலைவராகவும் கலீஃபாவாகவும் அவரை ஏற்றுக்கொண்டுள்ளேன். இவ்விரண்டும் அவருக்கு உரியதெனில் அதை அவர் அடைந்துள்ளார். என்னுடையது எனில் அதை நான் அவருக்கு உவந்தளித்துள்ளேன்."

ஹஸன் (ரலி) மேடையிலிருந்து இறங்கியதும், முஆவியா (ரலி) எழுந்து, "அபூமுஹம்மதே! இதுவரை யாரும் காண்பிக்காத உறுதியையும் துணிவையும் நீங்கள் காண்பித்திருக்கிறீர்கள்" என்றார்.

இறைத்தூதர் அவர்களின் முன்னறிவிப்பு : ஹஸன் (ரலி) குறித்து இறைத்தூதர் சொன்ன வார்த்தைகளை ஆச்சரியத்துடன் நினைவு கூரவேண்டிய இடம் இது. 'என் பேரன் ஒருநாள் மக்களின் தலைவராவார். முஸ்லிம்களின் இரு பிரிவுகளிடையே இவர் ஒற்றுமையை ஏற்படுத்துவார்.'

அலீ (ரலி) அவர்கள் உயிர்த்தியாகம் செய்த ஆறு மாதங்களில், ஹிஜ்ரீ 41 ஆம் ஆண்டு இந்த அமைதி உடன்படிக்கை கையெழுத்தானது. எனவேதான், இவ்வாண்டு ஆமுல் ஜமாஅத் என்று குறிப்பிடப்பட்டது.

அமைதி உடன்படிக்கைக்குப் பிந்தைய அனைத்துப் பணிகளையும் முடித்துவிட்டு, முஆவியா (ரலி) கூஃபாவிலிருந்து டமாஸ்கசுக்குப் புறப்பட்டார். ஹஸன் (ரலி) உயிரோடிருந்த நாள்வரைக்கும் அவரை மிகுந்த மரியாதையுடன் நடத்தினார் முஆவியா (ரலி). உடன்படிக்கையில் சொல்லப்பட்ட தொகையைத் தொடர்ந்து அனுப்பினார். முஆவியா (ரலி) அங்கிருந்து சென்றதும் அஹ்வாஸ் பகுதியிலுள்ள மக்கள், ஹஸன் (ரலி) அவர்களுக்கு ஸகாத் வரி அனுப்புவதற்கெதிரான முறையீடுகளில் ஈடுபட்டனர்.

மக்களை ஒன்று திரட்டிய ஹஸன் (ரலி) சொன்னார்: "இராக் மக்களே! நான் மீண்டும் உங்களை மன்னிக்கிறேன். நீங்கள் என் தந்தையாரின் இறப்புக்குக் காரணமாக இருந்தீர்கள்.

எனது வீட்டைக் கொள்ளையடித்தீர்கள். ஈட்டியால் என்னைக் காயப்படுத்தினீர்கள். இதற்கு நீங்கள் நஹர்வானிலும் ஸிஃப்ஃபீனிலும் கொலையுண்டவர்களைக் காரணமாக வைத்திருக்கிறீர்கள். முஆவியா செய்த எதுவும் உங்களுக்குப் போதுமானதாக இல்லை. நீங்கள் உயிர் துறக்க விரும்புவீர்கள் எனில் அமைதி உடன்படிக்கையைத் திரும்பப் பெற்று, நீதியை வாள் மூலம் நிறுவவும், உயிர்மீது உங்களுக்கு ஆர்வமிருந்தால் அமைதி உடன்படிக்கையைத் தொடரவும் விரும்புகிறேன்.''

இதைக்கேட்ட மக்கள் அமைதி உடன்படிக்கையைத் தொடர விருப்பம் தெரிவித்தனர். கூஃபா மக்களின் அறிவீனத்தையும் துணிவின்மையையும் நன்கறிந்திருந்த ஹஸன் (ரலி) வெறுமொரு அச்சுறுத்தல்மூலம் அவர்களை நெறிப்படுத்தினார். முஆவியா (ரலி) இப்போது அச்சுறுத்தல்கள் ஏதுமில்லாத தனிப்பெரும் தலைவராகவும் இஸ்லாமியக் கலீஃபாவாகவும் இருந்தார்.

வாழ்வின் எல்லா நிகழ்வுகளிலிருந்தும் தன்னை விடுவித்துக்கொண்டு ஒட்டகங்களையும் ஆடுகளையும் மேய்த்தும், அல்லாஹ்வைத் தொழுதும் தனிமையில் வாழ்ந்துகொண்டிருந்த ஸஅத் பின் அபீவக்காஸ் (ரலி) கூட, முஆவியா (ரலி) கைகளில் ஆணையிட்டு வாக்குறுதியளித்தார்.

சுருங்கச் சொன்னால், காலதாமதம் இருந்தாலும் அனைவருமே வாக்குறுதியளித்தனர். அமைதி உடன்படிக்கைக் கையெழுத்தான சில நாள்களில் ஹஸன் (ரலி) தம்முடைய உறவினர்களுடன் கூஃபாவிலிருந்து புறப்பட்டு மதீனாவுக்கு வந்து சேர்ந்தார். கூஃபா மக்கள் சிறிது தூரம்வரை நடந்து சென்று அவரை வழியனுப்பி வைத்தனர். தமது இறுதி காலம்வரைக்கும் ஹஸன் (ரலி) மதீனாவிலேயே வாழ்ந்து வந்தார்.

விஷம் கொடுத்த புனைவு : ஹிஜ்ரீ 50 அல்லது 51 ஆம் ஆண்டு ஹஸன் (ரலி) இறந்தார். அவரது மனைவி, ஜுஉதா பின்த் அல்அஷ்அஸ், விஷம் கொடுத்துக் கொன்றதாகச் சொல்லப்பட்டது. இது நிரூபணமாகாத ஒரு தகவல்.

ஹஸன் (ரலி) இறப்பதற்கு முன், ஹுஸைன் (ரலி) அவர்களை அழைத்து, “இறைத்தூதருக்குப் பிறகு கிலாஃபத் நம் தந்தையிடம் வந்தது. வாட்கள் உருவப்பட்டன. ஆயினும் அது முடிவுக்கு

வரவில்லை. நம் குடும்பத்தில் நபித்துவமும் கிலாஃபத்தும் ஒருசேர இருக்க முடியாதென்பதை நான் அப்போதிருந்தே உணர்ந்திருக்கிறேன். கூஃபாவிலுள்ள அறிவீனர்கள் உம்மை இந்நகரிலிருந்து வெளியேற்ற முயல்வார்கள் என்று நான் அஞ்சுகிறேன். அவர்களது முயற்சிகளை நீர் முறியடிக்க வேண்டும். ஒரு முறை ஆயிஷாவிடம், என்னை இறைத்தூதரின் அருகில் அடக்கம் செய்ய அனுமதிக்க வேண்டும் என்று கேட்டுக்கொண்டேன். அன்று அவர் இதற்கு அனுமதியளித்தார். ஒருவேளை இப்போது அவர் மறுக்கக்கூடும். எனினும், அவரிடம் கேட்கலாம். ஆனால், வலியுறுத்த வேண்டாம்" என்றார்.

ஹஸன் (ரலி) அவர்கள் இறந்த பிறகு ஹுஸைன், ஆயிஷா (ரலி) அவர்களைத் தொடர்புகொண்டு, தம் சகோதரரின் நல்லடக்கத்துக்கான ஒப்புதலை வேண்டினார். அவரும் அனுமதித்தார். ஆனால், மர்வான் இதற்குத் தடையாக நின்றார். ஹுசைன் (ரலி) ஆயுதம் தரித்த, தனது தோழர்களுடன் அவரிடம் சென்றனர். அபூஹுரைரா (ரலி) தலையிட்டு அமைதிப்படுத்தினார்.

பின்னர், ஹஸன் (ரலி), அவரது தாயார் ஃபாத்திமா (ரலி) அவர்களின் அருகில் அடக்கம் செய்யப்பட்டார். ஹஸன் (ரலி) அவர்களுக்கு ஒன்பது மகன்களும் ஆறு மகள்களும் இருந்தனர்.

ஹஸன் (ரலி) அவர்களின் கிலாஃபத் ஒரு கண்ணோட்டம் : ஹஸன் (ரலி) அவர்களின் ஆறு மாத கிலாஃபத்தை, அதன் சுருங்கிய காலவரையறையும் முழுமையற்ற தன்மையும் காரணமாக, நபி வழி கிலாஃபத்தாக ஏற்பதில் வரலாற்றாசிரியர்கள் சிலருக்குத் தயக்கமிருக்கிறது. இதன்படி, அலீ (ரலி) அவர்களின் கிலாஃபத்தையும்கூட நபிவழி கிலாஃபத் வரிசையிலிருந்து நீக்க இயலும். ஆனால், கிலாஃபத்தின் காலகட்டம் என்பது அதற்கான அளவுகோல் இல்லை.

ஹஸன் (ரலி) அவர்களின் கிலாஃபத்தை நுட்பமான ஆய்வுக்குட்படுத்தினால் நபி வழி கிலாஃபத்தின் சிறந்ததொரு பகுதியாக அமையும். அவரது கிலாஃபத்தில் வெற்றிகளும் போர்களும் தவிர்க்கப்பட்ட நிலையில், இஸ்லாமிய உலகுக்கும் அதன் ஒற்றுமைக்கும் நூறு வெற்றிகளுக்கு நிகரான உயர்ந்த சேவையை அவர் ஆற்றியிருக்கிறார். இரண்டாகப் பிரிவுபட்ட முஸ்லிம் சமூகத்தை ஒற்றுமைப்படுத்திய ஹஸன் (ரலி) அவர்களின் கிலாஃபத் வரலாற்றில் மிக முக்கியமான ஒன்றாகும்.

தீமைகளில் உருக்கொண்ட நீண்டகால வன்மத்துக்கு அவர் முடிவுகட்டினார். முஸ்லிம்கள் எனும் போர்வையில் நயவஞ்சகர்களும் யூதர்களும் பத்தாண்டு காலமாக வளர்த்து வந்த சூழ்ச்சிகளையும் தீமைகளையும் இல்லாமல் செய்தார். இதன்மூலம் அவர் எதிர்கால வெற்றிகளுக்கு வழியமைத்தார். முஸ்லிம் சமூகத்தின் வாட்கள் மீண்டுமொருமுறை கிலாஃபத்தின் எதிரிகளை நோக்கித் திரும்பின. படைத்தலைமையும் கிலாஃபத்தும் அவருக்குரியது எனில் அதை அவர் அடைந்துள்ளார். என்னுடையது எனில் அதை நான் அவருக்கு உவந்தளித்துள்ளேன் என்று சொல்லி முஆவியா (ரலி) அவர்களுக்கு ஹஸன் (ரலி) வாக்குறுதியளித்தது உண்மையில் பல வெற்றிகள் பெற்ற மாபெரும் போராளியின் வீரத்தை விடவும் மேலானது.

முஸ்லிம் சமூகத்தின் நல்வழிப் பயணத்துக்கு இந்நிகழ்வு திசைகாட்டும் கருவியாக இறுதிநாள் வரைக்கும் தொண்டு செய்யும். எல்லையற்ற இருள்சூழ்ந்த பெருங்கடலில் கலங்கரை விளக்கமாக இன்றுவரை அது ஒளிர்ந்துகொண்டிருக்கிறது.

ஹஸன் (ரலி) தலைமையில் 40,000 வீரர்களிருந்தனர். அவர்கள் அனைவரும் உயிருள்ளவரை முஆவியா (ரலி) அவர்களை எதிர்த்துப் போரிடுகிற ஆற்றலின்கீழ் ஒன்று திரண்டிருந்தனர். இந்நிலையில், அனுபவம் மிக்க படைத்தலைவரும் வீரம் செறிந்த தந்தையின் மகனுமான முப்பத்தேழு வயதான அந்த இளைஞருக்குத் தம் தந்தையின் எதிரியை எதிர்த்துப் போரிடுவது தேவையாகவும் இருந்தது.

இறைத்தூதரின் கண்மணியாக இருந்த ஹஸன் (ரலி) ஒரு குறுகிய காலத்தினுள் நபித்தோழர்கள் மற்றும் இஸ்லாமிய உலகின் ஆதரவை வெகு எளிதாகத் திரட்டி அதைத் தமக்கு சாதகமாகப் பயன் படுத்திக்கொள்ள இயலும் என்பதை நன்றாகவே உணர்ந்திருந்தார்.

நபிவழி கிலாஃபத் குறித்து : நபிவழி கிலாஃபத் மற்றும் உமய்யா போன்ற கிலாஃபத்களிடையிலான முதன்மை வேறுபாடு, நபிவழி கலீஃபாக்கள், நெஞ்சில் உறுதியும் நேர்மையில் திடமுமுள்ள ஒரு குழுவினரால் தேர்வு செய்யப்பட்டனர் என்பது. முன்னறிவிப்புச் செய்து கலீஃபா ஆனவர்கூட, ஒழுக்கநெறிகளும்

நேர்மை குணங்களும்கொண்ட பெரும்பான்மை ஆதரவையும் இணக்கத்தையும் பெற்றிருந்தார். இதுபோன்ற முன்னறிவிப்பு அல்லது தேர்வுகளுக்கு வம்சாவளி உரிமையுடன் தொடர்பில்லை. ஆனால், ஒரு காலப்பிரிவின் முடிவுடன் அதன் அடிப்படைக் கொள்கையும் முடிவுற்றது.

நபிவழி கிலாஃபத்தில், முஸ்லிம்கள் அனைவருக்கும் அரச நடவடிக்கைகளை அறிந்து கொள்ளவும் மறுத்துப் பேசவும் ஆலோசனை சொல்லவும் உரிமையிருந்தது. இது, பிந்தைய கிலாஃபத்களில் இல்லாமல் போனது.

கலீஃபாக்கள் உடைகள், வசிப்பிடங்கள், உணவு, ஊர்திகள் என அனைத்திலும் எளிமையைப் பேணி வந்தனர். பொதுமக்களுடன் இணக்கமாக வாழ்ந்தனர். தற்பெருமைகொள்ளவில்லை. கலீஃபா எனும் நிலையில் எந்தச் சிறப்பு உரிமைகளையும் எடுத்துக்கொள்ளவில்லை. பொதுக்கருவூலத்திலிருந்து மிகச் சிறு அளவுகூட தங்களுக்காகவோ தோழர்களுக்காகவோ உறவினர்களுக்காகவோ அவர்கள் செலவிடவில்லை. பிறகு வந்தவர்கள் கருவூலத்தைத் தங்கள் பொறுப்பில் எடுத்துக்கொண்டனர். அவர்களது வரம்புமீறிய செலவுகளுக்கு யாராலும் மறுப்புத் தெரிவிக்க இயலவில்லை.

நபிவழி கலீஃபாக்கள் மிக மேன்மையான நபித்தோழர்களாவர். அவரது அருட்கொடைத் தோழமையின் சிறப்பைப் பெற்றவர்கள். பின் வந்த கிலாஃபத்களில் முஆவியா, அப்துல்லாஹ் பின் ஸுபைர் (ரலி) ஆகியோரைத் தவிர நபித்தோழர்கள் யாருமில்லை. தங்கள் வாழ்நாட்களின்போதே சொர்க்கத்தின் சிறப்பைப் பெற்ற பெருமைக்குரிய பிரிவினர் இவர்கள். பிறகு வந்த கலீஃபாக்களில் இச்சிறப்பு பெற்றவர்கள் யாருமில்லை.

இவர்கள், குடிமக்களை அடிமைகளாகக் கருதாமல் சொந்த மக்களைப்போலவே நடத்தினர். பிறகு வந்த கலீஃபாக்கள் சீஸர், கிஸ்ரா மாமன்னர்கள்போல் படாடோபங்களுடன் காட்சியளித்தனர்.

நபிவழி கலீஃபாக்கள் கொடுங்கோல் ஆட்சியாளர்களாக இருந்ததில்லை. இறைமறை விஷயங்களிலும் தங்கள் விருப்பப்படி அவர்கள் செயல்பட்டதில்லை. ஏதாவது சந்தேகங்களோ முரண்களோ

எழுந்தால், மேன்மைமிகுந்த நபித்தோழர்களிடம் அறிவுரை பெற்று, இறைத்தூதர் அவர்களை முன்மாதிரியாகக்கொண்டே அவற்றை அணுகினார்கள்.

தங்கள் முடிவுகளில் ஏதேனும் தவறுகள் இருப்பதாகத் தெரிய வந்தால், அதைத் திருத்தியமைத்துக் கொண்டனர். அவர்களது உலகியல் நடப்புகள் மற்றும் கொள்கை முடிவுகளின் நெறிமுறைகளை மார்க்க வழிகாட்டுதலின் அடிப்படையிலிருந்து உருவாக்கிக்கொண்டனர். இறைவனின் ஆணைகளை நடைமுறைப்படுத்துவதும் அமைதியையும் ஒழுங்கையும் நிலைநாட்டுவதுமே அவர்களது தலையாய கடமைகளாக இருந்தன.

மக்களுக்கு முழுமையான கருத்துரிமையும் செயலாற்றுகிற உரிமையுமிருந்தன. மிகச்சிறு அல்லது மிக எளிதான ஒரு பிரச்சினைக்கும் கலீஃபாவின் முடிவைக் கேட்பதை மக்கள் அடிப்படை உரிமையாகக் கருதினர். மார்க்கக் கடமைகளைப் பின்பற்றுவதில் அனைவருமே ஆர்வமாக இருந்ததால், விழுமியங்களை அமல்படுத்துவதில் வேறு முன்மாதிரிகள் தேவைப்படவில்லை. கிலாஃபத்கள், வாஞ்சையின் நேர்மையின் அடிப்படையில் அமைந்திருந்தன என்பதில் எந்தச் சந்தேகமுமில்லை. நபிவழி கிலாஃபத்தில் நிர்ப்பந்தங்களுக்கோ கொடுமைகளுக்கோ இடமில்லை.

பிந்தைய கிலாஃபத்களில், இஸ்லாமிய நெறிமுறைகளின்படியான தீர்வுகள் மறைக் கல்வியாளர்களிடமும் நடுவர்களிடமும் ஒப்படைக்கப்பட்டன. இஸ்லாத்தை மக்களிடம் எடுத்துச் சொல்லவும் தொழுகை நடத்தவும் மறைப் பயிற்சியாளர்கள் நியமிக்கப்பட்டனர். கலீஃபாக்கள், தங்கள் விருப்பப்படி ஆட்சியை நடத்திச் செல்ல வசதியாக, படைகளையும் கருவூலத்தையும் தங்கள் பொறுப்பில் வைத்திருந்தனர். கிலாஃபத்கள் படிப்படியாக கொடுங்கோன்மை அரசுகளாக உருமாற்றம் பெற்றன. நாடு முழுவதும் பயமும் அத்துமீறல்களும் கொடுமைகளும் உருவெடுத்த நிலையில் மக்களிடமிருந்த விடுதலை உணர்வுகளும் பறிபோயின.

நபிவழி கலீஃபாக்கள், மக்கள் நலனுக்கு முதலிடம் கொடுத்தனர். இறைமறை வசனங்களை உறுதிப்படுத்தவும் இறைவனின் ஆணைகளை நடைமுறைப்படுத்தவுமே அவர்கள் பெரிதும்

விரும்பினார்கள். உலகியல் தேவைகளில் அவர்கள் நாட்டம் கொண்டிருக்கவில்லை.

செல்வங்களைக் கருவூலங்களில் சேர்த்து வைக்கும் வழக்கமும் அவர்களிடம் இருந்ததில்லை. அனைத்தையும் அவர்கள் மக்களிடையே பகிர்ந்துகொண்டனர். அல்லது நலத் திட்டங்களுக்காகச் செலவிட்டனர். அனைத்தையும் செலவிட்ட பிறகு, கருவூலத்தைக் கூட்டித் துப்புரவு செய்யும் வழக்கமும் அவர்களிடமிருந்தது. பிந்தைய கலீஃபாக்கள் இதிலிருந்தும் மாறுபட்டனர்.

நபிவழி கலீஃபாக்கள் ஹஜ் கடமையைத் தவறாமல் நிறைவேற்றினர். ஹஜ் கடமையின்போது பல்வேறு பகுதிகளில், பல்வேறு தரப்பு முஸ்லிம் மக்கள் அனைவரையும் நேரில் சந்திப்பதையும் அவர்கள் தங்கள் குறைகளைக் கலீஃபாவிடம் முன்வைப்பதற்கான வாய்ப்பையும் உருவாக்கிக் கொடுத்தனர். இது, அவரவர் நாடுகளிலுள்ள ஆளுநர்களின் தகுதிகளையும் தகுதியின்மைகளையும் புரிந்துகொள்ளவும் மக்களின் தேவைகளை அறிந்துகொள்ளவும் பெரும் உதவியாக இருந்தது.

உடனடியாகக் கவனிக்கப்பட வேண்டிய குறைகளாக இருந்தால், பிரதிநிதிகளை அனுப்பி அதைத் தீர்த்து வைக்க ஏற்பாடு செய்தனர். பிந்தைய கலீஃபாக்கள் இதிலிருந்தும் மாறுபட்டனர்.

நபிவழி கலீஃபாக்கள், தலைநகரிலுள்ள பெரிய மஸ்ஜிதில் தொழுகை நடத்தி, கூடியிருந்த மக்களிடம் உரை நிகழ்த்தினர். பின்னர், உமய்யா வம்சத்தின் கலீஃபாக்களும் இதைத் தொடர்ந்தனர். நபிவழி கிலாஃபத் காலங்களில் உட்பூசலின் அறிகுறிகளே இல்லாமலிருந்தன. மனதிற்குள் அப்படியான எண்ணங்கள் உருவானால் குர்ஆனின் ஒளியிலும் நபி (ஸல்) அவர்களின் வாழ்க்கை வழியிலும் மனமுரண்களைக் களைந்தனர்.

இறைமறையையும் அதன் விதிகளையும் பொறுத்தவரை உறவுகள், நட்புகள், இனக்குழுவினர், குறிப்பிட்ட பகுதிகளென எந்த முக்கியத்துவமும் எதற்கும் கிடையாது. நபிவழி கலீஃபாக்களின் செயல்பாடுகளை நுட்பமாகக் கவனித்தால் தந்தை, உடன்பிறந்தார், மகன்போன்ற மிக நெருங்கிய உறவினர்களுக்கும்கூட எந்தச் சிறப்புக் கவனிப்போ செல்வாக்கோ இல்லை என்பதையே பெரும்பாலும் காண்கிறோம்.

கலீஃபா மேடையில் உரை நிகழ்த்தும்போது, எளிமையான ஒரு மனிதருக்கும் இடைமறித்துக் கேள்வி கேட்கும் உரிமையும் துணிச்சலும் வழக்கிலிருந்தன. பின்னர் இந்தச் சுதந்திரம் இல்லாமலானது.

நபிவழி கலீஃபாக்கள் எப்போதுமே தங்களை அரசர்களாக எண்ணிக்கொண்டதில்லை. மக்கள் தொண்டர்களாகவே கருதினர். காவலன்போல் அவர்களின் நலனில் அக்கறை காட்டினர். கலீஃபாக்களின் பேச்சிலோ செயலிலோ சிறு தவறுகள் நிகழந்தால்கூட மக்களின் கடுமையான வருத்தங்களுக்குள்ளாகி விடும்.

நிறைவுக்கு வந்துகொண்டிருக்கும் இந்த இஸ்லாமிய வரலாறு முதல்பகுதியில் நபிவழி கிலாஃபத் குறித்து சுருக்கமாகச் சொல்லப்பட்டுள்ளது. நபித்தோழர்களிடையே பத்து பேர், தாங்கள் வாழும் காலத்திலேயே இறைத்தூதர் அவர்களால் சொர்க்கத்தை அடைவதற்கான நற்செய்தி வழங்கப்பட்டவர்கள். அவர்கள் அஷ்ரா முபஷ்ஷரா என்று அறியப்படுகின்றனர். இவர்கள் அபூபக்ர், உமர், உஸ்மான், அலீ, அப்துர் ரஹ்மான் பின் அவ்ஃப், தல்ஹா, ஸுபைர், ஸஅத் பின் அபீ வக்காஸ், அபூஉபைதா பின் அல்ஜர்ராஹ், ஸயீத் பின் ஸைத் (ரலி) ஆகியோராவர். ஸயீத் (ரலி) அவர்களைத் தவிர ஏனையோர் இந்நூலில் சொல்லப்பட்டுள்ளனர். எனவே, ஸயீத் (ரலி) அவர்களைப் பற்றி சில வரிகள் இங்கே குறிப்பிட வேண்டியது தேவையாக இருக்கிறது.

ஸயீத் பின் ஸைத் (ரலி) : ஸயீத் (ரலி), உமர் (ரலி) அவர்களின் மைத்துனர். இவரது வம்சாவளி: ஸயீத் பின் ஸைத், அம்ர், நுஃபைல், அப்துல்லாஹ், கர்த், ரபாஹ், அதீ என்பதாகும்.

பத்ர் போரைத் தவிர அனைத்துப் போர்களிலும் இவர் நபி (ஸல்) அவர்களுடன் கலந்து கொண்டார். எனினும், நபியவர்கள் பத்ர் போர்ப்பொருள்களிலிருந்து இவருக்கு ஒரு பங்கினை வழங்கி பத்ர் தோழர்களில் ஒருவராக இவரையும் சேர்த்தார். ஹிஜ்ரீ 51ஆம் ஆண்டு, தமது 72வது வயதில் ஸயீத் பின் ஸைத் (ரலி) இறந்தார்.

சிறு பகுதி நிலம் தொடர்பாக ஒரு பெண் ஸயீத் (ரலி) அவர்கள்மீது ஒரு முறையீட்டைப் பதிவு செய்தாள். "அவள் பொய் கூறுவாளாயின் பார்வையற்றுப் போகட்டும்" என்று ஸயீத் (ரலி) கடுமையாகச் சொல்லி விட்டார். பின்னர் அந்தப் பெண்

பார்வையற்ற நிலையில் ஒரு கிணற்றுக்குள் விழுந்து இறந்து போனாள்.

ஒரு முறை, கூஃபா பெரிய மஸ்ஜிதில் வைத்து, அலீ (ரலி) மீதான சில கடுஞ்சொற்களைக் கேட்க நேர்ந்த ஸயீத் (ரலி), அபூபக்ர், உமர், உஸ்மான், அலீ, தல்ஹா, ஸுபைர், அபூஉபைதா, ஸஅத், அப்துர் ரஹ்மான் எனும் ஒன்பது பேரும் இறைத்தூதர் அவர்களால் சொர்க்கத்தில் நுழைபவர்களாக அருட்செய்தி சொல்லப்பட்டவர்கள்" என்றார்.

அந்த பத்தாவது மனிதர் யார் என்ற கேள்வி மீண்டும் மீண்டும் எழுந்தபோது, ஸயீத் (ரலி) தயக்கத்துடன் பதிலளித்தார்: "அந்த பத்தாவது ஆள் நான்."

இரண்டாம் பாகம் முற்றுப்பெறுகிறது